" 'अ किडनॅप्ड माइंड' ही सत्यकथा लिहून पॅमेला रिचर्डसनने घटस्फोटित कुटुंबासाठी धोक्याची घंटाच वाजवली आहे. कोर्टाच्या कस्टडी निर्णयामुळे होणाऱ्या पडझडीतून स्वत:ला वाचवण्यासाठी तिच्या लाडक्या मुलाने जी जीवघेणी धडपड केली, ती तिने लिहून काढली. या लेखनातून तिने 'मुलाच्या स्वत:च्या भल्यासाठी'चे काही प्रश्न उपस्थित केले. त्याद्वारा तिने जणू कोर्टाच्या कस्टडी निर्णयक्षमतेलाच आव्हान दिले. ज्या जोडप्याला घटस्फोट घ्यायचा आहे, त्याने सर्वप्रथम हे पुस्तक वाचले पाहिजे."

– डॉ. रिना सॉमर

अभिप्राय

घटस्फोटाच्या प्रक्रियेतले 'बळी'!

सकाळ - ५/६/२०१६

आपल्या स्नेहीजनांना पुस्तके भेट द्या

'अ किडनॅप्ड माइंड' या इंग्रजी पुस्तकाचा मराठी अनुवाद

एका मातेचा लढा

पालकांमधील दुराव्याच्या दुष्परिणामाला बळी पडलेल्या मुलाच्या आईची हृदयविदारक कहाणी

पॅमेला रिचर्डसन

सहलेखक

जेन ब्राऊलेट

प्रस्तावना

डॉ. रिना सॉमर

अनुवाद

सुषमा जोशी

मेहता पब्लिशिंग हाऊस

© +91 020-24476924 / 24460313 / Mob. No. 9545000513

Email : production@mehtapublishinghouse.com

Website : www.mehtapublishinghouse.com

A KIDNAPPED MIND by PAMELA RICHARDSON

Translated into Marathi Language by Sushma Joshi

एका मातेचा लढा / अनुवादित सत्यकथा

अनुवाद : सुषमा सुरेश जोशी

Email : author@mehtapublishinghouse.com

मराठी अनुवादाचे व प्रकाशनाचे हक्क : मेहता पब्लिशिंग हाऊस प्रा. लि., पुणे.

संस्थापक : सुनील अनिल मेहता

प्रकाशक : मेहता पब्लिशिंग हाऊस प्रा. लि.,
१९४१, सदाशिव पेठ, माडीवाले कॉलनी, पुणे – ४११०३०.

मुद्रक : ट्रिनिटी अ‍ॅकॅडमी फॉर कॉर्पोरेट ट्रेनिंग लिमिटेड

मुखपृष्ठ : डुन्ड्रन प्रेस लिमिटेड यांच्या सौजन्याने

प्रकाशनकाल : मार्च, २०१६ / पुनर्मुद्रण : जुलै, २०२३

किंमत : ₹ ४५०

P Book ISBN 9788184989885

प्रस्तावना

मुलं या जगात येतात तेव्हा ती त्यांच्या पालकांवर, त्यांच्या प्रेमावर पूर्णतया विसंबून असतात. मुलांचं पालन-पोषण करण्याच्या पद्धती, क्षमता या वेगवेगळ्या असतात. पण बहुतेक जण हे आयुष्यभराचं काम यशस्वीरित्या पार पाडतात. तथापि काही मुलांना मात्र असं पालकांचं सुख मिळत नाही.

काही आई-वडिलांना त्यांच्या शारीरिक, मानसिक अक्षमता, आजारपणं, व्यसनाधीनता, गुन्हेगारी, गरीबी, युद्ध अशा अनेक कारणामुळे मुलांचे संगोपन करता येत नाही. काही वेळा इच्छाही होत नाही. अशावेळी या परिस्थितीतील मुलांचे पालन-पोषण कुटुंबातील इतर व्यक्ती. त्या कुटुंबाचे मित्रमंडळ, शेजारी किंवा सामाजिक संस्था यांकडून केले जाते.

पण काही वेळा असेही पालक आढळतात की, ते आपल्या मुलांचं रक्षण, संगोपन, शिक्षण, मार्गदर्शन करण्यात अपयशी ठरतात. आई-वडील झालेली ही मंडळी काही असमर्थ किंवा पुरेशी साधनसामग्री नसलेली अशी अजिबात नसतात. उलट ही मंडळी पालकत्व सोडलं तर स्वच्छ विचारांची, हिकमती, जीवनाच्या इतर क्षेत्रात कार्यक्षम असतात. या मंडळींचे मुलांवरचे प्रेम, आस्था विचारात घेतली, तर या पालकांची गणना आदर्श पालकांमध्ये केली जाईल. इतर अकार्यक्षम पालकांपेक्षा या व्यक्ती त्यांच्या स्वत:च्या गरजांकडे अधिक लक्ष देतात. आणि त्यांच्या या स्वत:बद्दलच्या निष्ठेमुळे ही मंडळी इतरांपेक्षा वेगळी वाटतात. स्वत:च्या गरजा पूर्ण करण्याच्या भरात ही मंडळी आपल्या मुलाचे त्याच्या इतर पालकांबरोबर असलेले संबंध, नाते नष्ट करतात. मग त्यासाठी कसलीही किंमत मोजण्यास त्यांची तयारी असते.

पॅमेला रिचर्डसनच्या 'अ किडनॅप्ड माइंड' या पुस्तकात तिने आपल्या

मुलाची मानसिक पडझड आणि परिणामी त्याची आत्महत्या हे सारं नोंदवलं आहे. ही एक व्यथित करणारी कहाणी आहे. यात डॅशची जगण्याची धडपड आहे. त्याच्या बापाने आपल्या माजी पत्नीवर सूड उगवण्यासाठी आपल्यावर पूर्णपणे अवलंबून असलेल्या आपल्या मुलाच्या गरजाकडे संपूर्ण दुर्लक्ष केलं होतं. अशा परिस्थितीतील डॅशची धडपड आहे. डॅशला जणू त्याच्या सोळा वर्षांच्या आयुष्यातील अकरा वर्षे मानसिकदृष्ट्या ओलिस ठेवलं गेलं होतं.

'अ किडनॅप्ड माइंड' ही केवळ एका आईची, तिचा कटू घटस्फोट आणि कस्टडी, यानंतर मुलाची कस्टडी मिळवण्याची लढाई यांची कहाणी नाही. एखाद्या मुलाचा दोन्ही पालकांवर प्रेम करण्याचा आणि दोघांकडून त्याच्यावर प्रेम करवून घेण्याचा हक्क हिरावून घेतल्यामुळे त्याची जी भावनिक हानी होते. त्या हानीची ही कहाणी आहे. न्यायव्यवस्थेचं मुलांच्या गरजांकडे केलं जाणारं दुर्लक्ष, याची ही कथा आहे. आई-बापाच्या उबदार प्रेमाचा अनुभव घेतलेल्या आनंदी निरोगी मुलाला, पद्धतशीरपणे एका पालकाच्या प्रेमापासून का तोडलं जातं, त्या कारणांचा कायद्याच्या मूलभूत चौकटीच्या पलीकडे जाऊन शोध घेण्याची न्यायव्यवस्थेची अनास्था या कथेत आहे.

डॅशची कथा ही 'पालक दुराव्याचे' मानसिक कटुतम दुष्परिणाम सोसण्याचे प्रतिनिधित्व करते. 'पालक दुराव्याचे दुष्परिणाम' ही कस्टडी केसमधली जणू 'सहनिपज' आहे. आपल्या माजी जोडीदाराला धडा शिकवणे, हेच उद्दिष्ट डोळ्यांपुढे ठेवल्याने आपल्या पाल्याच्या आनंदाकडे, भल्याकडे दुर्लक्ष करणारे अनेक पालक आहेत. त्यामुळे कित्येक मुलांना हे दुःख भोगावे लागत आहे. हे पालक मूल आणि दुसरा पालक यांच्यातील नातेसंबंध मुद्दाम नष्ट करत असतात. घटस्फोटानंतर 'संयुक्त कस्टडी' हा चांगला पर्याय आहे, असा विचार १९८०नंतर कोर्टाने केला. पण तेव्हापासून त्या घटना वारंवार घडत असल्याचे संबंधित व्यावसायिकांच्या लक्षात येत आहे. 'पालक दुराव्याचे मानसिक दुष्परिणाम' ही बाब विवाद्य झाली आहे. कारण 'जस्टीस फॉर चिल्ड्रेन' आणि 'नॅशनल अलायन्स फॉर फॅमिली कोर्ट' अशांसारख्या इतर काही घटकांनी आपल्या कार्यक्षेत्राच्या हितसंबंधाचे रक्षण करण्यासाठी ही बाब अस्तित्वात नाही, असे मत व्यक्त केले आहे.

माझा विश्वास आहे की, हे पुस्तक काही दृष्टिकोन देईल. घटस्फोटित पालकांची मुलं शिक्षणात अयशस्वी ठरतात. मग हे शिक्षण उपपत्तीवर वा निरीक्षणावर आधारलेलं असो. अशा मुलांच्या गरजांकडे बघण्याची व्यापक आणि वेगळी दृष्टी 'अ किडनॅप्ड माइंड' या पुस्तकामुळे मिळेल, असा मला विश्वास आहे.

ह्या कारणामुळेच हे पुस्तक न्यायाधीश, कुटुंब वकील आणि घटस्फोटित कुटुंबाचे सर्व संबंधित यांनी जरूर वाचले पाहिजे.

आपल्या मुलाला त्याच्या आयुष्यभर, त्याच्या मदतीसाठी आणि नंतर त्याच्या मृत्यू व्यर्थ जाऊ नये यासाठी पॅमेला रिचर्डसनने दाखवलेली ताकद, केलेला पाठपुरावा आणि तिची बांधिलकी याची मी प्रशंसा करते. या उत्तम पुस्तकाला हातभार लावण्याची मला संधी मिळाली, हा माझा सन्मानच समजते.

– डॉ. रिना सॉमर, पीएच.डी
(घटस्फोट आणि कस्टडी सल्लागार)

मनोगत

"सावध, ऐका पुढल्या हाका...!"

घटस्फोटित पालकांच्या मुलांची प्रेम आणि निष्ठा याबद्दल होणारी कुचंबणा, फरपट, त्यांना वाटणाऱ्या भावनिक व मानसिक अस्थैर्य-असुरक्षिततेची ही कॅनेडियन कहाणी. एका अर्थाने ती वैश्विक कहाणीही आहे. आपल्या जोडीदाराला शह देऊन त्याच्यावर मात करण्याची इच्छा, त्यासाठी मुलांचा केला जाणारा वापर, न्यायालयातील विलंब, कायद्यातील पळवाटा, आईची मुलाबद्दलची ओढ – या आणि अशा अनेक गोष्टी जगाच्या पाठीवर – तपशीलात थोडाफार फरक असेल; पण तशा त्या सारख्याच असतात. त्यामुळे या कहाणीला वैश्विक रूप मिळते.

त्याचबरोबर यात अधिक लक्षणीय आहे तो, एका आईनं न्यायव्यवस्था आणि कायदा यांच्यातील त्रुटीविरूद्ध दिलेला अपयशी लढा!

आज आपल्या समाजातील व्यक्तिवादाचा अतिपुरस्कार, घटस्फोटाचे वाढते प्रमाण कुटुंब व्यवस्थेवर आघात करत आहेत. मी काही कुणी विचारवंत, अभ्यासक, समाजशास्त्रज्ञ नाही. मी एक कुटुंबवत्सल गृहिणी, आई, आजी आहे. त्यामुळे माझा विचाराचा आवाका मर्यादित आहे. पण आईवडिलांच्या चढत्या आवाजामुळे, भांडणामुळे, बेबनावामुळे मुलं अस्वस्थ, बैचेन होतात, त्यांच्या मनात असुरक्षिततेची भावना तयार होते. याची सर्वांना जाणीव आहे. त्यामुळेच कौटुंबिक पातळीवर "प्रत्येक वेळी मीच का?" हा प्रश्न न विचारता, मुलांच्या निकोप वाढीसाठी आपला व्यक्तिवाद आवरता घ्यावा. आपल्या झगड्यात मुलांचा उपयोग केला जाऊ नये हे भान या पिढीला – सर्वांना येवो. हीच सदिच्छा!

हा अनुवाद शब्दश: नाही. कायदेशीर किचकट गुंता, मानसशास्त्रीय विश्लेषण, शिक्षण-प्रणाली इत्यादी गोष्टींचे शब्दश: भाषांतर न करता शक्यतो मूळ आशय

भाषांतरित करण्याचा प्रयत्न केला आहे. अनुवादामध्ये आता मराठीत रुळलेले, वीकएंड, ख्रिसमस, हॅलोविन, पाइ इत्यादी शब्द तसेच ठेवले आहेत.

यातून दिसलेली शिक्षण-व्यवस्था कौतुकास्पद आहे. भावनिक-मानसिक दृष्ट्या अस्थिर मुलांसाठी, अक्षर-लेखन-वाचनाची अक्षमता (dyslexia) असणाऱ्या मुलांसाठी, वर्गात मागे राहणाऱ्या मुलांसाठी अभ्यास करवून घेण्याच्या पद्धती आहेत, वेगवेगळ्या शाळा आहेत. आणि या साऱ्याचा सर्व पातळीवरचा शहाणपणाचा, समंजसपणाचा स्वीकारही आहे.

हे अनुवादाचे काम अवघड, परीक्षा घेणारे आणि दमवणारे होते. पण हे काम सुलभ करण्यासाठी मला माझे पती सुरेश जोशी यांची खूपच मदत झाली. माझ्या मुली गीता खेडकर आणि गौरी पाठक यांनीही मोलाचे साह्य केले.

हे पुस्तक अनुवादित करण्याचे काम मेहता पब्लिशिंग हाऊसने मला दिले, त्याबद्दल मी त्या सर्वांची आभारी आहे.

ही सत्यकथा वाचकांना आवडेल, अशी मी आशा करते.

—सुषमा सुरेश जोशी

अनुक्रमणिका

खेचाखेच

१९९०चा जून महिना. व्हँकूव्हर शहरातला माझा खूप ओळखीचा असलेला वेस्ट टेन्थ रस्ता सूर्यप्रकाशात न्हाऊन निघाला होता. तापमान २३ डिग्री होतं. वाऱ्याची झुळूक माझ्या केसांना, सर्वांगाला स्पर्शून जात होती. मी तेव्हा पाच महिन्यांची गरोदर होते आणि माझ्या होणाऱ्या नवऱ्याच्या – डेव्ह रिचर्डसनच्या हातात हात घालून कॅक्टस क्लब कॅफेत निघाले होते. मी काही आता 'वेस्ट पॉइंट ग्रे'जवळ राहत नव्हते. पण पीटर हर्टबरोबरच्या दु:खान्त वैवाहिक जीवनाची सात वर्षं मी तिथे काढली होती. तो कालखंड अपमानास्पद होता. पण माझ्या लाडक्या डॅशिलचा जन्म त्याच काळातला होता. 'युनिव्हर्सिटी ऑफ ब्रिटिश कोलंबिया'च्या दारासमोरच्या या वर्दळीच्या रस्त्यावर, मी डॅशला त्याच्या बाबागाडीत बसवून फेरफटका मारायचे. हा सारा परिसर त्याच्या आठवणीनं भरला होता. वेस्ट पॉइंट ग्रे लायब्ररीतल्या गोष्टी; भल्या सकाळी ताजा ब्रेड आणि जेली डोनट्स जिथे खरेदी करायचो, ती बेकरी; टी टॉवेल घ्यायचो, ते छोटंसं कपड्यांचं दुकान – डॅश प्रत्येकाकडे पाहून हसायचा.

परतीच्या वाटेवर ट्रीम्बल पार्क होतं. झोपाळ्यावर बसून डॅश आनंदाने खिदळायचा. ''मॉम, तू मला आभाळापर्यंत उंच नेशील?'' डोळे मिटून तो ओरडायचा.

''इतकं उंच?'' मी झोका देताना हसून म्हणायचे.

''नाही. अजून उंच.''

डॅश झोके घ्यायचा. त्याला दिसू शकेन, पाहता येईल, अशा जागी मी उभी राहायचे आणि दोन्ही हातांच्या अंगठा तर्जनीच्या साहाय्याने त्याला हृदयाची आकृती करून दाखवायचे. 'आय लव्ह यू' आणि 'गुडबाय' सांगण्याची माझी आणि डॅशची, तो दोन वर्षांचा असल्यापासूनची ही रीत होती.

मी त्याला हृदयाच्या आकाराची सँडवीच कापून द्यायचे. त्याला ती भारी आवडायची. त्यामुळे मी माझ्या हाताच्या बोटांनी हृदयाचा आकार करू लागले. लवकरच तोही त्याच्या बोटांनी हृदयाचा आकार करायला शिकला.

"मॉम, आय लव्ह यू," डॅश ओरडायचा.

हे सगळं इतकं जुनं झालं होतं की, जणू दुसऱ्याच जन्मात घडलं असावं, असं मला वाटू लागलं. "हवा अशीच निरभ्र, छान राहिली, तर या वीकएंडला – आपण बाहेर जाऊ शकू. कुठल्यातरी गल्फ बेटावर जाऊ किंवा मासेमारी करू, डेकवरच जेवू."

"मला आवडेल! कुठल्या बेटावर?"

डेव्ह हसला. "बोटीनं, शक्यतो जवळच्या ठिकाणी."

"अरे देवा, दे सोडून! त्यापेक्षा आपण घरीच थांबू या."

"मग आताऐवजी आपण पानगळीच्या मोसमात जाऊ या."

मी हसले. "मला वाटू लागलंय की, सप्टेंबरमध्ये बाळ आल्यावर आपलं आयुष्य किती व्यग्र असेल, याची तुला कल्पना नसावी."

"बाप रे! म्हणजे आता वीकएंडच्या सहली नाहीत?" खोटं खोटं घाबरत डेव्ह म्हणाला.

"ते तुझं तू बघ आणि जमव! तुला माहिती आहे, डॅशला या उन्हाळ्यातली 'लेक ऑफ वूड्स'ची सहल नक्की आवडेल. तुझ्या आई-वडिलांना भेटणं, मासेमारी, पोहणं, सूर मारणं...."

"तुला वाटतं का की, आता डॅशला बोटीची माहिती सांगावी. तेवढा मोठा झालाय का तो? आपण निदान त्याला गाठी कशा माराव्यात, हे तरी शिकवू या." डेव्ह म्हणाला. त्याचे चेस्टनट रंगाचे तपकिरी केस उन्हात चमकत होते.

डेव्हला माझ्या मुलाबद्दल – डॅशबद्दल आत्मीयता वाटत होती. त्यांच्या पहिल्या भेटीतच त्यांनी एकमेकांना जिंकलं होतं. मी डेव्हच्या प्रेमात पडल्यावर त्याला एक दिवस घरी – 'व्हिसलर' येथे येण्याचं आमंत्रण दिलं आणि ती संध्याकाळ मी आणि डॅश यांच्यासमवेत घालवण्यास सांगितलं. डॅश साडेचार वर्षांचा होता, तेव्हा मी आणि पीटर विभक्त झालो. तेव्हापासून आम्ही व्हिसलर येथे स्कीईंग करायचो. गावाबाहेर पडण्यास आणि एकत्र काळ घालवण्यासाठी ती एक चांगली सबब होती. आमच्या स्कीईंग वीकएंडमध्ये आम्ही एका लॉग – केबीनमध्ये – लाकडी फळ्यांच्या घरात राहायचो. ती जागा माझ्या वडिलांच्या मित्राची होती, आणि त्या मोसमात मी ती जागा भाड्याने घेतली होती. वेळ मिळायचा, तेव्हा मी आणि डॅश तिथे जायचो. त्या मोसमात डेव्हदेखील तिथे त्याच्या मित्राबरोबर एका खोलीत राहात होता. डेव्ह आणि डॅशची भेट झाली. त्या संध्याकाळी डॅशचं जेवण

लवकर आटोपलं होतं. नंतर मी त्याला न्हाऊ-माखू घातलं. त्याला पांढऱ्याफुलांचा मऊ पायजमा घातला. तेवढ्यात दारावरची बेल वाजली. "डॅश, तो लवकर आलाय." मी उद्गारले. डॅशला माझ्या कवेत घेतले आणि दार उघडलं.

"डॅश – हा डेव्ह रिचर्डसन. आणि डेव्ह हा डॅश!"

डेव्ह खाली वाकला. डॅशनं हात पुढे केले आणि काही न बोलता तो डेव्हच्या मिठीत शिरला. मला नवलच वाटलं. "कसं काय? लिटिल बडी? छोटे राजे? तुला भेटून खूप छान वाटलं. तुझी आई तुझ्याबद्दल खूप काही सांगत असते, बरं का!"

डॅशनं स्मित केलं. "खरं म्हणता?"

"हो तर. आणि तुला माहिती आहे का..." डेव्ह पुढे म्हणाला, "तुला गंमत वाटेल; पण माझी भाचरं, पुतणे-पुतण्या मला डेव्ह म्हणतच नाहीत!"

डॅश आश्चर्यानं म्हणाला, "म्हणत नाहीत?"

"नाही ना. ते मला डेव्हअंकलही म्हणत नाहीत."

"मग म्हणतात तरी काय?"

"ते मला 'बिग डी' – 'मोठा डी' म्हणतात."

"बिग डी!" डॅशनं आश्चर्यानं त्या शब्दाचा पुनरुच्चार केला. मग खिदळत म्हणाला, "का बरं?"

"मी दाराशी आलो, तेव्हा तू मला नीट पाहिलंस का? मी खरंच मोठा आहे." सहाफूट सव्वाचार इंच उंचीचा डेव्ह सरळ उभा राहिला. त्यानं डॅशलादेखील उचलून घेतलं, "आणि 'डी' म्हणजे डेव्ह."

"पुन्हा करा ना." डॅश खिदळत म्हणाला.

डेव्ह पुन्हा वाकला. आणि डॅशला उचलून घेत सरळ झाला. डॅशला मजा वाटली. "मग तुला आवडलं असलं, तर तूसुद्धा मला 'बिग डी' म्हणू शकतोस."

डेव्हच्या मिठीत गेल्यापासून डॅशने आता पहिल्यांदा माझ्याकडं बघितलं. त्याचे डोळे चमकत होते. "मॉम, म्हणू मी?"

"फारच छान! 'बिग डी' हे मोठंच नाव आहे."

डेव्ह कोचाकडे गेला. डॅश जणू त्याला चिकटलेलाच होता. तो म्हणत होता, "बिग डी!" जणू त्या शब्दाची तो सवय करत होता.

"काय लिटिल बडी?"

"तुम्हाला स्नॅप खेळायला आवडेल?"

"खेळायला आवडेल? अरे, मी तर या वेस्ट म्हणजे पश्चिम भागातला उत्तम स्नॅपर आहे."

"चला, आपण खेळू या."

"मी जरा धसमुसळा आहे, चालेल?"

त्या रात्री डेव्ह डॅशच्या प्रेमातच पडला. जणू तो त्याचाच मुलगा होता. आणि या मृदू आवाजाच्या शिक्षकाच्या भेटीने डॅशला अत्यानंद झाला होता.

"डॅश, आपण हा पतंग उंच-उंच ढगापर्यंत उडवू या."

"बिग डी, पतंग खाली आला बघ!"

"अरेरे! एक मिनिट हं! हे पकड," असं म्हणत डेव्ह गुडघ्यात वाकला, डॅशच्या बरोबरीनं त्यानं तो मांजा पकडला आणि पतंग वर चढवला.

"वा!! जमलं की!" डॅश म्हणाला.

"पतंग खालीच आला असता; पण आता बघ, वाऱ्यामुळं तो पतंग कसा छान वर चढला आहे. पतंगाला नीट दिशा मिळाली की, पतंग वर चढवण्याचं काम वाराच करतो. हं, सोड मांजा, जाऊ दे पतंग वर!"

वेस्ट टेन्थ रस्त्यावरून आम्ही जात होतो. डेव्हच्या मजबूत हाताची पकड मला धीर देत होती. पण माझीच अस्वस्थता मला सलत होती. मीच अस्वस्थ होते.

"कसला विचार करतेस?" डेव्हनं विचारलं.

"मी पीटरबरोबरच्या भेटीचा विचार करतेय. नीट होईल ना सगळं!"

डेव्हची बेफिकिरी मावळली. "त्यानं तुझ्या फॅक्सला उत्तरं धाडली नाहीत की, कुठल्या फोनला प्रतिसाद दिला नाही. ह्या उन्हाळ्यात तो डॅशला केव्हा भेटणार, हेही आपल्याला ठाऊक नाही. त्यामुळे त्याला भेटण्यावाचून आपल्याला गत्यंतर नाही."

"तुझ्या नजरेसमोर एखाद्या सार्वजनिक ठिकाणी पीटरची गाठ घ्यायची आणि हा उन्हाळा वाटून घ्यायचा, असा माझा विचार आहे." माझ्या माजी नवऱ्याची गाठ घेण्याच्या विचारात मी मग्न झाले होते. मला माझीच खात्री नव्हती. खोल आवाजात मी म्हटलं, "हेच त्याला हवं असेल का? डॅशची कस्टडी? डॅशला मी केव्हा कुठे भेटायचं, हेही त्यानं सांगायचं? त्याला हवं ते सगळं मिळालंय, मग तो असं दुष्टासारखा का वागतोय?"

"तो रागावला आहे, म्हणून तो असं दुष्टासारखा वागतोय. आणि तो वकील आहे. त्याची वकिली इरेला पडली आहे, म्हणून तो रागावला आहे." डेव्हच्या आवाजाला धार होती.

सुरुवातीपासून ह्या मुद्द्यामुळेच सगळी गुंतागुंत झाली होती. आम्ही विभक्त झालो, तेव्हा आपल्यावर अन्याय झाला होता, अशी त्याची पक्की खात्री झाली होती. तो असमंजसपणे वागत होता. कायदा आणि त्याचं वकिली ज्ञान यांच्या विरुद्ध ती सगळी कृत्यं होती. घटस्फोटाच्या खटल्याच्या तयारीच्या वेळी जेराल्ड रिड – माझ्या वकिलाला असं आढळलं की, त्यानं लग्न झाल्यानंतर आम्ही घेतलेलं

घर – मॅट्रिमॉनियल होम – हे कुणा रॉबिन विल्यम्सच्या हवाली केलं होतं. खटला उभा राहिला, तेव्हा पीटरनं त्या घराची बेकायदेशीर नोंदणी केल्याचं आढळून आलं. शिवाय त्यानं खोटी कागदपत्रंही केल्याचं उघडकीस आलं. तो दोषी ठरला. एक वकील म्हणून याच्या परिणामांची पीटरला निश्चितच कल्पना होती. त्यानं त्याची वकिली पणाला लावली. पण दोष मात्र मला दिला. आणि तो जेव्हा माझ्यावर ठपका ठेवायचा नाही, तेव्हा माझ्या वकिलाला जेराल्डला दोषी ठरवायचा.

''मला नाही वाटत की, हे डॅशबद्दल असेल,'' डेव्ह म्हणाला.

''मलाही तसंच वाटतं. पण हे पैशासाठीही नाही. हे सारं ताबा कुणाचा असावा; याविषयी असावं.''

''डॅश त्याला मिळाला नसता, तर तो किती पराकोटीचा वाईट वागला असता, याची कल्पना कर.''

''हो ना! आणि आता मी त्याच्याकडे एवढ्या-तेवढ्यासाठी, प्रत्येक गोष्टीसाठी जाणार नाही. तोच आपल्याकडे येईल. आणि लग्न, भूतकाळ या गोष्टींचा विचार न करता आपण आपलं सारं लक्ष डॅश आणि भविष्यकाळ यांवर केंद्रित करू. सगळ्या गोष्टी धीरानं, शांतपणं घेऊ. मी त्याच्यासारखा खेळ खेळणार नाही.''

डेव्ह गप्प राहिला. पीटरला कस्टडी मिळाली होती, तरीही तो खेळवत होता. पीटर काय करेल, या काळजीनं मी रात्रभर कूस पालटत होते, याची जाणीव डेव्हला होती. त्याला माझ्या माजी नवऱ्याबरोबरची पहिली भेट आठवली. पीटर त्याच्या अंगावर धावून जात म्हणाला होता, ''मला फक्त ताबा हवाय, डॅशचं प्रेम हवंय.'' मी आणि डेव्ह शांतपणे पुढे गेलो होतो. आणि डेव्हनं माझा हात जोरात दाबला होता. आम्ही दोघं एकमेकांना होतो, ही किती भाग्याची गोष्ट होती आणि मी याचाच विचार करणार होते, पीटरचा नाही. एवढ्यात पोटातल्या बाळानं ढुशी मारली. स्वत:शीच हसत मी माझ्या पोटावर हात ठेवला.

''वा! आपल्या बाळाला बाहेर यायचंय वाटतं.'' पहिल्यांदाच बाप होण्याच्या आनंदात डेव्हनं माझं पोट थोपटलं. ''डॅशला जे मिळतंय, त्यातलं त्यालाही मिळावंसं वाटतंय.''

''हो, त्याला ते भरपूर मिळेलच,'' मी म्हणाले. ''पण आज आता, दुसऱ्या लहान मुलाचा विचार करायला हवा आहे. ही भेट संपू दे आणि उन्हाळ्याच्या सुटीचा बेत आखता येऊ दे.''

''छान! तसंच करू या,'' डेव्ह म्हणाला. ''सगळं ठीक होईल.''

''नाही. मला तसं वाटत नाही,'' मी म्हणाले. ''पण तू जर काही बोलला नाहीस, तर कदाचित पीटर नीट वागेल.''

डेव्हसारख्या रक्षणकर्त्याला हे जरा कठीणच होतं. तो माझ्या प्रेमात पडला

होता. पण माझा आधीचा नवरा होता, जो माझे जागोजागी वाभाडे काढत होता. कधी फोनवर, कधी डॅशसमोर, कधी डॅशचे कपडे बदलताना, कधी दारासमोर, तर कधी खुद्द डेव्हसमोरही. जणू तो डेव्हला टोमणे मारत होता – 'तू माझं काय वाकडं करणार, ऊं!' डेव्ह एक यशस्वी उद्योजक होता, तर पीटर एक यशस्वी वकील. एक माझ्या प्रेमात आकंठ बुडाला होता, तर दुसऱ्याच्या नसानसांत माझ्याबद्दल तिरस्कार भरला होता. एक माझ्यासाठी काहीही करायला तयार होता, तर दुसऱ्याजवळ डॅश होता आणि डॅशच्या जोरावर तो आमच्यावर वचक ठेवत होता – आम्हाला नाचवत होता.

"मी काहीही बोलणार नाही, पॅम. त्याचा काही उपयोग नाही." त्याच्या हातात हात गुंफत मी म्हणाले, "स्वीट हार्ट, हे तुला जड जातंय, मला माहिती आहे."

"हो, खरंय ते! पण ते का करायला हवं, हेही मला ठाऊक आहे. मी अगदी हसऱ्या चेहऱ्यानं आणि मिटल्या ओठानं तिथे बसून राहीन. चल तर!"

दूर – ट्रिम्बल आणि वेस्ट टेन्थ रस्त्याच्या कोपऱ्याशी उभा असलेला पीटर मला दिसला. तो डगमगत उभा होता. त्यानं गॉगल्स चढवले. शर्ट अर्धवट खोचलेला होता, पँट चुरगळलेली होती.

"ओह! नाही," मी डेव्हला मागे खेचत म्हणाले.

"चल, सगळं ठीक होईल."

"डेव्ह, तो पिऊन आलाय." मी पडेल आवाजात म्हणाले. "काय होईल ते दिसतंय मला."

"चल गं, बघू तर खरं!"

तो हिवाळा अत्यंत दुःखद आणि लांबचलांब होता. कस्टडीच्या खटल्याने गोष्टी खूपशा सुरळीत होतात, नाही का? मलाही इतरांप्रमाणेच आतून वाटत होतं की, कोर्टात शेवट होणं चांगलं नाही म्हणून मी कोर्टाबाहेरील तडजोडीसाठी पीटरच्या विनवण्या केल्या होत्या. पण त्याला ते मंजूर नव्हतं. फौजदारी खटल्यातला तो एक नामांकित वकील होता. रोजच त्याच्या आजूबाजूला दारू पिऊन धिंगाणा घालणाऱ्यांचा गराडा असे. त्याने मुद्दामच तशी, मला प्रतिकूल ठरणारी जागा निवडली होती. आणि कोर्टात माझी अवस्था भिकारी-आईसारखी झाली होती. "हो, डॅशला त्याच्या वडिलांबद्दल आणि वडिलांना त्याच्याबद्दल खूप प्रेम आहे. काही मर्यादेपर्यंत पीटर एक चांगला बाप आहे." पण माझ्या प्रतिज्ञापत्रात, मला ज्याबद्दल आणि ज्याची काळजी वाटत होती, त्या गोष्टीची मी नोंद केली होती. 'डॅशचा उपयोग करून पीटर माझ्यावर वचक ठेवेल, मला दुखवण्यासाठी पीटर डॅशचा वापर करील, अशी मला खात्री होती.'

१९८९च्या सुरुवातीला पीटरचे फौजदारी वकील असणारे मित्र – रॉस सीनियरबरोबर

झालेली भेट म्हणजे एक दुर्घटनाच होती. पीटरने रसेल ट्रॅफीक हा वकील दिला, तर मी आमच्या मॅरेज कौन्सेलरने शिफारस केलेली रोझमेरी नॅश – ह्या फॅमिली ॲडव्होकेटला जरा नाखुशीनेच वकीलपत्र दिलं. ताबडतोब पत्रापत्री झाली. आणि १९८९च्या जून महिन्याच्या २ तारखेला पीटरच्या बार्बरा नेल्सन या नव्या वकिलासोबत आम्ही जस्टीस डग्लस वेटमोरसमोर उभे राहिलो.

या वेळपर्यंत पीटरचं दारू पिण्याचं प्रमाण वाढलं होतं. आणि डॅश त्याच्याबरोबर राहत असल्यानं मला त्या दारू पिण्याबद्दल काळजी वाटू लागली होती. सुनावणीपूर्वीच्या आठवड्यात पीटर डॅशला नेण्यासाठी आला होता, तेव्हा त्याच्या जॅग्वार गाडीत दारूनं अर्धी भरलेली बाटली होती. मी खूप घाबरले होते. मी खरं तर पोलिसालाच बोलवणार होते. पण मी पीटरला अडचणीत आणलं, तर तो अधिकच खवळेल, याची मला जाणीव होती. पण डॅश त्याच्याबरोबर असताना तो अशा अवस्थेत गाडी चालवत असेल आणि त्याच्या गाडीला अपघात झाला तर? या दारूपायीच मी माझ्या दाईला डॅशच्या सोबत पीटरच्या घरी पाठवायचे.

माझी काळजी माझ्या वकिलानं जस्टिस वेटमोरला पुन:पुन्हा बोलून दाखवली. त्यांनी दीर्घ सुस्कारा सोडला आणि वडिलकीच्या थाटात पीटरला म्हणाले, "हे बघ पीटर, तुझा मुलगा तुझ्यासोबत असेल, तेव्हा तू नाही ना पिणार?" त्यांनी काही सवलती दिल्या आणि आमचे तात्पुरत्या कस्टडीचे अर्ज तहकूब केले.

जस्टीस वेटमोरच्या या साऱ्या वर्तनामुळे मला जो धक्का बसला, तो रोझमेरीच्या वागण्यानं अधिकच दुणावला. तिनं अलिखित नियम मोडून जजना माझ्या भावना कळवल्या. मी नंतर जस्टीस वेटमोर आणि पीटरचे वकील यांच्याबरोबर भेट मागितली. कारण वेटमोर यांना आमचा खटला त्यांच्याच पुढे चालावा, असं वाटू लागलं होतं. पीटरच्या वकिलानं डॉ. मायकेल एल्टरमन हेच कस्टडी आणि ॲक्सेस*संबंधी अहवाल करतील, असं सुचवलं. डॉ. मायकेल एल्टरमन हे एक निष्णात मानसशास्त्रज्ञ होते. शिवाय कौटुंबिक मामल्यातील उत्तम साक्षीदार म्हणून कोर्टालाही माहीत होते. वेटमोरनी या गोष्टीला मान्यता दिली.

वेटमोरबरोबर माझी भेट झालीच नाही. त्याऐवजी त्या दोघा वकिलांतले ताण वाढू लागले. त्या दोघांची पूर्वग्रहदूषित मांडणी, त्यांचे मुद्दे, कारकुनाचं लेखन, त्या

---

* ॲक्सेस (Access) – घटस्फोटित पालकांपैकी मुलांची कस्टडी मिळालेला कस्टोडियल पालक. आणि कस्टडी न मिळालेला दुसरा पालक. ह्या दुसऱ्या पालकाला, आपल्या पाल्याच्या भेटीसाठी कोर्ट ठरावीक काळ-वेळ नेमून देतं. कस्टोडियल पालकाने या काळाची अंमलबजावणी करावी, असं मानलं जातं. या काळाला-वेळेला 'ॲक्सेस' असं संबोधलं जातं. भाषांतरात 'ॲक्सेस' हाच शब्दप्रयोग वापरण्यात आला आहे.

लेखनाचं पुर्नलेखन हे सारं मी बधीर, सुन्न होऊन पाहत होते. करता-करता एक सप्टेंबरला आम्ही पुन्हा कोर्टासमोर उभे राहिलो. डॉ. एल्टरमनचा दुसरा आणि अखेरचा अहवाल आम्हाला ऑगस्टच्या खटल्याच्या तारखेपूर्वीच मिळाला होता. आणि जस्टीस शेरमन हूड यांनी तशी ऑर्डरही काढली. १९८९मध्ये ज्या दोघा पालकांचं फारसं जमायचं नाही, अशा विभक्त पालकांना मुलांची संयुक्त कस्टडी देण्याबद्दल कोर्ट खूप जागरूक होतं. मानसशास्त्रज्ञाच्या अहवालात संयुक्त कस्टडीची शिफारस होती. पण त्या वेळी पीटरला झुकतं माप दिलं होतं. कारण एक तर तो कस्टोडियल पालक होता. शिवाय एल्टरमनच्या म्हणण्यानुसार, 'डॅशचा आईपेक्षा आपल्या बापाकडे – जास्त ओढा होता.'

एल्टरमनचा रिपोर्ट मिळण्यापूर्वी आणि कोर्टात आमची केस उभी राहीपर्यंतच्या काळात मी पीटरची पुन्हा भेट घेतली आणि आपल्या मुलाच्या भल्यासाठी संयुक्त कस्टडी मान्य करण्यासाठी त्याची विनवणी केली. पण पीटरची या कसल्याच गोष्टीला तयारी नव्हती. ''तू भलताच विनोद करतेस,'' असं म्हणत त्यानं माझा विचार मोडीत काढला. पुढे तो म्हणाला, ''अहवाल माझ्या बाजूनं आहे, कोर्टातल्या प्रत्येकाला मी ओळखतो. मी तुझ्याशी कोणत्याही बाबतीत सहमत होणार नाही.'' त्याच्या लेखी हे इतकं साधं सोपं होतं, पण मला मात्र ते अनर्थकारी वाटत होतं. आणि पीटर खरा ठरला. जस्टीस हूड यांनी तात्पुरती कस्टडी पीटरला दिली. एल्टरमनच्या विधानाच्या स्पष्टीकरणासाठी रोझमेरीने पुन्हा पत्रव्यवहार केला. २७ सप्टेंबरला मामला स्थिरस्थावर झाला. आणि अवघ्या पाचच दिवसांत पीटरनं मला डॅशशी टेलिफोनवर बोलण्याचीसुद्धा मनाई केली. 'अनर्थाला सुरुवात झाली तर!' माझ्या मनात विचार आला.

घटस्फोट आणि कस्टडी या साऱ्याच्या तयारीसाठी आम्हाला नऊ महिन्यांचा अवधी मिळला होता. तो सारा काळ मी माझ्या नव्या प्रेमाबरोबर आणि माझ्या पाच वर्षांच्या मुलासोबत आनंदानं घालवला होता. पीटरलाही नवा जीवनसाथी मिळाला होता. ती एक खंबीर 'फॅमिली ॲडव्होकेट' होती; तरीसुद्धा मला त्रासदायक होतील, अशी नवनवी खुसपटं पीटर काढायचा. डॅशच्या बालवाडीच्या बाईंनी त्याच्या वर्गाच्या ख्रिसमस पार्टीला मला बोलावलं होतं. हे कळताच पीटर खवळला. ''पॅमेलाला हे कळलंच कसं?'' तो म्हणाला. त्याच्या म्हणण्याप्रमाणे डॅशच्या शालेय वार्ता या त्याच्यामार्फतच माझ्यापर्यंत पोहाचायला हव्या होत्या. त्यानं मला फोन केला आणि म्हणाला, ''तू शाळेत जावंस की नाही, हे मी ठरवणार. आणि त्याप्रमाणे याउप्पर तू कधीही शाळेत जायचं नाहीस.''

मी आपणहून डॅशच्या शाळेत आठवड्यातून अर्धा दिवस जायचे. (शुक्रवारी – कारण तो माझा 'ॲक्सेस'चा दिवस होता.) पण पीटरला माझं हे आठवड्यातून

अर्धादिवस शाळेत जाणंही रुचलं नाही. माझ्या शाळेत येण्यानं डॅश अस्वस्थ होत होता, असं पीटर शाळेला वारंवार कळवत राहिला. तशी त्यानं लगोलग ॲफिडेव्हिट्सही वाटली. मी शिक्षकांना डॅशपासून दूर करत होते, त्याचा कस्टोडियल पालक कोण, असा संभ्रम त्यांच्या मनात निर्माण करत होते; अशीही पीटरनं तक्रार केली. माझी शाळेतली अर्धवेळ हजेरी तीही आठवड्यातून एकदा आणि डॅशच्या शिक्षिकांशी मैत्री यांमुळे गोंधळ निर्माण होत होता. सबब मला शाळेत येऊ देऊ नये, त्यामुळे परिस्थिती निवळेल, असं पीटरनं लिहिलं होतं.

"परिस्थिती शांतच आहे," मी प्रिन्सिपलना कळवळून सांगितलं. "कारण नसताना पीटर खुसपट काढतोय. त्यानंही शाळेत यावं आणि क्लास पेरेंट व्हावं. मग तो का येत नाही? या शालेय वातावरणात मला फक्त माझ्या मुलाबरोबर आठवड्यातून अर्धादिवस तरी राहता यावं, म्हणून मी इथे येतेय."

पण पीटरचं म्हणणं होतं की, माझं 'येणं' थांबवण्यात यावं. मी 'आक्रमकपणे आणि एकतर्फीच' शाळेत येत 'आहे'. माझ्या हालचाली या "पूर्णपणे हाताबाहेर गेलेल्या आहोत." या साऱ्यामुळे प्रिन्सिपॉल गडबडले; त्यांना वाटलं की, शाळा ही दोघा भांडणाऱ्या पालकांची जणू युद्धभूमीच होतेय. "कुठलंच युद्ध नाही," मी आक्रोशले, "एकच भांडत असेल, तर कसली युद्धभूमी?" पण शाळेला तटस्थच राहायचं होतं. एका शुक्रवारी प्रिन्सिपलनी मला ऑफिसमध्ये बोलावलं आणि शाळेत न येण्यास फर्मावलं. दोघा वादींपैकी एकाला काढायचं असल्याने निमिषार्धात मला बाहेर हकलण्यात आलं.

मी शाळेत होते, त्या वेळी एक दिवस डॅशच्या चेहऱ्यावर इसबासारखं पुरळ उठलं. त्याच्या जन्मापासून असलेल्या बालरोगतज्ज्ञाकडे मी त्याला घेऊन गेले. त्याच दिवशी, उशीरा पीटर डॉक्टरच्या दवाखान्यात गेला आणि त्यानं त्याच्याकडे डॅशची कस्टडी असल्यानं, डॅशला डॉक्टरकडे नेण्याची जबाबदारी केवळ त्याचीच होती, असा बराच आरडाओरडा केला. मला डॅशच्या आजारपणाबद्दल, दुखण्याबद्दल, जखमांबद्दल त्याच्या परवानगीनंच कळवलं पाहिजे; मी डॅशला डॉक्टरकडे नेता कामा नये, असंही तो म्हणाला. त्याच्या असल्या गदारोळामुळे डॉक्टरही स्तंभित झाले. पण पीटरची मागणी कायदेशीर असल्याने त्यांनी पीटरच्या म्हणण्यापुढे मान तुकवली.

पीटर त्याच्याकडे असलेल्या कस्टडीचा आणि कायद्यामुळे आलेल्या माझ्या दुर्बलतेचा पुरेपूर फायदा घेत होता. एकदा वीकएंडला डॅशला भेटण्यासाठी मी शाळेत गेले असता मला कळलं की, डॅश त्याच्या वडिलांबरोबर एका आठवड्याकरता मेक्सिकोला गेला होता. या सफरीसाठी माझ्या संमतीची पीटरला अजिबात गरज वाटली नाही. मीही विचार केला की, *ठीक आहे. पीटरचं आयुष्य सुरळीत झालं, त्याचा राग शांत झाला की, सगळं ठाकठीक होईल. तो माझ्यावर राग काढणार*

नाही. मला दुखवण्याचा, माझी कोंडी करण्याचा प्रयत्न करणार नाही. त्याला हवा तो डॅशचा ताबा मिळाल्याने तो आता मला विसरेल. मी त्याला सोडलंय, मी डेव्हच्या प्रेमात पडलेय, हेही विसरेल आणि ज्याच्याबद्दल त्याला माझा राग यायचा, त्याही गोष्टींचा त्याला विसर पडेल.

पण तसं काहीच नव्हतं. त्याचा राग शिगेला पोहोचला होता. कधी-कधी तो अगदी निर्मम, कठोर, तटस्थ असायचा; जणू काही मी कोठल्याशा टेलिफोन कंपनीतून त्याच्या बिलाबद्दल बोलते आहे. तर कधी भडकून म्हणायचा, ''गप बस, टवळे. मला तुझा आवाजही ऐकायचा नाही.'' तर कधी, ''मला तुझा इतका राग, तिरस्कार वाटतो की, वाटतं तुला पुलावरून ढकलून द्यावं.'' कधी माझा आवाज ऐकताच तो फोन बंद करायचा, तर कधी मला डॅशशी बोलू देण्याऐवजी तो जुन्या भूतकाळातल्या गोष्टींचं तुणतुणं वाजवायचा.

''अरे, पण आता तुला हवं ते मिळालंय. डॅश तुझ्याकडेच आहे नं!'' मी विरोधी स्वर उच्चारला की, तो फोन ठेवून द्यायचा. तो अधिकच बिघडत चालला होता. आमचं लग्न मोडण्यात त्याचं दारू पिणं हा महत्त्वाचा मुद्दा होता, पण तेव्हा तो निदान लपवायचा तरी. आता तर तो सर्रास उघडउघड पित होता. माझ्या आन्सरिंग मशिनवर बरळत होता. रात्रीतून असंबद्ध फॅक्स पाठवत होता.

डेन्मार्कमधल्या घडामोडी बिकट होत्या. पण मी आणि डेव्ह माझ्या वकिलाशी सहमत होतो. कायमची कस्टडी मिळण्याचा खटला उभा राहण्यापूर्वी त्यानं मला बजावलं होतं, ''तुला मिळालेला मानसशास्त्रीय चाचणीचा तात्पुरता अहवाल हा तुझ्या विरोधात जाणारा आहे. आपण एल्टरमानला कडाडून विरोध करू. त्यानं पूर्वग्रहदूषित मत दिलंय, शिवाय तुझी मतंही दुर्लक्षली आहेत, हे सगळं सांगू. पण त्याचा अहवाल कोर्टात तर जमा होईलच. आणि जजही त्या अहवालाकडे लक्ष देतीलच. म्हणून दुसऱ्या पालकाच्या नकारात्मक बाजूबद्दल – मग ती कितीही खरी असली तरी – 'बोलणं' हा आपला शेवटचा उपाय असेल.''

''म्हणजे पीटर जाणूनबुजून लबाड वागतोय, तो दारुड्या आहे, शिवराळ आहे, असं आपण काहीही म्हणू शकणार नाही. कारण कोर्टाची तसं काही ऐकायची तयारी नाही म्हणून?'' मी विचारले.

''अगदी खरं. आपण तो उद्योग करणार नाही. आपण तिथे, पॅम तुझ्याबद्दल बोलणार आहोत, पीटरबद्दल नाही. भविष्याबद्दल बोलणार आहोत, भूतकाळाबद्दल नाही. पीटर जरी भांडणार असला, तरी आपण मात्र भांडणापासून दूर राहणार आहोत. आणि आपण चिखलफेक मुळीच करणार नाही, कारण चिखलानं शेवटी आपलीच बोटं बरबटतात. कोर्टासमोर तुझी प्रतिमा 'एक सक्षम, सशक्त, चांगली पालक' अशीच असली पाहिजे. ही निम्मी-निम्मी

वाटणी कठीण आहे.'' जेराल्डनं सुस्कारा सोडला. ''मानसशास्त्रीय अहवालात तुझ्यावर दोषारोप नाहीत. त्यांनी केवळ पीटरची निवड केली, एवढंच! यामागचं कारण सांगता येणार नाही. कदाचित पीटरनं पहिली खेळी खेळली म्हणून असेल, कदाचित कोर्टाच्या मानसशास्त्रज्ञाला तो अधिक आवडला असेल. कदाचित आपल्याला माहिती नसलेल्या काही गोष्टी त्यानं सांगितल्या असतील. काय कोणास ठाऊक? पण ते महत्त्वाचं नाही. तू समतोल बुद्धीची पालक आहेस, तू चिडकी नाहीस, तुझं आयुष्य सुरळीत आहे, हे सगळं दाखवण्यावरच आपला भर असेल, यावरच आपलं लक्ष केंद्रित करावं लागेल. मग उरलेलं कोर्टावर सोडता येईल.''

''पण पीटरच्या ज्या काही हालचाली चालल्यात, त्याबद्दल काय?''

''तो, 'काळा' – खलप्रवृत्तीचा – नाही आणि 'पांढरा' – सद्गुणी – नाही. अशा, 'करड्या' रंगात वावरतो आहे – हे एक. दुसरी महत्त्वाची गोष्ट, त्याच्याकडे तात्पुरती कस्टडी आहे. त्यामुळे त्याची बाजू अधिक मजबूत आहे. भांडणाऱ्या पालकांना कोर्ट संयुक्त कस्टडी देत नाही. कारण कोर्टाच्या मते ते भांडतच असतात, मालकी मिळवण्याचा प्रयत्न करतात. माझ्या मते पीटरच्या या साऱ्या हालचाली त्याला एकट्यालाच कस्टडी मिळावी, यासाठी चालू आहेत. जर पालकांत समेट झाला नाही, तर पीटरला एकट्यालाच कस्टडी मिळावी, अशी शिफारस एल्टरमनच्या अहवालात आहे. म्हणून पीटर असं वातावरण तयार करतोय की, ज्यामुळे बाहेरच्या जगाला असं दिसावं की, डॅशचं शिक्षण, आरोग्य, कल्याण या कसल्याच बाबतीत तू दखल घेत नाहीयेस. म्हणजे मग पीटरच मालक होईल. आपली ही अशी अत्यंत कठीण लढाई आहे.''

डॉ. एल्टरमन यांचं संयुक्त कस्टडीबद्दलचं मत अल्पकाळच टिकलं, कारण पीटर आणि मी – आमच्यात – त्यांच्या मते भांडण चालूच होतं. आणि याचंच मला भय होतं. 'यात मला गोवू नका, पीटरच भांडतोय,' असा माझा युक्तिवाद होता. तर पीटरला कायमची एकल कस्टडी दिल्याने हे भांडण संपेल, निदान आटोक्यात तरी येईल, असं एल्टरमनचं म्हणणं होतं. त्याच्या म्हणण्यानुसार, डॅशचा 'भावनिक पालक, मानसिक पालक' हा पीटरच होता. डॉ. एल्टरमननी एकल कस्टडीसाठी पीटरची निवड केली. कारण आम्ही दोघेही 'चांगले' पालक होतो. पण मिसेस हर्ट ही 'चांगली' पालक होती, तर मिस्टर हर्ट हा 'उत्तम' पालक होता. माझ्या वकिलांनी त्याला कोर्टात नंतर विचारलं, ''मुलाच्या विधायक घडणीतून उत्तम पालक हा चांगल्या पालकाला वगळू शकतो का?''

''नाही!'' डॉ. एल्टरमन म्हणाले.

''उत्तम पालक हा चांगल्या पालकाला मुलाच्या उत्तम आरोग्यातून वगळू

शकतो का?''

''नाही.''

पण या प्रश्नोत्तरांनी कसलाच फरक पडला नाही. १९९०च्या मे महिन्यात सात दिवस चाललेल्या खटल्यात शेवटी पीटरलाच कायमची एकल कस्टडी मिळाली. 'करड्या' रंगातली त्याची वागणूक नजरेआड करण्यात आली. त्याला त्यात यश मिळालं. पीटर लग्नाच्या घरात राहत होता. पीटरनं दोन मुलं वाढवली होती. (त्याचा मुलगा ग्रेग डॉक्टर होत होता, तर मुलगी लिसा नर्स म्हणून काम करत होती. आणि या गोष्टीचा वारंवार पुनरुच्चार केला जात होता. ती गोष्ट बिंबवण्यात येत होती.) रोझ – डॅशची दाई गेली कित्येक वर्षं त्याच्याकडे कामाला होती. (वास्तविक गेली चार वर्षं ती माझी नोकर होती.) क्वीन मेरी एलीमेंटरी या डॅशच्या शाळेजवळच पीटर अद्याप राहत होता. आणि त्या शाळेतच डॅशला कायम राहायचं असल्याचं त्याला पीटरनं सांगितलं होतं. पीटरनं घरी राहून काम करायला सुरुवात केली होती. मी वेस्ट व्हँकूव्हर इथे राहावयास गेले होते.

गेल्या आठ वर्षांपासून आपण दोन मुलं एकट्यानं वाढवली होती, अशी पीटरनं कोर्टाची खात्री पटवली. (खरंतर मी त्याच्याबरोबर, या काळात राहात होते. आमचंही कुटुंब होतं.) पीटर आणि त्याची पहिली पत्नी मेरी लुईस ही दोघंही चांगली पालक होती, अशीही पीटरनं कोर्टाची खात्री पटवून दिली. पण पीटरनं मेरी लुईसला सोडल्यावर, मेरीनं पुन्हा लग्न केलं आणि ती वॉशिंग्टनला गेली. तेव्हा पीटरनं मुलं स्वत:कडेच ठेवण्याचा आग्रह धरला होता.

डॉ. एल्टरमनच्या मते, मी 'चांगली पालक' होते. कोर्टानंही तीच री ओढली. जजनं मला डॅशचा निम्मा वेळ देऊ केला. आणि पीटर या निर्णयाप्रमाणे वागेल, या त्याच्या सांगण्यावर विश्वास ठेवला. मलाही हायसं वाटलं. डॅश त्याच्या परिचित वातावरणात म्हणजे त्याच्याच दाईकडे त्याच्याच घरी राहणार होता. पण म्हणून डॅशला स्थैर्य मिळेल, याचा मला भरवसा नव्हता; तर कोर्टाच्या मते एकदा का कस्टडी मिळाली की, पीटरचं आयुष्य स्थिरावणार होतं.

त्या दिवशी डेव्ह लवकरच कामावरून परतला. मी घरातच होते. पाच महिन्यांची गरोदर होते. त्याच्या चेहऱ्यावरूनच मला काय झालं होतं, याचा अंदाज आला. मी खूपच उदास होईन, दु:खी होईन म्हणून माझ्या वकिलानं डेव्हलाच कोर्टाचा निकाल घेण्यासाठी बोलावलं होतं. कोर्टानं निकाल देताना म्हणलं होतं की, जर पीटर आणि डॅश हे वेस्ट पॉइंट ग्रेवरच्या लग्नाच्या घरातून बाहेर पडले, किंवा दाई घर सोडून गेली, तर ॲक्सेस पालक या नात्याने मी कस्टडीसाठी पुन्हा अर्ज करू शकणार होते. पण आता सध्या तरी पीटरनं बाजी मारली होती. ''मला कसलीच कस्टडी मिळाली नाही?'' मी विचारलं. मी उदास झाले. ''पीटरलाच

सगळे अधिकार मिळाले. ऊं? डेव्ह, आता काय होईल?'' डॅश तेव्हा सहा वर्षांचा होणार होता. कस्टडीचा निकाल माझ्या हातात घेताना मला खूप भीती वाटली. पराभूत वाटलं. डॅशचं पालनपोषण करण्याची माझी क्षमता किंवा त्याच्या आयुष्याचा एक हिस्सा बनणं – हे सर्वस्वी अशा एका माणसावर अवलंबून होतं की, जो मला पुलावरून खाली ढकलून देऊ पाहात होता. पण भूतकाळ म्हणजे भविष्य नव्हे, या चिरकालीन आशेवर आपल्या मुलाला वाढवताना पीटर माझ्याबरोबर असेल, असं काहीतरी केलं पाहिजे, असं मी ठरवलं.

खटला हा ठरल्या वेळेपेक्षा दोन आठवडे आधीच संपला होता. आणि आता वेस्ट टेन्थ रस्त्यावरून पीटरच्या भेटीसाठी मी आणि डेव्ह निघालो होतो. तो आमच्या समोरच्या रेस्टॉरंटमध्ये शिरत होता. आम्ही रस्ता ओलांडला, त्याच्या मागोमाग आत शिरलो. बारजवळच्या टेबलापाशी तो बसला होता.

''हॅलो पीटर, तू आल्याबद्दल थँक्स!'' बसता-बसता मी मवाळपणे म्हणाले.

''तू. खोटारडी!'' तो जड आवाजात म्हणाला. त्याच्या तांबारलेल्या डोळ्यांत राग भरला होता. त्यानं बिअरचा मोठ्ठा घोट घेतला. डेव्हला मी डोळ्यानंच काही न बोलण्याचा इशारा केला – तो त्यानं मानला.

''तुला माझ्याकडून काहीही मिळणार नाही.'' तो निष्ठुरपणे म्हणाला.

''पीटर, या भेटीत आपण उन्हाळा कसा घालवायचा, याबद्दल बोलणार आहोत; खटल्याबद्दल नाही.''

माझ्याकडे दुर्लक्ष करत तो म्हणाला, ''तो तथाकथित 'घोटाळा' माझ्या प्रॅक्टिसचं वाटोळं करेल.''

''पीटर, यात माझी काहीही चूक नाही. काय ठरवायचं, ते जजनं ठरवलंय. संपलं, मला तुझ्याशी –''

''माझ्यासाठी ते संपलेलं नाही. मी त्या ऑर्डरवर सही करणार नाही. तो घोटाळा होता, असं मी मुळीच म्हणणार नाही.'' त्याच्या बरळण्यात पूर्वीच्याच गोष्टी होत्या. मी एक नटी होते. (ऐन विशीत मी मॉडेलिंग करायचे. आणि पीटरशी भेट झाली, तेव्हा मी व्हँकूव्हर टेलिव्हिजनवरची कलाकार होते.) मी 'कोर्टाला मूर्ख बनवलं,' 'मी एक वेश्या, रांड होते.' त्या कॅक्टस कॅफेमध्ये त्यानं पंचवीस-तीस वेळा तरी मला 'रांड' असं संबोधलं होतं. लोक माना वळवून आम्हा तिघांकडे पाहत होते. हे विसरून पीटर मोठमोठ्यानं बोलत होता. – ''काय घाई आहे? मलाही सवड पाहिजे, तुला ठाऊक आहे.''

''मला वाटलं, आपण तुझ्या बेताबद्दल बोलू. म्हणजे तू आणि डॅश – तुमचे तुम्ही काय हवं ते कराल. मीही माझ्या सुटीचे बेत आखीन.''

"बेत... बेत... बेत! बघावं तेव्हा तुला बेताबद्दल ऐकायचं, बोलायचं असतं. काय हवंय तुला! जुलैबद्दलच ना?'' पीटरनं विचारलं आणि तो मोठ्यानं हसला. "हा रिचर्डसन काय करतोय इथं? त्याचं काय काम आहे?''

"तो फक्त श्रोत्याचं काम करतो आहे. तू त्याची काळजी नको करू.'' मी या माणसाच्या तिरस्काराच्या आणि असमंजसपणाच्या ओझ्याखाली अडकत, चिरडत चालले होते. मी तट्कन उद्गारले, "तू जिंकलास! तुला कस्टडी मिळाली! तुला जे हवं होतं, ते सगळं मिळालंय. ते आता बाजूला ठेव. मी इथे आलेय, ती उन्हाळ्याच्या सुटीबद्दल बोलायला.''

"खटला तू सुरू केलास. मी नुसता 'बघा' होतो.''

"ठीक आहे, पीटर.'' मी हताशपणे म्हणाले, "आम्ही निघालो.'' मी माझा शर्ट पोटावर ठाकठीक केला. आणि त्या छोट्या टेबलापासच्या अरुंद जागेतून कसेबसे बाहेर पडलो.

ठरल्याप्रमाणे डेव्हनं चकार शब्दही काढला नव्हता. आम्ही रस्त्यावर आलो. "चला, हे तर ठीकच झालं, नाही का?'' तो खेळकरपणे म्हणाला.

मी छद्मी हसले, "सॉरी, डेव्ह.''

पण तो बळंच हसला. "तू हे सारं इतक्या सहजपणे, शांतपणे कसं घेतेस – हेच मला कळत नाही.'' माझा भिडस्तपणा, पीटरच्या 'अरे' ला 'कारे' न करण्याचा कचखाऊपणा या गोष्टी डेव्हला आवडत नव्हत्या. पण त्या गोष्टीची तो कदर करत होता, माझी कदर करत होता. आणि हाच आमच्या प्रेमाचा पाया होता. हा क्लेशदायक काळ, माझं नैराश्य, डॅश हा आपल्या बापाच्या रागाचा बळी होणार, ही मनोमन झालेली जाणीव; हे असूनही गेल्या दहा वर्षांत वाटलं नव्हतं, इतकं सुरक्षित मला आता वाटत होतं. ह्या भेटीतून उन्हाळी सुटीचा बेत निष्पन्न झाला नव्हता. पण मला जेव्हा गरज भासेल, तेव्हा माझ्या पाठीशी डेव्ह असणार होता, हा फार मोठा दिलासा या भेटीतून मला मिळाला होता. शेवटी उन्हाळी सुटीचे चार आठवडे मला डॅशबरोबर घालवता आले. यासाठी कित्येक फोनकॉल खर्ची घातले. पण मी ते केलं. आम्ही लेक ऑफ वूड्सला गेलो, मज्जा केली.

सप्टेंबरमध्ये बागेत झालेल्या छोट्याशा लग्नसोहळ्यात डॅश आमचा 'करवला' म्हणून मिरवत होता. माझी खास मैत्रिण सँडी, तिचा नवरा टेरी, माझे वडील जिम, भाऊ डेव्ह आणि त्याची बायको बेव्ह ही मोजकीच माणसं समारंभात होती. आधी ठरल्यामुळे आई इंग्लंडला नातलगांना भेटण्यासाठी गेली होती, तर विनीपेगमध्ये राहणारे डेव्हचे आई-वडील फोनवरून आमच्या लग्नसमारंभाचं मंत्रपठण ऐकणार होते. शुभेच्छा – देण्यासाठी त्यांनी हातात शँपेनचे पेले उंचावले होते. डॅशनं निळसर

शर्ट आणि काळी पँट घातली होती. फोटोसाठी तो हसून पोझ देत होता. लग्नाच्या सर्टिफिकेटवर त्यानं मन लावून सही केली होती. आपलं नाव रेघेवर किती छान लिहिलं, हे त्यानं मला येऊन सांगितलं होतं. "वा!! छान हं!" मी म्हणाले. मी एका देखण्या, प्रेमळ, उमद्या माणसाशी लग्न करत होते – ज्याचं प्रेम आणि उमदेपणा आज चौदाव्या वर्षांनंतरही तीळभर उणावला नाही – मी एक्केचाळीस वर्षांची होते, मला मुलगा होता. आणि आमच्या दोन मुलांतला मोठा मुलगा कोल्बी आठ-दहा दिवसांतच जन्माला येणार होता. कोर्ट काहीही म्हणो! माझंही एक कुटुंब होतं, मला प्रेम मिळत होतं – माझंही प्रेम होतं – मलाही जग होतं. 'कस्टडी' हा शब्द केवळ कागदावरचाच होता, असं मी ठरवलं. जे काय आमच्या आयुष्यात घडत होतं, ते जास्त महत्त्वाचं होतं.

पण नुकसानही तेवढंच होतं. मला शाळेत जाण्यावर तर बंदी घातलीच होती, पण डॅशच्या आजारपणातही मला बोलावलं गेलं नाही. पीटरला बोलावलं गेलं. पण तो घरी नसल्यानं आणि दाईनं फोन न उचलल्यानं डॅशला शाळेच्या 'सिकरूम' (शुश्रूषागृह)मध्ये ठेवण्यात आलं. पीटरमार्फतच शाळेच्या सूचना कळणार होत्या. त्यामुळे मला कुठलीच नोटीस, सूचना मिळत नव्हती. शाळेचे 'स्पोर्ट्स डे' कळत नव्हते की 'अ‍ॅन्युअल डे' कळत नव्हता. डॅशच्या शालेय जीवनाबद्दल मला काहीच माहिती नसणं, हे दुःखद होतं; पण त्याहीपेक्षा शालेय जीवनानं आमच्यात जे भावबंध तयार झाले होते, ते बंधही आता कमकुवत होऊ लागले होते. पालकांचा प्रेमळ सहभाग असला की, मुलं अधिक कार्यकुशल, अधिक मनमोकळी, उमदी होतात. हे सारं मी डॅशच्या शालेय मंडळाची सभासद असताना अनुभवलं होतं. त्याच्या तीन वर्षांच्या बालवाडीच्या काळात माझा सहभाग होता. पण आता मी त्यापासून दुरावले होते. आणि याला कुठलाच पर्याय नव्हता. या ग्रहावर कुठलीतरी शाळा अशी असेल का; की जी प्रेमळ, समंजस पालकाचा सहभाग नाकारेल? पण दुर्दैवानं माझ्यावर अशी वेळ आली होती. माझी मलाच लाज वाटत होती. *एक वाईट पालक!*

पण म्हणून मी डॅशला चोरून भेटण्याचा प्रयत्न केला नाही की, त्याच्या शिक्षिकांना गुपचूप भेटून त्याच्याबद्दल बातमी काढण्याचा प्रयत्न केला नाही. मी असलं काहीही केलं नाही की, ज्याचा कोर्टात माझ्या विरोधात पीटर वापर करील. मी अश्रू ढाळले नाहीत, आकांडतांडव केलं नाही, पीटरच्या फोनवरच्या बरळण्याला किंचाळून प्रत्युत्तर दिलं नाही. तो डॅशला माझ्याबद्दल खोटनाटं सांगत होता, भलत्या-सलत्या गोष्टी सांगत होता, पण मी त्याबद्दल अवाक्षरानंही त्याच्यावर आरोप केले नाही. मला दोषी ठरवण्यात आलं होतं; राजकारणात असतं, त्याप्रमाणे

मला गोवण्यात आलं होतं; मला माझी बाजू मांडायलाही जागा नव्हती. माझ्या वैयक्तिक आयुष्यात केरीसडेलमधल्या मोठ्या टुमदार घरात मी राहत होते. श्रीमंत उद्योगपतीची पत्नी होते, पण कायद्यानं मात्र मुलापासून दुरावलेली आई होते. ही जणू एक शिक्षाच होती. जी मला वाटतं की, वेश्यांचा बीमोड करण्यासाठी त्यांना आणि आळशी, भटक्या, भणंग अशा बापांना दिली जात असावी. त्यामुळे मी त्या कीर्तीच्या विरोधी वागण्याचं ठरवलं आणि पीटरनं माझी जी प्रतिमा उभी केली होती, त्या प्रतिमेला न जुमानता 'मी जशी होते तशीच' राहण्या-वागण्याचा प्रयत्न करत होते.

पीटरनं मला कितीही त्रास दिला असता, तरी मी त्याबद्दल पर्वा केली नसती, पण पीटर त्या निष्पाप जिवाला यात गोवत होता. त्याला साधन म्हणून वापरत होता. डॅशच्या आयुष्यातून मला पूर्णपणे वगळत होता. ऑगस्टमध्ये सहा वर्षांचा झालेला डॅश हे सगळं पाहत होता, ऐकत होता, साक्षीदार होत होता. आणि पीटर या एका पालकाबरोबर त्याचं आयुष्य असंच छान जाणार होतं, यावर विसंबत होता. माझं खच्चीकरण करण्याचा पीटरनं जणू विडाच उचलला होता.

एका शुक्रवारी, वीकएंडच्या सुटीसाठी मी डॅशला आणायला पीटरच्या घरी गेले. पीटर दारातच उभा होता. डॅश त्याच्या शेजारी उभा होता. पीटर ओरडला, "माझ्या दारासमोरून चालती हो, गाडीतच थांब!" माझा चेहरा रागाने, निराशेने तांबडा-लाल झाला. गाडीतच थांबले. स्वत:वर नियंत्रण ठेवलं. कारण – डॅश. डॅशनं गाडीत उडी मारली, तेव्हा मी त्याच्याकडे पाहत छानशी हसले. आणि आम्ही दोघांनी असं भासवलं की, जगातली मी काही एकटीच व्यक्ती नव्हते की जिला त्यांच्या दाराशी यायला बंदी होती. त्या घरात माझी संभावना, 'आई' किंवा 'तुझी आई' अशी न होता, 'यो यो हेड – मूर्ख' किंवा 'पॅम' अशी होत होती. डॅशनं मला प्रथमत: 'पॅम' असं इतक्या सहजपणे हाकारलं, तेव्हा माझा कॉफीचा घोट घशातच अडकला. तो म्हणाला, "पॅम, डॅडीला तुझ्याशी बोलायचं आहे." आणि फोन त्यानं माझ्या हातात दिला. रात्री झोपताना गोष्ट सांगता-सांगता सहजपणे मी त्याला विचारलं, "तुझ्याशी बोलताना तुझे डॅडी मला अजूनही 'पॅम'च म्हणतात का रे?" हे ऐकून तो इतका गंभीर झाला की, मीच वरमले.

"कधी-कधी 'पॅम', तर कधी आणखी काही." तो हलकेच म्हणाला.

"म्हणजे कसं?"

"मला नाही वाटत तुला ते आवडेल," तो दु:खीकष्टी आवाजात म्हणाला. मी गोंधळले. गप्पच राहिले. क्षणभरानंतर तोच म्हणाला, "तो तुला 'रांड' म्हणतो."

मी हादरले. आपल्या आईबद्दल असं काही ऐकल्यावर कसं वाटेल? मी डॅशला माझ्या जवळ कुशीत घेतलं. "ते ऐकून तुला कसं वाटतं?"

"खूप वाईट वाटतं, ममी!"

खूप वाईट वाटतं. डॅशच्या वर्गातल्या एका मुलाची आई मला भेटली होती. सांगत होती की, डॅशला एकटाच, उदास बसलेला पाहून तिनं त्याबद्दल विचारलं; तशी प्रौढाप्रमाणे डॅशनं उत्तर दिलं होतं, "ते खाजगी आहे." मला आता तेच आठवलं. माझ्या मिठीत डॅश हमसाहमशी रडत होता. एकाएकी मला म्हणाला, "ममी, माझं आयुष्य खूप वाईट आहे." त्याच्या त्या हताश उद्‌गारांमुळे मला प्रकर्षानं वाटलं की, याला घेऊन दूर पळून जावं.

एकदा एका शुक्रवारी त्यानं हसत-हसतच गाडीत उडी मारली. त्याचे दुधाचे दात हलत होते. आणि आता ते पडणार होते. त्याच्या बालआयुष्यातली केवढी मोठी घटना होती. जिभेनं दात हलवायचा त्याला चाळाच लागला होता. शेवटी रविवारी रात्री डेव्हच्या मदतीनं त्यानं ते दोन उपटलेच. "आता रात्री दंतपरी येईल." ते दोन दात कागदात ठेवत तो म्हणाला.

"अरे, तुझ्या डॅडीला तुझे दोन दात पडल्याचं का सांगत नाहीस?" मी आनंदाने म्हणाले.

"येसऽ!" तो ओरडत फोनकडे धावला.

मी फोन लावला होता. एक दात त्याच्या डॅडीकडे जाताना घेऊन जायला सांगितलं, म्हणजे दंतपरी तिथेही येईल. डॅशनं तो विचार केलाच होता. तो एका दाताच्या बदल्यात दंतपरीकडून दोन गोष्टी मागणार होता. त्यानं रिसिव्हर कानाला लावला. दातपडकं बोळकं पसरून तो खुशीत हसत होता.

"डॅड – ते दोन दात पडले," तो आनंदानं ओरडला. पण तो तेवढाच क्षण! पुढच्याच क्षणी त्याचा चेहरा पडला. मिनिटभर तो नुसतं ऐकत होता, थरथरत होता. नंतर पीटर माझ्याशी ओरडून बोलला. "तुझ्याकडे डॅशचे दात आहेत, पण मी त्याचा कस्टोडियल पालक आहे, सबब दोन्ही दात डॅशबरोबर पाठवून दे."

हळूहळू आमच्या आयुष्यातल्या अडचणी वाढू लागल्या. खटल्यानंतर पीटरनं मला एक फोननंबर दिला. तो म्हणे त्याचा नवा नंबर होता. पण तो नंबर कधी लागलाच नाही. डॅशचा हसरा आवाज ऐकू येण्याऐवजी फोनची घंटाच ऐकू येई, तर कधी आन्सरिंग मशिनची टिकऽऽ टिकऽऽ ऐकू येई, कधी फॅक्स. रात्रीतून तीन वेळा फोन करायचा, ही मर्यादा घालून घेतली. कारण आन्सरिंग मशिनवर मी सारखी म्हणायचे, "कृपया फॅक्स मशिन बंद करा. मला डॅशशी बोलायचं आहे." पण उपयोग शून्य! मी डॅशशी संपर्क साधण्यात प्रयत्न करत होते, त्याची डॅशला कल्पनाच नसणार, याबद्दल माझी खात्री होती. एकदा फोनवर पीटरच भेटला. मी म्हणाले की, आठवड्याभरात मी डॅशशी बोलले नाही. मला डॅशशी बोलायचं आहे.

यावर पीटर शांतपणे म्हणाला, ''तो बोलला नाही, यात माझा काय दोष? त्यालाच तुझ्याशी बोलावं, असं वाटत नसेल. आणि मी काही त्याला त्याच्या आईशी फोनवर बोलण्यासाठी ओढत आणणार नाही.'' मी फोन ठेवला आणि फोनकडे बघत राहिले. हताश झाले. डॅशला त्याच्या आईशी बोलावंसं वाटत नाही? का? डॅशला... सहा वर्षांच्या मुलाला!

मला त्याच्याशी बोलता येत नव्हतं. रात्री डेव्हच्या ते लक्षात येई. ''घरी कोणी नव्हतं,'' मी सहजपणे म्हणायचे. पण माझं हसू रडवं असायचं, तर डोळ्यांत पाणी जमा होत असे. एक वर्ष असं गेलं. मग एकदा डॅशच्या शाळेचं वार्षिक नियोजन मी पाहत होते. ते डॅशच्या वर्गातल्या एका मुलाच्या आईनं मला फॅक्स केलं होतं. पीटरनं ते धाडलंच नव्हतं म्हणा. त्या नियोजनात डॅशचा फोननंबर लिहिलेला होता. पण तो नंबर खटल्यानंतर पीटरनं जो नवा नंबर दिला होता, तो नव्हताच. मी त्या नियोजनावरचा नंबर लिहून घेतला आणि नंबर फिरवला. फोन पीटरनं उचलला. माझा आवाज ऐकून पीटर खवळला. ''या लाइनवर फोन नाही करायचा. तुला नंबर दिलाय तोच वापर.'' मला दिलेला नंबर डमी – खोटा होता, हे मला कळलं आणि माझ्या पोटात खड्डा पडला. *या माणसाला मी, डॅशच्या जीवनातून खरंच दूर व्हायला हवं होतं.* भविष्यात सारं सुरळीत होईल, ही माझी आशा एका क्षणात चक्काचूर झाली. वर्षभरात डॅश आपल्यापासून दुरावणार तर नाही ना, या वाटत असलेल्या आशंकेला मूर्तरूप येणार, या विचारानं मी हडबडले; हतबल झाले. *याचा शेवट काय होणार? पुढे काय होणार? असलं वागणाऱ्या माणसाच्या हातात मूल आहे. त्याचं पुढे काय होणार?*

मिळालेल्या मुख्य टेलिफोन नंबरवरून मी आधीपेक्षा आता जरा जास्त वेळा डॅशशी बोलू शकत होते. पण त्यातही झगडे होतेच. एकदा फोन पीटरनं उचलला आणि म्हणाला, ''डॅश घरी नाही.'' पण तोपर्यंत डॅशनं एक्स्टेन्शन फोन उचलला होता, ''डॅड, मी बोलतोय.'' तो म्हणाला. *काय चाललंय हे? आईनं फोन करणं ही वाईट गोष्ट आहे का?* फोन ठेवणं, कट करणं, त्यावरून आरडाओरडा करणं चालूच राहिलं. आणि या साऱ्याला पीटरनं आपल्या ॲफिडेव्हिटमध्ये वेगळंच वळण दिलं. 'प्रतिवादी कधीही फोन करत असे, डॅशला फोन करण्यास प्रवृत्त करत असे.' पूर्ण ऑगस्ट महिन्यात तर मी डॅशशी फक्त एकदाच बोलले होते. आठवड्याभरात सरासरी फक्त एकदाच डॅशशी बोलणं व्हायचं. पुढे-पुढे डॅश फोनवर बोलताना अस्वस्थ होऊ लागला होता. कधी-कधी बोलता-बोलता मध्येच, ''आय लव्ह यू, मॉम.'' असं हलक्या आवाजात म्हणून फोन बंद करायचा. कधी-कधी तो खूप मोकळ्या, हसऱ्या आवाजात बोलायचा. इतका की, मला वाटायचं *की हा घरात एकटाच आहे की काय?* मला फक्त *साधं, सरळ* आयुष्य हवं होतं, पण ते तसं

का नव्हतं? मला वाटायचं की, फोन करावा आणि सांगावं, "डॅश, तुला आवडेल असा एक कार्यक्रम टी.व्ही.वर लागला आहे. तू बघ." किंवा "या आठवडाअखेरी बोटिंगला जायचं आहे. विसरू नकोस. बिग डी तुला गंमत दाखवणार आहे." हे किंवा असलंच. पण या अशा वातावरणामुळे नात्यातली सारी उत्स्फूर्तता चिरडली जात होती. मी चिरडले जात होते.

पीटरची दुसरी बायको सुझन मॅक्ग्रेगर हिच्याबद्दल मला काही आशा वाटत होती. एप्रिल, १९९१मध्ये दोघांचं लग्न झालं. तेव्हा ती मला बऱ्यापैकी समंजस वाटली. व्यवहारी दृष्टीची, खंबीर अशी सुझन पीटरच्या बेताल वागण्याला काही आळा घालेल, अशी माझी अपेक्षा होती. पण माझी ही आशा लवकरच धुळीला मिळाली. डॅशला नेण्यासाठी ती दोघं यायची. पीटर तेव्हा दारूच्या नशेत, गाडी चालवण्याइतकीही शुद्ध नसलेला असायचा. सुझन आत येऊन डॅशला घेऊन जायची, पण पीटरच्या दारू पिण्याबद्दल अवाक्षरही काढायची नाही. ते मला उपकारक ठरलं असतं ना! उलट कोर्टात तिनंच सांगितलं की, पीटर कधीच दारू प्यायचा नाही. काही 'अडचणी'मुळे ती गाडी चालवत डॅशला घेण्यासाठी यायची. ती पीटरला पाठीशी घालत होती, तर डॅशला खाईत लोटत होती. १९९६मध्ये कस्टडीसंदर्भातला दुसरा खटला सुरू झाला. त्या वेळी ती म्हणाली की, पीटर कधीमधी थोडीशी दारू प्यायचा. तिनं आपल्या फर्ड्या ॲफिडेव्हिटमध्ये लिहिलं होतं की, डॅश खूप आनंदी होता, पीटर खूप चांगला पालक होता. मला नेहमी वाटत आलंय की, व्हॅंकूव्हरमधल्या सुझनच्या सखोल अशा कौटुंबिक कायदाज्ञानाचा उपयोग पीटरला आपली बाजू मांडण्यासाठी निश्चितच झाला असेल. त्यामुळेच डॉ. एल्टरमनला काय सांगितलं, म्हणजे तो आपली शिफारस करेल, याची नेमकी जाण ठेवूनच पीटरनं आपली पावलं टाकली असली पाहिजेत. कोणास ठाऊक! पीटरचा मुलगा ग्रेग त्याच्याकडेच राहात होता. तो आणि सुझन यांनी माझं – 'डॅशचं आईपण' क्षुल्लक ठरवलं आणि पीटरच्या पालक म्हणून असलेल्या दोषांकडे कानाडोळा केला. जसं : त्याचं पिणं, टेलिफोनवरच्या धमक्या, फोनबद्दलची बनवाबनवी, आणि मुख्य म्हणजे त्याचं माझ्या आणि डॅशच्या संदर्भातलं दुष्ट वर्तन. बापाबद्दलची निष्ठा म्हणून मी ग्रेगचं वागणं समजू शकते. पण सुझनचं काय? पीटरचं माझ्यातलं एवढं लक्ष, गुंतणं तिनं कसं सोसलं? मला शिवराळ संदेश पाठवण्यात, तसले फॅक्स धाडण्यातच त्यांचा किती काळ गेला असेल? माझ्याविरुद्ध कटकारस्थानं करण्यात जेवण्याच्या टेबलावर किती काळ खर्चला असेल? डॅशच्या भोवती सारा काळ घालवणं सुझननी का बरं सहन केलं असेल? मला जेवढं धोकादायक रंगवलं होतं, तेवढी मी खरोखरच धोकादायक होते, असं त्यांना वाटलं होतं का? पीटरचं आणि माझं लग्न झाल्यानंतर ग्रेग सात वर्षं आमच्या सहवासात होता. आनंदानं

राहत होता. पण त्यानं साक्षीत सांगितलं की, मी चिडकी, हुकूमशाही वृत्तीची होते. माझ्या बरोबर राहणं मुश्किलीचं होतं. सुझननं खुनशीपणानं माझे सहकार्याचे प्रयत्न हाणून पाडले होते. तर डेव्हची, दुसऱ्या सावत्रपालकांची – एकत्र काम करण्याची विनंती थंडपणे झिडकारली होती. आम्ही तिला किती तरी वेळा घरात बोलावलं. पण ती एकदाही आत आली नाही. आणि मलाही डॅशचा वाढदिवस किंवा पार्टी इ. प्रसंगांना एकदाही त्यांच्या घरी बोलावलं नाही. किंबहुना मला त्या घरात प्रवेशच नव्हता. 'मला केवळ डॅशची आई म्हणून राहू द्या,' एवढंच मला त्यांना सांगायचं होतं. 'मला तुमचं काहीही नको. फक्त मला थोड्यावेळासाठी डॅशचा सहवास मिळू द्या, त्याच्याशी फोनवर बोलू द्या.' हा माझा आक्रोश होता. पण मी जणू त्यांची हाडवैरी होते. आणि त्यांच्या मते, ते डॅशचं कल्याण कसं साधता येईल, या विचाराने बांधले गेले होते.

पीटरनं आता आम्हाला त्रास द्यायला सुरुवात केली. डॅशला मी त्रास देते, डेव्ह त्या बापलेकांत वितुष्ट आणतो, असली पत्रं तो धाडू लागला. दर सोमवारी आम्हाला तो फॅक्स पाठवायचा. त्यात त्याने आमच्यावर, आठवडाभर डॅशनं काय-काय केलं, याची 'आम्ही उलटतपासणी' करतो, असे आरोप केलेले असायचे. खरंतर आमच्या घरी डॅशला मनातलं काहीही बोलायला – विचारायला मुक्त मुभा होती. पण सुरुवातीच्या या असल्या आरोपांनंतर डॅश एकदम घुमा, अबोल झाला. त्याची शाळा, त्याचा डॅड, सुझन या सर्वसाधारण गोष्टींबद्दल तो बोलेनासा झाला. 'डॅड' या शब्दप्रयोगानं त्याचं सगळं बिनसू लागलं. 'मोठ्या सुटीत तू तुझ्या डॅडबरोबर बाहेर जाणार आहेस का?' असले साधेसुधे प्रश्नसुद्धा त्याला धर्मसंकटासारखे वाटू लागले. आमच्या बोलण्यातला आनंद आणि मोकळेपणा कमी होऊ लागला.

एकदा मी स्वयंपाकघरात वाणसामान लावत होते. डॅश तिथेच होता. नकळत तो बोलून गेला. "डॅड आणि सुझन आज रात्री डिनरला बाहेर जाणार आहेत."

"वा! फारच छान! शुक्रवारी रात्री म्हणजे गंमतच. तुमच्या भागात आता खूप नवनवी रेस्टॉरंट उघडली आहेत. कुठे जाणार आहेत?" मी सामान लावता-लावता म्हणाले.

डॅशनं फटकन उत्तर दिलं, "तुझा काही संबंध नाही."

मला धक्काच बसला. सहा वर्षांच्या मुलाकडून हे असं ऐकताना, त्यातलं 'हे आपलं गुपित आहे बरं का!' असा त्याला दिलेला गर्भित कानमंत्र मला जाणवला, बोचला. आता त्या घरातल्या कसल्याच गोष्टींशी माझा संबंध नव्हता. त्या अगदी गुप्त, खाजगी गोष्टी होत्या. अगदी त्याला त्याची नवी टिचर आवडली का, त्यानं वीकएंडला काय केलं, अशा क्षुद्र निरुपद्रवी गोष्टींबाबतही ही गुप्तता पाळली जात

होती. आमचे साधे प्रश्नदेखील 'उलटतपासणी' होते, 'ते सगळं कोर्टात सादर केलं जाईल,' अशी डॅशची खात्री करून देण्यात आली होती. डॅश घरी जाऊन त्याच्या डॅडला सांगायचा, "हो, ते मला सारा वीकएंडभर प्रश्न विचारत होते."

आम्ही डॅशवर शारीरिक अत्याचार करत होते, अशा मजकुराचं एक जहरी पत्र पीटरनं आम्हाला पाठवलं. मी रागाच्या भरात डॅशवर ओरडले आणि त्याचं लिंग ओढलं, असं लिहिलं होतं. मी स्तंभितच झाले. पीटरला हे पक्कं माहीत होतं की, मी डॅशला कधीही मारझोड केली नाही. (डॅशलाच काय, माझ्या कोणत्याही मुलाला मी मारहाण केली नाही. पालक म्हणून शारीरिक दंड देण्यावर माझा मुळीच विश्वास नाही.) आणि पुढील काळातही कोर्टानंही मी मुलांना मारत होते, यावर विश्वास ठेवला नाही. हा बाण व्यर्थ जात होता, असं पाहून पीटरनं डेव्हला लक्ष्य केलं. एक पुरुष आणि सावत्रबाप या नात्याने डेव्हवर शरसंधान करणं अधिक सोपं होतं. डेव्हनं डॅशवर शारीरिक अत्याचार करणं थांबवावं, अशी पत्रं तो लिहू लागला. पण त्यानं, आमच्या घरी त्रास होत होता, त्याच्यावर अत्याचार होत होते, याबद्दल कधीही कुटुंब सेवा केंद्र किंवा पोलीस किंवा एल्टरमन यांना कळवलं नाही. डॅश ही डेव्ह हलकटासारखा वागतो, असं म्हणू लागला; तेव्हा चकित होऊन आम्ही त्याला 'हलकटासारखं म्हणजे कसं' असं विचारलं, तर डॅशनं उत्तर दिलं की, डेव्ह पाइ खाताना त्याचा मोठा तुकडा स्वत:ला घेतो. आणि त्याला मात्र लहानसा तुकडा देतो.

आमच्या आयुष्यातले ताणतणाव वाढत होते. आणि ते वाढावेत, अशीच कुणाची तरी अपेक्षा होती – अत्याचाराच्या, शोषणाच्या असल्या खोट्या आरोपांमुळे डेव्ह पूर्णपणे हताश झाला होता. या साऱ्याला खरमरीत उत्तर द्यावं, असं त्याला सारखं वाटत होतं. पण मीच त्याला थोपवत होते. "तुला हे सोसलं पाहिजे. आपली एका रोगट, विकृत माणसाशी गाठ पडली आहे. आपण चढाई करता कामा नये. आपण कोर्टऑर्डर टाळू शकत नाही. बाजूला सारू शकत नाही. आपण सनदशीर मार्गानंच गेलं पाहिजे. आपण असं काहीही करता कामा नये की, कोर्टात आपल्या विरोधात पीटर त्याचा उपयोग करेल. पीटरकडे डॅश आहे, कोर्टाचा हुकूम आहे. आपल्याकडे काही नाही."

माझा हा पवित्रा योग्य होता, याची डेव्हला जाणीव होती. पण आपण काहीच करू शकत नाही, ही हतबलतेची जाणीवही त्याला कुरतडत होती. या आरोपाने तो मुळापासून हादरला होता. जेवणाच्या वेळी टेबलावर किंवा शेकोटीपाशी बसल्यावर डेव्ह संतापून ओरडत असे. "हा शुद्ध मूर्खपणा आहे, किळसवाणा प्रकार आहे." नव्यानं आलेलं 'अत्याचाराबद्दल'चं पत्र फडफडवत तो ओरडला. "डॅशला असं काही वाटत नाही, तर तो पीटरला असं का सांगतो आहे!" मला तर या चिडण्या-ओरडण्याचा मनस्वी राग येत असे. कारण एक तर मलाच

शिणवटा आलेला असायचा, पीटरपासून स्वत:चा बचाव करण्याचा प्रयत्न असायचा किंवा डॅशशी संपर्क साधून त्याचं म्हणणं ऐकायचा प्रयत्न असायचा किंवा नव्यानं आलेला आईपणा सावरायचा असायचा; मी शिणलेली असायचे, हे खरं. मला डेव्हशी तर अजिबात भांडायची इच्छा नसायची, नसे. पण डेव्हचं म्हणणंही तितकंच खरं होतं. आणि मी ते कधीही अमान्य केलं नव्हतं. केवढा विरोधाभास होता की, जो-जो आम्ही हा विषय टाळू पाहत होतो, तो-तो या विषयात आमचं आयुष्य अधिकाधिक गुंतत होतं.

"आपण हा मुद्दा विचारात घेतला आहे." त्याला शांत करत मी म्हणाले, "आपल्यातच भांडण व्हावं, हीच पीटरची इच्छा आहे – आपल्या दोघांनाही ते माहीत आहे. तेव्हा आपण यातल्या कळीच्या मुद्याचा विचार करू या. या मागे मुख्य सूत्रधार पीटर आहे. आणि पीटरला जे काय हवंय, तेच डॅश सांगतोय. कारण तसं केलं, तर पीटर डॅशला बक्षीस देतो आणि डॅशलाही सुरक्षित वाटतं. त्याला खूप, कसलीतरी भीती वाटतेय."

"मला कळतंय. पॅम, पण मी...," केसांतून अस्वस्थपणे हात फिरवत तो म्हणाला, "पण मी माझा बचाव कसा करू? मी डॅशवर प्रेम करतोय. आणि चाललंय, ते किती भयानक आहे!"

"डेव्ह, माझं ऐक! डॅशला हे करावं लागतंय, कारण तो तुझ्यावर खूप प्रेम करतोय. आणि पीटरला नेमकं हेच सलतंय – हेच त्याला नको आहे. हे लक्षात घे. आपण आपल्याकडून डॅशला सर्वसामान्यपणे आयुष्य जगता येईल, असं वातावरण देऊ या."

"डॅशनं काय विचार करावा, हे पीटर सांगतो."

"होय."

"तोच डॅशला काय वाटतं हे ठरवतो."

"अगदी खरं. त्यामुळे आपण पीटरपासून शक्यतो लांब राहू या. डॅशला आपल्याकडे कसं सुरक्षित वाटेल, हे पाहू या."

"ठीक आहे. पण हे असं चेंडूच्या मागे राहणं फार निराशाजनक आहे. काही करण्याऐवजी नुसतं वाट पाहणं – हे!"

"मलाही असंच वाटतंय. पण आपला नाईलाज आहे."

"हुं! युद्धाचं अनोखं तंत्र!"

"हो."

डेव्ह क्षणभर थांबला. "पॅम, मला नाही वाटत की, त्याच्यात काही बदल होईल." तो काळजीपूर्वक म्हणाला.

माझ्या डोळ्यात आसवं तरारली. "त्याच्यात बदल होणार नाही, यावर जर मी

विश्वास ठेवला ना, तर मी माझ्या डॅशला मुकेन, डेव्ह!''

वास्तव असं समोर आल्यानं डेव्ह नरमला. त्याचा राग शांत झाला. माझ्या खांद्यावर हात ठेवत म्हणाला, ''मीच जरा माघार घेऊ का?''

''नाही. नको. आपण त्याच्यावर माया करतोय, हे डॅशला समजलंच पाहिजे. फक्त तू त्याच्याकडून कसलीच अपेक्षा ठेवू नकोस. आधी तू त्याच्यासाठी जे काय केलंस, तुम्ही दोघांनी मिळून काय केलं, हे सारं बाजूला ठेव. त्याच्याकडून कसलीच अपेक्षा करू नकोस आणि हे अगदी वैयक्तिकपण घेऊ नकोस.''

''तसं करणं अशक्य आहे गं.''

''अशक्य नाही. पण अवघड मात्र आहे. मीसुद्धा तसंच वागण्याचा प्रयत्न करतेय. आपल्या वागण्यामुळे त्यांना आणखी काही ॲफिडेव्हिट लिहायची संधी मिळेल, असं आपण वागायला नको. तुझी निराशा, अपेक्षाभंग काही वेळा अगदी स्पष्ट दिसतो. बापाबद्दलची निष्ठा आणि तुझ्याबद्दलचं प्रेम यात मधल्यामध्ये डॅशची कुचंबणा मात्र होते.''

''मला कळतंय, पण....''

मी डेव्हच्या चेहऱ्याला स्पर्श केला. डेव्हनं माझ्या हाताचा तळवा स्वत:च्या डोळ्यांवर ठेवला. ''डेव्ह, डॅश तुझ्यावर प्रेम करतोय, पण त्याला ते प्रेम दाखवण्याची मुभा नाही. तेव्हा तूच थोडा स्वत:ला आवर घालावास. डॅशला माझ्याबरोबर वेळ घालवता येणं हे गरजेचं, महत्त्वाचं आहे. मी त्याची आई आहे आणि इथे बसून मला ते पालकत्व निभवावं लागतं आहे. मला फक्त, अशा वेळी तू पाठीशी हवा आहेस. करशील एवढं!''

अर्थात तो ते करणारच होता. त्यांच्या आनंदी नात्याची आता लक्तरं झाली होती. पण निदान माझं आणि डॅशचं तरी नातं टिकावं, यासाठी नाईलाजानं डेव्ह त्या नात्यातून बाजूला झाला. त्यानं डॅशला आपल्याबरोबर बागेत काम करण्यासाठी, झाडझुडपांबद्दल गप्पा मारण्यासाठी, स्कीईंगसाठी बोलावणं थांबवलं. डॅश आपणहून येण्याची तो वाट पाहू लागला. पण डेव्हसाठी ती अत्यंत अनैसर्गिक, दु:खद अशी तडजोड होती.

आणि हे माझ्यासाठीही दु:खदायकच होतं. त्या दोघांतलं ते निर्भर, निर्भेळ नातं बघत राहण्यासारखं होतं. डेव्हच्या मिठीतला डॅश बघूनच मला डेव्हच्या प्रेमाचा, भविष्यातला त्याचा बाप म्हणून वागण्याचा भरवसा मिळाला होता. आता ते सारं संपलं होतं. आता मी कधीही आमच्या व्हिसलस इथल्या केबीनमधून डॅशची डेव्हला दिलेली हाक 'कमॉन बिग डी, चल, आपण स्कीईंगला जाऊ या,' ऐकू शकणार नव्हते. खटला सुरू झाला, तेव्हा डॅश सहा वर्षांचा होता. डेव्ह आणि तो एकमेकांचे जीवश्चकंठश्च मित्र होते. आणि आता जेव्हा डेव्हनं जाणूनबुजून या नात्याला मागे सारलं, तेव्हा त्याच्या काळजातला हा प्रेमाचा हिस्सा जणू मृतप्राय

झाला. तो एकदम दहा वर्षांनी म्हातारा झाल्यासारखा दिसू लागला.

एकेक करून आमचे सारे जिवलग डॅशपासून हिरावले जात होते. सँडी कॅमेरॉन ही माझी जिवलग मैत्रीण होती. आमचे संबंध खूप घरोब्याचे होते. मध्यरात्रीच्या हाकेलासुद्धा धावून येणाऱ्या सँडीचं डॅशच्या आयुष्यात खूप मोलाचं स्थान होतं. तिचा नवरा टेरी हाही आमच्यात मिसळायचा. आम्ही दोघी मागे-पुढेच गरोदर होतो. डॅशचा जन्म ऑगस्टमधला, तर वॉरेनचा ऑक्टोबरमधला. वॉरेनचे डोळे त्याच्या आईसारखेच निळे होते, तर केस त्याच्या वडिलांसारखे ब्लॉंड होते. डॅशनं माझे चॉकलेटी-तपकिरी डोळे आणि कुरळे केस घेतले होते. आम्ही तरुण आया होतो. मुलांविषयी सतत बोलत होतो. आमची मुलंदेखील आमच्यासारखीच जिगरी दोस्त व्हावीत, अशी आमची इच्छा होती आणि आम्ही तसे प्रयत्नही करत होतो. दोघांचे वाढदिवस, ख्रिसमस, हॅलोविन, थँक्स गिव्हिंग इ.च्या पार्ट्या, तसंच शक्य तेव्हा एकत्र येणं... आम्ही दोघी मुलांची वाढ, विकास बघत होतो. ती मौज लुटत होतो.

पीटर बरोबरचे माझे वैवाहिक जीवन ताणतणावपूर्ण होऊ लागले. त्या नैराश्याच्या काळात मला सँडीचीच सोबत होती. आमच्या एका डीनरपार्टीत पीटर चार वेळा बाथरूममध्ये गेला आणि प्रत्येक वेळी कसली तरी पांढरी पावडर त्याच्या नाकाला लागलेली होती. 'व्हिटॅमिन सी' असा पीटरनं खुलासा केला. तेव्हाही सँडी तिथे होतीच. अखेरीस १९८८च्या जूनमध्ये एका सकाळी पीटरनं मला पाशवी मारझोड केली. मला स्वयंपाकघराच्या भिंतीवर आपटलं. तिथनं मी उठले, तो त्यानं माझ्या ड्रेसच्या पाठच्या भागाला धरलं आणि मला खड्ड्यात फेकलं, लाथा-बुक्क्या मारल्या, चिमटे काढले. माझं डोकं तिथल्या भिंतीवर दाणदाण आपटलं. इतकं की, माझ्या नकळत माझे कपडे ओले झाले. दुसऱ्या दिवशी मी सँडीकडे गेले. तत्पूर्वी मी डॉक्टरकडे गेले होते. डॉक्टरनं माझ्या जखमा तपासल्या. रिपोर्ट लिहिला. मी ते ठेवून दिलं आणि विसरायचा प्रयत्न केला. माझ्या सर्वांगावर वळ होते, माझ्या शारीरिक इजेपेक्षा माझ्या मानसिक इजेबद्दल सँडीला अधिकच वेदना झाल्या. कारण पीटरवर मी किती अलोट प्रेम करत होते, याची तिला जाणीव होती. तिनं मला जवळ घेतलं. ''माझी बाय ती...'' असं म्हणून 'सॉरी... सॉरी' असं हलकेच म्हणाली. आणखी सहा महिने मी पीटरबरोबर राहिले. त्या अवधीत त्याला सोडून देण्याइतका धीर गोळा केला आणि निघाले. तेव्हाही सँडीचीच सोबत होती. माझी आई-भाऊ राहात होते, त्या वेस्ट व्हँकूव्हर भागात मीही भाड्यानं घर घेतलं. सँडीही तिथेच राहात होती. तिनं मला मिठीत घेतलं आणि डॅशचं सामान लावायला मदत केली. वॉरेन तिथे वीकएंडला यायचा. दोघं मुलं मनसोक्त खेळायची, स्कीईंग करायची आणि रात्री दमूनभागून बिछान्यात पडायची. जेव्हा डॅशच्या आणि डेव्हच्या, त्यानंतर डॅशच्या आणि माझ्या नात्याचा संकोच होऊ लागला, तेव्हा आम्ही वॉरेनला

पुढे करायचो. व्हिसलर वीकएंड हे पुढे डॅशला दुरापास्त होऊ लागलं, तेव्हा तो त्याच्या बापाला 'मी जाणार. वॉरेन येणार आहे.' असं सांगायचा. सुरुवातीची काही वर्षं वॉरेनची सबब डॅश सांगायचा. त्या वेळी तो सात-आठ वर्षांचा होता. तेव्हा सँडी, टेरी, डेव्ह आणि मी आम्ही चौघं डॅशला आनंद वाटेल, तो आणि मीच एकमेकांबरोबर मजेत वेळ घालवू शकू, याची तजवीज करायचो; पण पुढे वॉरेनलाही दूर करण्यात आलं.

असं एकामागोमाग एक डॅशला त्याच्या प्रेमाच्या माणसांपासून तोडून त्याला एकाकी करणं पीटरला जमू लागलं होतं. माझ्या आणि डॅशच्या नात्यातली सर्वांत महत्त्वाची गोष्ट – आमच्या सहवासाचा एकत्र काळ – यावर आता पीटरनं घाव घालायला सुरुवात केली. पीटरला कायमची एकल कस्टडी मिळाल्यानंतर वर्षभरानं त्यानं माझा डॅशच्या सहवासाचा काळ काही ना काही कारण काढत कमी करत आणला. डॅशला तो सहलीला घेऊन जायचा आणि आठवड्याच्या मधल्या दिवशी परत आणायचा. त्यामुळे माझा बुधवार किंवा वीकएंडचा दिवस यांचा खाडा व्हायचा. कधी नेमक्या त्याच दिवशी तो डॅशला डेंटिस्टकडे नेण्याचं कारण सांगायचा – जे कधीही अस्तित्वात नव्हतं. तरीदेखील डॅश आनंदी असायचा. मूलत:च तो आनंदी मुलगा होता. त्यानं माझी भेट रद्द झाल्याचं, भेटीचा काळ कमी होण्याबद्दलचं कारण कधीही विचारलं नाही की, निराशाही दाखवली नाही. कदाचित ते इतकं वारंवार व्हायचं की, डॅशला या साऱ्याची सवय झाली असावी. मीदेखील या रद्द झालेल्या भेटीचा उल्लेख डॅशसमोर करायचे नाही. पण त्याचा माझ्या मनावर काहीच परिणाम होत नव्हता, असं दाखवणं मला जड जात होतं... एकदा डॅशला एकाच्या वाढदिवसाला जायचं आहे, असं सांगून पीटरनं डॅशला लवकर घरी नेलं. पण मी जेव्हा त्या मुलाच्या घरी भेटवस्तू घेऊन गेले, तेव्हा मी मूर्खात निघाले होते. कारण त्याच्या आईनं नवलानं मला सांगितलं की, पार्टीला अजून पाच दिवस बाकी होते. "अर्रर, तारखेचा काही घोळ झाला वाटतं," असं म्हणत मी काढता पाय घेतला. कारमध्ये शिरले. माझ्या तळपायाची आग मस्तकाला गेली होती. मी कधी डॅशला माझ्याचजवळ ठेवून घेण्याचा प्रयत्न करत नव्हते की, डॅशला माझ्याकडून लवकर नेलं, म्हणून वेळेची भरपाई मागत होते. पण मला जाणवलं की, *हे सारं तो मुद्दाम करतोय? राग ही वेगळी गोष्ट. पण म्हणून आमच्या सहवासाच्या वेळेवर घाला घालावा?* काय होत होतं; ते मला दिसत होतं, समजत होतं. पण मी काहीच करू शकत नव्हते. हाताच्या बोटावर मोजता येईल, एवढ्या वेळा डॅश मला भेटला होता, माझ्यासोबत होता. चार तास इथे, एक दुपार तिथे, दोन-तीन संध्याकाळी इकडे-तिकडे, तर एखादा संपूर्ण वीकएंड – संपलं! का? दुसऱ्या पालकाला काय

एवढा थोडा वेळ मिळतो? मी मलाच विचारायचे. डेव्हसुद्धा हताश व्हायचा. "पॅम, तूच अशी एक पालक आहेस की, जी स्वत:चा वेळ – ॲक्सेस देऊ करतेय. पीटर तर कधीही वेळ वाया दवडत नाही. तो तर तुझा गेलेला वेळही भरून देत नाही. उलट तुझा डॅशसोबतचा हक्काचा ॲक्सेस जणू तो तुला देऊ करतोय."

डॅशच्या शाळेतल्या एका मुलाच्या आईकडून मला समजलं की, डॅशची शाळा शुक्रवारी दुपारीच सुटायची. म्हणून मी पीटरला फोन केला आणि विचारलं, "शुक्रवारी दुपारी चारच्या ऐवजी मी डॅशला एक-दोन वाजता घ्यायला जाऊ का?" त्यानं सरळ मला नकार दिला. त्याऐवजी, मी तेथे त्याला चार-वाजता घ्यायला जाईपर्यंत डॅश त्याच्या दाईसोबत राहायचा. पण माझ्याबरोबर तो येऊ शकत नव्हता. कधी-कधी शुक्रवारी संध्याकाळी पीटर मला कळवायचा की, डॅशला शनिवारपर्यंत माझ्याकडे यायचं नाही. प्रत्यक्षात माझं डॅशची बोलणं झालेलं असायचं आणि त्यानं त्या दिवशी माझ्याकडे येण्याचे बेत आखलेले असायचे.

माझी यायची वेळ झाली असेल, तर डॅश त्याचं हॅम्बर्गरही बाजूला सारायचा. तर बऱ्याचदा तो माझी वाट पाहत दाराशी थांबलेला असायचा. आणि मी दिसताच गाडीशी धावत येऊन गाडीत उडी मारायचा. मला घट्ट मिठी मारायचा आणि आमच्या घरी पोहोचेपर्यंत तो माझा हात घट्ट धरून ठेवायचा. आणि त्याच वेळी पीटर त्याच्या ॲफिडेव्हिटमध्ये लिहित होता की, 'डॅश हा अतिशय आनंदी उत्साही असे. फक्त त्याला ह्या आठवड्याच्या मधल्या दिवशी, शाळा सुटल्यानंतरच्या भेटी आवडत नसत.' प्रत्यक्षात डॅश माझ्यासोबत गाडीत बसून आनंदानं चिवचिवत असायचा, वेगवेगळे प्रश्न विचारत असायचा, काय-काय करायचं, याबद्दल चौकशी करत असायचा.

तरीही माझ्या ॲक्सेसच्या वेळी मी जेव्हा डॅशला घेण्यासाठी त्या घरी जायचे, तेव्हा घरी कोणीही नसायचं. मी आपली अर्धा-अर्धा तास गाडीत बसून वाट बघत राहायचे आणि येणारे अश्रू आणि नैराश्य कसंबसं थोपवत एकटीच घरी परतायचे. येताना माझ्या मनाला प्रश्न छळायचे; *या साऱ्याचे डॅशवर काय परिणाम होतील, याचा तो का विचार करत नाहीये? घरात एवढी शिकली-सवरली, कामधंदा करणारी तीन-तीन माणसं, शिवाय दाई असताना; त्यांपैकी कोणीही डॅशला वेळेवर तयार करून ठेवून माझ्यासोबत का पाठवू नये? आता ती सारी कुठं आहेत? त्यांनी ॲक्सेस ऑर्डरचं पालन का करू नये? याचा शेवट काय? आता पुन्हा मी त्याला कधी भेटेन?* सुरुवाती-सुरुवातीला तर सुझन द्वारपालासारखी दारात उभं राहायची आणि मला डॅशला भेटू द्यायची नाही. माझा ॲक्सेस नाकारायची. रडत-रडत मी तडक घरी परतायचे, वाटेत माझ्या वकिलाशी बोलायचे. तो मला घरी परत फिरायचा सल्ला द्यायचा. आणि सात वाजता मी डॅशला नेण्यासाठी येत असल्याचा

हर्टला फॅक्स धाडायचे. आपण पुढाकार घ्यायचा नाही, हे विसरून डेव्ह त्याला आणायला जायचा. तो सात वाजता तिथे पोहोचला की, पीटर आणि ग्रेग दाराशीच उभे असायचे – त्याचा अपमान करायचे.

"पळ इथून, तुला काही डॅश मिळणार नाही." पीटर तुच्छतेनं म्हणायचा.

"आमच्या जागेतून चालता हो." ग्रेग म्हणायचा. "नाहीतर तू घुसखोरी करतो आहेस. असं म्हणत आम्ही पोलीस बोलावू." पीटरनं ॲफिडेव्हिटमध्ये नोंदवलं, 'पॅमेलानं तिचा ॲक्सेस नाकारल्याची तक्रार केली आहे. पण ते खोटं आहे. मी तिला तिच्या ॲक्सेससंदर्भात सर्वतोपरी सहकार्यच करत असतो.' डेव्हनं एका छुप्या टेपरेकॉर्डवर हे असलं संभाषण टेप केलं. पण उपयोग काय? टेप जरी आमच्याकडे असली, तरी डॅश त्यांच्याकडे होता ना!

एके दिवशी, डॅश घरी नसल्याचं पाहून, अंत:स्फूर्तीने मी तिथल्याच छोट्या बागेत गेले, तर तिथे डॅश दाईबरोबर खेळताना दिसला. मला भरून आलं. गाडीतून उतरले, त्याच्या दिशेने चालू लागले. मला पाहताच डॅश 'ममी' करून ओरडला आणि हसतहसतच माझ्याकडे झेपावला. माझ्या गळ्यात हात टाकून त्यानं मला घट्ट मिठी मारली.

"तुला पाहून किती छान वाटतंय!" डॅश माझ्या केसांतून आपली बोटं फिरवत असताना मी म्हणाले. डॅशला धुळीचा वास येत होता. पण त्याला पाहून खूप छान वाटत होतं. "डॅश, तपकिरी डोळे." त्याचं लक्ष वेधून घेण्याचा माझा हा एक मार्ग होता. डॅशनं माझ्याकडे पाहिलं, अपेक्षेनं हसला. "ओळख बरं? हा आपला वीकएंड! येतो आहेस ना?"

रोझ-दाई जरा अस्वस्थपणे बाकावरून उठली. तिनं डॅशकडे कटाक्ष टाकला. ज्या सात वर्षांच्या मुलाच्या बापानं, 'मला पाहून त्याला दाराबाहेर पाठवलाच नसता,' असा तो मुलगा मला पाहून "होऽऽ" असं ओरडला. त्यानं त्याच्या दाईला टाटा करून माझा हात धरला. त्या बागेतून माझ्याबरोबर तो गाडीकडे पळत निघाला.

■

दिसेनासा होत जाणारा मुलगा

डॅशचं त्याच्या डॅडवर प्रेम होतं, माझ्यावर प्रेम होतं, डेव्हवर प्रेम होतं, सुझनवरही प्रेम होतं. वर्षांपूर्वी तारा तुटताना पाहून डॅशनं त्याची इच्छा डेव्हजवळ बोलून दाखवली. तो तारा तुटताना, ती दोघं एकत्र पाहत बसली होती. त्याची अशी इच्छा होती की, आम्ही चौघांनी एकाच घरात एकत्र राहावं; तो ज्यांच्यावर प्रेम करत होता, ती सगळी माणसं एकत्र राहावी. मोडलेल्या, तुटलेल्या कुटुंबातल्या मुलांप्रमाणे डॅशलाही वाटायचं की, त्याच्यावर पालकाची निवड करण्याची वेळ येऊ नये.

पण कस्टडीच्या पहिल्या खटल्याच्या वर्षांनंतर पीटरनं डॅशला सॉकर टिममध्ये दाखल केलं. ते सामने शनिवारी असायचे. आणि खेळाचा सराव बुधवारी असायचा. म्हणजे दोन्ही माझे ॲक्सेसचे दिवस होते. भरीत भर म्हणून, पीटर त्या टीमचा कोच – प्रशिक्षक झाला. डॅशला वाटणाऱ्या निष्ठेत आणखी एका निष्ठेची भर! जेव्हा डॅशला वीकएंडला माझ्याबरोबर स्कीईंग करावंसं वाटायचं, तेव्हा त्या आठ वर्षांच्या मुलाला फक्त आपल्या बापालाच नव्हे, तर कोचलाही उत्तर द्यावं लागायचं. "शनिवारी आईबरोबर स्कीईंग करणार? मग तुझ्या टीमचं काय? तुझ्या कोचचं काय? डॅश, तू आम्हाला खाली बघायला लावणार बुवा!" बरं, मी याबद्दल काही म्हणायची सोय नव्हती. फक्त माझे ॲक्सेसचे दिवस मला मिळत नाहीत, एवढंच समजत होतं. एका शुक्रवारी डॅशला आणायला गेले, तेव्हा कळलं, 'डॅशचा उद्या पहिला सामना होता.'

"पीटर, तू मला विचारायचंस तरी!"

"अरे देवा! आता तू कशाबद्दल तक्रार करते आहेस? डॅश सॉकर खेळाडू होतोय, याबद्दल तुला आनंद व्हयला हवा. इतकी स्वार्थी होऊ नकोस. हे सारं तुझ्या-माझ्यासाठी नाही, डॅशबद्दल आहे."

"तो खेळतोय हे चांगलंच आहे. पण –"

"पॅमेला, तुला तो आनंदी असायला हवा की नको?"

"पीटर, तुला माहितीय. मला फक्त तेवढंच हवंय."

"ठीक तर. आणि हो, मी कोच असल्यानं डॅश आज रात्री माझ्यासोबतच राहील. उद्या सकाळी सामना आहे. बऱ्याच गोष्टी घेऊन जायच्या असतात. असं डॅशला वाटतंय हं!"

तर हे असं होतं. त्यानं मला सांगितलं की, आता आमचा वीकएंड शुक्रवार संध्याकाळपासून सुरू न होता, शनिवारी खेळ संपल्यावर सुरू होणार होता. म्हणजे *संपूर्ण सॉकर सिझनभर आमच्या सहवासाची एक रात्र कमी होणार होती.* नेहमीप्रमाणे मी याबाबत डेव्हशी विचार-विनिमय केला.

जर खरोखरच डॅशला खेळ हवा असेल तर, शुक्रवारी त्याला आपल्याकडं आणणं हा स्वार्थीपणा होईल का?

"पॅम –"

"डॅश आता मोठा होऊ लागलाय. कदाचित त्याला खरंच तयार होण्यासाठी त्याच्या डॅडबरोबर शुक्रवारी राहावंसं वाटत असेल. काही दिवसांनंतर कोल्बीलाही तसंच वाटू लागेल – काही सांगता येत नाही."

"शक्य आहे. पण पॅम आपण गेली काही वर्षं बरंच काही पाहिलंय."

"तुला असं वाटतंय का की, पीटर डॅशला गोंधळात पाडतोय? – खेळ की आई, यात निवड करायला लावतोय?"

"मला तरी तसंच वाटतंय."

"पण तसं नसलं तर? विभक्त जोडप्यांतली मुलं सॉकर खेळत असतील, तेव्हा काय होत असेल?"

"काही कल्पना नाही. सँडीचं काय म्हणणं आहे? समज ती आणि टेरी विभक्त होणार असतील, तर टेरी काय वॉरेनला असं वागायला भाग पाडेल?"

"नाही, आणि वॉरेनदेखील फारशी फिकीर करणार नाही."

"अगदी खरं!"

"मग मी काय करावं? कोर्टात जाऊन 'पीटरला कोच करू नका,' असं तर सांगू शकत नाही. कारण तो मूर्खपणा ठरेल. मग मी काय करू?"

"मी काहीच सांगू शकत नाही. पीटर कायम आपल्या एक पाऊल पुढेच असतो."

"मी जर कोर्टात गेले, तर डॅशला त्रास होईल. आणि मी काहीच केलं नाही, तर डॅशच्या सहवासातली एक रात्र कमी होईल, ज्याची कधीच भरपाई होणार नाही. यातलं डॅशसाठी जास्त वाईट कोणती गोष्ट असेल?"

मी निराश झालेले पाहून डेव्हनं खांद्यावर हात ठेवला. "हे बघ, कधीतरी पीटर पिछाडीला जाईलच – तो विचार सोडून दे. तू आपली तिथे जात राहा. आणि डॅशला घेऊन येत जा."

त्याप्रमाणे मी जात राहिले. शुक्रवारी त्याला आणत राहिले आणि शनिवारी त्याच्या सामन्यासाठी आम्ही बरोबर जाऊ लागलो. इतर सर्व पालकांसमोर, पीटर माझ्याकडे टाकत असलेल्या द्वेषपूर्ण नजरेकडे मी दुर्लक्ष केलं आणि माझ्या आठ वर्षांच्या सोनुल्याला प्रोत्साहन देत राहिले. त्याच्यासाठी टाळ्या वाजवू लागले. त्याला पळताना पाहून प्रेरणा देऊ लागले. पण माझा हाही आनंद फार काळ टिकला नाही. मी पीटरकडे डॅशच्या सॉकरच्या युनिफॉर्मची मागणी केली. म्हणजे डॅश युनिफॉर्म घालूनच शनिवारी मैदानावर, सामन्याच्या ठिकाणी आला असता. पीटरनं ती मागणी धुडकावली. मग मी सॉकरलीगकडून जास्तीचा युनिफॉर्म घेतला. पीटरला हे समजल्यावर त्यानं तो मागितला, मी ती मागणी नाकारली. त्यानं वारंवार युनिफॉर्मची मागणी केली. पण माझा नकार कायम होता. एकदा मात्र त्याला संधी मिळाली. त्या सकाळी मी बाहेर गेले होते. त्यानं मिमीकडे – कोल्बी आणि क्वेन्टीनची दाई – हिच्याकडे डॅशचा युनिफॉर्म मागितला. त्यानं आरडाओरडा केला. मिमीला पीटरच्या रागाची पूर्ण कल्पना होती. ती त्याच्या रागाला तोंड देऊ शकली नाही. युनिफॉर्म देणं म्हणजे काय, याची तिला पूर्ण कल्पना होती. मी तो युनिफॉर्म का आणला, हेही तिला ठाऊक होतं. तिचं रक्षण करण्यासाठी मी घरात नव्हते. आणि मिमीजवळ पीटरला विरोध करण्याची ताकद नव्हती. पीटरनं सांगितलं की, डॅशलाच "शनिवारी सकाळी त्यांच्या घरीच उठायचं. घरीच तयार व्हायचं आहे. त्याच्या मित्रांचे, खेळातील सवंगड्यांचे शनिवारी सकाळी फोन येतात. त्यामुळं त्याला घरीच राहायचं आहे. मी इतर कोचबरोबर जे काही बोलतो, तेही त्याला ऐकायचं असतं. लक्षात घ्या – मी त्याचा बापच त्याचा कोच आहे. काय?"

हो – कोच!

"जरा विचार करा. तुम्ही एक आठ वर्षांची मुलगी आहात, तुमची आई तुमची नृत्यशिक्षिका आहे. आणि तुमचा बाप तुमचं सगळ आवरून देऊन, तुम्हाला कपडे घालून देऊन नाचाच्या कार्यक्रमाला पाठवणार असेल, तर तुम्हाला कसं वाटेल?" तो पुढे सांगत होता. मला किंचाळावंसं वाटत होतं : हे काय चाललं होतं? आठ वर्षांच्या मुलाला आईनं सॉकरचे कपडे चढवणं, यात गैर काय आहे? पीटर प्रौढ माणूस आहे. तो त्याच्या मुलाला असं का वागवतोय? मी डॅशला मैदानावर खेळताना पाहत होते. आणि इतर मुलांसारखाच तोही एक मूल होता, हे लक्षात घेत होते. त्याला सॉकर खेळायचा होता. स्कीईंगही करायचं होतं. त्याला त्याचे दोन्ही पालक हवे होते, त्यांचं प्रेम हवं होतं. त्याला निवड करायची नव्हती.

दोन शनिवार गेल्यानंतर पीटरनं मला सकाळी-सकाळी फोन करून डॅशला त्याच्या घरी आणण्याबद्दल फर्मावलं. पण मी ठामपणे सांगितलं, "पीटर, मी डॅशला खेळाच्या ठिकाणी आणीन." पण तो फुत्कारला, "तू जर त्याला साडेनऊपर्यंत माझ्या घरी आणलं नाहीस, तर मी त्याला कधीही तुझ्याकडे पाठवणार नाही. आणि हा मुद्दा लावून धरून तुझ्याशी शेवटपर्यंत भांडेन."

घरातून येणाऱ्या दडपणाखाली डॅशचं मन कोमेजून जाऊ लागलं, चुरगळू लागलं. मला आईबरोबर थांबायचं आहे, हे तो त्याच्या टीमकडे दुर्लक्ष करून सांगू शकत नव्हता. मला वाटतं, त्यानं तसा प्रयत्न केला असावा. काही दिवस मी डॅशचा जुना सोबती माईल्स – याच्या मार्फत डॅशला बोलवायचे. डॅशही माईल्सची ढाल करून, 'माईल्स इथे आहे,' असं सांगून राहत होता. पण दोनेक महिन्यांतच डॅशनं मला स्पष्ट सांगितलं की, शुक्रवारची रात्र कुठे घालवायची, हे ठरवायचा त्याला अधिकार होता. आणि ती रात्र तो त्याच्या डॅडसोबत घालवणार होता.

सॉकरच्या निमित्तानं पीटरनं डॅशच्या स्कीईंगकडे, स्कीईंग वीकएंडकडे, शुक्रवारी माझ्या घरी राहण्याकडे हेतुपुरस्सर दुर्लक्ष केलं. आता तर मला शनिवारही मिळत नव्हता. त्याचे त्याच्या मित्रांसोबतचे सामने बऱ्याच उशिरापर्यंत चालायचे. इतके की, तो त्याच्या मित्रांकडेच झोपायचा. या खेळाच्या मजेपुढे आईबरोबर घालवायचा वेळ विसरला जाऊ लागला.

सँडी, माझा भाऊ, डेव्ह यांच्याप्रमाणेच डॅश माझ्या आईपासूनही दुरावत जाऊ लागला. आईच्या मृत्यूपूर्वी जवळजवळ वर्षभर डॅशनं आजीला भेटण्याची इच्छा व्यक्त केली नव्हती. ती गेली, तेव्हा डॅश आठ वर्षांचा होता, तर धाकल्या क्विनच्या जन्माला दोन महिने अवकाश होता. डॅश आठ वर्षांचा होता, पण तो काही आजीला भेटायला उत्सुक नव्हता. माझा विश्वासच बसत नव्हता की, काही वर्षांपूर्वी ज्या आजीशिवाय, तिच्याशी फोनवर बोलल्याशिवाय, तिला दर वीकएंडला भेटल्याशिवाय ज्या मुलाला करमत नव्हतं; तो तिच्याबद्दल इतका अलिप्त व्हावा! तो तिच्याकडे राहायला जायचा; तेव्हा ती दोघं खेळायची, चित्रं रंगवायची, ठोकळ्यांनी घर, शहर तयार करायची. त्याचे सगळे टेडीबेअर ओळीनं मांडायची. मी घरी आल्यावर त्यांनी काय-काय खाल्लं, हे तो मला सांगायचा. ह्या मोठ्याला खूप खायला लागतं. हावरटच आहे. ह्याला मफीन आवडतं. त्याला केळं आवडतं, त्याला दुसरंच. असं काहीतरी सांगायचा. "मी आजीनं केलेलं मफिन खाल्लं." हेही तो न विसरता सांगत असे.

"तू त्याला फिरायला घेऊन जा बरं!"

"अगं ममी, अस्वलांना फिरणं आवडत नाही." तो गंभीरपणे म्हणायचा; तर

कधी त्या टफी अस्वलाच्या पोटावरचा स्वेटर ठाकठीक करत म्हणायचा, "अगं, याचा कान जरा शिवायला हवाय."

"आजी शिवून देईल हं!"

"चल, तिला विचारू या!"

डॅश पाच वर्षांचा झाल्यावर माझ्या भावाला मुलं झाली. (कोल्बीसुद्धा डॅश पाच वर्षांचा झाल्यानंतर वर्षभरानं जन्मला.) त्यामुळे तोपर्यंत आजी त्याच्या एकट्याचीच होती. तिचं सारं प्रेम त्याच्या एकट्याच्याच वाट्याला येत होतं. मी अठरा वर्षांची असताना माझ्या आई-वडिलांचा घटस्फोट झाला. नंतर ती दोघं जवळ-जवळ राहायची. डॅशला आजोबा आवडायचे. पण आजी म्हणजे त्याचा जीव की प्राण होती. ती दोघं वीकएंडला एकमेकांसोबत पत्ते खेळायची, बोर्डगेम खेळायची, रविवार सकाळचा ब्रेकफास्ट – त्याच्या आवडीचा फ्रेंच टोस्ट किंवा तत्सम काहीतरी – दोघं मिळून बनवायची. रात्रीच्या जेवणावेळीही तसलंच काहीतरी चालायचं. दिवसभर खेळण्या-बागडण्यात त्याचा वेळ जायचा. त्यांचे काही ना काही बेत चालायचे. तो फोनवर मला सांगायचा. "आज आम्ही कुकीज-बिस्किटं केल्या. आता आम्हाला ख्रिसमस पुडिंग करायचं आहे. ते मी ढवळणार आहे. आजीनं मला नवा खेळ शिकवला. आम्ही खेळण्यांच्या दुकानात जाणार आहोत. आज आपली इच्छा सांगायची नसते, आजी म्हणते की, इच्छा सांगितली तर ती पूर्ण होत नाही. म्हणून तुलासुद्धा सांगणार नाही."

पण हळूहळू खटल्यानंतरच्या वर्षा-दोन वर्षांत डॅश तुटक वागू लागला. तो तिच्याशी फोनवर बोलायलासुद्धा नाखूश असायचा. त्यानं आजीला 'हॅलो' म्हणावं, यासाठीसुद्धा त्याला सांगावं लागायचं, ही अत्यंत खेदाची गोष्ट होती. मी आपली माझ्याकडून प्रयत्न करायचे, पण पुढे-पुढे; तो इतका नाखूश दिसू लागला की, मी ते सांगणं – प्रयत्न करणंही सोडून दिलं. कारण त्याच्यासोबत मलाच इतका थोडा वेळ मिळत होता की, त्या वेळात त्याच्या आवडीच्या गोष्टी करण्याकडे माझा कल असायचा. वॉरेन, सँडी, डेव्ह, माझा भाऊ, माझी आई यांच्याशी असलेले त्याचे संबंध इतिहासजमा झाले होते, नावापुरतेच उरले होते.

ह्या दुरावलेल्या संबंधांचे; मोकळेपणानं, आनंदानं संवाद न साधण्याचे; प्रेम न स्वीकारण्याचे परिणाम हळूहळू दिसू लागले होते. एकदा शाळेत त्यानं तिसऱ्या मजल्यावरच्या खिडकीतून खाली उडी मारण्याची धमकी दिली. "जगण्यासारखं काही उरलं नाही." तो त्याच्या मित्राला – डेरिओला सांगत होता. "कुणी नसेल त्या वेळी मी इथून उडी मारणार." डोकं ताळ्यावर ठेवत शहाण्या डेरिओनं त्याची समजूत काढली. तो जगावा, यासाठी हजार कारणं सांगितली. त्याच सुमारास डॅशनं

त्याच्या मित्राला सांगितलं, ''माझं आयुष्य म्हणजे एक गुंता आहे.'' हे आत्मघातकी विचार म्हणजे एक तऱ्हेची मदतीची हाक होती की, त्यानं काढलेली खोडी होती? कोणास ठाऊक! पण त्या काळात डॅशला ओळखणाऱ्या मुलीनं मला कालांतरानं, रागारागानं सुनावलं होतं. ''त्या काळात, त्या प्रसंगानंतर त्याला घरचा आधार मिळाला नाही. त्याचे वडील त्याला कायम ओरडायचे. शाळेत असलं काही वागून बदनामी करू नकोस, असं डाफरायचे.'' पीटर मात्र डांगोरा पिटत होता, ॲफिडेव्हिट देत होता, 'डॅश खूप आनंदी, आत्मविश्वासू मुलगा आहे.' हे त्याचं लेखन डॅशच्या 'त्या' प्रसंगापूर्वीचं आहे. सुझननं लिहिलं होतं, 'डॅशइतका आनंदी स्वभावाचा मुलगा मी पाहिला नाही. तो उत्साही, खेळकर, विनोदबुद्धी असलेला मुलगा आहे. साऱ्या घरभर तो शीळ घालत, गाणं म्हणत फिरत असतो.' पीटरच्या 'समतोल, समंजस मार्गदर्शनामुळे' डॅशचा विकास होत होता, असा पीटरचा वकील मित्र डेव मार्टीन याचा विश्वास होता. पण डॅशचा विकास होताना दिसत नव्हता. तो बंडखोर होत होता. त्याची पिछेहाट होत होती, तो पराभूत मनोवृत्तीचा बनत चालला होता. आमच्या भेटीमध्ये पुष्कळ काळ लोटला, भेटींमधलं अंतर वाढलं की, त्याची मन:स्थिती बिनसायची. निदान शाळा चालू असली की, तो जरा बरा असायचा. पण यात कसलीच निश्चितता नव्हती. आणि डॅश भेटेस्तोवर आम्हाला याबद्दलची कल्पनाही येत नव्हती.

बालपणापासून डॅश प्रेमळ वातावरणात राहिलेला आनंदी मुलगा होता. पण आता तो बदलला होता. मी त्याला कित्येकदा गूढ, चिडखोर असे चोरटे कटाक्ष टाकताना पाहत होते. त्याच्या डोळ्यांत नकळतपणे गोंधळ, अस्वस्थता तरळायची. त्याच्या बापाची माझ्याबद्दलची मतं तो बोलून दाखवायचा. मी काही काम करत नाही, असंही त्यानं मला सांगितलं. तो आमच्या घराची तुलना त्याच्या घराशी करू लागला होता. ''माझ्या डॅडचं गॅरेज तुमच्या गॅरेजपेक्षा मोठं आहे. डॅडची केबीन मोठी आहे. डॅडकडे बोट आहे, तुमच्याकडे नाही.'' असं तो म्हणू लागला होता, जेवताना थट्टा-मस्करी, विनोद करण्याऐवजी तो आरडाओरडा करू लागला होता. जेवण वाढायला उशीर झाला की, भांडी आपटत होता. त्याच्यासाठी काही करू म्हटलं, साधी केस कापण्यासारखी गोष्टसुद्धा म्हटली की, तो 'मला गरज नाही.' असं ओरडून नाकारत होता. सॉकर खेळल्यानंतर चिखलानं माखलेलं अंग धुण्यासाठी, अंघोळ कर सांगितलं असता, 'मला गरज नाही. आणि मला नाही करायची.' असं उद्धटपणे डाफरायचा. सगळ्यांची मुलं अधूनमधून थोड्याफार फरकानं असं वागत असतात. पण डॅशचं जरा वेगळंच होतं. *कारण मला माहीत असलेला डॅश असा नव्हताच.* आमचे एक मित्र रोमला स्थायिक होणार होते. त्यामुळे आम्ही एका शनिवारी त्यांच्या निरोपाची पार्टी आयोजित केली होती. डॅश त्यांना ओळखत होता.

शिवाय ते पाहुणे येण्यापूर्वीचा सारा वेळ मी त्याच्याच बरोबर राहीन, असंही त्याला सांगितलं होतं. पण डॅश मुळी भडकलाच. मी त्याच्यासाठी वेगळं जेवण तयार करावं, असा त्यानं हट्ट धरला. 'इथे जर डीनर पार्टी असेल, तर मला इथे क्षणभरही राहायचं नाही,' असं त्यानं ठासून सांगितलं, जेवण नाकारलं. त्याच्या घरी फोन केला. पीटर आणि सुझन फोन मिळताच हजर झाले. डॅशनं असं वागू नये, या माझ्या विनवणीचा काही परिणाम झाला नाही. आणि त्यांना दुसऱ्या एका पार्टीला जायचं असल्यानं, घरी न जाता ते डॅशला घेऊन त्या पार्टीला गेले.

हे ठळक उदाहरण झालं. पण डॅशमध्ये बदल होऊ लागला होता. नेमका बदल सांगता येत नव्हता, पण त्याची एकूण वागणूक बदलू लागली होती. घरी त्याच्या गरजांकडे दुर्लक्ष होत होतं, त्याच्या मनात विष कालवलं जात होतं, त्याच्या निष्ठांशी खेळलं जात होतं; या साऱ्या गोष्टी नजरेआड करत मी मला स्वत:लाच त्याच्यावर प्रेम करण्याविषयी, त्या प्रेमावर लक्ष केंद्रित करण्याविषयी बजावत राहिले. मी त्याच्यावर घारीसारखी नजर ठेवत राहिले. आणि त्याच्या वागण्यातल्या लहान बदलांची मनोमन नोंद करत राहिले. त्याला आता 'होमसिक' वाटत नव्हतं, असं तो मला म्हणाला होता. आमची भेट झाली न झाली, तरी तो फारशी फिकीर करत नव्हता. आमच्या सहवासाचा वेळ कमी होत होता, याबद्दल त्याला फारशी खंत वाटत नव्हती. माझी भेट रद्द करण्यामागची कारणंदेखील संदिग्ध असायची. "माझे मित्र येणार आहेत." असं तो म्हणाल्यावर मी विचारलं, "कोण?" यावर "काही कल्पना नाही" किंवा "मी अजून तसं काही ठरवलं नाही," अशी उडवाउडवीची उत्तरं तो द्यायचा. मी म्हणायचे की, तुझ्याशी भेट झाली नाही की, मला भारी वाईट वाटतं. यावर तो उत्तर द्यायचा, "मॉम, मी तुला लवकरच भेटेन गं. काळजी करू नको. सर्व ठीक आहे." अशी मासलेवाईक उत्तरं असायची. त्याच्या आईबरोबर, त्याची काळजी घेणाऱ्यांबरोबर त्याला राहायला मिळत नव्हतं, यात काय ठीक होतं? का ठीक होतं? आणि याबद्दल तो चकार शब्द बोलत नव्हता.

मला डॅशमध्ये दडलेला एक दु:खी – कष्टी मुलगा दिसत होता. त्याचा भावनिक समतोल फार नाजूक होऊ लागला होता. एकदा डॅशनं बांधलेलं ठोकळ्याचं घर अडीच वर्षांच्या कोल्बीनं पाडलं, तसा डॅश त्याच्यावर केवढ्यानं तरी खेकसला, रडला आणि कोचामागे जाऊन दडला. हे सारं धक्कादायक होतं. कारण डॅश तसा आनंदी, समंजस मुलगा होता. एखादे वेळी तो पटकन म्हणायचा, "माझं जेवण कुठाय?" आणि लगेचच म्हणायचा, "मॉम, माझी पाठ चोळशील?" इतरांच्या लेखी डॅश, 'सर्वसाधारण' मुलगा होता, त्याचे नखरेही वयाला साजेसे, सर्वसाधारण मुलांसारखेच होते. पण 'डेव्हनं डॅडच्या उद्योगाची वाट लावली,' असं वारंवार म्हणणं हे काय सर्वसाधारण मुलाचं लक्षण होतं? त्याच्या माझ्या संबंधाबद्दलची

त्याची बेफिकिरी, त्याचा बापाकडचा ओढा मी समजू शकत होते; अगदी तो माझ्या घरून त्याच्या घरी परतला की, तो त्या घराच्या जमिनीचे मुके घ्यायचा. (असं पीटर-सुझनच्या ॲफिडेव्हिटमध्ये नोंदवलं होतं.) घराला 'होम स्वीट होम' असं म्हणायचा, असं ती दोघं म्हणायची, हेसुद्धा समजू शकत होते. अगदी त्याच्या उडीची धमकीसुद्धा! मुलंच असं वेड्यासारखं वागू शकतात, रडतात, त्यांना असुरक्षित वाटू लागतं, त्यांचा वेळोवेळी एका पालकाकडचा ओढा बदलू शकतो; तसं मुलांचं वागणं बऱ्याचदा अनाकलनीय, गूढ असू शकतं. डॅशचं वागणंही तसलंच काहीसं होतं. कारण आमच्या विभक्त होण्याचा त्याच्यावर खूप खोल परिणाम झाला होता. हे सगळं समजूनही डॅशचं वागणं मला खटकायचं. कारण मी डॅशला ओळखत होते. त्याच्या वयाच्या पाचव्या वर्षांपर्यंत मी त्याला दिवसाचे चोवीस तास हाताचा पाळणा करून वाढवला होता. तो अत्यंत विचारी, उत्साही, उत्सुक असा मुलगा होता. असा परावलंबी, निरुत्साही, दुःखी मुलगा नव्हता. मला अधूनमधून भेटणं, केव्हातरी फोनवर बोलणं या गोष्टी त्याच्या लेखी 'ठीक होत्या,' असं मला मुळीसुद्धा वाटत नव्हतं. तो हात पसरून साऱ्या जगाला, माणसाला कवेत घेऊ पाहणारा मुलगा होता. पण आता त्यानं स्वतःच्या मनाची कवाडं बंद केली होती. त्याविषयी बेफिकिरी आणली होती. पण ही बेफिकिरी जन्मजात नव्हती. ती त्यानं उसनी आणली होती. आणि ही स्थिती अत्यंत वाईट होती.

पण मला आपली बघ्याची भूमिका घ्यावी लागत होती. दोन वर्षांच्या त्या खटल्याच्या कालखंडात आठ वर्षांच्या डॅशशी माझी महिनोन्‌महिने गाठ पडत नव्हती. त्याच्यासाठीही तो कालखंड दुःसहच होता. डॅशकडून कसलीही खबरबात कळत नव्हती. पीटरचा तर असहकारच होता. पण तरीही मी आपली डॅशची लांबूनच मनोमन काळजी घेत राहिले, त्याच्यावर प्रेम करत राहिले. त्याची निराशा, त्याचं न भेटणं या साऱ्यावर माझ्याकडे 'आईच्या प्रेमाचाच' उतारा होता.

त्या घरी किंवा शाळेत काय घडत होतं, याची मला मुळीच कल्पना नव्हती. त्या भागाच्या जवळपास माझे काही परिचित राहत होते. त्यांची मुलंही त्याच – क्विन मेरी – शाळेत जात होती. त्यांच्याकडून मला डॅशबद्दलची माहिती समजायची. आठवड्यातून एक दिवस तरी डॅशला शाळेत यायला उशीर व्हायचा. शिवाय दुपारी जेवणासाठी घरी आल्यानंतर तो परत शाळेत जायचा नाही. आणि पीटर त्याच्या ॲफिडेव्हिटमध्ये लिहित होता. '– डॅश जवळच असलेल्या त्याच्या शाळेत आनंदाने बागडत जात होता, दुपारी घरी गरमागरम जेवणासाठी येत होता. जेवणानंतर पुन्हा बागडत-बागडत शाळेत जात होता –' तर शाळेत डॅश त्याच्या मित्रांना म्हणत होता, त्या मित्राच्या आईनंच मला सांगितलं होतं – त्याच्या डॅडला तो शाळेत जातो की नाही, याबद्दल जराही पर्वा नव्हती.

डॅश आता आपला जास्तीत जास्त वेळ घराबाहेर काढू लागला होता. आपल्या मित्रांच्या घरीच तो रात्री जेवायचा, राहायचा. त्याचा मित्रपरिवार मोठा होता. त्याचं वागणंही लाघवी होतं. त्यामुळे त्या मित्राच्या पालकांनाही त्याचं येणं आवडायचं; पण तरीही, डॅशच्या घरच्या मंडळींना त्याच्या घरी केव्हाही येण्या-जाण्याबद्दल काहीच कसं वाटत नाही, याबद्दल त्या लोकांना जरा काळजीच वाटायची.

ते माझ्याबद्दल काय विचार करत असतील, याबद्दल मी नेहमी कल्पना करत असे. पीटरनं जे-जे सांगितलं, ते सगळं त्यांना खरं वाटत असेल? ते आपापसात बोलत असतील, 'या मुलाची आई कुठे आहे? पीटरनं म्हटल्याप्रमाणे ती खरंच झिंगली असेल? तो म्हणतो ना की, तिला काही समस्या आहेत. त्यामुळे आम्ही तिच्याशी संबंध ठेवत नाही.' डॅश कुठेही आला गेला, तरी ते पीटरला चालत होतं. फक्त डॅश माझ्याकडे आलेला चालत नव्हता. डॅश या मित्राकडून त्या मित्राकडे भटकत राहायचा. फक्त तो माझ्याकडे येत नव्हता. इतर पालकांना त्याच्या पीटरला हिरो समजण्याचं आश्चर्य वाटायचं. त्याच्या कपड्यालत्त्याकडे, ते धुण्याकडे कोण लक्ष देतं, याचाही प्रश्न पडायचा. कारण त्याचे कपडे कायम चुरगळलेले, मळलेले असायचे. माझ्याकडे त्याचा एक बुटाचा जोड आहे. एकेकाळी पांढरा असलेल्या या बुटाचा रंग काळपट चॉकलेटी झाला होता. हेच जीर्णशीर्ण झालेले बूट घालून – बुटाचे तळवे झिजलेले, बूट फाटलेले – व्हँकूव्हरच्या भर पावसात भिजलेल्या पावलाने डॅश फिरत होता. त्याचा एकूण अवतार रस्त्यावरच्या भटक्या-भणंग मुलासारखा दिसत होता. पण डॅश तर सात-आठ वर्षांचा होता. वेस्ट पॉइंट ग्रे रस्त्यावरच्या पाच बेडरूमच्या घरात राहत होता. त्या घरात दोन वकील होते, नोकर होते. एकदा त्याला पकडून मी त्याच्यासाठी कपड्यांची खरेदी केली. दुसऱ्या दिवशी त्याच्या मित्रांनी त्याच्या नव्या कपड्यांबद्दल चौकशी केली, तेव्हा तो शांतपणे म्हणाला, "हा – हे माझ्या मॉमने घेतलंय."

मला आपलं वाटत होतं की, आज ना उद्या सारं सुरळीत होईल. पीटर मला विसरून त्याच्या आयुष्यात रमेल किंवा सुझनला त्याच्या अशा रागीट वागण्याचा कंटाळा येऊन त्याला नीट वागायला ती प्रवृत्त करेल. पण तिनं आमच्या विनवण्या धुडकावल्या. उलट त्यामुळे ती पीटरशी अधिकच बांधली गेली जणू. डेव्हच्या सहकार्याच्या विनंतीला तिनं वाटाण्याच्या अक्षताच लावल्या. उलट त्यालाच धमकावलं, "या संभाषणाचा एखादा शब्द जरी ॲफिडेव्हिटमध्ये आला, तरी मी फिर्याद करीन." सुरुवातीला थोडा वाटणारा – आता नीट होईल ह्या आशेतला – 'आताचा कालखंड' पार तीन वर्षं इतका लांबला. लांबतच चालला. नैराश्य आणत गेला. माझ्या कुटुंबाला हताश करत गेला. पण मला प्रश्न सोडवायचा होता. मी विश्लेषण करू लागले.

रात्र-रात्र मी विचार करू लागले. डॅशचं वागणं त्याच्या वयानुरूप होतं का? त्याची माझी कित्येक दिवसांत भेट न झाल्यानं तो तसं वागत होता का? हर्ट कुटुंबातल्या माझ्यावरील रागाचा, चिडीचा त्याच्यावर काही परिणाम होत होता का? की मीच डॅशची 'अतिकाळजी' करत होते. मला आता ध्यासच लागला होता. तज्ज्ञांनी पीटरची निवड केली. ते कदाचित योग्यही असेल. डॅशला त्याच्या बापाबद्दल ओढ असणं मला गैर वाटत होतं का? डॅश माझा पहिलावहिला मुलगा होता. त्याला वाढवण्यात माझं काही चुकलं होतं का? लगेच माझ्या मनाचा लंबक दुसऱ्या दिशेकडे जायचा. मी आणि डॅशनं आयुष्यातली पाच वर्षं एकत्र घालवली, त्यात काही तथ्य असेलच. तुम्ही तुमच्या बाळावर मनापासून प्रेम करता, त्याला जोजवता, खाऊ-पिऊ घालता, प्रत्येक दिवस त्याच्या बरोबर घालवता; ते काही वाया जाण्यासाठी नक्कीच नाही. मीही डॅशला माझं प्रेम, देखरेख, सर्वस्व दिलं होतं. त्यानंही तितकाच, इतर मुलं देतात तसा आणि तितकाच उत्कट प्रतिसाद दिला होता. तो सुखी होता. अद्यापही तो माझ्याबरोबर आनंदात असायचा. मी पालकत्वावरची पुस्तकं वाचत होते, इतर आठ वर्षांच्या मुलांच्या आईबरोबर त्या मुलांच्या वागण्याची चर्चा करत होते. आणि वीकएंडला तो आला नाहीतर किंवा आला असला आणि रागावलेला किंवा कुढत बसलेला वाटायचा, त्या प्रत्येक वेळी रात्री झोपताना मनात विचार यायचा : जर डॅश त्या मानसोपचार तज्ज्ञ – डॉ. एल्टरमनच्या म्हणण्याप्रमाणे 'उत्तम पालक' असलेल्या पालकाबरोबर राहत होता, तर त्याचा निकोप विकास का होत नव्हता? आपल्या बापाच्या घराऐवजी तो या ठिकाणाहून त्या ठिकाणाकडे असा का फिरत होता? जर मी फोन केला, तरच माझा त्याच्याशी का संपर्क होत होता? तो मला फोन का करत नव्हता? त्याला त्याच्या आईची गरज का भासत नव्हती? कोचाच्या मागे दडून बसण्याइतके, त्याला साधे शिस्तीचे धडेदेखील जाचक का वाटावे? तीन वर्षांच्या काळात डॅशमध्ये इतका आमूलाग्र बदल का व्हावा?

पण मी फक्त विचारच करत होते. खरं तर मला मदतीची गरज होती. कुणा जाणकार माणसाशी बोलणं निकडीचं होतं. मी व्हँकूव्हरमधल्या डॉ. नॉरमन गुडवेल या बालमानसशास्त्रज्ञाची भेट घतली. त्याला सर्व हकिकत सांगितली. "माझी माझ्या मुलाबरोबर फारशी गाठ पडत नाही. एक खटला झाला आणि त्याच्या बापाकडे एकल कस्टडी आहे. त्याचा बाप माझा प्रचंड तिरस्कार करतो. त्या संपूर्ण घराची अशी इच्छा आहे की, मी त्या मुलाचं पालनपोषण करू नये. डॅशही माझ्याशी चमत्कारिक असं माझ्या विरोधी वर्तन करतोय. मला दोन लहान मुलं आहेत. डॅशला वळण लावल्याखेरीज मला घराला वळण लावता येणं कठीण होतं. आणि मी डॅशला शिस्त लावू शकत नाही, कारण घरी जाऊन तो सांगतो की, आम्ही

अत्याचार करतो. त्याला शिक्षा व्हावी, असं मला मुळीच वाटत नाही. कारण तो आधीच दु:ख भोगतोच आहे. आता मी काय करू?''

''त्याला दु:ख भोगावं लागत आहे, असं तुला का वाटतं?'' डॉ. गुडवेलनं मला विचारलं.

''त्याच्या बापाच्या घरात माझ्याबद्दल आत्यंतिक क्रोध आणि विखार भरला आहे. डॅश माझ्यावरचं त्याचं प्रेम दाखवू शकत नाही. आणि त्याला कायम हे दाखवून दिलं जातं की, त्याच्या आई-बापामधल्या खटल्यात बाप जिंकला आणि तोच अधिक ताकदवर आहे. ह्यामुळेच त्याचं माझ्याबद्दलचं मन बदलू लागलं असावं, असं मला वाटतं आणि याचाच त्याला त्रास होत असावा.''

सुरुवातीच्या काळात मी डॉ. गुडवेलला अर्धा-डझन वेळा तरी भेटले असेन. तेव्हा पूर्वीच्या आणि आताच्या डॅशबद्दल मी मोकळेपणे बोलले. माझं पीटरबरोबरचं लग्न, घटस्फोट, पीटरचा राग यांबद्दल बराच वेळ बोलले. या रागामुळे आमच्या लग्नाचा झालेला विस्कोट, या रागात बळी गेलेले डॅश-डेव्हमधले सुंदर भावबंध, डॅशचं बालमन यांबद्दल बोलणं झालं. पीटर डॅशचं मन कलुषित करत होता, हे मला डॅशची आई असल्यानं जाणवत होतं. पण माझा ॲक्सेस मिळत नसल्याने माझी आणि डॅशची भेट होत नव्हती. मी काही करू शकत नव्हते. माझा नाईलाज होत होता.

आमच्या या भेटीतून निष्पन्न झालं ते असं – डॅशच्या मनात आपण दुर्लक्षिले जात आहोत, ही भावना दृढ होत चालली होती. त्याला अत्यंत प्रिय अशा पालकापासून त्याला दूर करण्यात आल्याबद्दलची ती त्याच्या मनात उमटलेली प्रतिक्रिया होती. आणि त्यामुळे तो असा तुटक, अलिप्त वागत होता. माझ्या सहवासाचा काळ जवळ येत चालला किंवा माझ्या घरून तो गेला की, त्याचं हे वागणं अधिक ठळकपणे लक्षात यायचं. ''डॉक्टर तसंच घडतंय. तो स्वत:ला मुळी मिटवूनच टाकतो. तो आमच्याबरोबर मिळून-मिसळून वागावा, यासाठी खूप तास जावे लागतात. आणि त्याची घरी जाण्याची वेळ झाली की, पुन्हा तसाच घुमा होतो.'' डॅश कुठल्याही तात्त्विक अर्थानं बंड करत नाहीये, असंच डॉक्टर मला सांगत होते. या सगळ्याचा त्याला जणू वीट येत होता. त्याच्या वागण्यातून ते निर्देशित होत होतं.

''तुमचा ॲक्सेस मिळवा, वापरा.'' डॉक्टर सांगत होते. ''तो तुम्हाला नियमित भेटेपर्यंत ॲक्सेस वापरत राहा. मला मान्य आहे की, त्याला आता वळण लावण्याचा प्रयत्न करणं कठीण आहे. तेव्हा त्या फंदात पडू नका. त्याला त्रास होतोय आणि त्याला तुमच्या प्रेमाची गरज आहे, शिक्षेची नाही; हे लक्षात असू द्या. त्याच्याशी बोलताना एक हात त्याच्या खांद्यावर ठेवा, त्याच्या डोळ्यांत बघत बोला. त्यालासुद्धा

नजरेला नजर द्यायला सांगा. पण तो बिचकेल, तुमच्यापासून आणखी दूर जाईल; असलं काहीही करू नका. प्रत्येक वेळी तुमच्याकडून जाताना त्याच्या मनात पुन्हा भेट होईल का, हे भय असतं. त्यामुळे तो आधीपासून तुमच्यापासून स्वत:ला अलिप्त ठेवतो, आक्रसून घेतो. आपण सर्वच असं वागत असतो. तेव्हा त्याला प्रेमाचा आधार द्या. साऱ्याच मुलांना प्रेमाच्या आधाराची गरज असते. तेव्हा त्याला तो आधार द्या. मुख्य म्हणजे तुमच्या ॲक्सेस – कोर्टाकडून तुम्हाला देण्यात आलेला वेळ, वापराच वापरा.''

मी एक टाकून दिलेली आई आहे. आपल्या मुलाला काय होतंय, हेपण मला उमजत नाही, इतकी मी अज्ञानी आहे, अशी एक स्वत:लाच अवमानित करणारी जाणीव मला डॅशच्या संदर्भात सतत कुरतडायची. डॉ. गुडवेलनी माझी या साऱ्या अवमानातून सुटका केली होती. पण डॉक्टरनं मला स्पष्ट सांगितलं, ''पॅम, परिस्थिती पूर्ववत करण्यासाठी तुला काहीतरी केलंच पाहिजे. अन्यथा तुला तुझा मुलगा गमवावा लागेल.'' *डॅशला आई नसणार.*

मुला-पालकांमधलं प्रेमाचं नातं हे गहिरं असतं आणि ज्या-ज्या वेळी मी आणि डॅश भेटायचो, त्या-त्या वेळी मला आमच्यातलं हे प्रेम जाणवत राहायचं. मी डॅशभोवती विणलेले, पहिल्या पाच वर्षांतले प्रेमाचे धागे असे सहजासहजी तुटणारे नव्हते. मी वाचलेल्या पालकत्वावरच्या पुस्तकात डॉ. गुडवेलच्या 'अलिप्तपणा'च्या स्पष्टीकरणात हेच सांगितलं होतं की, ती पहिली वर्षं साच्यासारखी असतात, मुलांना घडवणारे साचे असतात. बंध ठेवणारे गोंद असतात. डॅशला त्याच्या बापानं काहीही सांगितलं असलं, तरी डॅश आणि मी एकमेकांना जाणून होतो. आम्ही जेव्हा एकत्र असायचो, तेव्हा एकमेकांशी न बोलता नुसतं हातात-हात घालून बसावेसे वाटणारे दोस्त असल्यागत आम्हाला वाटायचं. त्यामुळे मी कितीही रडले – आणि नेहमीच रडायचे – तरी मला आता त्याच्या प्रेमानं, आठवणीनं हसूही आलं. डॅशनं कितीही तुटकपणा, अलिप्तपणा दाखवला असला, तरी माझे त्याच्याशी असलेले बंध अधिक भक्कम होते. त्या वेळी मला वाटून गेलं की, मी डॅशचं रक्षण करू शकेन, त्याची मार्गदर्शक होऊ शकेन.

मी त्याच्याशी फोनवर बोलणं, त्याला बोलावणं किंवा 'बरेच दिवस झाले, आपण भेटलो नाही. या रविवारी सिनेमाला जाऊ या का?' असं बोलणं चालूच ठेवलं, त्याच्या मनाप्रमाणे वागण्याची मी त्याला हमी द्यायचे. अर्थात इतर वेळी मी डॅशला असं वागवलंच नसतं. किंवा मी आणि डेव्हही अशा प्रकारे कोल्बी आणि क्वेंटीनशी वागत नव्हतो. पण डॅश आमच्यासोबत राहावा, यासाठी आम्ही तसं वागत होतो. आमच्या घरी त्याच्यावर कसलंही दडपण येऊ नये, याची मी काळजी घेत होते. तो आठ वर्षांचा तर होता. त्याला स्वत:लाच आमच्या बरोबर जेवावं,

राहावं; असं वाटायला हवं होतं. "हे काही चांगल्या पालकत्वाच्या व्याखेत बसत नाही. हे काही पालकत्वच नाही." असं मी डेव्हला म्हटलेदेखील; पण याशिवाय मला दुसरा पर्यायच नव्हता. मानसिक वादळात सापडलेल्या मुलाला मी हाताळत होते, त्याचं रक्षण करत होते. सगळं सुरळीत होण्यासाठी खूप काळ लागणार होता – लागत होता – पण माझ्या मुलाचं 'सर्वसामान्य' होणं कुठे मला दिसतही नव्हतं. त्याच्या मानसिक जखमांवर मलमपट्टी करावी लागत होती. ते वेळखाऊ काम होतं. त्या घरातल्या क्रोध, चीड यांमुळे या लहान मुलातल्या 'विश्वास', 'आनंदी वृत्ती', 'सहजस्वभाव' या सुंदर गोष्टी नाहीशा होऊ लागल्या होत्या.

म्हणून डेव्ह आणि मी आम्ही दोघं डॅशला आनंदी प्रेमळ कुटुंबाचं उदाहरण दाखवून देत होतो. पीटर, त्याचं पालकत्व यांकडे मी संपूर्ण दुर्लक्ष करू लागले. आमचं सारं लक्ष आम्ही आणि डॅश यांवरच केंद्रित केलं. कोणताही राग, द्वेष, टीका, अटी यांखेरीज आमचं आयुष्य जगू लागलो. एक ना एक दिवस डॅशला हा फरक समजेलच. पण त्याआधी त्याला तो फरक जाणवला पाहिजे, त्यानं आम्हाला तसं पाहिलं पाहिजे, आमचं घर तसं सुखरूप, सुरक्षित, घरेलू, मवाळ वाटलं पाहिजे. विश्वास, प्रेम, स्वीकार या गोष्टी प्रतीत झाल्या पाहिजेत; असं मला वाटलं. डॉ. गुडवेलच्या बोलण्यातून डॅशचा सांभाळ असा आगळ्या-वेगळ्या प्रकारे करण्याची माहिती आणि आत्मविश्वास मला मिळाला होता. जेव्हा डॅश आमच्या सोबत असायचा, तेव्हा आमचं सारं आयुष्य डॅशभोवती केंद्रित झालेलं असायचं. तो येणार असेल, तर आम्ही कुठल्याही डीनरपार्टीला जायचो नाही. आमचे मित्र आम्हला समजून घ्यायचे. कधी-कधी सॅंडीला सांगून मी वॉरेनला बोलवायचे; तो नसेल, तर दुसरी मैत्रिण मेर्ना हापेनी आणि तिचा मुलगा माईल्स – हादेखील डॅशबरोबर क्वीन मेरी शाळेत शिकत होता – यांना बोलवायचे. मी आमच्यासाठी पालकांचा एक आधारगट तयार केला होता, त्याच्यासाठीही भोवतालच्या परिसरातील खेळगड्यांचा गट तयार केला होता. मी त्याला 'आपण चॉकलेट केक करू या.' किंवा 'कोल्बीला तुला भेटावंसं वाटतंय.' असं सांगायचे, नाना प्रलोभनं दाखवायचे; ज्यामुळे त्याला आमच्याकडे-माझ्याकडे राहावसं वाटेल. साध्या-सुध्या सर्वसामान्य घरात घडणाऱ्या गोष्टींबद्दलच त्याला सांगायचे. कारण 'सर्वसामान्य घर' हीच गोष्ट महत्त्वाची होती. आम्ही बिस्कीटं बनवायचो. वेगवेगळे खेळ, व्हिडीओ गेम खेळायचो, सिनेमाला जायचो. काय जे करायचो, ते एकत्र कुटुंबाचं मिळून करायचो, एकत्र जेवताना हास्य-विनोद करायचो. कधी-कधी माझ्या लक्षात यायचं की, डॅशला केवळ 'मी'च हवी असायचे. अशा वेळी आम्हाला दोघांना सोडून डेव्ह मुलांना घेऊन बाहेर जायचा. पण बऱ्याचदा आम्ही एकत्रच घरात थांबायचो. आणि डॅशला केवळ घरातली मौजच अनुभवायला मिळत नसून घरगुती

वातावरण, त्यातलं प्रेम, जिव्हाळा मिळतोय, याकडे लक्ष ठेवायचो. पुढच्या भेटीचे, भेटीत काय करायचे, याचे बेत केल्याखेरीज मी त्याला सोडायचे नाही. घरी सोडताना त्याला कधी बिस्किटं, तर कधी रंगीत, चमकीचं पेन द्यायचे, कधी स्टिकर्स द्यायचे किंवा त्या आठवड्यातले आम्हा सर्वांचे फोटो द्यायचे. कधी मी त्याला राहण्याचा आग्रह केला, तर किंचाळून तो म्हणायचा, "मला नाही वाटत तसं." तर मी "ठीक आहे." म्हणून सोडून द्यायचे. त्याला केव्हा घरी जायचंय, असं विचारल्यावर, "एक तासानं चालेल." असं तो उत्तर द्यायचा. तेव्हाही मी "काही हरकत नाही." असं उत्तर द्यायचे. घरी सोडताना मी त्याला घट्ट मिठीत घ्यायचे. त्याचा पापा घ्यायचे. तो घराशी पोहोचल्यानंतर मी बोटा-हातानं हृदयाचा आकार करून त्याचा निरोप घ्यायचे.

जेव्हा मी डॅशबरोबर नसायचे, तेव्हा मी आमच्या दोघा बाळांना वाढवत असायचे, डेव्हची चांगली पत्नी व्हायचे. माझी तब्येत उत्तम ठेवणं, हे आता गरजेचं झालं होतं. एक ॲथलिट म्हणून माझी तब्येत तशी चांगली होती, नवी उभारी घेत होती. या साऱ्या कुटुंबरूपी जहाजाची मी कप्तान होते. मुख्य म्हणजे माझ्या लग्नाकडे दुर्लक्ष करून मला चालणारच नव्हतं. मला प्रत्येक क्षणी डेव्हला माझ्या प्रश्नात गुंतवत ठेवून त्या प्रश्नाचं सावट आमच्या वैवाहिक जीवनावर येणं, हे नकोच होतं. हे असं होणं, म्हणजे पीटरच्या आनंदात भर पडण्यासारखं होतं. माझ्या पहिल्या मुलाशी असलेले माझे संबंध गुंतागुंतीचे, संदिग्ध होते; म्हणून माझ्या इतर दोन मुलांशी असलेले संबंध बिघडवणं, ही गोष्ट नामुश्कीची होती. रागावून, निराश होऊन काहीच साध्य होणार नव्हतं. त्यामुळे माझ्या गाडीत बसून जाता-येता मी एकटीच नैराश्यावर मात करण्याचा प्रयत्न करत होते, राग शांत करत होते. रागाने होणारा विनाश तर मी अनुभवतच होते. मी माझं लक्ष घराकडे, कुटुंबाकडे, न रडण्याकडे केंद्रित केलं. आयुष्यात दूर पळण्याऐवजी मी उभारी घेत राहिले. पुढे-पुढेच जात राहिले.

मी जागेपणी, गाडी चालवताना, डेस्कजवळ बसल्यावर नेहमीच डॅशचा, त्याचं आयुष्य मार्गी लावण्याचा विचार करायचे. त्याला सुटीत घरी बोलावण्याचं स्वप्नं पाहायचे. शक्य होईल तेव्हा मी त्याला फोन करायचे. मेल धाडायचे. त्याच्यासाठी बिस्किटं भाजून मी त्याच्या दाराजवळ ठेवायचे. त्याच्यासाठी ॲक्सेस असेल, तेव्हा त्याला भेटायचे. त्याच वेळी एकीकडे मी माझं उरलेलं आयुष्यही जगत होते. डेव्हला चुंबन देऊन कामावर धाडत होते. हे नि ते – वेगळं करत होते. माझ्याभोवती घरादाराचं प्रेमळ वातावरण होतं. आणि डेव्हच्या प्रेमळ मिठीत, मुलांच्या किलबिलाटात मला बळ मिळत होतं.

पण डॅशची गैरहजेरी काही वेळा असह्य व्हायची. जणू तो मंगळावर असल्याइतकं आम्हा दोघांत अंतर होतं. पीटरला डॅशची एकल कस्टडी मिळून तीन वर्षं झाली, त्या दिवशी मला वाटलं की, मी किती थोडा वेळ डॅशला भेटले होतो. त्या थोड्या अवधीत त्याची समस्या सोडवण्याचा प्रयत्न करत होते. जे चालू होतं, ते निश्चितच उपकारक होतं. पण डॅशचा एक जुना मित्र मला अलीकडे सांगत होता, ''मुलांच्या आयुष्याचे दोन भाग असतात. एक कौटुंबिक, दुसरा शालेय. त्यामुळे डॅशचं कौटुंबिक आयुष्य जरी भयावह असलं – आणि तसं ते होतं – तरी शालेय वातावरण त्याला समजून घेणारं, वळण लावणारं होतं. आम्ही तो काही वेडंवाकडं वागू लागला, तर त्याला नीट रस्ता दाखवायचो.'' त्याची कितीतरी दोस्तमंडळी त्याला प्री-स्कूल (बालवाडी)पासून ओळखणारी होती. ती त्याच्याकडे लक्ष द्यायची. त्याचं घरेलू, कौटुंबिक जीवन आपल्यासारखं नाही, याचं भान या मुलांना होतं. त्यामुळं ती मुलं डॅशला चुचकारून वठणीवर आणायची. ''डॅश, हे करू नकोस. शांत हो डॅश!'' एक मित्र सांगत होता की, ती मुलं डॅशला सर्वसामान्यासारखं वागायला सांगायची. आपण काही विचित्र वागत आहोत, हे डॅशला समजत होतं का? की इतर त्याची कीवच करत होते?

मी डॉ. गुडवेलबरोबरच्या भेटी चालूच ठेवल्या. आता आमचं संभाषण डॅशचं वागणं, बोलणं, वर्तनप्रक्रिया, त्याची मानसिक जडणघडण इ. कडून पीटरकडे, डॅशवर असलेली त्याची छाप यांकडे वळू लागलं होतं. पीटरचा राग आणि त्याची लुडबूड यांवर आमचं बोलणं होई. माझं डॅशबरोबर फोनवर बोलणं सुरू असलं की, पीटर तेथेच मोठमोठ्याने शीळ घालायचा किंवा गिटार वाजवायचा – हे मी डॉक्टरला सांगितलं. सॉकरच्या खेळावेळी पीटर माझ्याकडे कसे क्रुद्ध कटाक्ष टाकायचा, काही दिवसांनंतर खेळाच्या मध्यांतरात डॅश माझ्याकडे येईनासा झाला; इतर मुलं आपापल्या आईकडे जायची, पण डॅश यायचा नाही; हे सगळं मी डॉक्टरला सांगितलं. पीटरच्या म्हणण्यानुसार डॅश माझ्याकडे नाटकी वागायचा किंवा पीटरचं दारू पिणं यांबद्दलही बोललो. पीटरचे मला येणारे अर्वाच्य फॅक्सदेखील मी त्यांना दाखवले. ज्यात लिहिलं होतं, मी बेजबाबदार होते, डॅशच्या इच्छांचा मी सन्मान करत नव्हते, इत्यादी. डॅशचे माझ्याशी असलेले नातेसंबंध बिघडवण्यात पीटरचा मोठा हातभार होता, असं माझ्यासारखं डॉ. गुडवेललाही वाटू लागलं होतं.

''अलिप्तपणा हा विभक्त होण्यातलं नैराश्य टाळण्याचा एक संरक्षक पवित्रा असतो. यात दुसऱ्या पालकाचा मोठाच सहभाग असतो.'' डॉ. गुडवेल सांगत होता. मी कान टवकारून ऐकत होते. ''कोणी एक पालक जेव्हा मुलाच्या निष्ठेची खेचाखेच करतो, दुसऱ्या पालकाबरोबरच्या त्या मुलाच्या नात्याकडे, हितसंबंधांकडे दुर्लक्ष

करतो, दुसऱ्या पालकाशी संबंध ठेवण्याबद्दल नाऊमेद करतो; तेव्हा मुलात 'तुटलेपणाची' जाणीव अधिक तीव्र होते. मला वाटतं, इथं तसंच होतंय.'' डॉक्टर म्हणाला.

डॅशनं काय विचार करावा, हे पीटर त्याला सांगत होता. मी डॉक्टरचं सांगणं कान देऊन ऐकण्याचा प्रयत्न करत होते. पण माझं रक्त सळसळत होतं. मला जे तीन वर्षांपूर्वीच वाटलं होतं, तीच गोष्ट मला हा डॉक्टर सांगत होता. म्हणजे मी मूर्ख नव्हते, अतिसंरक्षकही नव्हते, भावव्याकूळ नव्हते की कस्टडी मिळाली नव्हती म्हणून वेडावलेही नव्हते. माझं बाळ दुःखी होतं आणि ते दुःख जाणवून मी तसा प्रतिसाद देत होते. डॅशच्या मनातल्या माझ्याबद्दलच्या प्रेमळ भावना नष्ट व्हाव्यात, ह्या पीटरच्या योजनेत किंवा त्याच्या रोगट मनोवृत्तीला आता काही महत्त्व नव्हतं. कारण ते तसं घडलं होतं – घडत होतं. हा अत्याचार, हे बालशोषण महत्त्वाचं होतं. आणि आम्हा तिघांपैकी ह्यातून वाट काढायची, हे सुरळीत करण्याची जबाबदारी केवळ माझ्यावर होती. डॅश मूल होता. पीटर रोगट होता. मीच निरोगी होते. परिस्थिती आता गळ्याशी आली होती. मला मार्ग काढावाच लागणार होता.

''तुला तुझ्या मुलासाठी तुझा ॲक्सेस वापरावाच लागेल.'' नॉर्मन गुडवेलनं पुन्हा सांगितलं. ''काहीही करून तुला ते जमवावंच लागेल.''

रडत-रडतच गाडी चालवत मी घरी आले. (नेहमी मी गाडीतच रडायचे.) पण हे या वेळचे अश्रू दुःखाचे, झोंबरे नव्हते. ते सुटकेचे होते. माझं प्रेमच माझ्या मुलाला वाचवणार होतं.

■

चिरडलेला!

डॅश माझ्याबरोबर अवघा तीन तास होता. पण त्या मोलाच्या तीन तासांत पीटरनं त्या मुलाला तीन वेळा फोन केला. "डॅश, घरी यायची तयारी झाली का?" नंतर "सात वाजता तयार राहा." "डॅश, ठीक सात वाजता मी घराबाहेर असेन." नंतरही माझ्या आन्सरिंग मशिनवर तीन निरोप होते. आणि प्रत्येक निरोपात त्याचा आवाज जास्तच जड होत चालला होता. अखेरचा निरोप आला, त्या वेळी पीटरला दारू चढलेली होती, असं त्या आवाजावरून स्पष्ट कळत होतं. मला त्याच्याबरोबर डॅशला पाठवण्याची भीतीच वाटली. तो निरोप ऐकून मी पीटरला लगेच फोन लावला. पण त्या फोनवर आन्सरिंग मशिनचं उत्तर आलं. तो निघाला असावा? मी पुन्हा फोन लावला. पण उत्तर आलं नाही. मी खिडकीबाहेर डोकावले. टॅक्सी उभी होती. पीटर दाराकडे चालत येत होता. "माझं आता जजबरोबर डीनर झालंय आणि तू आणखी काही दोष देण्याआधी सांगतो, माझी गाडी दुरुस्तीला गेलीय."

मी काहीच बोलले नाही. तो असा झिंगलेला असताना त्याच्याशी मी अगदी जुजबीच बोलायचे. पीटरच्या दारूचा दर्प येत होता. मी निघाले, तशी त्यानं माझ्या हातात एक कागद दिला. मी तो न वाचताच घेतला.

"डॅश कुठाय?"

"तो आत आहे. पीटर, तू प्लीज इथेच थांब."

मी खाली मुलांच्या खेळण्याच्या खोलीत गेले. डॅश तिथे टीव्ही पाहत होता. मी त्याच्याशी बोलायला सुरुवात केली. मला ते कधीपासून बोलायचं होतं. कारण मला त्याला असं टॅक्सीतून पाठवणं रुचायचं नाही.

"मला वाटत होतं, तू आज रात्री राहशील. राहतोस का?"

पण डॅश आताशा रात्रीचा राहायचा नाही. त्यालाही ते ठाऊक होतं. "का मॉम?" तो सावधपणे म्हणाला.

"खरं सांगायचं तर डॅश, तुझ्या डॅडनं आज खूप दारू प्यायली आहे. आणि अशा वेळी माणसं फारशी भानावर नसतात."

तो टीव्हीकडे पाहत होता. चेहरा मख्ख होता.

"तू इथं राहिलेलं आवडेल मला."

"मी डॅडबरोबर जातोय." तो यंत्रवत फाटकन म्हणाला. हे असं होणार, हे मला ठाऊकच होतं. तरीही शांत, संयत स्वरात मी म्हणाले, "डॅश, आज एक रात्र तू इथे राहा की. उजाडताच मी तुला घरी पोहोचवीन. प्लीज डॅश!"

टीव्हीचा आवाज कमी केला, त्याच्या शेजारी बसले आणि त्याच्याशी हलक्या आवाजात, त्याच्या बापाबद्दलच्या त्याच्या निष्ठेची जाणीव ठेवून सावधपणे बाजूबाजूने बोलत राहिले. डॅश माझ्याकडे पाहत नव्हता. "डॅश, तुझ्या डॅडची दारूबद्दलच एक समस्या आहे." एवढ्या आरोपानंतरही डॅशनं कसलीच प्रतिक्रिया व्यक्त केली नाही. "मधुमेह किंवा कॅन्सरसारखंच हेही दुखणं आहे. तेव्हा मी काय सांगते, त्याबद्दल फारसं वाईट वाटून घेऊ नकोस."

डॅश त्याच्या पँटच्या चेनशी चाळा करत होता.

"पण मला काळजी वाटते." मी त्याचा हात माझ्या हातात घेत म्हणाले. "कारण तुझा डॅड आता दारू पिऊन तुला घेऊन जाणार आहे. आणि नशेत माणसांना गाडी चालवता येत नाही. प्रत्येकाचं तसंच असतं."

"तो नीट आहे." डॅश ठामपणं म्हणाला. "तो काही इतका पित नाही."

"ठीक आहे. तुला तुझं मत आहे. पण तू माझाही मुलगा आहेस. आणि मला वाटतं की, आज रात्री तू येथे राहावंस."

"मी डॅडबरोबर जातोय." कोचावरून उठत डॅश म्हणाला. "डॅड कुठे आहे?"

मी त्या आठ वर्षांच्या चेहऱ्याकडे पाहत राहिले. तो चेहरा अत्यंत निग्रही, कठीण होता. मी आतापर्यंत विणत आणलेलं माझं प्रेमाचं जाळं तो उठताक्षणीच तुटलं होतं. आणि मी माझा आग्रह नेटाने पुढे नेला असता, तर तो माझ्यापासून आणखी दुरावला असता. त्यामुळे मनोमन मी माघार घेतली. त्याच्यावर माझा जो काय थोडाफार प्रभाव होता, तो मला गमवायचा नव्हता. त्यामुळे मी माझं नेहमीचं पालुपद म्हटलं, "ठीक आहे. डॅश, मला समजतंय. मी तुझ्याशी वादही घालणार नाही. पण तू माझा मुलगा आहेस. आणि माझं तुझ्यावर प्रेम आहे. तू सुखरूप असावास, असंच मला वाटतं आणि तू तसा आहेस, याबद्दल मी माझी खात्री करून घेणं सोडणार नाही."

"मॉम, मला ते माहीत आहे." पायऱ्या चढताना डॅश म्हणाला. बापाला

ओलांडून टॅक्सीत जाऊन बसला. दार शांतपणे लावून घेतलं. त्याचा बाप माझ्यावर खेकसत, संतापत चालला होता. डॅशनं आम्हा कोणाकडेही पाहण्याचं टाळलं.

पुढच्या आठवड्यात डॅशला आणण्यासाठी मी बुधवारी दुपारी चार वाजता गेले. नंतर शुक्रवारीही गेले. चार वाजल्यापासून मी बाहेर वाट पाहत थांबले होते. पण मुलगा आलाच नाही. मग मात्र माझं डोकं सणकलं. मागच्या आठवड्यातल्या घटनेमुळे मी हादरले होते. माझ्या मुलाचं रक्षण करण्यास मी असमर्थ होते, हे लक्षात घेऊन घरी जाता-जाता मी माझ्या वकिलाला जेराल्डला फोन लावला.

"जेराल्ड? मी पॅमेला."

"पॅमेला? काय झालं? चार वाजलेत. तू हर्टच्या घरी आहेस का?"

"मी नुकतीच निघालेय. डॅश तिथे नव्हता, घरीही कोणी नाही. अणि पंधरा मिनिटं मी बाहेर थांबले होते. कोल्बी त्याच्या दाईबरोबर घरी आहे. तिलाही तिच्या घरी जायचं आहे."

मला जेराल्डचा वैतागलेला, कष्टी सुस्कारा ऐकू आला.

"हे असं किती काळ चालणार?" मी विचारलं.

"पॅम, घरी जा. तुला हवं असेल, तर मी त्यांना तू नंतर येणार असल्याचा फॅक्स धाडतो."

"नाही, नको. आज रात्री नको. आज डेव्हची आई विनिपेगहून आमच्याकडे येणार आहे. मलाही स्वयंपाक-पाण्याचं बघायला हवंय, आणि तशीही डॅशच्या येण्याची खात्री नाहीच मुळी. त्यामुळे आजची रात्र जाऊ दे."

"नक्की? तुझी खात्री आहे?"

"जेराल्ड, तुला माहिती आहे की, मला कशाचीच खात्री नाही. तू आपला सांगत आलास, परिस्थिती बदलेल. डॅश मोठा होईल, पीटर मार्गी लागेल. पण केव्हा ते? नॉर्मन गुडवेलचं म्हणणं आहे की, कदाचित तसं होणारही नाही."

"पॅम –"

"तीन वर्षं झाली. हे अस्सं चाललंय. तू सांगतोस की, पीटरचं आयुष्य स्थिर स्थावर झालं नाहीतर तो असं काही करेल की, त्यामुळे आपण कोर्टात जाऊ शकू. ठीक आहे. मी वाट पाहतेच आहे. पण जेराल्ड, मुळात काही घडण्याची वाट का पाहायची? मी कोर्टाला कोर्टाच्या हुकमाची अंमलबजावणी करावी, असं का सांगू शकत नाही?"

"कोर्ट सांगू शकत नाही, कारण ते चिमटीत सापडलं आहे. हर्ट सांगेल की, तो डॅशला जायला सांगत होता, पण डॅशचीच तेव्हा इच्छा नव्हती. जेव्हा डॅशला इच्छा होईल, तेव्हाच डॅश तुला भेटेल. हर्ट असंही सांगेल की, जर डॅशची स्वत:चीच इच्छा नसेल, तर तो काही डॅशवर बळजबरी करू शकणार नाही. कारण डॅशनंच हे सारं स्पष्ट सांगितलंय. आणि हे कसं हाताळावं, हेच कोर्टाला उमजत नाहीये."

"डॅशनं स्पष्ट सांगितलं? इतका मूर्खपणा कुठलाच नसेल! ज्या मुलाला असं पढवण्यात आलंय की, त्याला केवळ एकाच पालकाची निवड करायची आहे; अशा लहान मुलाच्या शब्दावर कोर्ट कसं विश्वास ठेवतं! हे शब्द डॅशचे नाहीत, ह्या भावनाही त्याच्या नाहीत. पीटर डॅशचा वापर करतोय. हे शोषण चालू आहे. जेराल्ड हा अत्याचार आहे, बालशोषण आहे." माझा आवाज कापला. हेच *वास्तव मी जगत होते.* मी मान झटकली आणि लक्ष एकाग्र केलं. "आपण भावनिक शोषणाचा मुद्दा विचारात घेऊ शकत नाही, कारण तो पुराव्यानं सिद्ध करता येणं कठीण आहे, असं तू म्हणाला होतास."

"माझ्या अनुभवानं बोलतोय मी ते."

"जेराल्ड, डॅशचा बोलवता धनी पीटर आहे, हे मला पक्कं ठाऊक आहे. त्याला माझ्याकडे यावंसं का वाटत नाही, याबद्दल सांगितलेलं कुठलंही कारण पटत नाही. कारण ती काही खरीखुरी कारणं नाहीतच मुळी; ती सगळी पीटरची आहेत, पीटरच्या मनातली आहेत."

"पण कस्टडी तर पीटरला मिळाली आहे नं? त्यामुळे आपण कोर्टात यशस्वी होऊ शकत नाही. खेरीज तोच कोर्टाचा पहिला मुख्य आधार आहे. तुझ्या ॲक्सेसमध्ये अडथळा येण्याबरोबरच आणखी इतर काही कारणं असती, तर कोर्टात आपल्याला काहीतरी संधी मिळाली असती."

"म्हणजे आपण काही म्हणणं, म्हणजे आपल्यावरच बाजू उलटण्यासारखं होतंय का?"

"तसंच."

"मग आपण काय करायचं? मला फक्त डॅशनं माझ्याबरोबर वेळ घालवायला हवाय. पीटर म्हणतोय, 'त्याला एकटं राहू दे. तो छान आहे. तो वाढतोय. तो आनंदी आहे.' पण ते कसं शक्य आहे? डॅश अवघा आठ वर्षांचा आहे, अठरा वर्षांचा नाही. त्याला त्याची आई भेटणं महत्त्वाचं आहे."

माझ्या या पीटरच्या घराबाहेरून केलेल्या तातडीच्या बोलावण्याला, पीटरला त्याच्या वकिलाला फॅक्स धाडण्याला, टळलेल्या ॲक्सेसवेळेची भरपाई करण्याच्या अंमलबजावणीला माझा वकील कंटाळेल; अशी मला नेहमी धास्ती वाटायची. माझी केस ही खूप वेळखाऊ, ताण देणारी आणि तापदायक असल्याचंही भय वाटायचं.

"पॅम, आपण ठोस पुरावे सादर करायला हवे. ते क्षुल्लक म्हणू शकतील, अशी तक्रार घेऊन आपण कोर्टापुढे जाऊ शकत नाही."

"मलाही तेच म्हणायचं आहे. माझ्या मुलाशी माझ्या ॲक्सेस होत नाही, ही गोष्ट या लोकांना क्षुल्लक वाटतेय कशी? कोणाही आईला, कोणाही पालकाला विचार, जेराल्ड. हे क्षुल्लक नाही. डॅशला दोन पालक आहेत आणि त्याला दोन्ही

पालक मिळालेच पाहिजेत. मला दिलेला ॲक्सेस वेळ हा खंडीभर कारणं देऊन नाकारला जातो, ही काय क्षुल्लक गोष्ट आहे?''

"कोर्टात जे तुला सांगितलं, तेच पीटर सांगेल. तो म्हणेल, डॅशची तशी इच्छा होती.''

"डॅशला काय वाटतंय यावर किंवा डॅशला काय वाटेल, असं जे पीटर सांगतोय, त्यावर माझा अजिबात विश्वास नाही. डॅशला काय वाटतं, यापेक्षा त्याचे त्याच्या आईशी असलेले नातेसंबंध जास्त महत्त्वाचे आहेत. डॅश मोठा असता, तर हे ठीक होतं. पण डॅश लहान आहे. त्याला आई आहे, जेराल्ड. मग आपण काय करायचं? मी काय पीटरची फक्त 'तो आनंदी आहे, पाखरासारखा किलबिलत असतो.' अशी ॲफिडेव्हिट्स वाचायची – प्रत्यक्षात तसं काहीही नाही, हे इतरही सांगत असता, मलाही दिसत असताना! कितीतरी वेळा पीटर त्याला घेण्यासाठी, दारू पिऊन बेताल होत आला आहे. मला भीती वाटतेय की, एक दिवस ते घरी परतूच शकणार नाहीत. आणि मला ते दुःख सोसत जगावं लागेल. मला हे थांबवता येत नाही. आणि अरे, मी त्या मुलाची आई आहे, जेराल्ड. मी कोर्टात जाऊ नये, म्हणून यातल्या कोणत्या मुद्याकडे मी दुर्लक्ष करू?''

आम्ही दोघंही थांबलो. मी माझ्या घराजवळ आले होते. माझ्या घरात शिरण्यापूर्वी मला हे सारं संभाषण पूर्ण करायचं होतं.

"जेराल्ड, माझ्या मुलानं सर्वसामान्य आयुष्य जगावं, दोघंही पालकांसमवेत त्यानं सहजपणे वागावं, एवढीच माझी इच्छा आहे. त्यानं मला भेटावं, असं मला वाटतं. तो माझ्याकडे का आला नाही, याचं एकही सयुक्तिक कारण त्यानं मला दिलं नाही. आणि त्यानं माझ्याकडे येऊ नये, असलं काहीही मी केलं नाही. घटस्फोटित पालकांची मुलं डॅशसारखी वागत नाहीत. त्यांना शांतता, स्थैर्य, स्वास्थ हवं असतं. ती दोन्ही पालकांना चिकटून राहतात आणि कोणा एकाचीच निवड करत नाहीत. नॉर्मन गुडवेलच्या मते यात – डॅशच्या वर्तनात – काहीतरी वेगळेपणा आहे. त्याला वाढवण्यामागे कसली तरी रोगट वृत्ती आहे. आणि माझा गुडवेलवर विश्वास आहे. हां – जर माझ्याशिवायही डॅशचं आयुष्य फुलत असतं, विकसित होत असतं, तर तेही मी मान्य केलं असतं. पण तसंही झालं नाही. आम्ही विभक्त झाल्यापासून पीटरचा माझ्याबद्दलचा दृष्टिकोन सुधारत नाही. उलट दिवसेंदिवस या बालशोषणाच्या घटनांमुळे तो अधिकाधिक वाईट होत चालला आहे; असं दिसतंय. शाळेतही डॅशची कामगिरी म्हणावी तितकी चांगली नाही. पण खरं तर तो एक हुशार मुलगा आहे. मला एलिझाबेथ – तिची मुलगी डॅशच्याच वर्गात आहे – सांगत होती की, डॅशच्या शिक्षकांना मला भेटायचं होतं. पण ती परवानगी दिली नाही. त्या शिक्षकाच्या म्हणण्यानुसार, डॅश समस्याग्रस्त मूल झालाय. गेल्या

महिन्याभरात तो शाळेतही गेला नाही. पीटरच्या म्हणण्यानुसार तो दोन आठवडे फ्ल्यूने आजारी होता. दोन आठवडे! नंतरचे दोन आठवडे तो मेक्सिकोला गेला. पीटरचं पिणंही वाढलंय. आणि जेवढा जास्त तो पितो, तेवढी जास्त तो मला डॅशसमोर शिवीगाळ करतो. मेर्नाच सांगत होती. ती काही आठवड्यांपूर्वी माईल्सला घेण्यासाठी डॅशकडे गेली, तेव्हा पीटरनं बरळतच दार उघडलं होतं. त्याच्या साऱ्या शर्टवर रेड वाइन सांडली होती आणि त्याकडे तो हसून दुर्लक्ष करत होता. ती गोष्ट त्यानं हसण्यावारी नेली होती. त्या दिवसापासून तिनं माईल्सला डॅशकडे खेळायला धाडणं बंदच केलंय.'' मी थांबले.

''पीटर अजूनही तसलेच संदेश धाडतो?'' जेराल्डनं विचारलं.

''हो! किंवा मी त्याच्याशी बोलायला सुरुवात केली की, तो बरळत सुटतो किंवा 'हा बर्ट बिनरी' असं म्हणत हसत बसतो.''

माझ्या निराशेमुळे माझी विचारशक्ती कुंठित होत होती. आणि तरीही मला विचार करायचाच होता. ''जेराल्ड?''

''काय पॅमेला?''

''जर मी काही न करता नुसतं 'ठीक आहे' म्हणत राहिले, तर ते मुळीच ठीक नसणार. कारण मी तोही प्रकार अवलंबून पाहिला. आणि काहीच फरक पडला नाही. पण आता मला वाटतंय की, या साऱ्या परिस्थितीत फरक पडायचा असेल, तर तो कोर्टात जाऊनच होईल. पहिल्यांदा त्यांनी ठरवलं की, डॅश त्याच्या डॅडबरोबर राहील. तेव्हाच मला वाटलं होतं की, पीटर या स्थितीचा उपयोग माझ्या विरोधात करेल आणि यात मी, डेव्ह, डॅश आणि तूसुद्धा भरडले जाऊ. तो यात डॅशला गोवणार, ह्याची मला कल्पना होती. पण आता माझ्या मुलाच्या आयुष्यातून माझं हे असं पुसलं जाणं मला पाहवत नाही, पाहवणारही नाही. मी कोर्टात जाणार – माझा ॲक्सेस मिळवणार.'' मी शांतपणे म्हणाले. ''हे मी ठरवलंय.''

माझ्या वकिलानं मोठा श्वास घेतला. नंतर तो वस्तुनिष्ठ आवाजात वास्तवाची जाणीव करून देत म्हणाला. ''मग आपण हे पद्धतशीर केलं पाहिजे. आपल्याला एक घटस्फोटित पत्नी यापेक्षा काही वेगळी बाजू मांडावयास हवी. एक तर तू ही लढाई दोन वेळा हरली आहेस. पहिल्यांदा तात्पुरत्या कस्टडी खटल्यात. आणि दुसऱ्यांदा घटस्फोट आणि कस्टडीच्या खटल्यात. तुझं त्याच्या दारू पिण्याबद्दलचं बोलणं आपल्याला कसलाच मार्ग दाखवत नाही. मग तुझ्याजवळ त्याचं बरळणं सांगणाऱ्या कितीही टेप असोत. आपण जर कुणा त्रयस्थाच्या ठोस पुराव्याअधारे कोर्टात जाणार नसू, तसे पुरावे कोर्टात सादर करणार नसू, तर कोर्टात जाणं म्हणजे नाहक वेळ घालवणं ठरेल. पीटरला दोन वेळा कस्टडी मिळाली आहे. मानसशास्त्रज्ञांचा अहवालही दोन्ही वेळा त्याच्या बाजूचाच होता. तो कोर्टात उत्तम युक्तिवाद करतो.

त्याच्याकडे त्याच्या बाजूनं बोलणारे लोक आहेत. त्यात त्याची नवी बायको सुझन मॅक्ग्रेगरही आहे. आणि त्याच्याकडे डॅश आहे.'' ह्या अशा अडचणी ऐकता-ऐकता मला स्वत:लाच अधिकाधिक लहान होत चालल्याचं वाटू लागलं, ऐकूनच दमायला झालं. पुढचा रस्ता नक्कीच भयानक होता. आणि पीटरनं या शक्तिप्रदर्शनाच्या खेळात डॅशला गळ्यापर्यंत गोवल्याने मी जर माघार घेतली, तर मला जिंकण्याची थोडीफार शक्यता होती. अन्यथा कायमच युद्धसज्ज असलेल्या घरात रणधुमाळी सुरू झाली असती.

''हे सगळं जरी असलं,'' जेराल्ड पुढे बोलतच होता, ''तरी पीटरनं डॅशला तुला भेटवावंच, यासाठी आपल्याला कोर्टाशिवाय पर्याय नाही. जर आणि जेव्हा तुला वाटेल, तेव्हा कस्टडीत बदल करवून आणण्यासाठी कोर्ट हीच आपली एकमेव जागा असेल.''

शेवटी कोर्ट हाच अखेरचा पर्याय असेल; तर मी माझी बलस्थानं, वर्मस्थानं अजमावू लागले.

पीटरचं दारू पिणं आणि डॅशचं शोषण हे मुद्दे कायदेशीर लढाईसाठी माझ्या दृष्टीनं कुचकामी होते. पीटरनं माझी जी खोटी – म्हणजे भावनाशील, आक्रमक, अविचारी, खटल्याची आवड असणारी चिडकी बाई – प्रतिमा उभी केली होती; त्याऐवजी खरी मी कशी होते, हे प्रत्येक वेळी मी दाखवलं होतं. त्यामुळे माझ्या मनात नसूनही मी माघार घेतली होती. 'आपण भांडण-तंट्यापासून दूर राहिलं पाहिजे,' जेराल्ड म्हणत होता आणि त्यात तथ्यही होतं. पण आता डेव्हला या माघार घेण्याच्या चालीविषयी शंका येऊ लागली होती. मलाही या चालीचा खेद वाटू लागला होता. मी याआधीही पीटरच्या व्यसनाचा मुद्दा उभा केला होता. जजला हेही सांगितलं होतं की, डॅशला घ्यायला येते वेळी पीटरच्या कारमध्ये दारूची अर्धी-उघडी बाटली असायची. यावर जज वेटमोरनी क्षमाशील वृत्तीनं 'काय हे पीटर' एवढाच शेरा दिला होता.

पीटरची त्याच्या वकीलमित्रांनी पाठराखण करणं, हेही माझ्या नैराश्याचं आणखी एक कारण होतं. एकदा मी आणि डेव्ह वेस्ट व्हँकूव्हरमध्ये एका पार्टीला गेलो होतो. थोड्या वेळापुरते तो आणि मी अलग झालो होतो. तेवढ्या वेळात डेव्हची एका चौघांच्या गटाशी ओळख करून दिली गेली. त्यातलाच एक डेव्हिड गिबन्स हा पीटरचा नवा वकील होता. घुसखोरी, चोरून ऐकणं, एकांताचा भंग करणं – कारण आम्ही फोनवरचं संभाषण टेप केलं होतं – या साऱ्या आरोपांखाली पीटरनं आमच्यावर खटला दाखल केला होता. त्या खटल्याचं कामकाज हा वकील पाहत होता. (खरं तर टेप म्हणजे त्यानं आमचं भाषण टेप केलं, आम्ही त्याचं, अशी फिटंफाट होती. वकिलाच्या मते तो निव्वळ मूर्खपणा होता.) त्या वकिलानं

डेव्हिडशी हस्तांदोलन करत म्हटलं, "मला माहीत नव्हतं की, ते तुम्हीच रिचर्डसन आहात म्हणून." डेव्हनं त्याच्याकडे प्रश्नार्थक मुद्रेनं पाहिलं. वकील पुढे म्हणाला, "तुम्ही इतके सभ्य, समंजस दिसता आहात की; अरेरावी करून तुमचा पाठपुरावा करणं कठीणच दिसतंय."

"डेव्हिड धन्यवाद!" डेव्ह म्हणाला. "पण सभ्यता म्हणशील, तर मी माझ्या बायकोच्या पासंगालाही पुरणार नाही. म्हणून तर हे सगळं अकारण चाललंय असं वाटतंय."

"तू एक भला माणूस दिसतोस." गिबन्स प्रेमळपणे म्हणाला. "तू, पॅमेला आणि पीटर यांच्यात हे वैर कशामुळे उद्भवलंय?"

"डेव्हिड, मला काही अपमान करायचा नाही आणि तो तुझं अशील आहे, हेही मला माहीत आहे." डेव्ह म्हणाला. "पण, मला वाटतं की, पीटर हा आत्मविनाशी माणूस आहे. माझ्या बायकोबद्दलचं त्याचं क्रौर्य हे कुठल्यातरी खोलवरच्या रागाची प्रतिक्रिया असावी."

त्या वकिलानं मान डोलावली. त्याला आपल्या म्हणण्यात गम्य वाटलं, तो काही त्रासलाही नाही किंवा त्याला धक्का बसल्याचंही दिसलं नाही; हे पाहून डेव्ह म्हणाला, "मला वाटतं की, तो जात्याच चिडखोर वृत्तीचा आहे. आणि त्याचं हे अति दारू पिणं यामुळेच आमच्या मते हे प्रश्न निर्माण होत आहेत."

डेव्ह थांबला. तो वकील उत्तरला, "हं! पीटरची समस्या सर्वज्ञात आहे."

डॅशची समस्या सर्वज्ञात नव्हती का? पीटर आपल्या असमंजसपणाचं असं प्रदर्शन कसं करू शकतो? वास्तव जग आणि कायद्यानं उभं केलं जाणारं जग यांतला भेद मला दर वेळी भोसकत होता. मला माझा ॲक्सेस न मिळणं, हे कोर्टात जाण्यासाठी पुरेसं कारण होत नव्हतं. कोर्टानं संमत केलेला कस्टोडियल पालकच माझ्या आणि डॅशच्या नातेसंबंधांत आड येत असल्याचं पाहून धडकीच भरत होती. डॅशला घरी घेऊन जातानाचं झिंगणं, अस्ताव्यस्त अवतारात असणं, हा कोर्टात जाण्याच्या दृष्टीने पुरेसा पुरावा नव्हता. पीटरच्या बरोबरच्या वकील मित्रांना या गोष्टीची पूर्ण जाणीव होती, तरी यातून काहीच निष्पन्न होत नव्हतं. पीटर कसाही, कितीही वाईट वागला; तरी ते चालत होतं. माझी सहनशक्ती संपली होती. ठीक आहे! कोर्टाला समजेल अशा भाषेतच जर केस करावी लागणार असली, तर तसंही होऊन जाऊ दे. काय व्हायचं ते होऊ दे. परिणाम भोगायला तयारी ठेवीन.

सायमन फ्राझर युनिव्हर्सिटीतल्या डॉक्टर बेरी बेयरस्टीन यांची मी गाठ घेतली. चश्मिस्ट, उंच अशा या डॉक्टरांचा एकूण बायोडेटाच २२ पानी होता. बायॉलॉजिकल, सायकालॉजी आणि सायको फार्माकॉलॉजी या विषयातले ते एक

तज्ज्ञ होते. मन, शरीर आणि लहान मुलं यांवर ड्रग्जचा काय परिणाम होतो; याबद्दल मला त्यांचं जाणकार मत हवं होतं. पीटरबद्दलचं त्याच्या वागण्यामुळे झालेलं माझं मत कितपत यथार्थ होतं, याबद्दल मला त्यांचा अभिप्राय हवा होता. पीटरबरोबरची सात वर्षं मी कशी काढली, हे मलाच माहीत होतं. पण पीटर मुद्दलात ड्रग्जच्या किती आहारी गेला होता, हेच मला ठाऊक नव्हतं. आणि माझा मुलगा खरोखर अशाप्रकारे कितपत व्यसनी असलेल्या माणसाबरोबर राहत होता, याचीही मला नीटशी कल्पना नव्हती. सुझननं लिहिलेल्या आणि वर्णन केलेल्या पीटरपेक्षा मी वर्णन केलेला पीटर हा खूपच वेगळा होता; याची मला मनोमन, पूर्णपणे जाणीव होती. विभक्त होतानाची तिथली निराशाजनक स्थिती, डॅशची कस्टडी आणि सुझनच्या एक वकील आणि भावी जज या भूमिकेशी ते कसं फटकून असणार होतं? किती? जर पीटर व्यसनी असेल; तर डॅशच्या भोवतालचं शारीरिक, मानसिक वातावरण कसं असेल? त्याच्याकडे दुर्लक्ष होत नसेल का? व्यसनाधीनता दुर्लक्ष दाखवत नाही का? की हे सगळं धोके म्हणजे माझ्या मनाचे खेळ होते? हे सगळं कोर्टात केस दाखल करण्यासाठी पुरेसं होतं का? या साऱ्याची मला एका तज्ज्ञाकडून उत्तरं हवी होती. ज्यात मला काही तथ्य आढळेल, मी त्यांचा उपयोग करू शकणार होते.

एका पावसाळी दुपारी गरमागरम कॉफी पित, पुस्तकं आणि कागदपत्रांच्या गराड्यात मी आणि डॉक्टर खूप वेळ बोलत होतो. मी त्याला माझी कहाणी ऐकवली. सुमारे डझनभर वर्षं मी पीटरला ओळखत होते. तो आकर्षक, मोहक, मंत्रमुग्ध करणारा काहीसा पोरकट होता. पण त्याचबरोबर तो संशयी, भित्रट आणि आतल्या गाठीचाही होता. डॅशच्या जन्मानंतर तर तो स्वत:च्या खाजगीपणाबद्दल भलताच आग्रही झाला होता. ''लपून-छपून एकट्यानं पिणारी माणसं असं वागतात,'' डॉक्टर म्हणाला. पीटर घराबाहेर पडताना, आपल्या ऑफिसला कुलूप लावायचा. तिथे कोणालाही जाण्यास मनाई होती. पण मीच ती खोली अधूनमधून साफ करायचे. त्या वेळी टेबलाच्या ड्रॉवरमध्ये कित्येक अर्धवट भरलेल्या मद्याच्या बाटल्या सापडायच्या. आता तर पीटर उघड-उघड दारू पिऊ लागला होता. डॅशला घ्यायला येतेवेळीही तो दारू पिऊन यायचा. डॉक्टर बेयरस्टीनच्या मते ही गोष्ट शोषणाची द्योतक होती. मर्यादांची जाणीव असणारी कोणीही व्यक्ती आपल्या घटस्फोटित पत्नीच्या दाराशी असं दारू पिऊन झिंगून जात नाही.

मी डॉक्टरना पीटरनं खरडलेले फॅक्सही दाखवले. बेयरस्टीननं त्याची सर्वसाधारण पत्रं बघण्यास मागितली. दोन्ही अक्षरांची तुलना केल्यानंतर पीटरचं फॅक्समधलं हस्ताक्षर हे एखाद्या वेड्या माणसाचं वाटत होतं. ते लेखन प्रदीर्घ, वळसे घेतलेलं,

पुनरावृत्ती असलेलं, राग आणि उपहासानं भरलेलं होतं. त्यात व्याकरणाच्या प्राथमिक चुका होत्या. सर्वसाधारण पत्रात तशा चुका नव्हत्या. शिवाय आशय आणि शैली यांतही प्रचंड तफावत होती. डॉ. बेयरस्टीननं लिहिलं, 'हे लेखन ज्याला कायदेशीर कागदपत्र लिहिण्याची सवय आहे, त्याचं नाही.' 'घाई आणि थकवा' हे मुद्दे त्यानं फेटाळले आणि 'शारीरिक हालचालींवर नियंत्रण नसलेल्या कोणीतरी हे लेखन केलं होतं. मिसेस रिचर्डसनच्या ताब्यात असलेल्या या कागदपत्रांच्या गठ्ठ्यावरून असं लक्षात येतंय की, हे लेखन वारंवार केलेलं असावं.'

डॉक्टरनी टेपरेकार्डवरून पीटरच्या आवाजाचीदेखील तपासणी केली. टेपवरून पीटरचा सर्वसामान्य आवाज ऐकू आला – "पॅमेला, मी पीटर. मी ठीक सात वाजता डॅशला घेण्यासाठी येत आहे. त्याला तयार ठेव." हा आवाज कडक, सुशिक्षित, तुटक, थोडासा नम्र असा होता. सर्वसामान्य होता. नंतर मी गेल्या काही महिन्यांतले पीटरचे निरोप टेपवर वाजवून दाखवले. दिवसभरात आलेल्या निरोपातलं पीटरचं बोलणं असंबद्ध, तेच-तेच सांगणारं, बरळणं अशा स्वरूपाचं होतं. त्या आवाजात दहशत होती. बोलण्यात भरपूर चुका होत्या. रेकून केलेले उच्चार होते. 'ठीक आहे,' या असल्या शब्दांचा निष्कारणच भरणा होता. डॅशला डेव्ह आणायला गेला होता, त्या वेळची बोलाचाली डेव्हनं टेप केली होती. ती टेपही मी वाजवली. पीटरनं दरवाजा उघडताच डेव्हनं सांगितलं होतं, "हे बघ पीटर, मी टेप घेऊन आलोय." यावरचं "बाळा, निघ बरं! तुला काही डॅश मिळणार नाही." हे उत्तरही डॉक्टरच्या त्या ऑफिसध्येही धक्कादायक वाटलं. पीटरची 'सार्वजनिक वागणूक ही स्वैराचाराच्या जवळ जाणारी वाटली.' असं म्हणून डॉक्टरनं लिहिलं –

> कदाचित तो दारूच्या कैफात असेल किंवा आपलं वर्तन हे सर्वसामान्य माणसाच्या वागणुकीच्या विरोधी असेल, याबद्दल त्याला पर्वा नसेल. दोन्ही बाजूनं पाहिलं तरी – हे पोरकट वर्तन आणि सारासार विचाराचा अभाव – या दोन्ही गोष्टी रक्तातल्या अल्कोहोलची वाढलेली पातळी दाखवतात. जो कोणी छोट्या डॅशिलची त्याच्या आईशी गाठ घालून देतो; त्या व्यक्तीशी तो उद्धट, टोमणे देणारं आणि त्रासदायक असं वागताना दिसतो.

बेयरस्टीननं कागदपत्रं माझ्याकडे धाडली. त्यात मी पीटरला जे साध्या भाषेत इतकी वर्षं दारुड्या, मारकुटा असं म्हणत होते; तेच त्यानं तांत्रिक परिभाषेत लिहिलं होतं. 'पिणं ही लहरी, क्षणिक घडणारी घटना नसून, पिणं हा पीटरचा स्थायीभाव झाला आहे.' असंही त्यानं लि.हिलं होतं.

> टेप केलेली संभाषणं, वेगवेगळे फॅक्स, मिसेस रिचर्डसनच्या कथनातल्या इतर घटकांचं सातत्य आणि मिसेस रिचर्डसनची एकूण विश्वासार्हता पाहता सध्याच्या कस्टडीच्या बाबतीत शंका उद्‌भवते. अशा वातावरणाचा मुलावर दुष्परिणाम होऊ शकतो. त्यामुळे याबाबत जेव्हा आरोप ठेवले जातात, तेव्हा त्याबाबत सूक्ष्म तपासणी केलीच पाहिजे. मी कोर्टाला अशी विनंती करतो की, कोर्टानं मिसेस रिचर्डसनच्या आरोपाकडे लक्ष देऊन, छोट्या डॅशिलच्या भल्याकरता याबाबत पूर्ण आणि सखोल तपासणी करावी.

ती चाळणी, तपासणी, कस्टडी खटला आणि डॉ. एल्टरमन यानं केलेला माझ्याबद्दलचा कठोर निवाडा या साऱ्यांमुळे मी आता भाबडी राहिले नव्हते. मी कशी आहे, याबद्दल मी फारसा विचारही केला नव्हता. स्वभावत: मी आनंदी आहे. त्यामुळे मी फक्त मला एखादी गोष्ट आवडली किंवा नाही, एवढाच विचार करत असे. मी कशी आहे, याबद्दल कोणाचं काय मत आहे, याबद्दल मी कधी फिकीर केली नव्हती. पण आता जेव्हा तुमच्या वागण्याबोलण्यावर बारीक नजर ठेवली जाते, कोर्टानं नेमलेल्या मानसशास्त्रज्ञाला तुम्ही फारशा आवडत नसता, त्याच्या मते तुमचा मुलाबद्दलचा ओढा, कळकळ म्हणजे निव्वळ दबाव, ढोंग आणि अरेरावी असते; अशा वेळी तुम्ही ती फिकीर करू लागता. कोर्टानं म्हटल्याप्रमाणं जर मला ॲक्सेस मिळाला असता; तर एल्टरमनचा निवाडा, त्याचा तो नुकसानकारक अहवाल आणि त्या तसल्या अहवालावर विसंबून दिला गेलेला कोर्टाचा निर्णय हे सारं मी विसरले असते. मला न कळणाऱ्या आणि ज्यावर माझा विश्वास नाही, अशा त्या व्यवस्थेच्या – कोर्टाच्या लेखी मी कशी होते, याबद्दल फारशी फिकीरही केली नसती; पण त्या निवाड्याबद्दल आता मला काळजी वाटू लागली होती. कारण त्या निवाड्यामुळे माझ्या मुलाचं आयुष्य अशा एका माणसाच्या हातात सोपवलं गेलं की, ज्याच्या संतापामुळे, तारतम्य बुद्धी नसल्यामुळे केवढी तरी समस्यांची मालिका उभी राहिली होती; ज्याची सुरुवात मला ॲक्सेस न मिळण्याने झाली होती. आणि वाढत-वाढत जाऊन ती पुढे डॅशच्या मानसिक आरोग्यापर्यंत पोहोचत होती. बेयरस्टीनचा अहवाल फार मोठा आधार होता, असं नाही. कारण पीटर त्या विरोधात मी तज्ज्ञाची साक्ष विकत घेतली, अशासारखा युक्तिवाद करू शकत होता; करणार होता. परंतु डॉ. बेयरस्टीनने मला आई म्हणून, माणूस म्हणून दिलेला सकारात्मक प्रतिसाद आणि माझ्या इतक्या वर्षांच्या संशयाला दिलेली पुष्टी, यांमुळे मला अत्यंत गरजेचं असलेलं असं एक प्रकारचं पाठबळ मिळालं होतं.

तीन वर्षांपूर्वीच्या कस्टडी खटल्यात पीटरच्या व्यसनाधीनतेकडे दुर्लक्ष करण्यात आलं होतं. त्यामुळे दोन मोठे प्रश्न निर्माण झाले होते. आता जर मी हा मुद्दा मांडला, तर पीटर आणि त्याचा वकील याला हल्ल्याचं स्वरूप देतील आणि त्याला प्रतिहल्ला म्हणून आधीप्रमाणे माझं आणि डेव्हचं चारित्र्यहनन करतील. (जसं – मी कधीच घरी नसते, मी एक पार्टी गर्ल आहे. डेव्ह एक बिनडोक, सुमार बुद्धीचा आहे.) त्याहीपेक्षा वाईट म्हणजे, जज संशयानं विचारेल "आता का?" आणि तो प्रश्न बाजूला सारेल. पीटर विचारेल, "मी काय एकदम दारुडा झालो?" जिंकण्यासाठी मी हे करत आहे, मी काडीचा आधार घेत आहे, असं तर जजला वाटणार नाही ना? तसं असेल, तर मी कसं प्रत्युत्तर देणार? मी जर असं म्हटलं की, 'मी काही हालचाल न करण्याची भूमिका 'पॅसिव्ह लीगल स्ट्रॅटेजी' यावर विश्वास ठेवला तर?' जर मी म्हटलं की, 'आता परिस्थिती चिघळली आहे.' हे वास्तव असलं, तरी ते पुरेसं कारण नाही. पीटरचं पिणं वाढलं आहे, हे सर्वश्रुत आहे. आमचं लग्न झालं, तेव्हा पीटर दिवसा प्यायचा नाही. रात्री मी झोपल्यावर तो घ्यायचा. मला फक्त त्या खाणाखुणा दिसायच्या. जसं – रिकाम्या बाटल्या, माझ्या बिछान्यातली त्याची गैरहजेरी आणि त्याबद्दलची न पटणारी कारणं. मी ठरवलं होतं की, वेळ आल्यावर या साऱ्याचा विचार करू. आता मात्र ते करावं लागणार होतं. मला जर मागचा इतिहासच काढायचा असेल, तर मला हे सगळे पुरावे गोळा करावे लागणार होते. मला डॅशची काळजी होती. आणि आता मी गप्प बसणार नव्हते. आतापर्यंत मी माझ्या लग्नाची लक्तरं कोर्टात टांगली नव्हती. पण आता वाट पाहणं म्हणजे माझ्या मुलाकडे दुर्लक्ष करण्यासारखं होतं.

जेराल्डनं – माझ्या वकिलानं मला खूप दिवसांपूर्वी पीटरवर लक्ष ठेवण्यासाठी खाजगी गुप्तहेर नेमण्यास सांगितलं होतं. पण मी तिकडे दुर्लक्ष केलं होतं; कारण तसलं जर काही पीटरला समजलं असतं, तर परिस्थिती अधिकच बिकट झाली असती. पीटर तसा चाणाक्ष होता. आमचं लग्न झालं, तेव्हा तो आमचं एकत्र जेवण, त्या गप्पादेखील गुप्तपणे टेप करायचा. माझ्या मैत्रिणी येणार असतील, तर तो तेव्हाही टेप चालू करून जायचा. आमच्या सुरुवातीच्या एकत्र दिवसांत त्यानं आमच्या खिडकीसमोर बांबू लावले होते, ज्यामुळे कोणी आतलं बघू शकलं नसतं. तो जेव्हा त्याच्या खोलीत असायचा, तेव्हा तो खिडक्यांचे पडदे ओढून घ्यायचा. आतून कडी घालायचा. यामुळे खाजगी गुप्तहेर नेमण्यासाठी मी नाखूश होते. पण आता मी तोही प्रयत्न करायचं ठरवलं. समजा त्या गुप्तहेराला दारू प्यायलेल्या अवस्थेत पीटर डॅशला नेतो-आणतो असं आढळलं, तर त्या गोष्टीचा आम्हाला उपयोग झाला असता. पीटरला दोन वेळा दारू पिऊन गाडी चालवली, म्हणून उचललं. पण त्या वेळी त्याच्यावर तसा आरोप ठेवण्यात आला नव्हता.

खाजगी गुप्तहेर नेमल्यानं आमचं आयुष्य सर्वसाधारण राहिलं नाही. डॅशची ने-आण करताना तो दारू प्यायलेला असेल, (कारण त्याच्या येण्याबद्दल आमचं बोलणं तरी झालेलं असायचं किंवा निरोप यायचा.) तरच मी त्या गुप्तहेराला बोलावायचे. यातल्या कोणत्याच गोष्टी नेहमीच असायच्या, असं नाही. त्यामुळे हे गुप्तहेरी काम खूप करण्यासारखं नव्हतं. आणि त्यातून आमच्या उपयोगी काही मिळू शकेल, याबद्दल मी जरा साशंकच होते. कधी डॅशला नेतेवेळी सुझन पीटरबरोबर असायची. ती दोघं डॅश गाडीशी येईतो गाडीतच थांबायची. कधी सुझनच्या ऐवजी त्याच्याबरोबर ग्रेग असायचा. कधी पीटर टॅक्सीनं यायचा. कधी तो एकटाच जरी पिऊन आला, तरी आपण प्यायलोच नाही, असं तो नाटक करायचा. गुप्तहेर त्याच्या घरासमोर थांबून गाडीतूनच घराची टेहळणी करायचा; ते निघाले की, त्याचा माझ्या घरापर्यंत पाठलाग करायचा. तिला फारच थोड्या गोष्टी पाहावयास मिळाल्या. तो त्याची मर्सिडीज पार गटारापर्यंत आणून दाणदिशी लावायचा, ऐन पावसातही गाडीची खिडकी उघडीच ठेवायचा. माझ्या दारापाशी माझ्यावर खेकसायचा. माझ्या घरी पुन्हा टॅक्सीनेच यायचा. त्या गुप्तहेराला पीटरची १९६९ सालची मस्टांग गाडी ही अस्तित्वात नसलेल्या पत्यावर नोंदलेली आढळली. या अशा आमच्या दृष्टीनं निरुपयोगी, क्षुल्लक अशा गोष्टी होत्या. मला याबद्दल काही विशेष नवल वाटलं नाही, पण निदान मी प्रयत्न तर करत होते.

मध्यंतरीच्या काळात पीटरला याचा सुगावा लागला. त्यानं लगेच डॅशला सांगितलं की, आपला पाठलाग होत होता. पीटरनं एक ॲफिडेव्हिटही सादर केलं. त्यात त्यानं नमूद केलं की, त्याच्या गाडीत एक भोक पाडलेलं आढळत होतं. ज्यात बग बसवला होता. पण तो काढून टाकण्यात आला. फोनवरील संभाषण ऐकणं हा त्यामागचा हेतू असावा, असंही त्यानं लिहिलं. डॅशनं माझ्यामागे त्याच्या डॅडच्या गाडीत मी 'बग' बसवला, हाच धोशा लावला. प्रत्यक्षात ही गुप्तहेर कधीच त्या गाडीच्या जवळ गेली नव्हती, तर तो बग लावण्याची गोष्ट तर लांबच राहिली. "माझ्या डॅडनं मला तसा पुरावा दिलाय." तो फोनवर सांगत होता. त्याच्या डॅडच्या मर्सिडीजमध्ये एक भोक पाडल्याचं दिसत होतं, त्यात छुपा कॅमेरा ठेवण्याचा हेतू होता, असं डॅशनं मला ठासून सांगितलं.

"पण डॅश, तसा कुठलाच बग नाही की कॅमेराही नाही."

"तिथे एक भोक आहे. आणि डॅड म्हणत होता की, एक मायक्रोफोनही आहे."

"तुझ्या डॅडच्या गाडीत मी कशाला बग ठेवू?"

"आणखी काही चिखलफेक करण्यासाठी!"

"ती मी नव्हे. मला वाटतं की, तू माझ्या बोलण्या-सांगण्यावर विचार

करशील, विश्वास ठेवशील. तुझ्या डॅडच्या गाडीत का भोक पडलंय, हे काही मला माहिती नाही. धातूच्या गाडीला भोक पडणं, ही एक वेगळीच घटना म्हटली पाहिजे. कदाचित तसं भोक पाडलंही असेल. पण घरासमोर – तुझ्या दारासमोर उभ्या असलेल्या गाडीच्या बाबतीत असं कसं काय घडलं, हे काही मला सांगता येत नाही. तुम्हा लोकांनाच ते कळायला हवं होतं.''

''मला त्याबद्दल डॅडला विचारावं लागेल. पण तिथे एक भोक आहे. आणि त्यात बग आहे, हे मी खात्रीनं सांगतो.''

आपल्यावर नजर ठेवली जात होती, हे डॅशला समजल्यानं त्याचा माझ्यावरचा विश्वास डळमळू लागला. तीन महिन्यांनंतर भलंमोठं बील देऊन मी त्या गुप्तहेराला रजा दिली. आमच्या हातातला फुटकळ क्षुल्लक पुरावा पाहून कोर्टात जाण्याच्या विचारापासून मीच परावृत्त होऊ लागले. मी माझीच समजूत घालू लागले. *तो मेलेला नाही. तो जेवतो खातोय, शाळेत जातोय, तिथे शहाणीसुखी मोठी माणसं आणि त्याची मित्रमंडळी त्याच्या आवतीभोवती आहेत. महिन्यातून एकदा का होईना, तो मला भेटतोच. जेव्हा भेटतो, तेव्हा ठीक वाटतो.* कटू वास्तवाची चपराकच होती. ती समजूत म्हणजे!

तरीदेखील मी डॅशच्या आयुष्यातून जणू पुसलेच गेले होते. पीटरला जो-जो मी माझ्या आयुष्यातून वगळू पाहत होते; तो-तो पीटर माझ्या वैवाहिक जीवनात घुसू पाहत होता, माझ्या वैवाहिक जीवनाला सुरुंग लावू पाहत होता. कधी-कधी डेव्ह आणि माझ्या विसंवाद व्हायचा. कधी मी निराशेतून त्याच्यावर शब्दवर्षाव करायचे. किंवा कधी मी रडले आणि त्यानं माझं सांत्वन केलं नाही की, माझी चिडचिड व्हायची. मी काही सर्वश्रेष्ठ स्त्री नव्हते. मी जे काही गमावत होते, त्यामुळे माझी घोर निराशा व्हायची. परिणामी माझ्या दुसऱ्या दोघा मुलांकडे कधी-कधी दुर्लक्ष व्हायचं. आम्ही असे टक्केटोणपे खात होतो. क्वचित घर विस्कळीत होत होतं. डॅशची वाट पाहणं, त्याला आणणं, पीटरबरोबरचे वादप्रसंग टाळणं, माझा अश्रूपात, डेव्हचा संताप, डॅश न आल्यानं कोल्बीचं गोंधळणं, मिमीनं त्याच्यासाठी खास जेवण बनवणं, त्याच्या आवडीनुसार म्हणजे रुमालाची घडी, लहानपणचा सशाचा कप ठेवून टेबल सजवणं आणि हे सारं कधीमधी येणाऱ्या मुलासाठी! मिमी, कोल्बी आणि मी – आमची निराशा व्हायची. त्यामुळे आम्ही वैतागायचो. पुन्हा जैसे थे! काहीच झालं नाही, तरी मी या ना त्या प्रकारे डॅशची सतत आठवण काढायचे. कारण माझ्या कुटुंबाच्या दृष्टीनं तो एक भाऊ होता, सावत्र मुलगा होता, माझा मुलगा होता; ही जाणीव फार मोलाची होती. ''आठवतं, त्या रात्री डॅश कसा कुत्र्याच्या बिछान्यात शिरला होता.'' असं मी कोल्बीला विचारायचे आणि ते आठवून कोल्बीला मजा यायची. नवे फोटो आले की, त्यात डॅश असायचा. मग, ''तो बघ

डॅश!'' असं कोल्बी आनंदाने ओरडायचा. आम्ही सारे त्याच्यावर प्रेम करत होतो, त्याची वाट पाहत होतो. आणि तो केव्हाही आला, तरी आनंदाने स्वागत करत होतो.

आमचं प्रेम, प्रयत्न आणि माझी देखरेख यांमुळे आमचं कुटुंब आनंदी आणि सुक्षेम राहिलं. पीटर मात्र लग्न, घटस्फोट, त्यामुळे आलेला संताप यानंच पछाडला होता. आम्ही आनंदात होतो आणि कधीतरी डॅश आपल्यात येईल, अशी आशा करत होतो. पीटर जिंकणार नव्हता, तो मला नष्टही करू शकला नाही; त्याने मला जीवघेण्या यातना, हृदयविदारक दुःख दिलं होतं. कथेतल्या पात्राप्रमाणे मला दोन पर्याय दिले होते – बुडणं किंवा तरणं; जगणं किंवा मरणं. द्वेष, अवहेलना, तुच्छ लेखलं जाणं, खेळण्यासारखं वागवलं जाणं. या साऱ्या अनुभवातून मी तावून-सुलाखून बाहेर पडले, एक चांगली माणूस बनले. मी अधिक सहनशील, अधिक आत्मविश्वासपूर्ण, अधिक प्रेमळ पत्नी, अधिक चांगली आई बनले. मी कधीच सहनशील नव्हते. मी नेहमीच चांगल्याची निवड करत होते, असंही नाही. पण आता माझी तीन मुलं, डेव्ह, कुटुंब आणि मित्रमंडळ यांच्यासमवेत, प्रत्येक दिवसाचा – त्यातल्या क्षणांचा उपभोग मी घेत होते. सोफ्यावर बसून निराशेनं काळवंडून मी माझं आयुष्य दवडणार नव्हते. मी डॅशला विसरू शकत नव्हते. माझं लग्नही उधळणार नव्हते. मला आयुष्य होतं. मी भरकटणार नव्हते.

माझ्या कुटुंबानं मला जणू जीवरक्षक होडीतच बसवलं होतं. तरीसुद्धा दर सकाळी माझं मलाच अंथरुणातून खेचून काढावं लागत होतं. डॅशच्या घरासमोर दर शुक्रवारी मीच उभी राहत होते, त्याला पत्रं धाडत होते. ईस्टरची अंडी, मोजे, खाऊ असलेली खोकी पाठवत होते आणि हे सारं मी एकटीच करत होते. माझी निराशा, माझी भीती यांचा माझ्या उरलेल्या दुसऱ्या आयुष्यावर परिणाम होणार नाही, याचीही काळजी घेत होते. मानसशास्त्रज्ञांच्या मते, हे कप्पे करून जगणं होतं. माझ्या लेखी ते माझं टिकून राहणं होतं. मला जे मिळालं नाही, त्याचा जो धक्का बसला होता; त्या धक्क्यावर माझी आयुष्याबद्दलची कृतज्ञता आणि मला जे काही मिळालं, त्या साऱ्यांनी मात केली होती.

माझं दुःखं हलकं करता येईल, अशा काही फार जागा नव्हत्या. पण मानसोपचार तज्ज्ञ बॉब आर्मस्ट्रान्गच्या ऑफिसमध्ये मी माझं दुःखं हलकं करू शकले. माझ्यावरचा ताण कमी करण्यासाठी मी बॉबला भेटू लागले. जेव्हा-जेव्हा मला वाटायचं की, माझा धीर खचत होता किंवा माझे विचार व्यावहारिक होते की नव्हते किंवा घराखेरीज इतरत्र मनातील दुःखाचा निचरा व्हावा; त्या-त्या वेळी मी बॉबला भेटायचे. डेव्ह, माझा भाऊ, माझे वडील, माझी मैत्रीण सँडी, छानशी मिमी हे सगळे माझे आधाराचे दोर होतेच. त्या आधारेच मी वाटचाल करत होते. पण बॉबची गोष्टच वेगळी होती. हताशा, हृदयविदारक वेदना, जे माझ्या घरच्यांना कळू

नये, असं मला वाटायचं; ते सारे अनुभव मी बॉबपुढे मांडायचे. त्यानेच माझे अश्रू, माझा राग, माझी अगतिकता आणि भय पाहिलं होतं.

"डॅशला मी मुकतेय, हे मला विसरताच येत नाही. त्याला माझी गरज आहे आणि मी ती गरज पूर्ण करू शकत नाही. त्याला जेव्हा भीती वाटेल, त्याला दु:ख वाटेल; तेव्हा मी त्याचं सांत्वन करू शकत नाही, याबद्दल मला फार वाईट वाटतं. मला तर त्या पीओडब्ल्यू कैद्यासारखं – आपली मुलं आपल्यापासून ओढून घेऊन नेणाऱ्या त्या कॅम्पमधलं कैदी असल्यासारखं वाटायचं. त्यांना कसं वाटत असेल, हे मला कळतंय.

"काही विशेष, खास बाब नसेल, तर मी डेव्हला या बाबतीत फारसं गुंतवतही नाही. आमच्या लग्नात – वैवाहिक आयुष्यात मी हे दु:खच आणलं आहे. आणि मला ते फारसं उचितही वाटत नाही. डॅश माझा मुलगा आहे. पीटर आणि वकिलाला मीच हाताळलं पाहिजे.

"मी आता कप्पे करून जगणं शिकलेय. कारण वास्तव मी नाकारू शकत नाही. दुसरा पालक आपल्या पाल्याला दुखावत असताना आपल्याला ते सारं निष्क्रियपणे पाहावं लागलं, यापरती कोणतीही दु:सह वेदना असू शकत नाही.

"काही वेळा बॉब, मला सापळ्यात अडकल्यासारखं वाटतं. कोणाला कल्पना तरी असेल का मी कसलं जिणं जगतेय? कितीसे पालक हे समजू शकतील? मला एका टोळीत सापडल्यागत झालंय, ज्यात सामील होणं कोणालाच रुचत नाही. अशा एका गुप्त, भूमिगत चोरट्या टोळीत सामावली गेलीय. आणि त्यातून बाहेर सुटका नाही. आणि हे माझं वास्तव आहे. बाहेरच्या जगात मी कितीही यशस्वी होऊ दे, असू दे; माझा हा हिस्सा आहेच. माझ्या आयुष्याचं हे असं अंग आहेच.

"मग मला आठवतं की, मी भाग्यवान आहे. मला भाडं भरावं लागत नाही. मी एकाकी नाही, कसलाही रोग नाही. मी निरोगी आहे. माझं चांगलं कुटुंब आहे. हे माझं कुटुंब माझ्यासोबत नसतं; तर मी जे काही डॅशबद्दल करतेय, ते करू शकले नसते. आणि हे कुटुंबच मला जगण्याची उमेद देतं, पुढे जाण्याचं बळ देतं."

एका बाजूला बॉब आर्मस्ट्रान्ग होता, तर दुसऱ्या हाताला डॅशसाठी डॉक्टर नॉर्मन गुडवेल होता. जोवर जिंकण्याची खात्री नाही, तोवर कोर्टात जाण्याबद्दलची माझी नाखुशी नॉर्मनला ठाऊक होती. आम्हा दोघांनाही, कस्टडी आणि ॲक्सेस संबंधीचे वाद मिटवण्याचं, कोर्ट हे शेवटचं ठिकाण वाटत होतं. तो म्हणायचा, 'तो एक प्रकारचा जुगार आहे.' कोर्टात कितीतरी केसेसमध्ये चुका होतात आणि त्यात बिचारी मुलं होरपळतात, हे त्यानं पाहिलं होतं. त्या मुलांच्या हितसंबंधांकडे, भविष्याकडे, कल्याणाकडे लक्ष ठेवून आसपास समझोता करणं, ही गोष्ट दुर्लक्षली

जाते; खटले प्रदीर्घ काळ चालतात. घराला युद्धभूमीची कळा येते. हेच माझ्याही बाबतीत घडत होतं.

कायद्याची व्यवस्था एक प्रकारचा जुगार असेल; पण आता डॅशबाबत जे होत होतं, ते सुधारण्यापलीकडे जात होतं. मी आणि डॉक्टर कोर्टात जाणं टाळत होतो. पण परिस्थितीत सुधारणा होत नव्हता, हे आम्हालाही कळत होतं. १९९१मध्ये दोन वर्षांपूर्वी डॉ. एल्टरमनंनी, आमच्या सुरुवातीच्या सत्रातच डॅशच्या कस्टडीसंबंधानं असमाधानकारक काम केलं होतं; असं नॉर्मनला खात्रीपूर्वक वाटू लागलं होतं. त्याच्या मते डॉ. एल्टरमनचे दोन्ही अहवाल उथळ आणि तर्कशून्य होते. शिवाय डॉ. एल्टरमनला पाच वर्षांच्या डॅशसाठी एकच पालक का हवासा वाटला आणि त्यासाठी त्यानं पीटरची का निवड करावी – म्हणजे घर, दाई, शाळा आणि 'मानसिक पालक' हे घटक वगळता – यामागे कसलंच ठोस कारण नव्हतं, अशीही आमची चर्चा झाली.

"एकतर डॉ. एल्टरमननं पीटरला प्रतिकूल असा कुठलाच अहवाल दिला नसेल किंवा त्याच्या पूर्वग्रहावर आधारित निर्णय देणं त्यानं पसंत केलं असेल." नॉर्मन मला सांगत होता, "त्यानं दिलेल्या अहवालावरून तो ह्या निष्कर्षाप्रत कसा आला, हे मला समजत नाही."

"तुला काय करायचं, ठरवायचं आहे; ते तू लगेच कर. तुझे दरवाजे बंद होऊ लागले आहेत. तू डॅशबरोबरचे तुझे संबंध या नजिकच्या काळात पुनर्प्रस्थापित केले नाहीस, तर तो त्याच्या मित्रांकडे अधिकच झुकेल आणि मग तुझा त्याच्यावर जोर चालणार नाही की, तू त्याला मार्गदर्शनही करू शकणार नाहीस."

कायदेशीर कागदपत्रांचा एक गठ्ठा माझ्या हातात आला आणि मी हादरलेच. माझा शुक्रवार रात्रीचा ॲक्सेस काढून टाकावा, यासाठी पीटरनं अर्ज केला होता. मी जेराल्डला दुपारी भेटले. "ही थट्टाच आहे." मी त्याला त्या भेटीत म्हणाले. 'सॉकरसाठी कुठून जायचं, हे डॅशला समजलंच पाहिजे' असं यात नोंदवलं आहे. पण तो शुक्रवारी रात्री माझ्याकडे येतोच कुठे? तो पीटरबरोबरच जातो. आणि आता हे, पीटरला कागदोपत्री करून हवंय." म्हणजे मग मला 'त्या शुक्रवारच्या रात्री' कधीच मिळणार नाहीत. तसाही डॅश माझ्याकडे त्या ठरलेल्या रात्री येत नसला, तरी मनोमन तो माझ्याबरोबर असायचा. तसा कागदोपत्री ॲक्सेस होता. त्याची अंमलबजावणी होत नसली तरी! पीटरनं हा दावा जिंकला, तर मी डॅशला कधीही शुक्रवारी रात्री भेटू शकणार नव्हते; सॉकरचा हंगाम आला नी गेला असता. पण परिस्थितीत काही बदल होणार नव्हता. कारण सॉकर हे खरं कारण नव्हतंच मुळी. मुख्य मेख होती आमची भेट. सॉकर हे आमच्या भेटीत अडथळा आणण्याचं निमित्त! पीटरच्या अर्जानं मी घाबरले. मला ढकलत-ढकलत, अगदी कागदोपत्रीही काही मिळणार नाही, अशा ठिकाणी पीटर नेत होता.

मी जेराल्डला फोन केला. "डॅशला असं मी जगू देणार नाही." मी म्हणाले, "आपण कोर्टात जाऊ या. मला कस्टडी हवी आहे."

जेराल्डनं अर्ज केला. नंतर मला संदेश आला – "पॅमेला – मी जेराल्ड बोलतोय. नाताळच्या सुटीत इथं जे काही घडलं, त्यावर तुझ्याशी बोलणं जरूरी आहे. ऑफिसमध्ये पुन्हा बॉम्ब फुटला आहे."

सुमारे वर्षापूर्वी किंवा त्याही आधी माझ्या वकिलाच्या ऑफिसमध्ये असाच बॉम्ब फुटला होता. त्या वेळी माझा बुधवारचा ॲक्सेस रद्द करण्यासाठी पीटरनं कोर्टात अर्ज केला होता. त्याचं कारण डॅशला बदल हवा होता आणि पीटरनं त्याला मदत करायचं कबूल केलं होतं. त्या अर्जानंतर चोवीस तासांच्या आत माझ्या वकिलाच्या ऑफिसमध्ये बॉम्ब फुटला होता. या अर्जाबाबत पीटरनं मला किंवा माझ्या वकिलाला काहीच कळवलं नव्हतं. पण कर्मधर्मसंयोगानं जेराल्डचा भागीदार विल्यम मॉर्टन त्या दिवशी दुसऱ्या एका खटल्यासंदर्भात कोर्टात हजर होता. पीटरच्या अर्जाच्या सुनावणीसाठी त्याचं नाव पुकारलं गेलं. मी कोर्टात हजर नसल्यानं मॉर्टननं त्या अर्जाला जोरदार हरकत घेतली. पण तसं काही करण्याची गरज नसल्याचं आढळलं, कारण त्या वेळी खुद्द पीटरही गैरहजर होता. तो अर्ज अर्थातच फेटाळला गेला. त्या सुनावणीच्या सकाळी पीटरनं मला फोन केला होता. पण तो इतका बरळत होता की, मी फोनच खाली ठेवला होता. त्याच रात्री वकिलांची ऑफिसं असणाऱ्या इमारतीच्या एका खिडकीखाली एक मॉलटॉव्ह बॉम्ब सापडला होता. तपासणीमध्ये त्या गोष्टीशी पीटरचा संबंध असल्याचं निष्पन्न झालं नाही. परंतु आम्ही सर्व सावध झालो होतो.

मी तडक मॉर्टन आणि रेडच्या ऑफिसमध्ये गेले. त्यांना भेटले. ती दोघं माझ्यासाठी खूप मेहनत घेत होती. पीटर त्याची केस स्वत:च लढवत होता. माझ्या वतीनं ही दोघं काम करत होती. त्यामुळे ह्या दोघांशी त्याचा सतत संबंध येत होता. इतका की, पीटरनं आताशा जेराल्डवर केसऐवजी वैयक्तिक हल्ले चढवायला सुरुवात केली. तो पुन्हा-पुन्हा जुनेच खटले उगाळत होता. त्यातून जजनी त्याच्यावर दोष ठेवला की, तो मला आणि माझ्या वकिलाला दोष देत होता. (जेराल्डनं आमच्या लग्नाच्या घराचा घोटाळा शोधून काढला होता.) जेराल्डबरोबरच वैर पीटरनं इतक्या वैयक्तिक पातळीवर आणलं होतं की, शेवटी आम्ही जेराल्डच्या जागी विल्यम्सनं केस लढवावी, असं ठरवलं. पीटरचा राग शांत झाला की, पुढे सरकता येईल, हा आमचा उद्देश होता. दोघांनी मला बसायला सांगितलं. ते बॉम्बची हकिकत सांगू लागले.

"व्हॅंकूव्हर पोलिसांच्या मते, हा हल्ला काही सहजगत्या घडलेला नाही." जेराल्ड बोलत होता. "हे पीटरचं काम असेल का? की त्याच्या वतीनं कोणीतरी?" माझं अंग शहारलं. मी आणि डेव्ह केरीसडलच्या घरी राहायला गेलो, ती वेळ मला

आठवली. त्या वेळी पीटरनं आम्हाला प्रचंड धमकावलं होतं. त्याच्या वागण्याचा आम्हाला अंदाजच येत नव्हता. त्यामुळे व्हिसलरला वीकएंडला स्कीईंगसाठी जाताना आम्ही घरावर लक्ष ठेवण्यासाठी सुरक्षाकंपनीची मदत घेतली होती.

"आम्हाला तुझ्या केसची काळजी आहे." विल्यम सिगार पेटवत म्हणाला. त्याची ही कृती ओळखीची, आश्वासक होती. थोडं थांबून तो म्हणाला, "माझी सेक्रेटरी गेल्या तीस वर्षांपासून इथं काम करतेय. आणि आता कामावर येण्याच्या कल्पनेनं ती घाबरली आहे. ती काम सोडून जायचं म्हणतेय. आणि मला तिला सोडायची नाहीये." ओह! नाही. *ते मला असं वाऱ्यावर सोडून देत आहेत.* मी घाबरले. आम्ही कोर्टात नव्यानं दाखल झालेल्या केसच्या ऐन मध्यात होतो, आता मला वकील बदलून कसं चालेल? मी काय करू? "आम्ही दुसऱ्या एका कुटुंब खटले चालवणाऱ्या वकिलाशी बोललो आहोत, त्याचं नाव जॉन फिडस."

"मी जॉन फिडसला ओळखते!" माझ्या जिवात जीव आला. "खूप पूर्वीपासून ओळखते. वेस्ट व्हँकूव्हरमधला माझा शेजारी होता तो. चांगला मित्र आहे तो. मी त्याच्यासाठी कित्येक वेळा कोंबडीचं जेवणही तयार केलंय."

"तो तुझी केस घ्यायला तयार आहे."

"ठीक आहे." मी ओठ आवळत म्हणाले. काय घडत होतं, यावर माझा विश्वासच बसत नव्हता. त्या काम सोडून देण्याची धमकी देणाऱ्या सेक्रेटरीकडे पाहिलं. मला तिडीकच आली. मी 'सॉरी' म्हणायला हवं, असं वाटून गेलं.

"व्हँकूव्हर पोलिसांनी आपल्याला आपल्या वैयक्तिक सुरक्षेविषयी अधिक काळजी घ्यायला सांगितलंय."

"अरे देवा!" माझी धाकटी दोघं घरीच आहेत. "मी डेव्हशी बोलेन." मी मान डोलावत म्हणाले. मनात विचार घोळतच होते. "विल्यम्स, मी उद्या सकाळी जॉनशी बोलेन. आपली तारीख पुढे ढकलावी लागेल. होय नं?"

"तू आणि जॉन मिळून ते ठरवा. त्याला काही मदत लागली, तर आम्ही आहोतच. आणि त्याला हे सगळं समजण्यासाठी थोडा अवधी लागेलच." माझ्या केसच्या कागदपत्रांकडे बोट दाखवत तो म्हणाला. ती सगळी कागदपत्रं कायदेविषयक खोक्यांत भरून ठेवली होती. जणू काही ते ती कागदपत्रं हलवणाऱ्या व्हॅनची वाटच बघत होते. गोंधळलेल्या अवस्थेतच मी ऑफिस सोडलं.

त्यानंतर डेव्हनं भूमिगत पार्किंगमध्ये गाडी ठेवणं थांबवलं. आम्ही आमच्या घराच्या सुरक्षिततेसाठी, आमच्या गैरहजेरीत पुन्हा सुरक्षापथक तैनात केलं. पोलिसांना कोणी गुन्हेगार सापडला नाही. पण माझी केस सोडल्यानंतर मॉर्टन आणि रेडला त्या स्वरूपाची अडचण आली नाही.

कस्टडीसंदर्भातल्या केसनं आणखी एक ठिणगी टाकली. आठ वर्षांचा डॅश चांगलाच भडकला. त्याचा राग फोनवरूनही जाणवत होता. मी मलाच खंबीर ठेवण्याचा प्रयत्न करत होते. पण प्रत्येक बोलण्यानंतर मी थरथरायचे. तीन आठवडे सतत मी त्याला स्कीईंगच्या वीकएंडसाठी आमच्याबरोबर येण्याचा आग्रह करत होते. जाण्याच्या आदल्या रात्री त्याचा फोन आला की, आम्ही खरंच जाणार होतो का?

''मला उत्तर हवंय.'' तो गुरगुरला. ''साधी गोष्ट आहे की, आपण व्हिसलरला जाणार आहोत की नाही? कारण मला व्हिसलरला यायचं नाही.''

''ठीक आहे, डॅश. तू म्हणत असशील, तर आपण इथेच राहू.''

''माझा तुझ्यावर भरवसा नाही.''

''डॅश, मी वचन देते. आपण इथेच राहू.''

''मी येणार नाही.''

आणि तो आलाच नाही.

डॅशनं माझ्याशी वैर पत्करलं होतं, अंतर ठेवलं होतं. आणि मी ते अंतर कमी करण्याचा प्रयत्न करत होते. रोज त्याला फोन करत होते. त्याला भेटावंसं वाटतंय, माझं त्याच्यावर प्रेम आहे, हे सांगत होते. मी नेहमीच त्याच्याबरोबर असल्याचं सांगत होते. जेव्हा पीटरनं मला लिहिलं की, जोवर मी माझा अर्ज मागे घेत नाही, तोवर डॅशनं ठरवलं होतं की, तो मला भेटणार नाही; तेव्हा मी आणखीनच ठाम झाले. *ही विकृती होती.*

डॅशही जेवढ्यास तेवढं वागत होता. ''मला तुला भेटायचं नाही, तू शुक्रवारी मला घेण्यासाठी येऊ नको.'' तो रागाने म्हणाला, ''ही तुला सूचना आहे. गुडबाय!'' काही दिवसानंतर पीटरनं एक कुरिअर धाडलं. 'कस्टडी प्रकरण संपेपर्यंत मी येणार नाही – डॅश.' असं त्यात लिहिलं होतं. मी घाबरले. *डॅशची अवस्था अधिकच बिकट झाल्यासारखी होती.* पीटरच्या या असल्या वागण्या-सांगण्याला डॅशनी तसलाच प्रतिसाद देणं मला भेडसावून गेलं. या क्रौर्याला काही सीमा नव्हती. नॉर्मन गुडवेलनं भाकीत केल्याप्रमाणे पीटर डॅशला वागवत होता. मी कोर्टात गेले नाही, तर हे खरंच थांबेल का? यात काही चांगले बदल होतील का? मला काहीच समजत नव्हतं. रात्रंदिवस विचार करणं, वेगवेगळे बेत करणं, हालचाली ठरवणं या साऱ्यानं मी शिणून गेले होते. पण सरतेशेवटी मला कळून चुकलं की, मी नुसत्या नोंदी करत राहिले आणि माझ्या मुलाला त्या अज्ञात भविष्यात माझ्या हातून निसटू दिलं, तरी परिस्थितीत सुधारणा होणं अशक्य होतं. त्यामुळे मी केस मागे घेण्याबद्दल वकिलाशी बोललेच नाही. त्याऐवजी मी बॉबकडे गेले. सगळी परिस्थिती सांगितली आणि दर आठवड्याला ठरल्या वेळेवर डॅशच्या घराबाहेर त्याला घेऊन

जाण्यासाठी थांबत राहिले. तो तिथे नसायचा. आमचं फोनवरचं माफक संभाषणही संपुष्टात आलं होतं. मी त्याला दुखवत होते, तो जिथे राहत होता, तिथे त्याला अडचणी येत होत्या, हे मला कळत होतं. पण पालक म्हणून मला खंबीर होणं भाग होतं. त्याला मदत करावी, अशी माझी अंतरिक इच्छा होती. मी माझे धागे तोडले नव्हते, डॅशसाठी पुढे केलेला हात मागे घेतला नव्हता.

महिने उलटले.

पीटरच्या घराबाहेर मी किती काळ थांबायचे, हे त्या-त्या वेळच्या माझ्या खंबीरपणावर अवलंबून असायचं. पाच मिनिटं, बहुधा पंधरा मिनिटं, कधीकधी अर्धा-अर्धातास देखील. मी पुढच्या दाराकडे टक लावून तो येण्याची वाट पाहायचे. त्या वेळी मी वाचायचे नाही, फोन करायचे नाही; फक्त वाट पाहत असे की, डॅश येईल, उडी मारून गाडीत बसेल, याची. कधी-कधी मी दारही ठोठावायचे, पोटात धाकधूक असायची – पीटर उघडेल की सुझन? पण बऱ्याचदा मी आपली गाडीतच बसायची. सुमारे चार महिन्यांनंतर माझं भाग्य उघडलं. दार वाजवलं – रोझनं दार उघडलं. तिनं सांगितलं की, डॅश तिथल्या कम्युनिटी केंद्रात हॉकी खेळत होता. मी कोल्बी आणि क्विन्टेनला घेऊन तडक तिथे गेले. डॅशला शोधलं. खेळता-खेळता डॅशनं आमच्याकडे नजर टाकली. चेंडूमागे धावण्याआधी त्यानं आम्हाला पाहिलं. आम्ही हात हलवले, त्याच्यासाठी आरडाओरडा केला. कोल्बीनं आनंदानं 'डॅश' म्हणून हाक मारली. पण खेळादरम्यान त्यानं चुकूनही आमच्याकडे पाहिलं नाही. त्याच्या दुर्लक्षामुळे, मला कुणीतरी चिरडत होतं, असंच वाटलं. पण मी नेटानं चेहरा हसतमुख ठेवला. खेळ संपल्यावर मुलांना घेऊन मी त्याच्याकडे गेले.

"हाय!" मी उत्साहाने म्हणाले, "चार वाजले! आपली वीकएंडची वेळ झालीय."

"नाही." तो तुटकपणे म्हणाला, "मी नाही." तो वळून चालू लागला. त्याचे मित्र त्याच्याकडे अविश्वासाने पाहू लागले. क्विनला कडेवर घेऊन, कोल्बीचा हात धरून मी त्याच्याजवळ गेले.

"डॅश." मी हळुवारपणे म्हणाले. "थोडा वेळ तरी चल. माझ्याबरोबर ये, तुझ्या मित्रांनाही घेऊन ये. मी तुमच्यासाठी काही चटपटीत खाऊ करते, आपण फिरायला जाऊ. काय वाटतंय तुला?" डॅश चालतच होता. गाडीशी आल्यावर त्याचा वेग मंदावला. मी मुलांना कसंबसं गाडीत बसवलं. त्याच्याशी बोलणं सुरूच ठेवलं. "किती काळ गेला तुला बघून. तू का नाही येत? थोडा वेळ तरी चल. डॅश, एखाद-दुसरा तास तरी ये. आम्हाला तुला काय-काय दाखवायचं आहे. नवनवे फोटो, नवनवे खेळ. चलतोस? चल नं!"

डॅशनं मान हलवली. क्षणभरानंतर तो चालू लागला. त्याची पाठ वाकली होती, त्याची जड बॅग त्याच्या खांद्यावरून लोंबत होती. मला ती बॅग घ्यावीशी

वाटली, त्याला घेऊन जावंसं वाटलं. मी त्याला पुन्हा विनवलं, ‘‘डॅश, चल ना घरी. चल रे!’’ मला वाटलं, त्याला उचलावं, गाडीत घालावं आणि घरी न्यावं. तिथे तो नेहमीप्रमाणे रमला असता, विरघळला असता. पण मी त्याच्यावर जबरदस्ती करू शकत नव्हते. तसं काही कृत्य करून पीटरला माझ्याकडे बोट दाखवायला आणखी नवी जागा देणार नव्हते की डॅशवर ताण येईल, असंही वागणार नव्हते. मी माझ्या परीनं प्रयत्न केला होता, पण तो निष्फळ ठरला. कोल्बी रडू लागला. माझ्याही गालावरून आसवं ओघळू लागली. डॅश दिसेनासा झाला. गाडीवर वाकून पालथ्या हातानं मी डोळे पुसले. काहीच झालं नाही, असा चेहरा करून गाडीत बसले. पण मी उद्‌ध्वस्त झाले होते. त्याच्यापर्यंत पोहोचण्यात मी अपयशी ठरले होते. सर्वस्वी हरले होते. त्याच्या लेखी मी परकी झाले होते. *परक्याबरोबर गाडीत बसू नये, ही शिकवण असते ना!*

पण म्हणून डॅश काही कायमचा आयुष्यातून दूर गेला होता, असं नाही. कोर्टात अर्ज करून सहा महिने लोटले होते. कोर्टाची तारीख जवळ येत चालली होती. त्या वेळच्या ‘मे’ महिन्यात आम्हा दोघांचं पूर्वीसारखंच खेळकर, मजेशीर संभाषण झालं. कोणाही आई-मुलात होतं; तसं साधं, सामान्य, गमतीदार. कितीतरी वेळ आम्ही बोलत होतो. त्याला मी, मधल्या काळातल्या मी आणि डेव्ह यांच्या हकिकती, कोल्बी-क्विनच्या बाललीला, आमची व्हिसलरची सफर आणि येत्या उन्हाळ्यातल्या बेताविषयी सांगितलं. त्यानेदेखील त्याच्या मेक्सिकोच्या सहलीबद्दल सांगितलं. तिथं त्यानं त्याच्या वेको या मित्राबरोबर स्नॉर्केलिंग केलं, बुगीबोर्ड खेळला. आमचं संभाषण रंगात आलं होतं. डॅशनं त्याच्या बंगी-जंपिंगबद्दल सांगितलं. ही असली उडी मारल्याबद्दल मी नापसंती दाखवली, तेव्हा तर उत्तेजित होऊन तो मला त्या उडीची व्हिडीओ फिल्म दाखवायला निघाला होता. मी असली संधी सोडतच नव्हते.

‘‘डॅश, मला तुझी ती उडी पाहणं खूप आवडेल.’’

‘‘मॉम, नक्की तुला आवडेल.’’

‘‘तू व्हिडीओ फिल्म आणशील? ते फोटो पाहण्यासाठी?’’

तो लगेच गप्प झाला. ‘‘लवकरच.‘‘ तो वचन दिल्यासारखा म्हणाला, ‘‘मी लवकरच येईन, मॉम.’’

काही दिवसानंतर मी ती फिल्म पाहिली. डॅश त्याच्या प्रशिक्षकाच्या सूचना एकाग्रपणे ऐकत होता. त्याची उडी कॅमेरात येण्यासाठी कॅमेरा मागे सरकला होता, त्या वेळी एका कोपऱ्यात पुस्तक वाचत असलेला पीटरही दिसला. डॅश उडी मारण्यासाठी तयार झाला, पण पीटरनं काही पुस्तकातून डोकं बाहेर काढून मुलाकडं

साधं पाहिलंसुद्धा नाही. ह्या दुर्लक्षामुळे माझं माथं ठणकलं. आणि कल्पनेतच मला जे वाटायचं – डॅशकडे दुर्लक्ष होतंय, त्याचा तोच एकटाच गृहपाठ करतोय, रात्री मित्राकडे राहण्यासाठी जाताना त्याची बॅगही नीट भरलेली नसते. लंच न घेताच तो शाळेत जातोय आणि ते खोटं ठरावं, ही माझी आशा होती – ते प्रत्यक्षात पाहून मला फार दु:ख झालं.

पुढच्याच आठवड्यात आमचं पुन्हा एक वार तसंच आनंदी संभाषण झालं. आणि फोन ठेवण्यापूर्वी आम्ही, पूर्वी जसे एक-दोन-तीन आकडे मोजायचो तसे, आकडे मोजून फोन ठेवला. मी नक्की सांगते की, मी जशी हसले, तसाच तोही मनापासून हसला असणार. छोट्या-छोट्या गोष्टींत केवढातरी अर्थ असतो. त्या फोनभेटीतही बोलताना मी डॅशशी पुढची भेट ठरवली, "जेव्हा-केव्हा तू तयार असशील, तेव्हा मी तुला नेहमीच भेटेन." डॅशनं ताबडतोब उत्तर दिलं, "सोमवारी चालेल का?"

त्याला तीन दिवस अवकाश होता. मी माझ्या पद्धतीप्रमाणे सोमवारी दुपारी साडेतीन वाजता घेऊन येण्याबद्दल पीटरला फोन केला. नंतर मला कळलं की, सोमवारी डॅशची डॉ. एल्टरमनबरोबर भेट ठरली होती. मला ही काहीच कल्पना नव्हती. तेव्हा मी आपली सोमवारची साडेतीनची वाट पाहत होते. त्या दिवशी डॅशच्या आवडीच्या वस्तू जमा करून ठेवल्या होत्या. त्याच्या आवडीचा बनाना ब्रेड – तयार करून गार करत ठेवला होता, तेवढ्यात पीटरचा फोन आला. त्याचा आवाज ऐकताच ओझं ठेवल्यासारखे माझे खांदे वाकले. "तुझा फॅक्स वाचला. पण डॅश या भेटीबद्दल काहीच बोलला नाही." तो म्हणाला. "त्याला तुला भेटावसं वाटतंय, असं मला वाटलंच नव्हतं. मला पाहिलं पाहिजे."

मी सुस्कारा सोडला. "ठीक आहे, पीटर."

मी त्या ब्रेडवरून हलकेच हात फिरवला. डॅश येणार नव्हता. गेले सहा महिने या दारातून डॅश आमच्या घरी आला नव्हता.

दोन आठवड्यानंतर, १९९३च्या मे महिन्याच्या अखेरीस मी, पीटर आमचे दोघं वकील यांच्यासह जस्टीस डोनाल्ड ब्रेनरसमोर हजर झालो. या वेळी आमची पंधरा मिनिटांची प्राथमिक सुनावणी झाली. या वेळी जजनी माझ्या आणि डॅशमधल्या दुराव्याबद्दल, शाळेतल्या अभ्यासात डॅश मागे पडत असल्याबद्दल काळजी व्यक्त केली. माझी मैत्रिण एलिझाबेथ मॅकेंझी हिनं मला सांगितलं होतं की, डॅशचं त्याच्या इयत्तेच्या मानानं, लेखन-वाचन अत्यंत कच्चं होतं. त्यामुळे त्याला सुधारवर्गात धाडण्यात यायचं. मला डॅशच्या शालेय जीवनाबद्दल काहीच माहिती नसल्याबद्दल तिने काळजी दाखवली. आणि डॅशचे शालेय रिपोर्ट मला देण्याबद्दल पीटरला हुकूम

दिला. (नंतरच्या तीन वर्षांत मला एकही शालेय रिपोर्ट पीटरकडून मिळाले नाहीत. एक रिपोर्ट आला होता. त्यात डॅशचा हजेरी अहवालच नव्हता.)

मला कराराप्रमाणे उन्हाळी सुटीतला ठरलेला काळ हवा होता. (जो मला सहजी मिळाला.) आणि मानसोपचार तज्ज्ञाकडून, मानसशास्त्रज्ञाकडून डॅशचं मूल्यमापन हवं होतं. डॅशची तपासणी – मानसिक, भावनिक – करून हवी होती. मला वाटत होतं की, जजनी असा हुकूम द्यावा की – कोणीही मानसोपचार तज्ज्ञानं वेळ घालवावा आणि त्याला नेमकं काय वाटतंय, ते जाणून घ्यावं. मोठ्ठा सुस्कारा सोडून पीटर उठला आणि अशा मूल्यमापनाची गरज नसल्याचं त्यानं सांगितलं. त्यानं सांगितलं की, डॅश आणि माझ्यातल्या दुराव्याला मी त्या दोघांचा केलेला छळवाद कारणीभूत होता. पीटरच्या घरी किंवा शाळेत दिसणारी त्याची खंत, त्याचं चमत्कारिक वर्तन, भावविवशता हे सारं माझ्या चुकीमुळे घडत होतं. (कारण मी त्याला एकटं सोडत नव्हते.) कोर्टाच्या चुकीमुळेही (माझ्या कस्टडीबद्दलचा क्षुल्लक असा अर्ज विचारात घेतल्यामुळे.) आणि त्याच्या शिक्षकांच्या चुकीमुळेही ('तुम्ही त्याला एकटं का सोडत नाही.' असं पीटर त्या शिक्षकांना म्हणाला होता.) घडत होतं. डॅशच्या स्थितीबद्दल आम्ही दोघं सांगत असलेल्या भिन्न-भिन्न गोष्टी, आमच्या विचारातल्या – सांगण्यातला लक्षणीय फरक आणि पीटरचे नकार यांतून मार्ग काढायचा; तर कोर्टानं हुकूम देऊन डॅशचं भावनिक, मानसिक मूल्यमापन करवून घ्यायला हवं होतं, त्याला मदत करायला हवी होती. पीटरनं आपणहून काही डॅशला मानसोपचार तज्ज्ञाकडं धाडलं नसतं. उलट 'आमचा मानसशास्त्रज्ञावर विश्वास नाही.' असा पीटरचा दावा होता. पण वस्तुस्थिती अशी होती की, मानसोपचाराच्या मदतीनं डॅशला त्याचं 'वाईट आयुष्य' उलगडता आलं असतं. त्या तसल्या बापाच्या पहाऱ्याखाली डॅश माझ्यापासून दुरावत होता. पीटरनं तर, डॅशला मानसोपचार तज्ज्ञाकडे, मानसशास्त्रज्ञाकडे – डॉ. एल्टरमनकडे नेऊन त्याचं भावनिक-मानसिक मूल्यमापन करावं, हा ब्रेनरचा आदेश धुडकावला होता. त्याऐवजी त्यानं कुरकुरीचा सूर लावला. "या साऱ्याबद्दलची डॅशची काय प्रतिक्रिया असेल, या विचारानंच मला घाबरायला होतंय. ती प्रतिक्रिया फारशी सुखद असेल, असं मला वाटत नाही. हे ऐकून त्याला नक्कीच चीड येईल. नक्कीच!"

डॅश अस्वस्थ होईल, त्याला राग येईल, असं काहीही करायचं नाही. आपण याला अस्वस्थ केलं, तर तो कधीही तिच्याकडे जाणार नाही. गप्प बसा! आपण त्याच्याबद्दल बोलतोय, हे त्याला कळता कामा नये, वेडा होईल तो. हा असा कोणता डॅश आहे – ज्याला पीटर खूप चांगलं ओळखतो, असं खुद्द पीटरला वाटतंय? नऊ वर्षांची मुलं असलं काहीही ठरवत नाहीत. मी क्षणभर पीटरकडे पाहिलं. त्यानं आमच्या मुलाचं हे काय केलं होतं? आणखी पुढे तो काय करणार?

"ठीक तर. डॉ. एल्टरमन चालेल." पीटर उत्तरला.

नाही. मला माझा हात बेंचवर आपटावासा वाटला. *इतर कोणीही चालेल, पण तो नको.* माझ्या वकिलानं माझ्याकडे रोखून पाहिलं. त्यालाही माझे विचार ठाऊक होतेच.

"डॉ. एल्टरमन या मुलाला ओळखतात. त्यांनी दोन अहवालही दिले आहेत," पीटर म्हणला. "एल्टरमनच्या अहवालावर विश्वासून जज हूड यांनी मला हंगामी एकलकस्टडी दिली होती. आणि आमच्या घटस्फोटाच्या खटल्यावेळीही जज मॅक्डोनाल्ड यांनी एल्टरमनच्या दुसऱ्या अहवालावर विश्वास ठेवून, मला कायमची एकल कस्टडी दिली. एल्टरमनला ही केस माहिती आहे. आणि ही निवड तर्कशुद्धच म्हणता येईल."

मी निराश होत जॉनकडे पाहिलं. जॉननं उभं राहत, डॉ. एल्टरमन हे समतोल मूल्यमापक नाहीत आणि आता या केसकडे नव्या दृष्टिकोनानं पाहण्याची गरज असल्याचा युक्तिवाद केला. जजनी दोन्ही बाजूंना मान्य होईल, अशा डॉक्टरचं – मानसशास्त्रज्ञाचं नाव सुचवण्यास सांगितलं. जॉननं डॉ. लेस्ली जॉय यांचं नाव सुचवलं. कोर्टानं सांगितलेलं हे मूल्यमापनाचं काम कित्येक मानसशास्त्रज्ञ डॉक्टर करत नसत. पण ही डॉक्टर उच्चशिक्षित होती आणि उपलब्धही होती. शिवाय आमच्यापैकी कोणीही तिला भेटलेलं नव्हतं. मला अनुकूल असं कोर्टातलं वातावरण पाहून माझं हृदय धडधडू लागलं. सुमारे वीस-एक सेकंदच मी अशी आशेवर तरंगत असेन. लगेचच पीटरनं घाव घातला. ज्या मुलानं १९८९मध्ये डॉ. एल्टरमनशी पहिली भेट झाल्यावर मला ठामपणं सांगितलं होतं, 'हा माणूस मला आवडला नाही.' त्या मुलाबद्दल – डॅशबद्दल पीटर ठामपणे सांगत होता की, डॅश एल्टरमनवाचून कोणालाच भेटणार नाही! पीटरनं जाहीर केलं, "डॅशचा एल्टरमनवर विश्वास आहे."

ज्याचा एल्टरमनवर विश्वास आहे, अशी व्यक्ती म्हणजे, डॅश नव्हे, तर तो तू पीटर आहेस, हे मला म्हणावंसं वाक्य ओठातून बाहेर पडू नये, म्हणून मी माझे दात घट्ट आवळून धरले होते.

"ह्या घडीला डॅश कुणा परक्या व्यक्तीशी बोलेल का, याबद्दल शंकाच आहे." पीटर सांगू लागला. "त्याला असं काही करायला लावणं हा क्रूरपणा, बेजबाबदारपणाच होईल. आणि डॅशिल यात सहभागी न झाल्याने माझ्या मते, हे सारं निष्फळच होईल."

हे जे काय चाललं होतं, याची जजना कल्पना होती का? कोर्टानं एकदा हुकूम दिल्यानंतर आपण कोणाला भेटतोय, याबद्दल डॅशला काळजी वाटण्याचं कारण काय? तो तर दहा वर्षांचासुद्धा नव्हता. डॅशनं एल्टरमनखेरीज इतर कोणाला भेटू नये, असं पीटरला वाटत होतं. कोर्टाच्या आदेशानुसार यापूर्वी झालेलं – दोन वेळा – मूल्यमापन, शिवाय आतापर्यंत झालेल्या अनेक भेटी यांमुळे डॉ. एल्टरमनचा

काय रिपोर्ट असेल, याबद्दल पीटरला खात्री होती. जणू पूर्वग्रहानं सुरक्षिततेचा खंदक खणला होता. डॉ. जॉय अनोळखी होत्या. त्यात जोखीम होती. 'डॅश कोणाला भेटणार नाही.' याचा अर्थ 'मी डॅशला कोणाला भेटू देणार नाही.' हा होता. ह्या हातचलाखीला कोर्ट मान्यता देईल? नाही. तसं झालं नाही. कोर्टात नेमकं काय चाललं होतं, याची त्यांना जाणीव झाली की नाही, हे कळलं नाही, पण जज ब्रेनरनं आम्हाला हवा तो हुकूम दिला – 'डॅशला डॉ. एल्टरमन यांच्याखेरीज अन्य मानसोपचार तज्ज्ञाकडे नेऊन त्याची व्यवस्थित संपूर्ण तपासणी करावी.'

हा आमचा पहिला विजय!

पण कोर्टानं काय हुकूम दिला, याला काहीच महत्त्व उरत नाही; कारण पीटरसारख्या लोकांना ही व्यवस्था पळवाटा ठेवत असते. पीटरला कोर्टाचा हुकूम न आवडल्यानं त्यानं त्याकडं संपूर्ण दुर्लक्ष केलं. आणि याबद्दल त्याला कसलाही दंड झाला नाही. का? परिणामाची फिकीर न करणं ही जणू त्याच्या यशाची गुरुकिल्ली होती. शालेय रिपोर्ट, हजेरी रिपोर्ट, ॲक्सेस, उन्हाळी सुटीतला ॲक्सेस या सगळ्यांबद्दल कोर्टानं हुकूम दिलेच होते की, आणि त्याकडे पीटरनं दुर्लक्ष केलंच होतं की! पुढचा दीड महिना पीटर आणि त्याचा वकील दगडी भिंतीसारखे आमच्यासमोर आम्हाला अडवून उभे होते. माझ्या वकिलाच्या पत्राकडे दुर्लक्ष करत होते, पत्रोत्तर देण्यास उशीर करत होते. डॉ. जॉयची भेट ठरवण्याची आमची विनंती नाकारत होते. दुसऱ्या डॉक्टरचं नाव सुचवण्याबद्दलही असलाच आडमुठेपणा करत होते. प्रत्येक दिवस मोलाचा होता. आणि आमची प्रगती शून्य होती. जुलैच्या सुरुवातीला आम्ही वैतागून ब्रेनर यांच्याकडे पुन्हा गेलो. या वेळी ब्रेनर यांनी स्पष्ट हुकूम दिला –'पीटरनं डॅशला संपूर्ण मानसिक, भावनिक तपासणीसाठी डॉ. जॉय यांच्याकडे घेऊन जावे.' मी तर हवेतच तरंगू लागले. इकडे पीटरनं वेगळीच खेळी खेळली. त्यानं डॉ. जॉयला पत्र लिहिलं. आणि त्यात मुलाच्या भेटीबद्दलच्या नाखुशीची कारणं जाणून घेण्यासाठीच्या तिच्या कामाबद्दल तिचं स्वागतच केलं. माझ्या वकिलानं मला त्या पत्राची प्रत फॅक्स केली. मी त्याकडे शून्य नजरेनं पाहत राहिले. *तो आता हे काय करतोय?* निराशेनं भरलेल्या आवाजात डेव्ह म्हणाला, "अरे देवा! हा तर चौकशीला मर्यादाच घालतोय, तपासणीला लगाम घालतोय. यातून कसलं मूल्यमापन होणार? निरुपयोगीच ठरेल ते!"

डॉ. जॉयची भूमिका कोणती असेल, याचा विचार करून पीटरनं (मानसोपचार तज्ज्ञ या वरवरच्या गोष्टींचा विचार करतील, ही त्याची अपेक्षा होती.) डॅश या भेटीला नाखूश होता, असं सांगायला सुरुवात केली. माझा यावर अर्थातच विश्वास नव्हता. डॅशची 'भेटीबद्दलची नाखुशी' हा त्याच्या विचित्र कौटुंबिक वातावरणाचा

परिणाम होता – असं कौटुंबिक वातावरण की, ज्या वातावरणामुळे तो आपल्या आईला आयुष्यातून वगळून टाकण्यास प्रवृत्त होत होता. आम्हाला डॅशचं कौटुंबिक वातावरण, कौटुंबिक आयुष्य, त्याची भावनिक, मानसिक प्रकृती, त्या अनुषंगाने कस्टडीसंदर्भातली व्यवस्था – या साऱ्या अंगाने कोर्टाकडून त्याची 'संपूर्ण मानसिक तपासणी – परीक्षण' करून हवं होतं. पीटरनं काटछाट केलेल्या चौकशीतलं नव्हे.

ही फसवणूक दुःखद होती. आणि कायदेशीर तरतुदींबाबतही चालू असलेली पीटरची लबाडी पाहून मला खचल्यागत होत होतं. त्यात भर म्हणजे, त्यानं या झगड्यात डॅशला ओढलं होतं... डॅश हे करेल, हे करणार नाही... इ. त्यानं डॅशला या कोर्टातल्या खटल्याची इत्थंभूत माहिती दिली होती. मी मात्र डॅशला यातलं काहीही कळू न देण्याची धडपड करत होते – या खटल्यापासून त्याचं रक्षण करावयाचा प्रयत्न करत होते. तर पीटर त्याला सारी कागदपत्रं, आरोपपत्रं, प्रतिज्ञापत्रं दाखवत होता – साळसूदपणे हे सारं जाणण्याचा डॅशचा हक्कच असल्याचं सांगत होता. नॉर्मन गुडवेलशी झालेल्या भेटीमुळे त्यातल्या संभाषणामुळे माझ्या लक्षात येत होतं की, हे त्या मुलाच्या मनात चांगला पालक – वाईट पालक, सुष्ट-दुष्ट असं वर्गीकरण करणं चालू होतं.

माझा आणि डॅशचा रोजच्या रोज संपर्क नव्हता. तो फारसा मला भेटत नव्हता. आणि होणाऱ्या भेटीत मीही त्याला कोर्टात चाललेल्या खटल्याविषयी, त्याच्या पालकांतल्या ताणाताणीविषयी काहीही सांगायचे नाही. त्याच्या बापानं सांगितलेली – बापाचा राग, चीड, माझा विश्वासघात – ही कहाणीच ठाऊक होती. त्यामुळे आणि त्याच्या घरातल्या माझ्याबद्दलच्या शत्रुत्वामुळे डॅशला माझ्याबद्दल कायम शंका यायची. मी एक खलनायिका ठरले होते, तर पीटर त्याच्या मुलाला सांभाळणारा, मुलाची काळजी घेणारा एक शूर सरदार! तो सगळा एक रचलेला बनावट कथाभाग होता, पण त्या मुलाचा त्यावर विश्वास होता ना! डॅशी, *तिनं कोर्टात काय सांगितलं, यावर तुझा विश्वासही बसणार नाही. तिला वाटतंय की, तुला मानसोपचार तज्ज्ञाची गरज आहे. काळजी नको करू, बाळ. मी यातून मार्ग काढीन.* घटस्फोटात मुलांना गोवणं, त्यांची ढाल करणं ही सर्वसाधारण गोष्ट आहे. पण माझ्या दृष्टीने पीटर डॅशचं शोषण करत होता, त्याच्यावर मानसिक अत्याचार करत होता. प्रत्येक पत्र, प्रत्येक कायदेशीर तरतुदी, प्रत्येक कायदेशीर कागद डॅशला ठाऊक होता; त्याच्या बापाची त्या साऱ्यावर होणारी टिप्पणी, जेवते वेळी होणाऱ्या चर्चा तो ऐकत होता. आणि या साऱ्यामुळे त्याची बापावरची निष्ठा अधिकाधिक दृढ होत चालली होती. यामुळे गोष्टी आणखीनच बिघडणार होत्या. जेव्हा पीटरनं भर कोर्टात डॅश डॉ. एल्टरमनखेरीज दुसऱ्या कोणाला भेटणार नाही, असं सांगितलं; तेव्हा मला वाटलं होतं की, पीटरचा हा हस्तक्षेप – मुलाच्या

विचारविश्वातला – जजच्या लक्षात येईल. पण जजनी फक्त कोर्टात काय घडतं, ते डॅशला सांगता कामा नये, असा पीटरला हुकूम दिला. पण स्वत:च्या फायद्याची असलेली गोष्ट करणं पीटर का थांबवणार? आता डॅशच्या दृष्टीने दोन त्रासदायक गोष्टी होत्या : त्यानं मानसोपचार तज्ज्ञांची भेट घ्यावी आणि उन्हाळ्यात दोन आठवडे माझ्यासोबत घालवावे.

मी चांगलं घडेल, अशी अपेक्षा करत होते. आणि त्यानं धीर धरावा, जरा शूर व्हावं, असं मनोमन म्हणत होते. कोर्टाच्या हुकमानुसार तो माझ्याकडे राहायला येणार होता. पण त्या आदल्या रात्रीच त्याचा मला फोन आला.

"तू उद्या मला घ्यायला येऊ नकोस, समजलं! येऊ नकोस –" तो फुत्कारला. "मी तुझ्याकडे येणार नाही, कळलं का?"

भले मला कोर्टात दोन वेळा छोटे विजय मिळाले असतील. पण पीटरकडे डॅश होता आणि तो डॅशचा हत्यारासारखा उपयोग करत होता. आता काही जज त्या हुकमाच्या अंमलबजावणीसाठी जुलूमजबरदस्ती करणार नव्हते आणि माझ्या हातात दहा हजार डॉलर किमतीचा कोर्टाचा निरुपयोगी हुकमाचा कागद होता; तर तिकडे वेस्ट पॉइंट ग्रेमध्ये घाबरलेला हताश डॅश आपल्या भीतीला रागावाटे मोकळं करत होता, त्याच्यापुढे तोच एक उपाय होता. मी कल्पनेनं जाणू शकत होते – पीटर आणि डॅश त्यांच्या वकिलाबरोबर – म्हणजे सुझनबरोबर कायदेशीर व्यूहरचनेचा विचार करत असतील, मानसोपचार तज्ज्ञाकडची भेट कशी टाळता येईल, याबद्दल विचारविनिमय करत असतील आणि मी पुन्हा-पुन्हा त्याच तापदायक दु:खद प्रश्नापाशी येऊन थांबत होते – *आता मी काय करू? पीटर घरी असेल, माझ्या ॲफिडेव्हिटमधली काही वाक्यं त्याचा पूर्ण संदर्भ न देता – डॅशला सांगून, मी डॅशचा कसा विश्वासघात केला, हे तो त्याच्या मनावर बिंबवत असेल.* मी असं तर म्हणू शकत नव्हते. 'हे चांगलं नाही हे मला ठाऊक आहे. पण विश्वास ठेव, मला तुला मदतच करायची आहे.' मी असंही म्हणू शकत नव्हते. 'या साऱ्याचा तुझ्या आत्मसन्मानावर कसलाच विपरीत परिणाम होऊ देऊ नकोस. तू एक छान मुलगा आहेस आणि तुझ्याबद्दल मी जे काही बोलले ते काळजीपोटीच!' मी जणू प्रिन्स विल्यम साउंडमधलं एक्सन, भोपाळमधलं युनियन कार्बाईड बनले होते. जिचं कुठलंही स्पष्टीकरण हे वैयक्तिक बचावासाठी रचलेला बनाव होता, असं मानून फेटाळलं जात होतं, अशी जागतिक पातळीवरची मी एक वाईट व्यक्ती ठरले होते.

मी आपली रात्र-रात्र घराबाहेरच्या अंगणात फेऱ्या घालायचे. कारण तेव्हा शांतता असायची आणि मलाही विचार करायला सुचायचं. ही असली मात झाल्याने मला कोंडीत सापडल्यागत झालं होतं, जडशीळ वाटत होतं. *आता मी काय करू?* सरतेशेवटी माझं म्हणणं कोर्टानं – तुकड्यातुकड्यानं का होईना – ऐकलं होतं. क्षण

माझे होते. हे असंही चालेल, पण किती आणि कोणती किंमत देऊन? फिरता-फिरता मी मुलांच्या खोलीत गेले. गाढ झोपेत असलेल्या त्यांचा पापा घेतला. आणि जवळच्या झुलत्या खुर्चीत बसले. या खुर्चीत बसूनच मी माझी तिन्ही मुलं वाढवली होती. डॅशचा विचार मनात आला. उपजत नव्हे, तर पढवलेली चिडचिड करणारा डॅश – त्याचा विचार मी करू लागले. अलीकडे वेस्ट साइडभोवती फिरताना, वाणसामान आणायला जाताना, मैत्रिणींबरोबर जेवताना, कोल्बीची जिमखान्यातून ने-आण करताना; माझ्या मनात सतत पीटर डॅशला काही तरी सांगतोय, ते ऐकू यायचं. *आपण या साऱ्यात एकमेकाला धरून राहायला हवं* किंवा *तुला तुझ्या आईकडे पाठवणार आहेत. या उन्हाळ्यात डॅशी, तुला माझ्याबरोबर राहायचं नाही का?* किंवा तुला डॉ. जॉय या अनोळखी डॉक्टरला भेटायचं आहे – त्या 'विश्वासपात्र' डॉ. एल्टरमनला नाही. *आपला मानसोपचार तज्ज्ञांवर विश्वास नाही. डॅशी हे लक्षात ठेव. डॉ. जॉय तुझ्या आईच्या बाजूची आहे. तिला तुला तुझ्या डॅडपासून दूर करायचं आहे. आणि तुझ्या डॅडवर खूप प्रेम आहे. होय ना बाळ?* मी माझ्या बक्षिसाकडे डोळे लावून बसले होते – डॅशसोबत माझा ॲक्सेस मिळणं किंवा डॅशची कस्टडी मिळवून त्याला निरोगी करणं – पण कुठला तरी चमत्कारच मला हे बक्षीस मिळवून देऊ शकला असता. कारण पीटर थांबायला तयारच नव्हता. त्याचं डॅशला पढवणं सुरूच होतं. 'डॅश ती तुला डमी म्हणते, बुजगावणं म्हणते, तिच्या मते, तू मूर्ख आहेस, मी तुला नीट जेवू खाऊ घालत नाही, असं ती म्हणते;' असं काहीतरी सांगून डॅशला माझ्याविरुद्ध भडकवत होता. डॅशचं 'तू जोवर थांबवत नाहीस, तोवर मी तुला भेटणार नाही,' हे म्हणणं, म्हणजेच पीटरचं तू हे चालू ठेवलंस, तर डॅश तुला कधीच भेटणार नाही, धमकावणं होतं.

हे सारं मला असह्य होत होतं. मी कमालीची शिणले होते. मी माझ्याच मुलाला दुःख देत होते. आणि परिणामाची – चांगल्या परिणामाची कसलीही खात्री नव्हती. मला फक्त माझा डॅश बुधवारी आणि शुक्रवारी दुपारी चार वाजता माझ्या दारात *हवा होता, वरच्या त्याच्या खोलीत सुखरूप हवा होता.*

मी आणि डेव्ह आमचा पैसा कोर्टात खर्च होताना बघत होतो. पण फलनिष्पत्ती काहीच नव्हती. माझ्या जवळ कोर्टाचे दोन लहानसे हुकूम होते. पण पीटरकडे तर सगळेच पत्ते होते. त्याच्याजवळ वरकरणी कसलाही ओरखडा नसलेला, सर्वसामान्य मुलासारखा वागणारा डॅश होता. बापाच्याबद्दलची डॅशची निष्ठा म्हणजे प्रेम होतं, तर पीटरचा डॅशबद्दलचा ध्यास समर्पणासारखा वाटत होता. पीटर या पालकत्वाच्या कामासाठी सर्वस्वी सत्पात्र ठरला होता, कारण आधीच्या जजला तसं वाटलं होतं. आणि त्याला तसं वाटलं, कारण त्याआधीच्या जजचं तेच मत होतं. त्यांच्यापुढे कोर्टाच्या मानसोपचारतज्ज्ञाचं – भले मग ते अंधारातले वार का असेनात – म्हणणं

होतं. पीटरवर अशी विश्वासार्हतेची पुटंच्या पुटं चढली होती, तर माझ्याजवळ काहीच नव्हतं. ब्रेनरही पीटरला तोंड देऊ शकत नव्हते. त्या नऊ वर्षांच्या मुलाला कस्टडीकेसमध्ये गुंतवल्याने होणाऱ्या परिणामाबद्दल धमकावू शकत नव्हते. मी जणू मोठी शिळा टेकडीच्या माथ्याकडे नेण्याचा प्रयत्न करत होते. परिणामी मला मानसशास्त्रीय तपासणी, ॲक्सेस किंवा कस्टडी यांतलं काही मिळेल – याबद्दल कसलीही खात्री नव्हती. मी आपली एक खटला – जो अत्यंत निंद्य, घाणेरडा आणि अत्यंत महागडा होता, एक विजय आणि डॅशसाठी खूपसा यातनामय आणि तडजोडीचा काळ या साऱ्यांची मनोमन तयारी करत होते. पण एका सकाळी कॉफीच्या मगशी चाळा करताना मला जाणवलं की, ह्या सगळ्याला तोंड देण्याची माझी तयारी असली, तर हा खटला जिंकणं – आमच्या बाजूनं निकाल लागणं, हे डॅशच्या दृष्टिकोनातून अत्यंत महत्त्वाचं होतं. पण का कोण जाणे, मला वाटलं की ही केस – हा खटला आपण हरणार. डॅशला पुन्हा त्याच घरी पाठवलं जाईल. आणि त्या लोकांना कोर्टात खेचल्याबद्दल आणि मी तो खटला हरल्याबद्दल मला त्या घरातले लोक वाळीतच टाकतील. त्याचा डॅड बरोबर आहे आणि मीच वाईट आहे, हे असं डॅशला तिसऱ्यांदा दिसून येईल. त्याची आई आणि तिचे लाखो रुपये डॅशला त्या घराबाहेर काढू शकत नव्हते, इतके त्याचे डॅड बलवान होते. आणि अशा बलवान डॅडबरोबर डॅशनं राहण्याचा कोर्ट हुकूम देईल. या साऱ्यामुळे – म्हणजे कोर्टाचा हुकूम, माझी हार, माझा दुबळेपणा – डॅशच्या मनाला आणखी इजा होणार होती. कोर्टात जाणं आणि हरणं ही फार मोठी जोखीम होती. माझा धीर खचला. मी डॅशचं आयुष्य पणाला लावू शकत नव्हते. मी माझ्या वकिलाला – जॉन फिडीसला फोन लावला.

"सगळं थांबवू या. मी ते करू शकत नाही."

फोन झाल्यावर अत्यंत निराश होऊन विमनस्क स्थितीत मी बसून राहिले. कुठून तरी, कुठली तरी उमेद मिळेल, कशाचा तरी आधार मिळेल, अशी इच्छा करत राहिले. मला पलीकडच्या खोलीत असलेला दोन वर्षांचा मुलगा होता. लवकरच कामावरून घरी येणारा नवरा होता. या साऱ्या गोंधळातून मला आशादायक वाटेल, माझ्या निर्णयावर मला तग धरता येईल, असं काहीतरी भरीव मला हवं होतं. डॅशसाठीच मी कोर्टात गेले होते. पण त्याच्या तीव्र प्रतिक्रियेने मला धक्काच बसला होता. ती दोघं एकमेकांत गुंतली होती. त्यांची व्यक्तिमत्त्वं एकमेकांत जणू मिसळली गेली होती. पीटरच्या गरजा हे डॅशचं कर्तव्य होतं, डॅशचं सुख हे पीटरचं अस्तित्व झालं होतं; आमच्या कल्पनेपलीकडची ही गुंतागुंत होती. कोर्टकेस ही त्यांच्या लेखी त्यामुळे प्रलयंकारी घटना झाली होती. त्यामुळे मला जे गाठायचं

होतं, ते आम्ही गाठू शकलो नाही. कोर्टाच्या हुकमान्वये मला डॅशला त्याच्या बापापासून तोडायचं नव्हतं, कारण त्याचा उपयोग झाला नसता. इथे टेबलाशी बसूनही मला ते जाणवत होतं. या साऱ्या कोर्टाच्या व्यवस्थेपासून दूर झाल्यावर डॅशवरचा घरातला ताण दूर झाला असता. मला डॅशची कस्टडी मिळेल, अशी आता पीटरला भीती नसल्याने, कदाचित तो डॅशला माझ्याकडे भेटीसाठी पाठवीलही. त्या भेटीत मी डॅशला आधार देईन, आमचं नातं अधिक मजबूत करण्याकडे त्याचा उपयोग करीन. मी अजून घराबाहेरच होते. पण निदान तिथे तरी होते. त्या दोघांचा विश्वास मला कमवावा लागेल. त्यांच्याबरोबर कामचलाऊ काम करावं लागेल. माझ्या अपेक्षांची पुनर्मोजणी करावी लागेल. मी चांगल्या संधीची, वेळेची वाट पाहीन. शिकेन. जोवर जिंकण्याची खात्री नाही, तोपर्यंत आता पुन्हा कोर्टात जायचं नाही. मी जर माझ्या बेताप्रमाणे वागले, तर मला कोर्टाची गरजच उरणार नाही. माझ्या सुंदर मुलाच्या वेदना मी माझ्याकडे घेईन आणि त्याला फक्त प्रेम देईन. मी जर कोर्टप्रकरण थांबवलं, तर तो मला भेटणार होता, या डॅशच्या वचनावर मी विश्वास ठेवणार होते. मी त्याच्या शब्दांवर विसंबून राहणार होते.

■

शस्त्रसज्ज आणि धोकादायक

"मॉम, माझ्याकडे बघ!" तो डॅश होता... धक्क्याच्या शेवटी असलेल्या फळीवरून धावत येऊन सूर मारण्याच्या पवित्र्यात असलेला! त्याला मला लक्ष दे, असं सांगावंसुद्धा लागत नव्हतं, कारण मी त्याच्यावरून नजर हटवतच नव्हते. यानं पाण्यात नेमका सूर मारला आणि हसत-खिदळत पाणी उडवत वर आला. मनमुराद सुटी उपभोगणाऱ्या मुलासारखा! अशी सुटी भोगणारी इतरही मुलं असतातच – पण तो डॅश होता – आणि तो एक चमत्कारच होता. डॅशनं मला भेटण्याचं वचन दिल्यानंतर मी कोर्टकेस मागे घेतली. त्याला आता वर्षं होऊन गेलं होतं. तो मोजक्या वेळीच आला आणि नंतर महिनोन्‌महिने येत नव्हता. बदलली होती; ती फक्त आमची निराशा सहन करण्याची शक्ती. ती मात्र वाढत होती.

"तू बघितलंस का?" तळ्यात वर-खाली उसळ्या घेत तो म्हणाला. डेकवरच्या खुर्चीतून मी त्याच्याकडे पाहून हात हलवत म्हणाले, "मला आवडलं ते डॅश, पुन्हा एकदा कर ना!" आणि तो सुखद क्षण, तो त्याच्या स्पष्ट आरोळ्या, तो आमच्याबरोबर होता, हा सुखद धक्का हे सारं मी जणू पित होते.

"डॅश," मी त्याला हाकारलं, "मी जर क्विनला शिडीवरून तुझ्याकडे दिलं, तर त्याला घेशील का?"

"नक्कीच!" पोहत-पोहत आमच्याजवळ येत डॅश म्हणाला, "क्विनर, माझ्याकडे बघ, खूप गंमत आहे इथं!"

तो १९९४चा ऑगस्ट महिना होता. डॅश दहा वर्षांचा झाला होता. यापूर्वीच्या कोणत्या सुटीत तो आमच्याबरोबर आला होता, हे मला आठवतच नव्हतं. पण आता आम्ही सगळे डेव्हच्या आई-वडिलांच्या उन्हाळी कॅम्पमध्ये लेक ऑफ वूड्‌सला आलो होतो. डॅश सहा वर्षांचा असताना आम्ही येथे आलो होतो. तेव्हा

त्याला ही जागा खूप आवडली होती. कदाचित त्यामुळेही तो आता आला असावा. तशीही मी त्याला त्या लेक ऑफ वूड्सच्या पहिल्या सफरीची सतत आठवण करून द्यायचे. कदाचित त्यामुळेही तो आला असेल – कोणास ठाऊक? कदाचित पीटरनं – हाडूक कुत्र्यापुढे फेकतात – तसं मला वागवलं असेल किंवा त्याला सुझनबरोबर बाहेर जायचं असेल. मला काहीच ठाऊक नव्हतं. आणि त्याबद्दल पर्वाही नव्हती. डॅश आमच्याबरोबर होता आणि केवढा मोठा झाला होता. नेहमीसारखाच डॅश माझ्या भोवती-भोवतीच होता. खूप आनंदी वाटत होता. तो माझ्याकडे जणू प्रेमाची मागणी करत होता आणि त्याला जे-जे हवं, ते-ते मी देत होते. तो जेव्हा स्कीईंग करत होता, तेव्हा मी बोटीत बसून त्याचा खेळ बघायचे. तो पोहताना त्याला प्रोत्साहन द्यायचे. तो मला प्रेमानं मिठी मारायचा आणि रोज रात्री पाठ चोळून घ्यायचा. त्याच्या मनात खोलवर रुतलेल्या नैराश्यातून आलेली; आपल्यावर प्रेमाचा वर्षाव करावा, आपल्याकडे लक्ष द्यावं, मायेनं स्पर्श करावा, ही मागणी मला समजली. त्या निसर्गरम्य बेटावर मी जेव्हा डोळे मिटून घ्यायचे, आमचा इतिहास सुरक्षित अंतरावर ठेवायचे; त्या वेळी मला वाटायचं की, आमच्यातले बंध कधी तुटलेच नव्हते. आम्ही किती थोडा वेळ एकमेकांना भेटत होतो, हेही मी विसरून जायचे. डॅश तसा आनंदी, विचारी आणि मोहक मुलगा होता – मला वाटत होतं की, तो डॅश हरवला होता. पण नाही. आता त्याच्याबरोबर पोहताना, मासेमारी करताना, बोटीवर सैर करताना तो तोच डॅश होता. संध्याकाळी स्वयंपाकाची, जेवणाची तयारी करताना त्याची नजर वूफी अस्वलाला म्हणजे त्याच्या लहानपणच्या खेळण्याला शोधत राहायची. खूप वर्षांपूर्वीच्या आमच्या वेस्ट व्हँकूव्हर इथल्या घरात तो त्याच्या छोट्याशा, पाइन लाकडी स्टुलावर बसून गप्पा मारायचा, त्याची नजर ते स्टूल शोधायची. डॅश त्याच्या दोघा लहान भावंडांच्या 'दादा'ची भूमिका गांभीर्यानं बजावत होता. त्या दोघांशी समंजसपणे वागत होता. क्विनवर लक्ष ठेवत होता. त्याची काळजी घेत होता; तर दिवस-रात्र कोल्बी त्याच्या मागे शेपटासारखा फिरत होता, तेही त्याला चालत होतं, आवडतही होतं. एके सकाळी डॅश धावतच माझ्याकडे आला.

"मॉम, मी आणि कोल्बी गॅमीच्या (डेव्हची आई) घरी जाऊ? ती आम्हाला गरुडाचं घर दाखवणार आहे."

"वॉव! डोक्यावर पांढरे केस असलेल्या समुद्र गरुडाचं?"

"मला वाटतंय की तेच!"

"मग जा की! पण –" मी आवाज खाली आणून गंभीरपणे म्हणाले, "पायऱ्यांवर तू कोल्बीचा हात घट्ट धरशील ना? ती जागा सावलीत असते आणि निसरडी झालेली असते."

“ठीक आहे मॉम.” ती दोघं पायऱ्या उतरून जातानाचा त्यांचा संवाद मी ऐकला. “कोल्बी, सारा वेळ माझा हात घट्ट धरायचा हं!”

“मला तुझा हात धरायला आवडेल.” त्यानं आपला हात डॅशच्या हातात दिला होता.

“मॉम, नंतर भेटेनच.” डॅश लगेच माघारी वळत म्हणाला, “बिग डी मला पाण्यातल्या खेळासाठी नेणार आहे.”

“फारच छान!” डॅश मुलांशी खूप मायेनं वागत होता. मी ओठांनी आवाज न करता ‘थँक यू’ म्हणाले. आणि कोल्बीकडे बोट दाखवलं. कोल्बी त्या उभ्या चढाच्या पायऱ्या पाहून घाबरला होता. इकडे-तिकडे बघत होता. मी माझ्या दोन्ही हाताच्या बोटांनी हृदयाचा आकार केला. डॅशनंदेखील कोल्बीच्या हातातून आपला हात क्षणभर सोडवून घेतला आणि दोन्ही हातांनी तो आकार तयार करून दाखवला. माझं मन आनंदानं थुईथुई नाचू लागलं.

कुठलेही नखरे नव्हते, रागाचे झटके नव्हते. जेवणासाठी टेबल तयार करतेवेळी कुठलीही पळापळ नव्हती की, कोचामागे दडून बसणं नव्हतं. साऱ्या सुटीभर डॅशचं वागणं लोभस, लाघवी होतं. डेव्हच्या आई-वडिलांनाही डॅश आवडला. तशी त्या तळ्याकाठी आल्यानंतरची त्यांची पहिलीच भेट होती. रात्री जेवताना आम्ही रातकिड्याचं गाणं ऐकत होतो. जेवणं झाल्यावर लगेच डॅश आणि कोल्बी दात घासून, रात्रीचे पायजमे घालून आमच्या बिछान्यात घुसायचे, गोष्ट ऐकण्यासाठी सज्ज व्हायचे. दोन वर्षांच्या क्विनला आपल्यामध्ये जागा द्यायचे. एखाद्या जादूगारानं हातात ताईत धरावा, त्याप्रमाणे डेव्ह हसत, हातात पुस्तक घेऊन बसलेला असायचा. मुलं बिछान्यात अस्ताव्यस्त पसरायची, उशा घ्यायची, नंतर त्यांची अडचण होते म्हणून बाजूला टाकायची. शेवटी डॅश पोटावर झोपायचा, दोन्ही कोपरं उभी करून हाताच्या ओंजळीत आपला चेहरा ठेवायचा. कोल्बी त्याचंच अनुकरण करायचा. डॅशनं आपली स्थिती बदलली की, हाही तसं बदलायचा.

“आता – सारे तयार?” डेव्ह खट्याळपणं विचारायचा.

“होऽऽ” ती एकसुरात म्हणायची. आणि गोष्टीच्या नवलभरल्या दुनियेत आम्ही फिरायचो.

ती सुटी म्हणजे माझ्यासाठी दुखरी जागा झाली होती. डॅश त्याच्यातच होता. तसा – व्हँकूव्हरपासून दूर – तो आरामात होता. ओंटेरिओतल्या त्या सहा रात्री म्हणजे स्वर्ग होता. पण प्रेअरी ओलांडून आमचं विमान घराकडे येऊ लागलं, तसा डॅश मिटत-मिटत गेला. त्याला तसं आतल्या आत मिटताना मी खूप वेळा पाहिलं होतं. त्याच्या बापाकडे जाण्यासाठी तो स्वत:ला जणू तयार करत होता. तो खाली

झुकला, माझ्या मांडीवर त्याने आपलं डोकं ठेवलं. त्याच्या स्पर्शाची ऊब मला माझ्या कपड्यांतूनही जाणवली. मी त्याला थोपटत होते. अचानक, आपला बचाव करण्याच्या पवित्र्यात तो म्हणाला, "तुला ठाऊक आहे, मुलांना त्यांच्या डॅडबरोबर राहावं लागतं. कारण ते खेळ खेळतात, म्हणून!"

मी थबकले. हीच त्याला दिली जाणारी शिकवण! खेळ म्हणजे पालकत्व नव्हे. आणि आईसुद्धा खेळत असते की. जेरीकोबीचवरून तो लहान असताना आम्ही सायकली फिरवत होतो, व्हिसलरमध्ये स्कीईंग करत होतो, त्याच्या प्रत्येक सॉकर सामन्याला मी हजर होते, या साऱ्याची आठवण मला त्याला करून द्यावीशी वाटली; पण मी ते टुमणं लावलं नाही.

"बरं तर." त्याचं मत, त्याची बापावरची निष्ठा यांविषयी कसलाही वाद न घालता, हळुवारपणे मी म्हटले, "मला तुझा मुद्दा समजला आहे. पण तुला माहीत आहे का की, मुलांच्या वाढवण्यात खेळापेक्षाही इतर बऱ्याच महत्त्वाच्या गोष्टी असतात."

आपल्या मुलाची अशी विलक्षण चमत्कारिक समज झाल्यानं मला एक प्रकारचं नैराश्यच आलं. आणि ते नैराश्य इतकं जबरदस्त होतं की, मी आमच्या जवळिकीच्या क्षणांचा फायदा घेऊन, ही समज कशी चुकीची होती, हे सांगूच शकले नाही. त्या दोघांची परस्परनिष्ठा इतकी जाज्वल्य होती की, त्याने लगेच आपल्या बापाची बाजू घेतली असती. आणि तळ्याकाठी आम्ही परस्परांवर टाकलेली छाप सहजी पुसली गेली असती. गेल्या पाच वर्षांपासून मी त्याच्या बाबतीत 'सोडून देण्याची' सवय लावून घेतली होती. आता मी तेच केलं. माझ्या जिभेला आवर घातला. त्याचं मन वळवण्याऐवजी इकडचं-तिकडचं बोलत राहिले. तुम्हाला संयम शिकवणारी पालकत्वाइतकी दुसरीच कुठलीच गोष्ट नाही. आणि खास करून डॅशच्या पालकत्वाइतकी त्याच्याशी पारदर्शी, प्रामाणिक संभाषण होण्यासाठी तो मोठा होईपर्यंत, त्याच्या बापाच्या छायेतून दूर होऊन स्वतंत्र होईपर्यंत मला वाट पाहावी लागणार होती. मी त्या देखण्या, तपकिरी डोळ्यांच्या, सोनेरी केसांच्या मुलाकडे पाहत राहिले. जसं-जसं व्हँकूव्हर जवळ येत चाललं, तसतसे ते तपकिरी डोळे मंदावू लागले. त्या मंदावणाऱ्या डोळ्यांनी तो माझ्याकडे टक लावून पाहत होता. मी त्या डोळ्यांत बघत म्हणाले, "डॅश, माझ्यासाठी तू कुणा पालकाबरोबर राहतो आहेस, हे मुळीच महत्त्वाचं नाही, तर तुझे दोन्ही पालकांशी असलेले संबंध हे भक्कम, आनंदी आणि सौहार्दपूर्ण असावेत; हे महत्त्वाचं आहे. तू आनंदी राहावंस, याला महत्त्व आहे."

डॅशनं माझ्याकडे रोखून पाहिलं. नंतर त्यानं डोळ्यांची उघडझाप केली. तो क्षण पसार झाला. माझ्या मांडीवर त्यानं डोकं ठेवलं, एक जांभई दिली. जराशी चुळबुळ करत तो झोपायला लागला.

“मॉम.” तो म्हणाला.

“काय?”

“आजवरच्या सुट्ट्यांपेक्षा ही सुट्टी खूपच छान होती.”

त्यानंतर सुमारे तीन महिने डॅश माझ्याकडे फिरकला नव्हता. पण डिसेंबरच्या मध्यात ख्रिसमस ट्री छाटणीच्या वेळी तो आला होता. त्यानं येण्याचं कबूल केल्यापासून मी त्याच्या वाटेकडे डोळे लावून बसले होते. फोनवर त्यानं त्याची तयारी झाल्याचं कळवलं. मी जणू उडतच ट्रिम्बल रस्त्यावरच्या त्याच्या घरी त्याला आणण्यासाठी गेले. गाडी थांबताक्षणीच दार उघडलं केलं. उंच, बारीक डॅश गाडीत सावकाश शिरला.

“हाय मॉम!” तो म्हणाला.

“हॅलो, हॅलो!” तो आत येता-येता मी म्हणाले, “मी तुला जवळ घेऊ?” त्याला हृदयाशी घट्ट धरलं. त्याला दूर करत हसले आणि म्हणाले, “डॅश, तू दाढी नाही ना करू लागलास?”

“मॉम.” डॅश हसत म्हणाला.

“तू कॉलेजात नाही ना जात?”

“नाही.” तो मोकळं हसत म्हणाला.

“मी जरा चेष्टा करत होते. काय आहे, आपण खूप काळ झाला, एकमेकांना भेटलोच नाही ना.”

“मला ठाऊक आहे.”

“बरं, सीटबेल्ट बांधलास ना?”

“हो.”

“छान. मग आपण चलू या. मुलं वाट पाहत आहेत. आणि रात्री खूप काम आहे. ख्रिसमस ट्री तू बघायला हवंस. पार छताला भिडलंय ते! तू काही खाल्लंस का?”

“थोडंसं! पण मला भूक लागली आहे. झाडाचं काम सुरू करण्यापूर्वी मला काहीतरी खायला देशील का?”

“देईन की. मधाचा टोस्ट देईन. चालेल? ते तुझ्या आवडीचं खाणं होतं. आठवतंय?”

“थोडंफार!”

“तुला झोपण्यापूर्वी काहीतरी खायला हवं असायचं. मग मी मध लावून टोस्ट तयार करायचे. त्याला आपण ‘हनी बेअर टोस्ट’ म्हणायचो.”

“बरं. ते किंवा भाजलेलं चीज. काहीही.”

ह्या अशा लहान-सहान आठवणींना डॅश फारसा आनंदानं प्रतिसाद द्यायच्या

नाही – ती वेळ अवघड असायची. पण मी मात्र त्या दिवसांत अडकून बसायचे. “ठीक तर.” मी बेफिकरीचा आव आणत म्हणाले. “अजूनही तू पूर्वीसारखाच भरपूर दूध पितोस का?”

नंतर दर वर्षाप्रमाणे यंदाही मी माझ्या तिन्ही मुलांना त्या ओक्याबोक्या ख्रिसमस ट्री समोर बसवलं. डोळे मिटून तिघांनी हात समोर पसरले. धाकट्या क्विननं तर आपले चिमुकले दोन्ही हात पसरले, कारण एका हातात आपली भेट मावणार नाही, याची जणू त्याला भीती पडली होती. दर वर्षी मी या तिघांना ख्रिसमस ट्री सजवण्यासाठी सारख्या भेटवस्तू आणयचे. आणि जानेवारीत ते झाड जेव्हा आम्ही खाली काढायचो, तेव्हा त्या भेटवस्तू मी काळजीपूर्वक खोक्यात द्यायचे, आतापर्यंत डझनावारी खोकी जरी जमा झाली असतील. त्यात छोटी-छोटी, खेळातली झाडं, स्कीज, स्नोबोर्ड, स्नो-मॅन, स्केट्स होड्या, लाकडी घरं, स्नो-बोर्डवरचे सांताज् – असं काय नी काय भरलं होतं. मुलांनी ख्रिसमस ट्री सजवताना ही आपली लहानपणाची खेळणी वापरून झाड सजवावं आणि त्याच वेळी आपलं बालपणही अनुभवावं, ही कल्पना माझ्या आवडीची होती. माझे आई-वडील ख्रिसमस असाच आगळा-वेगळा साजरा करायचे. मलाही ते अगदी काल घडल्यासारखं आठवतंय. सकाळी डोळे उघडताच डोळ्यांसमोर, रात्री सांतानं येऊन त्या झाडावर झाडाभोवती सारी खेळणी लावलेली, असं ते झाड दिसायचं. सांतानं ती बिस्किटं खाल्लेली असायची, चहा प्यायलेला असायचा. ती जादू माझ्याही मुलांनी अनुभवावी, असंच मला वाटायचं.

पीटरपासून वेगळं झाल्यानंतरही मला नाताळसाठी कुटुंबानं एकत्र असावं असं वाटायचं. पण डॅशला घेऊन सकाळच्या चहाला येण्याऐवजी, पीटर आणि सुझन डॅशला नाताळच्या दिवशी आमच्याकडे सोडून जायचे. पीटरच्या घरी नाताळ हा आदल्या दिवशी संध्याकाळी साजरा व्हायचा, तर माझ्याकडे नाताळच्या दिवशीच साजरा करण्याची पद्धत होती. त्यामुळे डॅश, चोवीस तारखेला संध्याकाळी त्याच्या डॅडबरोबर, तर पंचवीस तारखेला आमच्याबरोबर नाताळ साजरा करायचा. पण डॅशच्या नवव्या वर्षी, पीटर आणि डॅश यांच्याबरोबर प्रदीर्घ वाटाघाटी होऊनही, नाताळात आमची भेट झालीच नाही. त्यामुळे याही वर्षी तो येईल की नाही, या संभ्रमात मी होते. ख्रिसमस ट्री छाटणं, सजवणं ही गोष्ट वेगळी आणि नाताळात डॅशनं येणं, ही गोष्ट वेगळी होती. डॅशनं नाताळात माझ्याकडे येणं, हे पीटरला धमकावणीसारखं वाटत असावं. पण काहीच सुगावा लागत नव्हता. मी आणि डॅश फोनवर बोललो, तेव्हा डॅश येण्यासाठी खूप उत्सुक दिसला. कुकीज, ख्रिसमसचं पुडिंग आणि ख्रिसमसची टर्की खाण्यासाठी; कोल्बी, क्विन आणि बिग डी यांना

भेटण्यासाठी तो खूप आतुर वाटला. त्याला सांताकडून काय हवं, याची मी त्याला यादी बनवायला सांगितली, तर ती गोष्ट त्यानं मनावरही घेतली होती.

डॅश खूपशा प्रसंगांत अनुपस्थित असायचा, तो आमच्या आयुष्यातही खूप वेळा गैरहजर असायचा. पण आजवर तरी ख्रिसमस ट्री छाटणं, सजवणं यांसाठी नेहमीच हजर होता. त्यामुळे त्याच्या आवडीची बेसबॉल कॅप त्या झाडासमोर होती. शिवाय गेल्या वर्षांची खेळणी, सुशोभनं भेटीसुद्धा झाडाभोवती होत्या.

"ममी, लवकर!" चार वर्षांचा कोल्बी म्हणाला. त्याचं सारं शरीर उत्सुकतेनं ताणलं गेलं होतं.

दोन वर्षांचा दांडगा क्विन त्याच्या डॅशदादाला खेटून बसला होता. तोही ओरडला. "ममी आता, ममी आता."

"ए क्विनर, तू तर मला पाडलं असतंस." डोळे उघडत आणि क्विनरला मागे ढकलत डॅश म्हणाला. क्विन खिदळू लागला.

डॅश शांत झाला. पण त्याच्या भेटवस्तूची वाट पाहताना त्याची बोटं अस्वस्थपणे चुळबुळत होती, त्याच्या चेहऱ्यावर हसू होतं. मी हलकेच कागदात गुंडाळलेली तीन पाकिटं त्या तिघांच्या पसरलेल्या हातावर ठेवली. म्हणाले, "आता उघडा बरं!" तिघांनी आपले डोळे एकदमच उघडले, पाकिटांवरचे कागद फाडले आणि आपली भेटवस्तू हातात धरली. माझ्या तिघा मुलांच्या हातात तपकिरी रंगाचे टेडीबेअर होते. त्या टेडीबेअरच्या डोक्यावरून सोनेरी दोरी लोंबत होती. खूप मऊ, पांढऱ्या पट्ट्याचा स्कार्फ घातलेली, गुलाबी फेल्टपेननं छानसं हसू रेखाटलेले ते टेडी बेअर घेऊन, ते झाडावर टांगण्यासाठी मुलं झाडाकडे पळाली. क्विननं खालची फांदी निवडली होती. मी त्याला तो टेडी बांधायला मदत केली. कोल्बीनं छोटं स्टूल ओढत आणलं. कोल्बी स्टुलावर चढला. डॅशनं त्याला धरलं. त्यानं जरा वरच्या फांदीला तो टेडी बांधला. खोलीच्या कोणत्याही कोपऱ्यातून ती जागा आणि ते खेळणं दिसत होतं. तर डॅशनं पाय उंचावले, फांदी खाली वाकवली आणि त्यावर आपला टेडी टांगला. खेळणी बांधून झाल्यावर मुलं मागे सरकली. झाडाकडे पाहू लागली. त्या झाडावर तिघांची तीन अस्वलं बसली होती. पुढचा तासभर आम्ही ते झाड त्या अस्वलांना हात न लावता, कागद-पताकांनी आणि इतर सुशोभनांनी सजवत होतो.

मी त्या दिवशीचा झाडछाटणी सजावट समारंभ बीफ स्ट्यू आणि उकडलेले बटाटे यांचं जेवण करून साजरा केला. डेव्ह धाकट्या दोघांना अंघोळ घालून झोपवायला गेला. त्या वेळी मी आणि डॅश गरम चॉकलेट पिता-पिता पुढचा बेत ठरवत होतो. डॅश पाच वर्षांचा असल्यापासून आम्ही जिंजरब्रेडची इमारत (घर) तयार करायचो. तो सहा वर्षांचा असताना आम्ही एक गुरांनी भरलेला मळा तयार

केला होता. त्याच्या पुढल्या वर्षी आम्ही चर्च बनवलं होतं. तर नंतरच्या वर्षी लाकडी घर तयार केलं होतं. त्या घराच्या छपरावरचा हिमवर्षाव दाखवला होता. सगळं डिझाइन साधं-सोपं असायचं. मासिकाची पानं चाळता-चाळता डॅश एखाद्या चित्रावर बोट ठेवायचा. हसून म्हणायचा. ''मॉम, आपण हे करू या. अगदी सोपं आहे चलं.'' एप्रन घालून, मान खाली घालून, आइसिंग पुरेसं घट्ट चिकट झालं आहे की नाही, हे तपासत, गप्पा मारता-मारता आम्ही ते काम करायचो. आम्ही कितीही प्रयत्न केला, तरी आमची जिंजरब्रेडची कलाकृती काही त्या गुळगुळीत चित्राप्रमाणे व्हायची नाही. पण डॅश आणि माझ्यासाठी तो जिंजरब्रेड म्हणजे उत्तम कलाकृतीचा नमुना असायचा. प्रत्येक कोनातून आम्ही त्या ब्रेडचे फोटो काढायचो. आणि प्रत्येक फोटोत आइसिंगनं माखलेला, एप्रन घातलेला डॅश असायचाच. तयार झालेला तो ब्रेड म्हणजे जेवणाच्या टेबलावरचा मानबिंदू असायचा. गेल्या वर्षी मात्र मी तो जिंजरब्रेड डॅश येण्याच्या आदल्या दिवशी एकटीनंच भाजायचं ठरवलं होतं. कारण डॅश फारच थोडा वेळ येणार होता. आणि तो वेळ मग आम्ही सजवण्यात घालवणार होतो.

गरम चॉकलेटचे घोट घेताना या वर्षी थंडीतलं स्की-केबिन तयार करायचं, असं आम्ही ठरवलं, त्यासाठी कोणकोणत्या गोष्टी लागतील, याची यादी करायला घेतली. हा बेत आखतानाच्या प्रत्येक मिनिटाचा मी आनंद घेत होते. जिंजरब्रेडची रात्र ही डॅशबरोबर घालवायची खास वेळ होती आणि काहीही असलं, तरी डॅश त्या रात्रीसाठी हमखास यायचा.

पण आठवडाभरानं फोन वाजला. फोनवर डॅशचा ''हाय मॉम!'' आवाज ऐकला मात्र माझं अंत:करण जड झालं. त्याला जेव्हा माझ्याबरोबरचा बेत रद्द करायचा असायचा, तेव्हाच तो मला फोन करायचा. त्यानं त्याच्या अलिप्त, तुटक स्वरात मला सांगितलं. ''मी आज रात्री येऊ शकत नाही.'' हे ऐकताच मी विदीर्ण झाले. पण मी माझी 'आपत्कालीन व्यूहरचना' वापरली. फोनवर तो फार थोडा वेळच भेटायचा. त्यामुळे पुढची भेट ठरल्याशिवाय मी त्याला फोन ठेवू देणार नव्हते.

''डॅश, गुरुवारी चालेल?''

''अं, मला सांगता येत नाही.''

''शुक्रवारी?''

तिकडून काहीच उत्तर आलं नाही. क्षणभरानं मीच म्हटलं, ''डॅश, माझी फार निराशा झाली हं!''

''हं!''

''आपण दुसरी एखादी रात्र ठरवू. गुरुवार नाही, शुक्रवार नाही... मग...?''

''मॉम, मी काहीच सांगू शकत नाही.'' त्याला फोन बंद करायचा होता.

सुस्कारा सोडत मी डोळे बंद केले. त्याला आग्रह करायची थांबले. मला जेवढं पुढं जाणं शक्य होतं, तेवढी मजल मी मारली होती. मी सोडून दिलं.

"हे बघ, मी तुला उद्या फोन करीन, तेव्हा तू मला तुझ्या सोयीचा दिवस सांगशील? माझं तुझ्यावर खूप प्रेम आहे, डॅश!" मी म्हणाले.

"हं. ठीक आहे मॉम." तो कसलीच खात्री न देता म्हणाला.

मी फोन खाली ठेवला. आत्यंतिक निराशेनं मला घेरलं. तो नसणार, अशी जिंजरब्रेडची ही पहिलीच रात्र असणार होती. मग मी मलाच आठवण करून दिली की, *यात याचा काहीच दोष नाही. त्याच्या घरचं वातावरण मोकळं असतं, तर तो येऊ शकला असता.* आम्ही झाडछाटणी केली होती. पण मला आता फसवल्यासारखं, घुसमटल्यासारखं वाटू लागलं. ख्रिसमस परंपरेवर काळे ढग जमू लागले होते. त्याला जर रात्री जिंजरब्रेड बनवण्यासाठी येण्याचा धीर होत नसेल, तर तो ख्रिसमसला तरी कितपत येऊ शकणार होता? मी दुसऱ्या दिवशी आणि नंतर पूर्ण आठवडाभर डॅशला फोन लावत होते. पण कधी आन्सरिंग मशिन उत्तर देई, कधी पीटर – जो मला डॅश 'बाहेर' गेल्याचं सांगायचा. मी प्रयत्न चालूच ठेवले. मला ख्रिसमस सुना जाऊ द्यायचा नव्हता. ख्रिसमसच्या संध्याकाळी मी फोन लावला, तर डॅशच भेटला. त्याचा आवाज खूप उल्हसित वाटत होता. त्याला कदाचित बोलायला जागा मिळाली असावी किंवा तोच आनंदी असेल. कारण तो खूप उत्साहाने सांगत होता की, दुसऱ्या दिवशी तो आमच्याबरोबर त्याच्या भेटवस्तू उघडणार होता. माझं हृदय आनंदानं नाचू लागलं – डॅश येणार होता.

"डॅश, आम्ही ख्रिसमससाठी खूप बेत केले आहेत. इथे खूप भेटवस्तू आहेत. नंतर आपण डेव्हमामाकडे जाऊ. तिथे बेव्ह मामी आणि मिकीबरोबर ख्रिसमसचं डिनर घेऊ. त्यांनी पुऱ्या वर्षात तुला पाहिलेलं नाही. आता तू येणार, म्हणून ते खूप उत्सुक आहेत."

"मीसुद्धा – मॉम."

"तुला काय आता जास्तीच्या भेटवस्तू मिळणार." मी चिडवलं.

"मी पहिल्यांदा भेटी उघडू?" डॅश उंच आवाजात म्हणाला.

"नक्कीच. मग ब्रेकफास्ट – खाशील तेवढे पॅनकेक्स –"

"वा!"

"उद्या किती वाजता तुझा डॅड तुला इथे सोडणार आहे?"

"दहा वाजता म्हणालाय."

"मग मी उद्या तुला त्या वेळी भेटेनच. माझं तुझ्यावर प्रेम आहे."

"मॉम, माझंसुद्धा तुझ्यावर प्रेम आहे."

दुसऱ्या दिवशी कोल्बी लवकर उठला. मला आणि डेव्हला घेऊन खालच्या मजल्यावर गेला. स्वत:चे आणि क्विनचे मोजे त्यांनी काढून घेतले. दोघांनी ते मोजे उलटे केले. त्यातून पडणाऱ्या गोळ्या, छोटी खेळणी पाहून ती दोघं आनंदानं ओरडू लागली. आपल्या भेटवस्तू उघडण्यासाठी ती दोघं आतुर होती. पण डॅश दहा वाजता येणार होता आणि तो येईपर्यंत ती थांबणार होती. तो आल्यावर ममी-डॅडी कॉफी करतील आणि मग ते सगळे मिळून भेटी उघडतील, असं त्यांचं ठरलं होतं. मुलं डॅशला बघण्यासाठी, त्यांच्या भेटी उघडण्यासाठी उतावीळ झाली होती. पण दहा वाजले, वाजून गेले. कोल्बी खिडकीजवळच्या कोचाशी बसून होता. पण कुठलीच गाडी आली नाही. आम्ही थांब-थांब थांबलो. तासाभरानं कॉफी केली. मुलांना त्यांच्या भेटी उघडण्यास सांगितलं. त्यांनी भेटवस्तूवरचे कागद इतस्तत: फेकले. त्या कागदात बसून मी त्यांना त्या भेटी कोणाकडून आल्या, ते सांगत होते. खेळण्यांवरील सूचना वाचून सांगत होते. तर डेव्ह त्या खेळण्यांमध्ये बॅटऱ्या बसवत होता. डॅश येणार नाही, हे मी जाणलं होतं. पण त्याची मी वाच्यता करू धजत नव्हते. त्यामुळे डेव्हनंही मला आग्रह केला नाही. काही वेगळं घडलंच नाही, असं भासवत आम्ही वागत होतो. पण माझ्या दु:खानं जणू खोली भरून गेली होती. जे घडलं, ते सर्वसामान्य नव्हतं. *माझा मुलगा कुठे होता?*

सरतेशेवटी लंचच्या वेळी डॅशचा फोन आला. तो काय सांगणार, याची मला कल्पना होती. त्याच्या आवाजात बचाव होता, पण कसलीही क्षमायाचना नव्हती. "मी येत नाही." तो म्हणाला. त्यानं कसलंही स्पष्टीकरण दिलं नाही. त्याचं विधान जणू आव्हानात्मक होतं. डेव्ह माझ्या पाठोपाठच आला होता. माझे पडलेले खांदे पाहून त्याच्या डोळ्यांत कमालीचा राग उतरला. त्या स्वैरवर्तनी मुलाच्या असल्या वागण्यानं त्याची बायको-मुलं दुखावतात, याबद्दलचा राग; असली गोंधळाची परिस्थिती निर्माण केली; म्हणून पीटरबद्दलचा राग, आणि आपण या सगळ्यात काहीच करू शकत नाही, ह्या नपुंसकपणाबद्दलचा राग ह्या परिस्थितीपासून डेव्ह माझं संरक्षण करू शकत नव्हता की, डॅशच्या चालू असलेल्या, त्या स्थितीतल्या आयुष्यात बदल घडवू शकत नव्हता. तो फक्त मला आधार देऊ शकत होता. आणि आपण निदान एवढं तरी करू शकतो, याबद्दल त्याला हायसं वाटत होतं. तर मी फक्त डॅशच्या आयुष्यात असण्याचा प्रयत्न करू शकत होते. ख्रिसमसच्या संध्याकाळी त्या रात्री डेव्ह तीन तास घराबाहेर नुसता दुकाना-दुकानांतून हिंडत होता. रात्री नऊच्या सुमारास तो दमून-भागून वाफेची इस्त्री घेऊन घरी परतला. "डॅशला हे नक्की आवडेल. तुला काय वाटतं?" तो हलकेच म्हणाला होता.

मी त्याच्याकडे रोखून पाहिलं. "डेव्ह..." ठीक आहे.

डेव्हनं मान हलवली. त्याच्या डोळ्यांत आसवं तरारली. "पॅम, डॅशबाबतीत

मी अगदी हताश झालोय गं! काय करावं, मलाच समजत नाही. तुला माहीत आहे, मी कायम काहीतरी मार्ग काढतच असतो. पण –''

त्या भल्या माणसाचं हे मोडून जाणं मला बघवलं नाही. ते फारच हृदयद्रावक होतं. तो किती काळ खंबीरपणे उभा होता. तो कधी दु:खी नसायचा. कायम ताठ असायचा. असा वाकलेला, पराभूत कधीच नसायचा. ह्या वेळी मलाच त्याला धीर द्यायला हवा. त्याची पत्नी म्हणून त्याला सावरायला हवं. डॅशची आई, त्याच्या मुलांची आई म्हणून नव्हे; तर त्यानं जिच्याशी लग्न केलं होतं, जिनं त्याचा सांभाळ करायचं वचन दिलं होतं – अशी पत्नी म्हणून. त्याच्यावर मी केवढा ताण आणला होता, ह्याची मला प्रकर्षानं जाणीव झाली. प्रत्येक दिवशी हा माणूस आपल्यावर केवढं प्रेम करतो, डॅशची किती काळजी घेतो आणि डॅश आपल्या आयुष्यात असावा, अशी त्याचीही इच्छा आहे. डेव्हच्या माणूसपणाचा, तो किती आणि काय करू शकतो, याचा हा पुरावाच होता. तो खूप काही देत होता, देऊ करत होता.

''डेव्ह, तू आणि आपली मुलं हीच माझी ताकद आहे. तुमच्या जिवावरच तर मी हे सारं करू शकतेय आणि हे तू कधीच विसरू नकोस बरं,'' त्या धीराच्या माणसाला माझ्या कवेत घेत मी म्हणाले. ''डेव्ह, तुझं माझ्यावरचं प्रेम; ह्याचा मला कधीही विसर पडणार नाही. आणि ते मी गृहीतही धरणार नाही.''

पुढच्या वर्षी म्हणजे डॅशच्या अकराव्या वर्षी हाताच्या बोटावर मोजता येईल, एवढ्याच वेळा माझी आणि डॅशची गाठ पडली. ते सारे प्रसंग मी नोंदवले आहेत. आमच्या भेटी अगदी तुरळक, तुटपुंज्या म्हणूनच अनन्यसाधारण होत्या. मी टेबलाशी बसून काहीतरी लिहायचे. आठवडाभराचा बेत करायचे आणि डॅश काय करत असेल, याबद्दल बधीरपणे विचार करायचे. आठवडेच्या आठवडे काहीही नाट्यमय न घडता निघून जात होते. पीटरकडून नवी आगळीक नसायची, कधीमधी तो आणि मी थोडंसं संभाषणही करायचो. पण त्यातूनही मी डॅशच्या आयुष्यातून किती दूर गेले होते, हेच ध्वनीत व्हायचं. त्या संपूर्ण वर्षांत डॅशला मी मोजून चोवीस तास भेटले असेन. कॅरेबियनच्या चौपाटीवर मला एक शंख मिळाला होता. तो त्याला देण्यासाठी, मार्चमध्ये मी गेले, तेव्हा त्या दाराशी दहा मिनिटं; एप्रिलमध्ये क्विनच्या वाढदिवसाला तो काही तास आला होता, नंतर त्याच महिन्यात त्याला ईस्टरची अंडी देण्यासाठी गेले होते, तेव्हा काही मिनिटं – त्या वेळी त्याच्या दारात मी त्याला घट्ट मिठीत घेतलं होतं आणि थोड्या गप्पाटप्पा केल्या होत्या. मी निघाले, त्या वेळी त्यानं बोटानं हृदयाचा आकार केला होता. ते पाहून माझं मन एकाच वेळी आनंद आणि अतीव दु:खानं भरून गेलं. त्याला आमची जुनी निरोपाची कृती आठवत होती तर! त्या वेळी त्याच्यासमोर न रडण्यासाठी मला आटोकाट

प्रयत्न करावे लागले होते. डॅशनं त्याची बोटं सोडवली. माझा हात आपल्या हातात घेतला आणि हळुवारपणे म्हणाला, ''मॉम, ठीक आहे.''

'मदर्स डे'च्या आदल्या दिवशी मी त्याला फोन केला. त्याचा आवाज अगदी सपाट होता. माझा आवाज ऐकून त्याच्या भावना उचंबळल्याचं त्याच्या आवाजावरून वाटत नव्हतं. 'तू कसा आहेस?' या माझ्या प्रश्नावर त्याने एक निरुत्साही हुंकार भरला. हा फोन करायचाच, असं मी केव्हापासून ठरवत होते आणि तेव्हा त्याचा मूड चांगला असेल, अशी अपेक्षाही करत होते. मीच हुरूपाने माझा आवाज उंचावला.

''डॅश, उद्या काय आहे, हे माहीत आहे का?''

''नाही,'' तो सावधपणे उत्तरला.

''उद्या 'मदर्स डे' आहे.''

''आँ – हो की!'' तो आनंदात म्हणाला. त्याच्या आवाजातलं हसूही मला ऐकू आलं. ''मॉम, विसरलोच की मी!''

''हे बघ – उद्या रात्री आम्ही खास डिनरपार्टी आयोजित केली आहे. तू यावंस, असं मला खूप वाटतंय.''

त्याने श्वास घेतल्याचं मी ऐकलं. बराच वेळ तो काही बोलला नाही. ''बघू.'' तो सावकाशीनं म्हणाला. मला भेटण्याचं जणू भय वाटत होतं. भय! त्याच्या डोक्यात विचारचक्र फिरल्याचंही मला ऐकू आलं. जोखीम पत्करावी की नको, याचं बहुधा तो गणित करत असावा. ''नको, नाही, मॉम. मला जमणार नाही. मला आता जायला हवंय – ठीक आहे?'' मी डोळे बंद केले, आणि शांतपणे म्हणाले, ''मला समजतंय.'' तशी त्यानं टाकलेला सुटकेचा नि:श्वास मी ऐकला.

ते संपूर्ण वर्ष डॅश सर्व कार्यक्रमाला येण्याचं, हजर राहण्याचं कबूल करत होता – मग त्या भेटी असोत की, सहली असोत, जेवण असो किंवा व्हँकूव्हरमध्ये आलेला 'बर्फावरचा अल्लादिन'सारखा कार्यक्रम असो – आणि नंतर आयत्या वेळी चिडचिडत किंवा खिन्न होत, त्या कार्यक्रमाला येण्याचं रद्द करत होता. ऑगस्टमध्ये डॅशचा अकरावा वाढदिवस होता. त्या वेळी मी फ्रान्समध्ये होते. तिथनं मी त्याला फोन केला आणि पार्सल पाठवलं. त्या वेळी आम्ही प्रॉव्हीन्समध्ये एक घर भाड्याने घेतलं होतं. मी त्याला आमच्याबरोबर येण्याचा आग्रहही केला होता. त्याची यायचीही इच्छा होती. पण ना मला त्याच्याकडून तारखेची हमी मिळाली, ना त्याच्या बापाची परवानगी. (पीटरकडे डॅशची कस्टडी असल्यानं डॅशला परदेशात नेण्यासाठी पीटरची परवानगी घेणं आम्हाला जरुरीचं होतं.) किंवा त्यानंही कधी, ''हो मॉम, मला यायचं आहे.'' असा तोंडभरून होकारही कळवला नाही. तो फक्त ''आपण पाहू या'' एवढंच म्हणायचा.

डॅशनं माझ्याबरोबर, आमच्याबरोबर घालवलेले मौजेचे क्षण हे भूतकाळात विलीन झाले होते – आम्ही तयार करत असलेली जिंजरब्रेडची घरं, ख्रिसमस, स्कीईंग, वीकएंड, कौटुंबिक सुट्ट्या, घरात बसून खेळलेले खेळ, एकमेकांना दिलेल्या पार्ट्या-ट्रीट्स हे सारं संपल्यातच जमा झालं होतं. 'हॅलोविन'चा सण आला. मला वाटत होतं की, या सणासाठी तरी डॅश आमच्याबरोबर असेल. कारण त्या सणाच्या आधी काही दिवस मी आणि डॅश हॅलोविनसाठी त्याला हवा असलेला पोशाख, त्याला साजेशी आभूषणं, मेकअप या साऱ्या खरेदीबद्दल बोलत होतो. डॅश काही आता लहान मूल राहिला नव्हता. त्यामुळे या सणाबद्दल मलाच त्याच्या मनात उत्सुकता निर्माण करावी लागत होती. निदान मला बरं वाटावं म्हणून असेल किंवा त्यालाच चुकल्यासारखं होत असेल, म्हणून कदाचित; पण तो फोनवर तरी आनंदात बोलत होता. त्याला कोणत्या तरी प्रकारच्या राक्षसाचा पोशाख हवा होता. त्यावर काळं नेलपॉलिश चांगलं दिसेल की चमत्कारिक दिसेल, असं काहीबाही सांगत होता, उल्हासानं बोलत होता. मी त्या-त्या दुकानातून हिंडून तिघा मुलांना आवश्यक ती खरेदी केली. डॅशचा पोशाख आणि इतर आभूषणं एकत्र करून एका पिशवीत भरली. ती पिशवी त्याच्या घरी ठेवायचीच बाकी होती. एवढ्यात हॅलोविनच्या आदल्या रात्री डॅशचा फोन आला. *झाली सुरुवात!*

"मॉम, डॅडच मला दुकानात नेणार आहे." तो वस्तुस्थिती सांगावी, तशा तटस्थपणे म्हणाला. पण त्याच वेळी त्या म्हणण्यात एक 'सॉरी मॉम' ही दिलगिरी देखील कळत-नकळत व्यक्त होत होती. कधी-कधी तो आपल्या नकाराच्या परिणामाबद्दल फारशी फिकीर करताना दिसायचा नाही, पण आता त्याच्या उद्‌गारात थोडीफार पर्वा दिसत होती. मी पुढच्या रात्री फोन केला.

"शुभेच्छा! जायची तयारी झाली का?" मी उत्साहानं विचारलं.

"ओह!" थंडपणे डॅश म्हणाला, "मॉम नाही अजून."

"का रे?"

"आम्ही अजून दुकानातच गेलो नाही." तो म्हणाला. "मॉम, ते काही फार मोठं नाही." त्याच्याकडे पोशाख नव्हता, तरीही ती फार मोठी गोष्ट नव्हती. कुठलीच निराशा 'फार मोठी गोष्ट' नव्हती.

आमचं नातं, आमचं आयुष्य असं विलक्षण झाल्यामुळे, त्याची आई म्हणून माझी एक जबाबदारी होती. ती म्हणजे, त्याचा बाप जे वागत होता, करत होता, ते मी मुळीच न करणं. म्हणूनच कुठलाच दबाव नाही, कुठलीच लबाडी नाही, कुठलाच खोटेपणा नाही. मी त्याला समजून घेत होते, त्याच्यावर प्रेम करत होते आणि त्याला एक दिलासा देत होते की, मी त्याच्याशी सतत संपर्क साधण्याचा

प्रयत्न करतच असेन. भूतकाळात काय घडलं, भविष्यात काय होईल, याचा विचार न करता मी त्याच्यावर फक्त प्रेमच करत होते, करणार होते. जेव्हा-जेव्हा डॅश कोणताही बेत रद्द करायचा आणि तो बेत तो शेवटच्या क्षणी रद्द करायचा – जणू काही तोपर्यंत काहीतरी घडेल आणि आपली निराशा टळेल, याची जणू तो वाट पाहात राहायचा – त्याचं हे बेत रद्द करणं आम्हा चौघांनाही जड जायचं. कारण आम्ही सगळेच त्याची वाट पाहायचो. मुलांनाही त्याला काही ना काही गोष्टी सांगायच्या असायच्या. पण जेमतेम काही तास आधी किंवा आदल्या रात्री तो येणार नसल्याचं कळवायचा. आठवड्यांचे महिने झाले, महिन्याचं वर्षं झालं. आणि डॅश अकरा वर्षांचा झाला, तेव्हा मी मुलांना त्याच्या येण्याबद्दल सांगणंच सोडून दिलं. कारण माझ्या निराशेपेक्षा त्यांची होणारी निराशा मला सोसेनाशी झाली. जेव्हा-केव्हा डॅशला मी माझ्यासोबत घ्यायचे, तेव्हा मिलिटरी हल्ल्यासारखी परिस्थिती व्हायची. माझ्यासोबत डॅश आहे, असा फोन डेव्हला आणि मिमीला मी करायचे. माझा आवाज मी प्रयत्नपूर्वक साधारण, सर्वसामान्य ठेवायचे. कारण डॅश माझ्याशेजारीच बसलेला असे, असा फोन म्हणजे एक इशारा होता. असा फोन आला की, इतर बेत गुंडाळले जायचे, मिमी उशिरापर्यंत थांबायची, डेव्ह घरी येऊन मुलांसोबत बसायचा. मी आणि डॅश घरी आलो रे आलो की, ते दोन-एक तास सारं घर त्याच्याभोवती फिरत राहायचं.

डॅशच्या जगण्याच्या तऱ्हेनं माझा संताप-संताप व्हायचा. आणि तो इतका हाडीमासी रुतला होता की, त्याला वाटच फुटत नव्हती. मी इतकी दुःखीकष्टी झाले होते की, तो संताप व्यक्त करण्याइतकीसुद्धा ताकद जणू माझ्यात नव्हती. मी माझं लक्ष फक्त पुढचा दिवस, पुढची भेट, पुढचा क्षण यांवरच केंद्रित करत होते. मी कधीही दार आपटलं नाही. गोष्टी फेकल्या नाहीत. मी फोनसुद्धा शांतपणे ठेवत होते. आणि एखादाच अपशब्द कुजबुजत्या स्वरात उच्चारायचे. पण डॅशला बऱ्याच काही गोष्टी मिळत नव्हत्या, त्याला निराश व्हावं लागायचं, ही जाणीव माझं अंतःकरण चिरत जायची. ह्या युद्धात आम्ही सर्व – डॅश, डेव्ह, मुलं, मिमी, मी, माझा भाऊ डेव्ह, माझे आई-वडील, सँडी, टेरी हरलो होतो. डॅशला त्या वर्षभरात एकदाच भेटलो होतो – आम्ही सारे जखमी झालो होतो. घायाळ होतो.

सर्वांत जास्त घायाळ झाला होता, तो डॅश! १९९५चा ख्रिसमस जवळ येत चालला होता. तशीच आमची 'मावी'ची वार्षिक ट्रीपही जवळ येत होती. प्रतिवर्षाप्रमाणे त्याही वर्षी मी डॅशला आमच्याबरोबर येण्याचं निमंत्रण दिलं. आणि नेहमीसारखंच आम्ही फोनवर बोलत असताना डॅश म्हणाला की, त्यालाही आमच्याबरोबर यायला आवडणार होतं.

"मॉम, ते व्हेल पाण्यातून वर येताना कधी बघेन, असं झालंय मला."

"ओह, या प्रकाराला 'ब्रीचिंग' म्हणजे भगदाड पाडणं म्हणतात. फारच सुंदर देखावा असतो तो. आपलं सर्व शरीर तोलत ते पाण्याबाहेर येतात, हे बघणं मोठं चित्तथरारक असतं. ते पाहून माझा श्वासच रोधला गेला होता. आणि मला जाणवलं, आपण माणसं या साऱ्या विश्वाचा एक क्षुल्लक, लहानसा हिस्सा आहोत."

"म्हणजे किडा-मुंगीसारखं?"

"शारीरिक दृष्ट्या म्हणशील, तर खरोखरच मुंग्यांप्रमाणे. पण मी जरा जास्तच वैश्विक पातळीवर विचार करतोय."

"वैश्विक? म्हणजे नॅनू... नॅनू...सारखं?" त्यानं विचारलं. 'मार्क आणि मिंडी'चा संदर्भ आठवून त्याला हसू फुटलं.

"हो, नॅनू... नॅनू! अरे, हा हवाईयन शब्द आहे ना?"

"नक्की, मॉम, अगदी बरोबर."

"आणि मी स्नॉर्केलिंग करू शकेन?" डॅशनं विचारलं.

"आणि बूगी बोर्डसुद्धा! मग आता आपण मावीकडे कूच करू या. नॅनू... नॅनू!" मी हसत म्हणाले.

"होय – नॅनू... नॅनू, तूसुद्धा!"

तिकिटं काढायची वेळ आली, तेव्हा त्याच्या-माझ्या गप्पांमधनं तो काय जगत असेल, याची छोटी चुणूक दिसली.

"डॅश, तुला ठाऊक आहे ना की, परदेशात तुला नेण्यासाठी मला तुझ्या डॅडची परवानगी मिळणं अत्यंत गरजेचं आहे ते!!"

"ओह!" तो सावकाश म्हणाला. नंतर एका वेगळ्याच, जो मी आजवर कधीही ऐकला नव्हता, अशा निश्चयी स्वरात म्हणाला, "मग, मला जावंसं वाटतंय, हे मी माझ्या डॅडला कसं सांगू?"

मी आश्चर्यानं स्तंभितच झाले. मला विचार करायला अवधी लागला. तसं मला पीटरच्या बाबतीत यश मिळतच नव्हतं. "मला वाटतं की, मी त्याला याबाबत पत्रच लिहावं. तुझं काय मत आहे?"

"ठीक आहे. मॉम." आपल्या आयुष्याचं गृहच्छिद्र आपणच आईला दाखवलंय, हे जणू त्याला समजलं होतं. फोन ठेवताच मी पत्र फॅक्स केलं. नोव्हेंबरचा मध्य उजाडला होता. प्रवासी कंपन्यांचा हंगाम शिगेला पोहोचला होता. त्यामुळे मी पीटरच्या उत्तराची वाट पाहत होते. दिवस चालले होते. कुठलाच प्रतिसाद नव्हता. आठवडाभरानं मी दुसरा फॅक्स धाडला, पण उत्तर नाही. मी एअरलाइन्स ऑफिसमध्ये डॅशसाठी जागा शिल्लक होती की नाही, याची चौकशी करत होते. जागा असल्याचं सांगत होते. चमत्कारच म्हणायचा! पण दोन आठवडे गेले. मी तो विचार मनातून

काढून टाकला. मला आश्चर्याचा धक्का देत डॅश त्या वर्षी ख्रिसमसच्या झाडाच्या छाटणी सजावटीसाठी आला होता. रात्री स्वयंपाकाच्या टेबलाजवळ आम्ही दोघं बसलो असता मी तो विषय काढला. मला जरा ताणच वाटत होता. कारण कित्येक वर्षांत मी त्याला त्याच्या घराबद्दल काहीच विचारलं नव्हतं. पण आता तो माझ्याकडे होता. त्याच्यासाठी तिकीट घेण्याची एक संधी मिळाली, तर हवीच होती.

"डॅश, मावीच्या सहलीबद्दल तुझा डॅड तुझ्याशी काही बोलला का?" मी विचारलं. "तुझं तिकीट काढायला हवंय."

"डॅड? छे! तो काहीच बोलला नाही." त्याच्या चेहऱ्यावरच्या गोंधळावरून मी ताडलं की, त्याला असं वाटत होतं की, त्याच्या डॅडशी माझं बोलणं होऊन सहलीचं तिकीट वगैरे काढून झालं असावं.

मी काही वावगं न बोलण्याचा प्रयत्न करत म्हटलं, "बरं, मी जी दोन पत्रं पाठवली, त्याबद्दल काही?" काय बोलू आणि काय बोलू नको, हा मला संभ्रम पडला होता. *मी खूप तर बोलले नाही ना!*

"नाही." डॅश माझ्याकडे नुसता बघत म्हणाला.

पीटर नुसता वेळकाढूपणा करत होता. इतर बाकी गोष्टींप्रमाणे ह्या सहलीचं विस्मरण होऊ देत होता. मी वैतागले. मी जर डॅशशी बोलले नसते, तर नेहमीसारखा पीटर माझ्यावर ठपका ठेवून मोकळा झाला असता. *ती माझ्याशी या विषयावर काहीच बोलली नाही बघ. आता मी काही दुसऱ्याचं मन तर वाचू शकत नाही.* तिलाच तुला त्यांच्याबरोबर न्यायचं नसेल. वर्षांनुवर्षांच्या साठून आलेल्या रागानं माझं रक्त पेटून उठलं. मी माझे डोळे घट्ट मिटून घेतले. क्षणभरानं डोळे उघडले. डॅशकडं पाहिलं आणि माझा राग कुठच्या कुठं पळाला. 'ह्या बिचाऱ्या पोरासाठी काय करणं योग्य ठरेल? मी काय करू?' या पूर्वी त्याच्या बापाच्या आणि माझ्या मध्ये काय घडलं, याबद्दल मी डॅशजवळ कधीही वाच्यता केली नव्हती. पण या वेळी मात्र मी ठरवलं की, डॅशला सांगायचं. मी शब्द दिल्याप्रमाणे सहलीचं आयोजन केलं होतं. त्याच्या बापाला तसं कळवलं होतं. होणाऱ्या अनर्थातून काहीतरी वाचवायचं होतं. मी विश्वासघातकी नाही, खोटारडी नाही, याबद्दलचा पुरावा त्या वेळी मी पहिल्यांदा डॅशला दाखवायचं ठरवलं. मी त्याच्या हाताला धरलं. टेबलाशी नेलं. दोन पत्रं काढली. डॅशनं त्या पत्रांकडे पाहिलं. नंतर जमिनीकडे पाहू लागला. त्याच्या बापानं त्याची फसवणूक केली होती. त्याच्या गरजा, त्याच्या इच्छा, त्याचा आनंद या साऱ्यांकडे दुर्लक्ष केलं जात होतं; याची पुष्टी माझ्याकडे होती.

"डॅश, तुझ्या डॅडची परवानगी असणं अत्यंत निकडीचं आहे रे, आणि मला नाही वाटत की, ती मला मिळेल."

"माझीपण येण्याची खूप इच्छा आहे गं," तो खोल आवाजात निराशेनं म्हणाला.

माझ्या मर्यादा मला डॅशला दाखवून द्यायच्या होत्या. त्याला वस्तुस्थिती समजावी, हीच माझी इच्छा होती, त्याच्या वेदना जाणून घ्यायची माझी इच्छा होती. पण बापावरील निष्ठेपुढे काय घडत होतं, हे त्याच्या खिजगणतीत नव्हतं. माझ्या पत्रांना उत्तर देण्याऐवजी, त्याला हव्याशा अशा सुट्टीवर जाऊ देण्याऐवजी, त्याच्या बापानं या साऱ्या गोष्टींकडे सरळ काणाडोळा केला, ही गोष्ट स्पष्ट दिसत होती. असं असूनही तो त्याच्या बापाबद्दलचा साधा राग, निराशाही प्रकट करू शकत नव्हता. "मॉम, तू डॅडशी बोलून यातून काही मार्ग काढतेस का?" किंवा "हे सगळं तो विसरलाच कसा?" असं काहीही तो रडला, ओरडला नाही. त्याऐवजी आपल्या इच्छा व गरजा किती नगण्य होत्या, आपल्या इच्छा पूर्ण करण्यासाठी आपण किती असमर्थ होतो; ही सगळी जाणीव त्याच्या चेहऱ्यावर उमटत होती. त्यानं खरंतर बाल्यवयसुलभ गोंधळ घालायला हवा होता. पण नेहमीसारख्या त्यानं आपल्या भावना आतल्या आत मिटवून टाकल्या. त्यानं आपली मान खाली घातली. साऱ्या शरीरावर आलेल्या शरणभावानं तो कशातून जात होता, हे मला उमजलं.

मी त्याला हलकेच, मायेनं जवळ घेतलं, "हे बघ, आपल्याला काय करता येईल, ते बघू या. चालेल? मी तुझ्या डॅडशी सुटीच्या संदर्भात बोलले होते, हे तुला समजावं, म्हणून मी ही पत्रं तुला दाखवली. पण – सॉरी डॅश!" त्याच्या विस्कटलेल्या केसांवर मी ओठ टेकले. त्याच्या मस्तकाचा मुका घेतला. मला माझाच राग आला, कारण ही पत्रं दाखवल्यानं त्याचा बाप त्याच्या आनंदाकडे सरळसरळ दुर्लक्ष करत होता, ही गोष्ट स्पष्ट झाली होती. *हे तो कसं स्वीकारेल? त्याची तर तेवढी कुवतही नव्हती.*

"ह्यात तुझा काही दोष आहे, असं मला मुळीच वाटत नाही. ही सुटी प्रत्यक्षात यावी, तुला येता यावं, हीच माझी इच्छा होती. डॅशरू, तुझ्यामुळे हे असं काही झालंय, असं मुळीच मनात आणू नकोस."

"मी नाही विचार करणार," माझ्या शर्टमध्ये त्यानं डोकं खुपसल्यामुळे त्याचा आवाज दबका येत होता.

"या जगातला तू एक छान मुलगा आहेस, ही माझी भावना तुझ्या लक्षात यावी, असं मला वाटतंय आणि हे जे काही झालंय, यात तुझा कसलाही दोष नाही. मुळीच नाही."

"ठीक आहे." तो सपाट, निर्विकार स्वरांत म्हणाला.

"मला वाटतं की, मी माझं सारं प्रेम पिळून तुझ्यात ओतावं. म्हणजे ते तुझ्या सर्वांगात असेल आणि जेव्हा केव्हा तुला त्याची गरज भासली की, त्याबद्दलचं बटन दाबलं की झालं! प्रेमच प्रेम." मी थोडीशी मागे होत हसले. "मला तुझ्या त्या

चॉकलेटी डोळ्यांत बघू दे बरं!'' त्यानं डोळे माझ्याकडे वळवले. पण डोळ्यांत कोणतीच भावना नव्हती. मी त्याला हृदयाशी कवटाळलं; पण त्याच्या शरीरानं विरघळल्याचा, नरमल्याचा कसलाच प्रतिसाद दिला नाही. त्यानं स्वत:ला बाजूला घेतलं नाही आणि त्याचं शरीर ताठरलंही नाही. पण प्रतिसाद शून्य. त्याला मदत करण्याच्या नादात मी पुन्हा एकवार त्याला दुखावलं होतं.

डॅशकडे किती वेळ होता? सहाव्या इयत्तेतल्या डॅशच्या प्रगतीसंदर्भात मला इतर लोकांकडून बातमी कळत होती. मी त्याला भेटू शकत नव्हते. शाळेशी संपर्क साधायला मला मनाई होती, हे लोकांना ठाऊक होतं. त्यामुळे काही मित्रमंडळी त्याच्याकडे थोडंफार लक्ष ठेवून होती. शाळेशी संपर्क साधून किंवा आपल्या मुलांकडून त्यांना डॅशबद्दल माहिती मिळत होती. त्यांच्या म्हणण्यानुसार डॅशच्या शालेय शिक्षणाची हेळसांड चालू होती. त्याचे सारे शिक्षक त्याबद्दल काळजीत होते. डॅश हा बुद्धिमान मुलगा होता, हे त्यांनाही मान्य होतं – आणि तो एक लहानपणी नावाजलेला विद्यार्थी होता, हे मलाही ठाऊक होतंच की – पण पाचव्या इयत्तेपर्यंत तो सरासरी पातळीपेक्षाही खाली गेला होता. त्याची वाचनक्षमता चौथ्या इयत्तेच्या पातळीवर आली होती. पुढच्या वर्षी त्याची गणना 'सी' दर्जाच्या विद्यार्थ्यांत झाली असती. (पण शारीरिक शिक्षणात मात्र तो अव्वल दर्जाचा होता.) वर्ष अखेरीपर्यंत त्याच्या खात्यात भरपूर 'उशीर', खूपशी 'गैरहजेरी' आणि आजवरच्या शालेय कारकिर्दीतला सर्वांत खालचा दर्जा जमा झाला होता. मला अठरा महिने त्याचा शालेय अहवाल बघावयास मिळाला नव्हता. पण मला माहीत होतं की, तो फारसा अभ्यास करत नव्हता. जे काही करत होता; त्यामध्ये त्याला फार रस, अभिमान नव्हता. आणि वर्गाबरोबर राहण्यासाठी त्याला पराकाष्ठा करावी लागत होती.

डॅशच्या शिक्षकांच्या मते, डॅश अकरा वर्षांच्या मुलाइतका खंबीर मनाचा नव्हता. त्याचा परिणाम म्हणून त्याला स्वत:बद्दल कदर नव्हती. तो एकाग्रपणे अभ्यास करू शकत नव्हता. तो सतत थकलेला असायचा. त्यानं त्याच्या शिक्षकांना सांगितलं होतं की, तो 'कधीही झोपत नव्हता.' याबद्दल त्याच्या शिक्षकांना चिंताच वाटायची. त्याच्या शिक्षकांनी ही गोष्ट माझी मैत्रीण 'एलिझाबेथ' मॅकेंझीला सांगितली होती. तिनंच मला हे कळवलं होतं. एकदा डॅशला त्याच्या कुटुंबाचं चित्र काढायला सांगितलं, त्या वेळी त्यानं तो स्केटबोर्डवरून स्केटिंग करतोय आणि त्याचा डॅड त्याबद्दल व्हिडीओ शुटिंग करतोय, असं चित्र काढलं होतं. त्या चित्रात मी कुठेच नव्हते. इतर पालक मला म्हणायचे, ''डॅशचं आयुष्य तसं कठीणच आहे नाही?'' संध्याकाळचा तो रस्त्याने एकटाच फिरायचा. आणि त्याबद्दल त्याला फारशी

फिकीरही नसायची. त्या उन्हाळ्यात सुझन आणि पीटर वेगळे झाले – ते कायमचेच. पण डॅशनं त्याबद्दल माझ्याकडे अवाक्षरही काढलं नाही. खरं तर या वेळपर्यंत सुझन सुमारे सहा वर्षं त्याच्या आयुष्यात होती. ही गोष्टही तशी मोठी होती. पण तो बोलला नाही हे खरं. एक आई मला सांगत होती की, शाळेतली मुलं डॅशला म्हणायची की, त्याला घाण वास यायचा आणि ते तो निमूट ऐकायचा. तो काहीच बोलायचा नाही. त्याला राग यायचा नाही. जसं काही तो भावनिक दृष्ट्या स्वत:ला आतल्या आत मिटवून टाकत होता. डॅशच्या शिक्षकांना माझ्याशी बोलण्याची इच्छा होती, पण प्रिन्सिपलनं त्यांना परवानगी दिली नाही. जरी पीटरची आणि त्यांची महिनोन्‌महिने गाठ पडत नव्हती. त्यांची काळजी-कळकळ तो लक्षात घेत नव्हता तरी. माझा जीव तिळतिळ तुटायचा. पण या असल्या माहितीचं मी काय करू? मी ती माहिती बाजूला ठेवली.

१९९५च्या ऑक्टोबर महिन्यात माझ्या वडिलांचं निधन झालं. मी सेहेचाळीस वर्षांची होते. वडिलांना स्वादुपिंडाचा कॅन्सर झाला होता. हे सारं असलं, तरी त्यांच्या मृत्यूनं पोकळी निर्माण झाली की, माझा भाऊ, डेव्ह आणि मी आळीपाळीनं त्यांना भेटत होतो. प्रथम हॉस्पिटलमध्ये आणि नंतर जूनमध्ये डेव्हच्या घरी आणल्यावर ही आम्ही भेटायला जातच होतो. नंतर 'फॉल'च्या मोसमात ज्या हॉस्पिटलमध्ये त्यांचा अंत झाला, तिथेही जात होतो. मला तर खूपच पोरकं झाल्यासारखं वाटलं. प्रत्येकाला या रुंद छातीच्या धिप्पाड जिमबद्दल प्रेम वाटायचं. ते पक्के, नखशिखान्त वेल्शमन होते. त्यांना गायला, पोटभर दारू प्यायला आवडायची. त्यांना तरल विनोदबुद्धी होती. टर्कीतल्या अंकारा येथे असलेल्या जागतिक बँकेत ते इंजिनियर म्हणून काम करत होते. निवृत्त होऊन ते व्हँकूव्हरमधल्या आपल्या घरी परतले; आणि एक आजोबा, आमचे वडील आणि आमच्या आईचे एक चांगले मित्र म्हणून – खरंतर आई-वडिलांनी बऱ्याच वर्षांपूर्वी घटस्फोट घेतला होता – आयुष्य कंठू लागले. डॅश लहान होता, तेव्हा दर मंगळवारी दुपारी ते जेवायला घरी यायचे. माझी, घरातली लहान-मोठी कामं करायचे आणि जेवणानंतर शेकोटीजवळच्या खुर्चीत बसायचे. लगेच डॅश, त्याच्या आवडीची गोष्टीची पुस्तकं घेऊन, ती वाचण्यासाठी आजोबांकडे धाव घ्यायचा. त्यांनी ती पुस्तकं इतक्या वेळा वाचली होती की, डॅशचा काही भाग तोंडपाठ झाला होता. आणि तो भाग दोघं मिळून पुन्हा-पुन्हा वाचताना डॅश कमालीचा उत्तेजित व्हायचा.

"धावा! पळा! कितीही जोरात धावा!! मी तर जिंजरब्रेडचा माणूस. तुम्ही मला पकडू शकत नाही." डॅश जोरात ओरडायचा. कधी-कधी आजोबांच्या ढाल्या आवाजाची नक्कल करायचा आणि त्या आवाजात त्या माहीत असलेल्या गोष्टी

वाचत असे. डॅश थोडा मोठा झाल्यावर त्याला बाबांच्या बोटीवरल्या गोष्टी ऐकण्यात मजा येऊ लागली. महायुद्धाच्या काळात वडील ब्रिटिश नौदलात कामाला होते. त्यामुळे ते देशविदेशात फिरले होते.

"आजोबा, मला इजिप्तबद्दल पुन्हा सांगा ना! त्या मोठ्या जहाजावर कसं वाटत होतं? तुम्ही तिथे काम करत होता?"

"मी बोटीवरच्या इंजिनरूममध्ये काम करत होतो. तिथे भरपूर उष्णता आणि वाफ असायची. शिवाय खिडक्याही नव्हत्या. त्यामुळे मला बाहेरचं काहीच दिसत नव्हतं."

"ओऽऽ! म्हणजे तुम्हाला त्या वर-खाली उसळणाऱ्या लाटा दिसल्याच नाहीत."

"नाही. नाहीतर मग मला बोट लागली नसती का? 'सीसिक' नसतो का झालो? भाग्यवानच म्हणलं पाहिजे मला."

"हं. आजारी पडणं, म्हणजे वाईटच झालं असतं."

"खरं रे."

"आजोबा, मग काय केलं?"

"युद्ध संपल्यावर मी आणि तुझी आजी मॉंट्रिअलला आलो. तिथे आम्ही आमचं पहिलं घर बांधलं. तिथेच तुझ्या आईचा आणि डेव्हमामाचा जन्म झाला."

"मॉंट्रिअलमध्ये खूप बर्फ पडतं. ममी सांगत होती."

"हो, तर! मग अचानक थंडी पडायची. तुझी आई आणि डेव्हमामा बाहेर स्केटिंगला जायचे. आपल्या बागेत मोठा स्नो-मेन तयार करायचे."

"ते स्नो-एंजल्स करायचे का आजोबा?"

"ते स्नो-एंजल्स करायचे, खूपसे स्नो-बॉल्स करायचे." आजोबा हसून म्हणायचे.

हे असं काहीबाही चालत राहायचं. माझे वडील प्रेमळ होते. त्यांना इतिहासाची आणि राजकारणाची आवड, जाण होती. साऱ्या आयुष्यभर ते बुभुक्षित वाचकासारखे काही ना काही वाचत आणि शिकतही राहिले. पण ते कर्मठ नव्हते. सगळ्याची माहिती असावी, ही त्यांची आवड होती. आईमुळे मी शिस्त आणि संयम शिकले. पण हसण्यातली सकारात्मक ताकद आणि कुठल्याही अवघड परिस्थितीत उमेद न हरणं, या गोष्टी मी वडिलांकडूनच शिकले. युद्धकाळात सात वर्षं माझे वडील समुद्रावर होते. आईचा भाऊ, त्याच्या बोटीवर पाणतीर आदळल्यानं त्या स्फोटात गतप्राण झाला होता. आणि आई त्या उजाड झालेल्या लिव्हरपूलमध्ये, त्या बॉम्बहल्ल्याच्या काळात, तिथल्या निवाऱ्यात, तळघरात आसरा घेत होती; झोपत होती. आई-वडील एका सुटकेसनिशी मॉंट्रिअलला आले. दोघांनी मिळून कष्ट केले, एअरकंडिशनिंगचा व्यवसाय सुरू केला आणि भरभराटीला आणला. ते कुटुंबवत्सल झाले. दोघं

एकमेकांशी जिव्हाळ्याने, जवळिकीने वागायचे. आपल्या मृत्यूपर्यंत आई त्यांना रोज सकाळी, त्यांच्या व्हँकूव्हरच्या घरी नऊ वाजता फोन करायची. त्यांनी त्यांच्या कुटुंबाचा प्रेमानं प्रतिपाळ केला, निर्हेतूक प्रेम केलं. डॅशही या मायाळू वातावरणात वाढला होता. विश्वास आणि आनंदाने प्रतिसाद देत होता.

"आजोबा, तुम्ही मला स्टॅनले पार्कात, बदकाला खाऊ देण्यासाठी घेऊन जाल का?"

"नक्की. पण पाव कुठे आहे?"

"अं! हा! एक आख्खा लोफ तिथे बाकावर ठेवताय."

"डॅश, चल लागलीच. आपला पाव पळवला गेलाय, हे तुझ्या आईच्या लक्षात येण्यापूर्वी आपण निघू या."

"बाय, ममी!"

आणि ती दोघं निघून जायचे. डॉल्फिन, व्हेल यांचा कार्यक्रम बघण्यासाठी, ती दोघं व्हँकूव्हरच्या मत्स्यालयात नेहमी जायची. तिथे भिजता येईल, अशा बेतानं पहिल्या रांगेत बसायची. तशी ती दोघं मोठी हुशार होती. बाहेरचे कपडे भिजले, तरी आतले कपडे कोरडे राहतील, याची काळजी घ्यायचे. तिकडून आल्यावर डॅश फिदा-फिदी हसत राहायचा. आणि जोशा व्हेल जसा पाण्यात उड्या मारी, तसा सारख्या उड्या मारत राहायचा.

वडिलांचे डॅशबरोबरचे संबंध प्रेमाचे, जिव्हाळ्याचे निर्भर होते. पण आमच्यातच – माझ्या आणि डॅशमध्ये – परकेपणा येत गेला; तशा वडिलांनी त्यांच्या मंगळवारच्या अवचित भेटी थांबवल्या. डॅशबद्दल विचारणंही सोडलं. "डॅश, पुन्हा केव्हा येणार आहे? मला त्याला बागेतल्या जंगल-जिमला घेऊन जायचं आहे." अशी विचारणा त्यांनी कधीही केली नाही. डॅशच्या वर्तनाबद्दल, त्याच्या गैरहजेरीबद्दल मी काही थातुरमातुर स्पष्टीकरण द्यायचे. पण एकदा आईनंच मला बाजूला घेऊन सांगितलं, "पॅम, तू डॅशला खूप छान वाढवलंस, तुला ते श्रेय घ्यायलाच हवं. डॅशचा उपयोग करून पीटर तुला दुःख देतोय आणि डॅशबरोबरचे आमचे संबंध दुरावण्यामागे तोच कारण आहे, याची मला आणि तुझ्या वडिलांना पूर्ण जाणीव आहे. आमचं डॅशवर मनापासून प्रेम आहे. पण तो आम्हाला भेटू इच्छित नाही, म्हणून आम्ही त्याच्यावर मुळीच रागवत नाही. हे जे तो काही वागतोय, ते डॅशचं वागणं नाही, पीटरचं आहे." तिच्या मृत्यूपूर्वी सुमारे वर्षभर ती हृदयरोगानं आजारी होती. एका शनिवारी मला आणि डेव्हला भेटण्याचा, आमच्याबरोबर कॉफी पिण्याचा आणि कित्येक महिन्यांपासून न भेटलेल्या डॅशला भेटायचा बेत तिनं केला होता. पण तिच्या भेटीच्या आदल्याच दिवशी संध्याकाळी तिला हृदयविकाराचा तीव्र झटका आला आणि त्यातच ती गेली. आणि त्यानंतर ती डॅशला कधीही दिसली नाही.

माझ्या आई-वडिलांचं माझ्या, डॅशच्या परिस्थितीबद्दल आपापसात बोलणं झालं असेल. त्यांनी एक गोष्ट मात्र आवर्जून केली आणि ती म्हणजे त्यांनी माझ्यावर कधीही दडपण आणलं नाही की, कधी कसलीही तक्रार केली नाही. डॅश कधी खूप त्रास द्यायचा, विचित्रासारखाच वागायचा, उद्धटपणे बोलायचा; पण माझे आई-वडील समजून घ्यायचे. सात-आठ वर्षांचा डॅश त्यांच्या आयुष्यातून दूर गेला, हे त्यांनी समजून घेतलं. आणि त्याच्यावर ते प्रेमच करत राहिले. आजी त्याला नेहमीच शुभेच्छापत्रं धाडत राहिली. ती दोघंही दुखावली गेली होती. पण त्यांनी माझ्याप्रमाणे ते सगळं व्यक्तिगत घेतलं नाही. डॅश त्यांच्यावर प्रेम करत होता की नाही, याबद्दल पृच्छा केली नाही. तो आपल्या बापाच्या घरातल्या दडपणाशी मिळतं घेऊ पाहत होता आणि त्याचाच परिणाम म्हणून त्यांना पीटरचा प्रचंड राग येत होता. पण ती दोघं अगतिक होती. युद्धातून, गरिबीतून तावूनसुलाखून निघालेली ही जिगरबाज माणसं त्यांच्या नातवाच्या खडतर जगापुढे हतबल झाली होती. माझ्याही बाबतीत हतबल झाली होती.

१९९५च्या वसंत ऋतूत वडिलांच्या कॅन्सरचं निदान झालं. तोपर्यंत डॅशची आणि त्यांची फारशी गाठभेट झालीच नव्हती. त्यामुळे त्याची आणि आजोबांची हॉस्पिटलमध्ये गाठ घालावी की नाही, हा माझ्यापुढे पेच होता. वडील आता फार काळ आमच्यात राहणार नव्हते. आणि त्या दोघांनी एकमेकांना भेटून निरोप घेणं उचित दिसलं असतं. पण त्यांचे संबंध खूपच दुरावलेले होते. माझी घालमेल होत होती. आजारी आजोबांना भेटून डॅशला काहीसं बरं वाटेल की, आपल्या अति आवडीचं चैतन्यमयी, उत्साही माणूस असं हॉस्पिटलमध्ये खाटेवर असहाय पडलेलं पाहून त्याच्या दुःखात भर पडेल? तो आधीच खूप भोगतोय, मग ही भर टाकावी का?

मला तीन वर्षांपूर्वी झालेला माझ्या आईचा अंत्यसंस्कार आठवला. त्या वेळी डॅश हजर होता. आणि त्यानं तो सारा प्रसंग नीट निभावून नेला होता. तो खूप लहान होता, असं सांगत पीटरनं डॅशला धाडायला नकार दिला होता. (पण त्या आधी विनीपेग येथे झालेल्या पीटरच्या वडिलांच्या अंत्यविधीसाठी डॅश उपस्थित होता. डॅशची आणि त्यांची साधी ओळखही नव्हती.) माझ्या वकिलानं – जॉन फिडीसनं डॉ. एल्टरमनशी बोलणी केली. डॉ. एल्टरमननं पीटरला पटवलं की, आपल्या आजीच्या अंत्यसंस्कारासाठी डॅशनं हजर राहणं आवश्यक होतं. डॅश काही आता इतका लहान नव्हतं आणि अंत्यसंस्काराला हजर राहिल्यानं डॅशला देखील नाती-गोती, आपुलकी मिळेल – असंही जॉननं सांगितलं होतं. आठ वर्षांचा डॅश आला, त्यानं शोक व्यक्त केला. खरं तर त्यापूर्वी सुमारे सात-आठ महिन्यांपासून डॅशनं आजीला पाहिलंही नव्हतं. मी त्याला निधनाचं वृत्त सांगितल्यावर तो रडला होता,

बिग डी आणि माझ्यामध्ये तो शांतपणे बसून राहिला होता. त्यानं आमच्याबरोबर, त्याच्या चिमण्या गोड आवाजात, तिची आवडती स्तोत्रं – अगदी 'ऑल थिंग्ज ब्राइट आणि ब्युटिफूल' हेसुद्धा – म्हटली. त्यानंतरच्या मेळाव्यात तो सहभागी झाला होता, सर्वांशी नीट बोलला होता, मेळाव्यानंतर आम्ही बाहेर आलो.

"पादरी आता आजीची रक्षा बागेत शिंपडतील."

"म्हणजे, ममी आपण इथे येऊन तिला भेटू शकू?"

"हो बरं!" मी म्हणाले. आईच्या निधनाच्या दु:खामुळे आणि डॅशच्या या लाघवी वागण्यामुळे वाटलेल्या कृतज्ञतेने माझे डोळे भरून आले.

"ममी, वाईट नको वाटून घेऊस. ठीक आहे. मी तुला मिठी मारतो हं!"

मी खाली वाकले. त्यानं मला गळामिठी मारली. तो माझी काळजी घेत असल्यानं मला खूप बरं वाटत होतं, हे मी त्याला सांगितलं.

"डॅश, तुलाही वाईट वाटतंय नं?"

डॅशनं त्याच्या गंभीर झालेल्या तपकिरी डोळ्यांनी माझ्याकडे बघितलं. "आजीची उणीव मला वाटेलच. पण ती तुझीही आई होती नं?"

"ती खूप चांगली आई होती, डॅश!"

"ती खूप चांगली आजी होती!"

वडिलांचा मृत्यू हळूहळू जवळ येत चालला होता. आणि डॅशशी बोलणं म्हणजे अर्धवट बेशुद्धीत असलेल्याबरोबर संवाद साधण्यासारखं होतं. त्याच्यापर्यंत काय पोहोचेल, त्याचं दु:ख हलकं होईल का, या साऱ्याची मला सुतराम कल्पना नव्हती. कित्येक वर्षांत मी त्याला रडतानाही पाहिलं नव्हतं. कारण त्याच्या त्या भावविश्वात मला प्रवेशच नव्हता. मला एवढं मात्र माहीत होतं की, त्या तुटक, अलिप्त अशा डॅशच्या अंतरंगात ह्या वृद्ध गृहस्थाबद्दल माया असलेला एक लहान मुलगा लपलेला होता. कितीही दु:खद असल्या, तरी डॅशनं त्याच्या आजोबांच्या मृत्यूबद्दल भावना व्यक्त करणं, माझ्या लेखी महत्त्वाचं होतं; भावना कोंडून ठेवणं तर जास्तच वाईट होतं. त्यानं आपला संवेदनांचा कप्पा बंद केला की काय, असं भय मला वाटत होतं. आपल्यापेक्षा हतभागी असलेल्या लोकांबद्दल सहानुभूती दाखवायला मी त्याला शिकवलं होतं. माझ्या कुटुंबापासून दूर जाईपर्यंत डॅश मोठ्या माणसांबद्दल आणि आता माझे वडील होते, तशा दुर्बलांबद्दल योग्य तो आदर ठेवायचा. पण जसजशी वर्षं जात चालली, मला वेगळंच आढळून आलं. कारण तो स्वत:त आणि आपल्या दु:खाला वाट करून देण्याऐवजी दु:खात गुरफटत चालला होता. इतरांवर प्रेम करणं, त्यांची कदर करणं, याही गोष्टी महत्त्वाच्या होत्या – त्यांचा डॅशला विसर पडू देणं, मला मुळीच चालणार नव्हतं. आजोबा

हॉस्पिटलमध्ये होते, हे पाहून कदाचित डॅशच्या मनातल्या भावना जाग्या होतील. कदाचित आपल्यावर प्रेम करणारी माणसं होती, हेही त्याला आठवेल. म्हणून मी ठरवलं की, डॅशसाठी ते कितीही त्रासदायक असलं; तरी त्याची अणि आजोबांची, त्यांच्या मृत्यूपूर्वी गाठ घालायचीच. त्यामुळे डॅशला काही संवेदना जाणवतील, कशाला तरी तो सामोरा जाईल. त्यानं खूप भावना मनात कोंडून ठेवल्या होत्या. त्यांना वाट मिळणं गरजेचं होतं.

मी सकाळी डॅशला फोन केला. "हाय! शनिवार असून तू लवकर उठलास?"

"हाय, मॉम!"

"बरं झालं तू भेटलास."

"का? काय झालं?" डॅशनं कुतूहलानं विचारलं.

"डॅश, आजोबा हॉस्पिटलमध्ये आहेत."

"ओह –"

"ते खूप आजारी आहेत आणि यातून ते बरं होण्याची लक्षणं नाहीत."

"मॉम, तुला काय म्हणायचं आहे?"

"आजोबांना कॅन्सर झालाय. आणि त्यांचं वय पाहता त्यांचं ऑपरेशनही करता येणार नाही. त्यामुळे त्यांना बरं वाटेल, असं काही दिसत नाही."

"मॉम, आजोबा खूप-खूप आजारी आहेत, असं म्हणायचं का तुला?"

"होय बाळ! म्हणून मी विचार करतेय की, तू लवकर इकडे येऊन आजोबांना भेटावंस."

"ठीक आहे."

"आपण थोडाच वेळ थांबू या. कारण आजोबांना लगेच थकायला होतं. पण तू भेटल्यानं त्यांना जरा उभारी येईल."

काही तासांनंतर मी डॅशला गाडीत कोंबलं. आम्ही स्केटबोर्डबद्दल बोलत होतो. त्याला नवा बोर्ड घ्यायचा होता. आजोबांची भेट झाल्यावर आम्ही तो खरेदी करायचा ठरवलं. रस्ताभर तो मोकळेपणे बडबडत होता. गंभीर विषयांकडे वळल्यावर तो शांतपणे ऐकत राहिला. आजोबांचा आजार विकोपाला गेल्यानं ते फारसे चांगले दिसत नव्हते, हे मी त्याला स्पष्टपणे सांगितलं. आम्ही तिथे गेल्यावर वडिलांनी डॅशचा हात हलकेच हातात घेतला. त्यांचं बोलणं सुरू झालं.

"डॅश, अरे जरा जवळ ये की. मी काही खाणार नाही तुला. हा. तुला जरा नीट पाहू दे. वा! छान दिसायला लागला आहेस की तू. इकडे ये, तुला एक गुपित सांगतो." म्हणत वडील हसले. डॅशही हसला, त्यांच्याकडे झुकला. "तू माझा देखणेपणा घेतला आहेस." ते कुजबुजले.

डॅश हसला. सरळ होत उभा राहिला. "आजोबा, तुम्ही जराही बदलला नाहीत,

हं!''

"माझा धीरच होत नाही, बघ! बदललो तर मला कोण ओळखेल?''

"हेऽऽ ती नळी कसली आहे?'' डॅशनं वडिलांच्या अंगावरच्या एका शीरेतील नळीकडे बोट दाखवत विचारलं.

" ती – आहे आपली देखाव्यापुरती. नाही – कारण ते म्हणतात, मी पुरेसं खात-पीत नाही. पण तू इथलं अन्न खाऊन बघ – म्हणजे तुलाही कळेल.''

"लवकरच घरी या. मग चापून बर्गर्स खा!''

ती दोघं अशीच हसत-खेळत गप्पा मारत होती. शेवटी मी उठले. वडिलांची उशी सारखी केली. "आता आपण निघू या.'' मी डॅशला म्हटलं. "मला वाटतंय की, आजोबा आता जरा दमलेत.''

"हाँ, पॅम. मी जरा दमलोय. पण मुला, तुला पाहून खूप छान वाटलं हं, डॅश!'' वडिलांनी माझ्याकडे पाहिलं. डॅशच्या येण्याबद्दलची, त्याच्या भेटीबद्दलची कृतज्ञता त्यांच्या डोळ्यांत काठोकाठ भरली होती. डॅश दाराशी पोहोचल्यावर ते नुसत्या ओठानं 'थँक यू' म्हणाले.

"डॅडी, मी उद्या येईन.''

"आजोबा, तुम्हाला लवकर बरं वाटेल.'' आणि आम्ही दोघं खोलीतून शांतपणे बाहेर आलो. माझ्याबरोबर आल्याबद्दल आणि आजोबांची आस्थेवाईकपणे विचारपूस केल्याबद्दल मी डॅशचे आभार मानले. आणि त्याच्या चेहऱ्यावरून त्यालाही बरं वाटत असावं, असं मला वाटलं.

हॉस्पिटलमधल्या भेटीत डॅश खूप छान, आस्थेवाईकपणे वागला होता. तो प्रसंग त्यानं चांगल्यापैकी निभावून नेला होता. महिन्यानंतर वडिलांचा मृत्यू झाला. महिन्यापूर्वीच्या त्या भेटीतल्या डॅशच्या वागण्यामुळे माझी अशी खात्री झाली की, वडिलांच्या मृत्यूबद्दल, त्यांच्या अंत्यसंस्काराबद्दल त्याची मनोमन तयारी झाली असणार. त्याला अंत्यसंस्कारासाठी बोलावणं मला महत्त्वाचं वाटत होतं. त्यामुळे त्याला जिव्हाळ्याचं, निरोपाचं एक वेगळं रूप दिसलं असतं. शिवाय त्याच्या बालमनावरच्या सततच्या दडपणापासून तो थोडा मोकळा झाला असता. शिवाय आपण या कुटुंबाचा घटक आहोत, आपल्याला कुठल्याही कौटुंबिक प्रसंगामधून वगळण्यात आलं नाही, ही भावना त्याच्या मनावर ठसली असती. त्याच्या वयाच्या एकोणिसाव्या वर्षी कॉलेजच्या होस्टेलमधून त्यानं मला रात्री फोन करावा आणि विचारावं, "मॉम, तुला जर माझ्याबद्दल एवढं ममत्व होतं, तर तू मला कौटुंबिक प्रसंगांमधून का वगळलंस? मी काय कुटुंबाचा घटक नव्हतो का?'' अशी माझी मुळीचच इच्छा नव्हती. आणि मी सतत हाच दृष्टिकोन ठेवून इतकी वर्षं वागत आले होते. आणि आता वडिलांचे अंत्यसंस्कार हेही डॅशला सामावण्याचं, तो माझ्या

कुटुंबाचा एक सदस्य असल्याचं सांगण्याचं निमित्त होतं.

अंत्यविधीला जाण्याइतका डॅश मोठा नव्हता, असं कारण सांगत पीटरनं डॅशला अंत्यसंस्काराच्या वेळी धाडायला नकारच दिला होता. त्या अंत्यसंस्कारांचं मनावर दडपण येणार नाही, तर तो एक अविस्मरणीय असा उत्कट प्रसंग असेल, अशी मी पीटरची खात्री पटवली. "पीटर, तो प्रसंग उदासवाणा, रडवा नसेल. त्या प्रार्थना उद्दात्त असतील." तरीही नकार कायम होता. शेवटी आईच्या वेळेप्रमाणे याही वेळी वकिलांनी मध्यस्थी केली म्हणून म्हणा किंवा कसंही, पण त्यानं डॅशला पाठवायचं कबूल केलं.

वेस्ट व्हँकूव्हरमधलं 'सेंट फ्रान्सीस इन द वूड' हे दगडी बांधणीचं, देवदार लाकूड वापरलेलं चर्च अत्यंत विलक्षण आणि रमणीय आहे. इंग्लंडमधल्या डेव्हन परगण्यातल्या कुठल्याशा खेड्यातून इथे आणून बसवलंय असं वाटावं, इतकं देखणं आहे. मी आणि माझा भाऊ आम्ही दोघं इथल्या संडेस्कूल – रविवारच्या धार्मिक शाळेचे नियमित सदस्य होतो. माझे आई-वडील आजीव सभासद होते. आई पवित्रवेदीच्या संघात काम करायची. माझ्या वडिलांच्या चढ्या आवाजानं रविवारच्या शाळेचं छप्पर दणाणायचं, इथेच माझ्या आईची रक्षा विखुरली होती. वडिलांची पण इथेच शिंपडली जाणार होती. भावाच्या घशात आवंढा येत होता. वातावरणात मोकळेपणा यावा, या हेतूनं त्यानं विनोद केला की, आईच्या रक्षेवर वडिलांची रक्षा पडलेली पाहून आई जाम वैतागेल. अगदी ती थडग्यात असली तरी!

वडिलांच्या अंत्यसंस्काराच्या वेळी मी, डेव्ह, आमची कुटुंबीय मंडळी आणि मित्रपरिवार असे सुमारे पन्नास जण चर्चमध्ये चालत जात होतो. डॅश माझ्या बाजूला उभा होता, तर मी माझ्या भावाला बिलगून इतर मंडळींचं स्वागत करत होते. डॅश कुठे होता, म्हणून मी आजूबाजूला पाहिलं, तर डॅश पसार झाला होता. एका झाडावर चढून बसला होता. मी तिथे गेले आणि त्याला खाली उतरण्यास सांगितलं. माझ्याकडे दुर्लक्ष करत तो एका सहा फूट उंचीच्या कमानीवर चढून बसला. पाहुणे मंडळी चर्चमध्ये गेली होती, आमची वाट पाहात होती. मी डॅशला खाली उतरवू शकत नव्हते. जो-जो मी विनवत होते, तो-तो डॅश माझ्याकडे दुर्लक्ष करत होता. माझ्या बोलण्याचा त्याला राग येत नव्हता. तो त्याच्याच विश्वात मश्गुल झाला होता – त्यात मला, माझ्या विनवण्यांना जागा नव्हती. पादरी बाहेर आले, माझ्याकडे पाहू लागले. प्रार्थना सुरू करायचा होत्या ना. त्या कमानीवर चढणाऱ्या माझ्या मुलाकडे पाहून माझं हृदय धडधडत होतं. पादरी यांना आमच्या आयुष्याबद्दल फारशी माहिती नव्हती, त्यांना फक्त एवढाच दिसलं की, एक मुलगा आपल्या आजोबांच्या अंत्यसंस्कारांच्या वेळी अत्यंत अनुचित वर्तन करत होता आणि मी त्याला वठणीवर आणू शकत नव्हते. त्यांच्या मनात काय विचार येत असतील, या कल्पनेनं माझा

चेहरा शरमेनं लाल झाला. 'काय पालक आहेत हे? अंत्यसंस्काराच्या वेळी असं घडू देतात. आणि तिचा मुलगा असं वागत असेल, तर काय प्रकारची पालक असेल ही? तिच्यात काय गडबड आहे का?'

कदाचित, पादरी असा विचार करतही नसतील. पण मलाच आपलं असं वाटायचं. आणि मला नेहमीच सॉकरच्या मैदानावर, सुपरमार्केटमध्ये, तिथे भेटणाऱ्या शाळासोबत्यांच्या पालकांना पाहून किंवा कोणत्याही सामाजिक कार्यक्रमात असंच वाटत राहायचं.

"डॅश, प्लीज!" चर्चमधल्या लोकांना हे काही कळू नये, अशा भावनेनं मी हलक्या आवाजात म्हणाले, "हे बघ, आपल्याला आतमध्ये गेलंच पाहिजे. पादरी आपली वाट पाहत आहेत. प्रत्येक जण आतमध्ये गेला आहे. बिग डीदेखील आतमध्ये आपली वाट पाहत आहे."

थोड्या वेळानं डॅश खाली आला. दगडगोटे, मातीची ढेकळं लाथाडत हळूहळू चालू लागला. माझ्या 'भराभरा चाल' या आदेशाला न जुमानता अत्यंत मंदगतीनं तो चर्चच्या पायऱ्या चढू लागला. माझ्यातील एका 'मी'ला कधी नव्हे, ते त्याच्यावर किंचाळावंसं, ओरडावंसं वाटत होतं. इथे माझे वडील मरून पडले होते. मला म्हणावंसं वाटत होतं, 'डॅश, हे चाळे थांबव. ही आजोबांच्या अंत्यसंस्काराची वेळ आहे. नीट वाग की जरा. भानावर ये. त्यांचं तुझ्यावर किती प्रेम होतं.' पण काय घडत होतं, हे माझ्या लक्षात आल्यानं मी पहिला शब्ददेखील उच्चारू शकले नाही. तो खोडकर किंवा बंडखोर होता, असं नव्हे; तर त्याला हे दुःख न पेलवल्यामुळे एखाद्या पाच वर्षांच्या मुलागत तो वागत होता. दुःख पचवण्याऐवजी त्या दुःखाचं तो लहान मुलासारखं प्रदर्शन करत होता.

आपल्या मुलाचं इतक्या पराकोटीचं नुकसान केल्याबद्दल पीटरवर, डॅशच्या असल्या विमनस्कपणावर मी प्रचंड भडकले होते. माझे वडील गेल्यामुळे, माझ्या कुटुंबाच्या हानीमुळे मी शोकमग्न होते. मी माझीच निर्भर्त्सना केली. डॅशची तिथे येण्याची लायकी नव्हती. पीटरनं त्याला पार पांगळं करून टाकलं होतं, मानसिकदृष्ट्या दुबळं करून टाकलं होतं. मी त्या घडीला डॅशला रागावू शकत नव्हते. वळणही लावू शकत नव्हते, मी त्याच्या हाताला धरून त्याला बिग डीशेजारच्या त्याच्या जागेवर बसवलं. मी सँडीकडे पाहिलं. ती डोळे विस्फारून माझ्याकडे बघत होती. *आपल्या कल्पनेबाहेर तो बिघडलाय, त्याचं खूप मानसिक नुकसान झालंय.* तिनं मान डोलावली. ओठांची 'माझं तुझ्यावर प्रेम आहे', अशी हालचाल केली. पादऱ्याकडे नजर वळवली. पादरी माझ्या वडिलांच्या कामाबद्दल, त्यांनी समाजासाठी दिलेल्या योगदानाबद्दल, घरासाठी केलेल्या कामाबद्दल बोलत होते. त्या वेळी डॅश त्याच्या खुर्चीत चुळबुळ करत होता, शीळ घालत होता, गुणगुणत होता, ढेकरा

देत होता. इकडून तिकडे मान वेळावत होता, खिडकीबाहेर मोठ्या उत्साहानं बघत होता. त्यानं एकदाही पादऱ्याकडे बघितलं नाही. आधीच तो दिवस दुःखानं जडशीळ झाला होता. त्यात हा माझा 'हरवलेला' मुलगा – त्यानं स्वतःला या जगापासून इतकं तोडून टाकलं होतं की, आपले आजोबा गेले होते, याबद्दल दुःखाचा काही आव आणावा, एवढीही त्याला पर्वा नव्हती. त्यानं त्याच्या भावना इतक्या बंदोबस्तात ठेवल्या होत्या की; भोवतालच्या त्या दुःखद प्रसंगाला, कुटुंबातल्या दुःखद घटनेला तो अनुरूप प्रतिसादही देऊ शकत नव्हता. तो ढेकरा देत असता, कुरकरत असता, मी त्याचा हात घट्ट पकडला. त्याला त्याच्या जागेवर गप्प बसवण्याची शिकस्त करू लागले. समारंभाकडे नाही, तरी निदान माझ्यावर तरी त्याचं लक्ष केंद्रित करू लागले. मला माझ्या छान, प्रेमळ वडिलांविषयी विचार करायलाही अवधी मिळाला नाही.

त्या दिवशी पहिल्यांदा मला डॅशच्या वर्तणुकीतून त्याच्यावर झालेले परिणाम दिसून आले. त्याचं लहानपण, माझ्यापासून दुरावल्याचा त्याला बसलेला धक्का – मानसिक हादरा, त्याच्या घरची प्रतिकूल परिस्थिती या साऱ्यांचा त्याच्या मनावर झालेला परिणाम त्या प्रसंगी स्पष्ट दिसून आला. महिन्या-दोन महिन्याने होणाऱ्या तास-दोन तासांच्या भेटीत मला ते जाणवलं नव्हतं. अधून-मधून होणाऱ्या फोनवरच्या संभाषणातूनही ते ऐकू येत नव्हतं. लेक ऑफ वूड्‌सच्या सफरीतही ते दिसलं नव्हतं. त्याचं झालेलं नुकसान, स्वस्थ बसण्याची, वागणुकीवर नियंत्रण ठेवण्याची त्याची असमर्थता हे सारे परिणाम दिसण्यासाठी हा मृत्यू व्हावा लागला होता. तो अंत्यसंस्कार आम्हा साऱ्यांना – डेव्ह, सँडी, टेरी, माझा भाऊ, त्याची बायको – कलाटणी देणारा ठरला. आमच्याबरोबर चर्चमध्ये बसलेला तो मुलगा म्हणजे एक शोषित मुलगा होता, हे आम्हाला कळून चुकलं. मी डॅशची पालक होते, हा माझा समज म्हणजे एक भ्रम होता. ह्या भ्रमाच्या जाणिवेनं मला चपराक बसल्यासारखं झालं. मी त्याचं रक्षण करू शकले नव्हते. आणि आता त्याचं काय झालं होतं!

आम्ही कशीबशी प्रार्थना आटोपली. नंतर भाऊ आणि त्याच्या बायकोबरोबर एका समुद्राजवळच्या रेस्टॉरंटमध्ये, वडिलांच्या अखेरच्या निरोपाच्या जेवणासाठी गेलो. तिथं डॅश काटे, चमचे, भांडी वाजवू लागला. कपाळावर त्यानं सुरी तोलली. त्या टेबलक्लॉथवर मीठ-मिरपूड शिंपडून ठेवली. मेणबत्तीच्या ज्योतीशी चाळे करू लागला. ते मेण टिचकीनं उडवू लागला. तिथल्या वेटर्सवर जेवण आणण्याबद्दल आरडाओरडा करू लागला. माझा भाऊ – डेव्हची सहनशीलता संपत आली होती. ती वेळ खूप ताणतणावाची होती. आणि मी भावाला फार काळ धीर धरण्याविषयी सांगू शकणार नव्हते. खरं तर प्रत्येक वेळी – लग्नानंतरचं पीटरचं वागणं, त्यानंतरचा आमचा विभक्त काळ – तो माझ्या पाठीशी होता. पण नुकतेच त्यानं आपल्या वडिलांचे अंत्यसंस्कार उरकले होते. त्याचं डॅशवर प्रेम होतं. पण त्यालाही

त्याच्या मर्यादा होत्या. *नको! मी त्याला मूकपणं विनवलं. नको, तुला माहीत आहे, त्याच्यावर काय वेळ आलीय ती. पाचव्या वर्षी वाढ थांबलेला हा अकरा वर्षांचा मुलगा आहे. हे खूप यातनादायक आहे. हा तो नाही.* माझ्या भावानं स्वत:ला आवर घातला. त्याच्या चेहऱ्यावर क्षमायाचनेचा भाव प्रकटला. त्या अंत्यसंस्काराच्या दिवशी डॅशचं वागणं फार भयावह होतं. तो फारच विध्वंसक आणि उद्धटासारखा वागत होता. पण तो कसाही अद्वातद्वा वागला, कितीही आजारी झाला – तरी शेवटी मला रडू कोसळलंच. मी इतरांची क्षमा मागितली. डॅशचा हात धरून बाहेर पडले. आणि डेव्हला आम्हाला घरी पोहोचवण्यास सांगितलं.

मी नॉर्मन गुडवेलची भेट घेतली. नव्याने जाणवलेल्या निकडीपोटी मी लगेचच्या सोमवारी डॉक्टरकडे गेले. डॉक्टर आणि मी आम्ही नेहमीप्रमाणे डॅशबद्दल, कोठल्याही मानसशास्त्रीय परिभाषेत न बोलता, व्यावहारिक भाषेत बातचीत केली. भोवतालच्या परिस्थितीत मला काय करता येणं शक्य होतं, याबद्दल बोललो.

"ह्या अलिप्तपणात महत्त्वाची गोष्ट म्हणजे, ज्या पालकाला या नात्यातून दूर केलेलं असतं, तो पालक यातून काही ना काही मार्ग काढण्याचा, तुटलेले – लहानपणाचे – बंध बांधण्याचा प्रयत्न करत असतो." नॉर्मन म्हणत होता. "हा अलिप्तपणा जेव्हा वाटू लागतो; अशा वेळी तुमचे फोनकॉल्स, तुमचं काळजीभरलं मायेचं बोलणं, त्याला भेटण्याचा प्रयत्न करणं, त्याच्याशी संपर्क साधणं, या गोष्टी खूप महत्त्वाच्या ठरतात. तुम्ही असा थोडाथोडका नव्हे, तर खूप वेळ मिळवला पाहिजे. तुमचे तुटलेले भावबंध जोडण्यासाठी तुम्हाला खूप मोठ्या कालावधीची गरज आहे."

"नॉर्मन, मला असं वाटतंय की, मी जिवंत अशा टाइमबॉम्बवर बसले आहे. असा एकही दिवस जात नाही की, मी डॅशशी कशा आणि कोणत्या प्रकारे संपर्क साधण्याचा प्रयत्न केला नाही. पण मला वेळच देत नाही."

"वेळ फार महत्त्वाचा आहे."

"मला वाटतं की नॉर्मन, या व्यवस्थेनं माझ्याभोवती जसा काही कट रचला आहे. कोर्टात कसं जावं, तिथे काय युक्तिवाद करावा, हेच मला समजेनासं झालंय."

नॉर्मन सहज स्वरात बोलत होता. "डॅशला जे काही झालंय, त्याला कायद्याच्या वर्तुळात एक वेगळंच नाव आहे. याला म्हणतात, पेरेन्टल एलिनेशन सिंड्रोम. आई-वडिलांच्या फारकतीचं दुश्चिन्ह." *याला नाव आहे?* आमच्या भेटीनंतर मी पुस्तकांच्या दुकानात धाव घेतली . पण या सिंड्रोमवर एकही पुस्तक आढळलं नाही. दुसऱ्या दुकानातही नव्हतं. अगदी पुस्तकांच्या यादीतही नव्हतं. मी नॉर्मनला याबाबत विचारलं. पुस्तकाचा संदर्भ विचारला. तेव्हा मला कळलं की, पेरेन्टल सिंड्रोमवर एक पुस्तक आहे. डॉ. रिचर्ड गार्डनर या अमेरिकन बालमानसशास्त्रज्ञानं वैद्यकीय

आणि कायद्याच्या व्यावसायिकांसाठी लिहिलेलं ते एक जाडजूड असं पाठ्यपुस्तक आहे. ते पुस्तक त्यानंच प्रकाशित केलंय. मी ते पुस्तक मागवलं. पुस्तक यायला काही आठवडे लागले. पण पुस्तक हातात येताच मी ते पुस्तक अथपासून इतिपर्यंत समग्र वाचून काढलं. फारकत घेतलेल्या पालकाच्या स्वरूपात पीटर चपखल बसला होता, तर घटस्फोटित पालकांच्या मुलांच्या स्वरूपात डॅश होता. 'मुलांची कस्टडी' हा पीएएस तयार होण्याची पूर्वअट होती. आणि कस्टडी पीटरकडेच होती. मी ठरीव ठशाची, लक्ष्य केलेली पालक होते – निष्क्रिय, सुखलोलुप व्यक्तिमत्त्वाची, समेटाची इच्छा करणारी, पिळवणुकीसाठी योग्य.

आता मी काय घडलं होतं, ते नेमकेपणे सांगू शकणार होते. ते काही आता एखाद्या गोष्टीचा ध्यास घेत केलेल्या वेडपट बडबडीसारखं असणार नव्हतं. मी कोणतेही सौम्य प्रतिशब्द वापरणार नव्हते – "मी डॅशला भेटू शकत नाही. कारण त्याच्या बापाचा राग." कसलीही सैल, भोंगळ, बोजड तुलना करणार नव्हते. (पीटरची तुलना एखाद्या पंथनेत्याशी, डॅशची तुलना कळसूत्री बाहुल्यांशी.). मी खरेखुरे, नेमके शब्द वापरू शकणार होते – शिकवणं – पढवणं, क्षुद्रत्व देण्याची मोहीम, दुरावा. *माझ्या मुलाला पढवलं गेलंय, पीटर हर्टनं त्याच्या मुलाला त्याच्या आईपासून दूर केलंय.* मीही थोडा-थोडी माहिती गोळा करत होते. सहजप्रेरणा आणि भरपूर वाचन (पीटर हेअरचं 'विदाउट कन्सायन्स' हे मानसिक असंतुलनावरचं पायाभूत पुस्तक, 'जिव्हाळ्याच्या उपपत्ती'वरची कित्येक पुस्तकं. गुडवेलचं खास शिक्षण, बालमानसशास्त्राचा प्रभाव.) यांमुळे मला पुष्कळ माहिती होती. पण आता चित्र अधिक सुस्पष्ट झालं होतं. पीटरची माझ्यावर वचक ठेवण्याची निकड, त्याच्या रागाला मोकळी वाट करून देण्यातली त्याची अक्षमता (खटल्याच्या वेळी वरवर दिसलेली – पण ती त्याचा सहजभाव असणार. हा माणूस माझा आणि डॅशच्या आयुष्यात माझं प्रतिबिंब दिसणाऱ्या साऱ्या गोष्टींचा अत्यंत तिरस्कार करायचा.) त्याची व्यसनाधीनता, माझ्याबद्दल आणि माझ्या कुटुंबाबद्दल डॅशच्या पाचव्या वर्षांपासून त्याचा कानी-कपाळी ओरडून सांगितलेले नकारात्मक विचार (पढवणं), पीटरचे कुटुंबीय आणि त्याचे सहकारी – ज्यांनी पीटरला तो ज्या वेगळ्याच पद्धतीनं डॅशचं पालकत्व निभावत होता – त्याबद्दल प्रोत्साहन दिलं आणि कधी प्रश्न केला नाही, बापाबद्दलची कडवी निष्ठा आणि त्याचा मानसिक ऱ्हास या साऱ्या गोष्टी ही उपपत्ती सिद्ध करत होत्या. माझं कुटुंब या 'पेरेन्टल एलिनेशन सिंड्रोम'*च्या –

---

* पेरेंटल एलिनेशन सिंड्रोम (PAS – पीएएस) – पालकदुराव्याचं दुश्चिन्ह – घटस्फोटांच्या संदर्भात पालकदुराव्याचे मुलांच्या मनावर, त्याच्या भावनिक, मानसिक विकासावर खोल दुष्परिणाम होतात. त्या साऱ्यासाठी 'पीएएस' हा शब्दप्रयोग वापरला जातो.

पीएएसच्या – छायेखाली राहत होतं.

डॅशच्या आयुष्यातला माझ्यापासूनचा दुरावा जसा झपाट्यानं वाढत गेला, त्या प्रमाणात त्याच्या आयुष्यातून माझी हकालपट्टी होणं स्वाभाविक होतं. कारण 'माझी हद्दपारी' हा जणू कळीचा मुद्दा होता. आणि याच मुद्यावरून तर माझे ॲक्सेस आणि फोन टाळले जात होते. पीटर आजारीच होता. पण असं आजारपण असलेला तो काही एकमेव नव्हता. जगभरातले असे पालक आपल्या मुलांसोबत असंच वागतात. काही जण आपल्या व्यक्तिमत्त्वातल्या असंतुलनामुळे (मानसिक असंतुलन आणि हिस्टेरिया या गोष्टी आयुष्यातल्या या असल्या नाट्यात महत्त्वाच्या भूमिका बजावत असतात.) असंच वर्तन करतात. पण काही जण मात्र जाणूनबुजून आपल्या माजी जोडीदाराचा नायनाट व्हावा, ह्या उद्देशाने ह्या दुराव्याचा उपयोग करतात. काही तर आपल्या रागाने इतके आंधळे झालेले असतात, या मोडतोडीमुळे इतके घायाळ होतात की, त्यांना वाटतं, ते जे काही करत आहेत, ते योग्यच आहे – दुसऱ्या पालकाला त्या मुलापासून दूर करण्यासाठी ते जणू एक प्रकारे आपल्या मुलाचं अपहरण करतात. प्रत्यक्षात ते एक असमंजस असंच कृत्य असतं. डॉ. रिचर्ड गार्डनरच्या पुस्तकातल्या कित्येक केसेसमधनं एक गोष्ट सातत्यानं समोर येत होती. ती म्हणजे, ज्या पालकाला मुलाच्या भावविश्वातून वगळलं गेलं होतं, त्यानं तो वगळला जावा, असं काहीही केलेलं नव्हतं. तो पालक त्रास देत नव्हता, त्याचा वीट येत नव्हता, तो अत्याचार-शोषण असलं काहीही करत नव्हता; अति संरक्षण करत नव्हता की, प्रतिपालनात कुचराई करत नव्हता. केवळ व्यक्तिमत्त्वात फरक होता. मीदेखील या वेळपर्यंत निषेधच नोंदवत होते. *मी एक चांगली आई आहे, डॅशची कारणं ही कारणं नाहीतच मुळी. त्या सबबी आहेत आणि त्या सबबी पीटरच्या आहेत. डॅशच्या सबबी अतिशय लंगड्या असायच्या – जशा की, 'डेव्ह डॅशला नेहमी पाइचा लहानसा तुकडा देतो.' 'माझं घर आनंदी नसलेलं लष्करी थाटाचं आहे.'* मी जसजशी पुस्तक वाचू लागले, तसतसं माझ्या ह्या सगळ्या परिस्थितीचं स्वरूप लक्षात येऊ लागलं. *पीटर माझा इतका पराकोटीचा द्वेष करायचा की, माझा नायनाट व्हावा, म्हणून तो आमच्या मुलाचा वापर करत होता.* माझं लग्न मोडावं, अशी त्याची इच्छा होती. माझ्या दुःखानं पीटरला समाधान मिळणार होतं. आणि माझ्या विनाशासाठी माझा मुलगाच हत्यारासारखा वापरला जात होता. या साऱ्या विचारामुळे मला माझीच शिकार झाल्यासारखं वाटलं. जीव गेल्यासारखं भासलं. इतकं की, मी लगेच डेव्हला फोन केला. त्याचे प्रेमळ, धीराचे शब्द ऐकून मग माझ्या जीवात जीव आला.

डॉ. गार्डनरच्या पुस्तकानं मला डॅशच्या आयुष्यात बदल होईल, हा एक दिलासा दिला. या कठोर संरक्षित दुराव्याला उत्तर म्हणजे कोर्ट. फारकत घेतलेल्या

पालकांना पटलेलं असतं की, ते बरोबरच, योग्य तेच वागत आहेत. दुसऱ्या भाषेत सांगायचं, तर ते थांबतच नसतात. गेल्या सहा वर्षांपासून मी कुठल्या दिशेनं ढकलली जात होते, मला निष्ठुरपणे कुठे ढकललं जात होतं, याची मला आता माहिती मिळाली होती. कोर्ट! दीड वर्षांपूर्वी मी विचार केला होता की, मी जर कस्टडीची केस मागे घेतली, तर डॅश मला भेटू शकेल. पण तो भेटला नाही. मला वाटलं होतं की, मी जर त्याचा सॉकरचा खेळ पाहायला गेले नाही – आणि खरंच, त्या संपूर्ण मोसमात मी गेले नव्हते – तर आमचे नातेसंबंध सुधारतील. पण तसंही झालं नाही. अर्थात तसं होणारच नव्हतं. कारण मी त्याच्या आयुष्यात असावं की नसावं, हे ठरवण्याचा अधिकार डॅशला नव्हताच. त्यानं मला भेटावं की नाही, हे तो ठरवू शकत नव्हता. जी गोष्ट माझ्या हताश, बिचाऱ्या नवऱ्याला अंत:प्रेरणेनं समजली होती; ती मला कळली नव्हती. आमची भेट बदल घडवू शकत होती. मी कोर्टात जाऊन पीटरच्या शक्तिप्रदर्शनाच्या खेळाला आळा घालण्यासाठी कायदेशीररीत्या 'नकार' द्यायला हवा होता. आणि डॅशबरोबरचं नातं सुदृढ करायला हवं होतं. माझी निष्क्रियतेची कायदेशीर व्यूहरचना निष्प्रभ ठरली होती. माझ्याकडे इतर कोणताच पर्याय नसल्यानं – असं मला वाटलं – मी चुकीचा पर्याय निवडला होता. आणि आता माझ्या लक्षात आले होतं की, मी पुन्हा मागे जायला हवं होतं, पण मला भीती वाटू लागली. 'ती न्यायव्यवस्था' म्हणजे एक मोठा जुगार होता. पण मला ते करावंच लागणार होतं. मी कोर्टात जाणार होते आणि डॅशला त्याच्या बापाच्या तावडीतून सोडवेपर्यंत थांबणार नव्हते.

सरतेशेवटी माझ्याजवळ मला उपयोगी पडेल, असं काहीतरी होतं.

मला आता माझी कहाणी समदु:खितांना – ज्यांना माझं दु:ख कळू शकेल आणि मला मार्गदर्शन करू शकतील – सांगावीशी वाटत होती. मला खूप बोलावंसं, ऐकावंसं वाटत होतं. आणि त्यासाठी मला मानसोपचार तज्ज्ञ बॉब पुरेसा नव्हता. मला केवळ माझं दु:ख, माझ्या भावना मोकळ्या करायच्या नव्हत्या; तर मला समदु:खितांबरोबर राहायचं होतं. त्यांनी त्यांच्या दु:खाशी कसा सामना केला, कशी हातमिळवणी केली, हे बघायचं होते. मी शोध घेतला. मला व्हॅंकूव्हरच्या पश्चिमेला, आठवड्यातून एकदाच भेटणाऱ्या एका 'ॲक्सेस आणि कस्टडी' संबंधित पालकगटाची माहिती मिळाली. त्या सहा जणी होत्या. पण त्यांच्याकडे त्यांच्या मुलांची कस्टडी होती. त्या सगळ्या त्यांच्या मुलांबरोबर अर्धा-अधिक काळ राहत होत्या. कुणाला आळशी, घरबशा नवऱ्याची समस्या होती. कुणाचं लग्न मारहाणीमुळे मोडकळीला आलं होतं. पण त्या त्यांच्या मुलांबरोबर राहू शकत होत्या, भेटू शकत होत्या. आपोआपच मी – साधी, संयुक्त कस्टडी न मिळालेली जणू महारोगी

असल्यागत वेगळी पडले होते. पण त्या स्त्रियांनी मला बोलावलं, स्वीकारलं. त्या इतर स्त्रियांना गटात सहजतेनं सामावून घेतात, त्यांची काळजी घेतात; त्याच सहजप्रेरणेनं त्यांनी मला त्यांच्यात घेतलं. मी डॅशला किती क्वचित भेटायचे, किती कमी वेळ एकत्र राहायचो, यावर कुणाही स्त्रीचा विश्वासच बसत नव्हता. माझा ॲक्सेस डावललं जायचा किंवा त्याबाबत लबाडी केली जायची – तसा अनुभव यांपैकी एकीलाही नव्हता. तिथं जमलेल्या प्रत्येकीची समस्या वेगळी होती. माझ्यासारख्या कुणीही नव्हत्या. पण तरीही त्या मला भेटल्या, त्यांनी माझं दुःख ऐकलं. डॅशवर काय वेळ आली होती, हे त्यांच्या लक्षात आलं. आणि हे गैर होतं, हेही त्यांना जाणवलं. माझी कहाणी सांगत असता, इतक्या वर्षांचं दडपलेलं माझं दुःख माझ्या डोळ्यांतून घळाघळा वाहत होतं. पण त्यांनी मला थोपवलं नाही.

"बोलत राहा." त्या म्हणाल्या. "मनातलं दुःख बाहेर येऊ दे."

सुमारे तासभर मी बोलत होते. बोलणं थांबलं, तेव्हा मी प्रचंड थकले होते. सगळ्या आया रडत होत्या. अश्रूंतूनही माझ्याकडे बघून स्मित करत होत्या, माझ्या हाताला, खांद्याला स्पर्श करत होत्या; मला आधार देत होत्या. त्यांना त्यांचे प्रश्न असूनही त्यांनी मला वेळ दिला, प्रेम दिलं. त्या स्त्रिया पूर्णपणे अनोळखी, परक्या होत्या. पण तरीही मी वाईट आई नाही, हे त्यांनी जाणलं होतं. माझ्या मुलाची मला किती काळजी होती, तो दुरावल्यानं मला किती दुःख होत होतं, हे त्यांना उमगलं. इतकी वर्षं जज, डॉ. एल्टरमन, माझे वकील या साऱ्यांचे 'वाद घालू नकोस, भांडू नकोस, शांतता ढवळू नकोस. याचे डॅशवर परिणाम होतील,' हे शेरे मी ऐकत होते. पण आता माझी शांतता भंगली होती. माझ्या मुलाचं आयुष्य अस्वस्थ झालं होतं. या स्त्रियांची माझ्यापेक्षा दुरवस्था होती. एक जण निवाराश्रमात राहत होती. आपलं आणि मुलांचं पोट भरण्यासाठी त्या सगळ्या जणी घड्याळाच्या काट्याबरहुकूम पळत होत्या. माझ्याकडे मुलांना सांभाळायला दाई होती. आधारासाठी नवरा होता. मी पूर्ण वेळ आई होते. आणि तरीही या स्त्रिया मला सांगत होत्या – "तुझे हक्क आहेत, यापेक्षा अधिक मिळण्याची तुझी लायकी आहे. आणि तुझ्या मुलाचीसुद्धा. कोर्टात जा. कारण मुलाला तुझी गरज आहे." त्या तासाभराच्या अवधीत त्यांनी राग प्रकट केला. मी इतकी वर्षं राग दडपून ठेवला होता, म्हणून त्यांचा तो राग माझ्यावर नव्हता; तर माझ्या मुलाच्या बाबतीत जे घडलं, याबद्दलचा तो राग होता. ज्या मुलाला मी नऊ महिने माझ्या पोटात वाढवलं, त्या मुलाबरोबरच्या उद्ध्वस्त झालेल्या नात्याबद्दलचा राग होता; त्याच्या आयुष्यातून मला विलग करणाऱ्या कोर्टाच्या न्यायव्यवस्थेबद्दलचा राग होता... या स्त्रियांनी मला, मी किती रागवायला हवं होतं, त्याचबरोबर मी माझ्या मुलाला भेटण्याला कशी पात्र होते, हे दाखवून दिलं होतं. असा नकार मिळण्याची, अशी वागणूक मिळण्याची आणि माझा अतीव

तिरस्कार करण्याऱ्या माणसाच्या हातून माझं अस्तित्व माझ्या मुलाच्या आयुष्यातून पुसलं जाण्याची माझी पात्रता नक्कीच नव्हती. कोर्टाचा आधार मला मिळायलाच हवा होता, इतकी माझी योग्यता होती. त्यांच्या या साऱ्या भावनांमुळे त्यांनी मला जणू चिलखतच घालायला लावलं. कारण ते एक युद्ध होतं. मी लढायलाच हवं, हे त्यांनी मला सांगितलं. डॅशला भेटायचं, छान-छान वागायचं, नंतर केरीसडेल मधल्या माझ्या घरी जाऊन त्याच्या साऱ्या समस्या दाराबाहेर ठेवायच्या, हे असं वागून चालणार नव्हतं. माझ्यावर निर्बंध घातले गेले होते. आणि डॅशसाठी मी ते सहनही केले होते. पण त्यांचा तर काहीच उपयोग झाला नव्हता. परिस्थिती बिकट झाली होती. वडिलांच्या अंत्यसंस्काराच्या दिवशी या गोष्टीची जाणीव साऱ्यांना झाली होती. त्या भेटीनंतर मी बदलले. माझ्याबद्दल काहीही माहिती नसूनदेखील त्या अनोळखी स्त्रियांनी माझी कदर केली, माझी योग्यता जाणली. त्या माझ्याकडे मी दुय्यम, कठपुतळीसारखी नाचवली जाणारी पालक म्हणून मुळीच बघत नव्हत्या. मग मी का तसं व्हावं. त्या खोलीत परिस्थितीने झोडपलेल्या, पण साऱ्या प्रसंगाला धीरानं तोंड देणाऱ्या स्त्रियांबरोबर बसले असता, माझ्या लक्षात आलं की, ज्या गोष्टीवर माझा विश्वास होता, ज्यासाठी अंत:प्रेरणेनं मी लढत होते, ते योग्यच होतं. माझ्या मुलावरच्या माझ्या प्रेमावर आणि तोही माझ्यावर प्रेम करतो, या गोष्टीवर माझा विश्वास होता. मी घरी परतले. त्या सहा जणींनी माझ्यात आत्मविश्वास निर्माण केला होता. डॉ. रिचर्ड गार्डनरनी मला केस दाखल करण्यासाठी पायाभूत सामग्री दिली होती. मी माझ्या मुलाच्या प्राप्तीसाठी, एका प्रदीर्घ रक्तरंजित लढ्यासाठी सज्ज झाले होते.

माझा वकील जॉन फिडीसशी मी बोलले. त्यानं माझ्यासाठी खूप कष्ट घेतले होते, हे त्याला सांगितलं. त्याच वेळी मी त्याला हेही सांगितलं की, मला आता, डॅशवर नेमकं काय ओढवलं होतं; हे जाणणारा, बालशोषण आणि पीएएस यांबद्दल माहिती असलेला, युक्तिवाद करणारा वकील हवा होता. सुमारे अर्धा डझन वकिलांच्या मी भेटी घेतल्या. प्रत्येकाला मी 'पीएएस बद्दल तुम्हाला काय माहिती आहे,' हे विचारायचे. जेमी मार्टीन या दांडगी प्रॅक्टिस असलेल्या फॅमिली ॲडव्होकेटला ही माहिती होती. तो माझ्याच वयाचा, पाच मुलं असलेला होता. खाजगी प्रॅक्टीस सुरू करण्यापूर्वी तो बरीच वर्षं 'चाइल्ड ॲडव्होकेट' म्हणून काम करत होता. त्यानं ह्या पीएएसबद्दल ऐकलं होतं, त्याला ते पटलंही होतं. माझं डॅशबद्दलचं बोलणं त्यानं लक्षपूर्वक ऐकलं. मी त्याला, माझ्या पूर्वीच्या वकिलाच्या ऑफिसात झालेल्या बॉम्बहल्ल्याबद्दल, जॉन फिडीसच्या घरी झालेल्या घरफोडीबद्दल सांगितलं. पण जेमी डगमगला नाही. त्याची मदतनीस जो-ॲन बोग माझ्या केसशी इतकी समरस

झाली की, ती प्रत्येक सुनावणी वेळी माझ्यासोबत येणार होती.

पूर्णपणे अपरिचित अशा मानसशास्त्रीय दुश्चिन्हांबद्दल, कोर्टात बोलण्यासाठी जेमी तयार होता. आणि त्याला मी माझ्या खात्रीबद्दलही सांगितलं.

''जेमी, हे काही लहानसं, विचित्र, क्षुद्र दुश्चिन्ह नाही. कोणी त्याला तसं समजू नये,'' मी म्हणाले. ''डॅशच्या बाबतीत हे निःसंशय दुश्चिन्ह आहे. पण यामागे काही डावपेच आहेत. त्या मुलाच्या आपल्या आईशी असलेल्या नातेसंबंधांवर घाला घालावा असं ज्याला वाटतं, त्यानंच हे डावपेच केले. पीटरनं हे बुद्ध्याच केलं की, त्याच्या भावनिक गुंतागुंतीचे हे अटळ परिणाम होते, याच्याशी मला काही घेणं नाही. मला पर्वा आहे, ती झालेल्या परिणामांची. पर्वा आहे, ती डॅशचं पुढचं आयुष्य कसं सुरळीत होईल, याची. कुणाला दुसऱ्याबद्दल सतत वाईट सांगून मन कलुषित करणं हे मानसिक शोषण आहे, त्याची माझी ताटातूट करणं हेही मानसिक शोषण आहे. आणि त्यातून निर्माण झालेल्या पोकळीकडे पीटरनं दुर्लक्ष केलंय. हे चांगलं नाही. मी कोर्टात हर प्रकारचा युक्तिवाद करीन – दारू, डॅशच्या शाळेतील अडचणी, काहीही. हे शोषण आहे, अत्याचार आहे, जेमी.''

''डॅशच्या शरीरावर हाणामारीच्या कसल्याही खुणा नाहीत आणि मानसिक अत्याचाराबद्दल पुरावा देणं जवळपास अशक्यच असतं,'' जेमी म्हणाला. ''पण तुझी केस गंभीर आहे आणि तू म्हणतेस की, डॅश अडचणीत आहे, यावर माझा विश्वास आहे.'' जेमीनं माझ्या केसमध्ये 'बालशोषण' हा शब्दप्रयोग वापरायची तयारी दाखवली. म्हणजे जजचे असमंजस कटाक्ष आमच्यावर पडले नसते. मी जेमीला डॉ. रिचर्ड गार्डनरचं मी नोट्स लिहिलेलं, पिवळे कागद चिकटवलेलं पुस्तक दिलं. जो-ॲननं आणलेली कॉफी घेतली. त्याच्या नावानं चेक लिहिला आणि ताबडतोब काम सुरू करण्यास सांगितलं. मी त्याला डॅशची मानसशास्त्रीय तपासणी करण्याबद्दल आणि माझ्या ॲक्सेस-वेळेची पुनर्मांडणी करण्याबद्दल अर्ज करण्यास सांगितलं. डॅशच्या शाळेशिवायच्या उरलेल्या वेळेतला पन्नास टक्के वेळ मला हवा होता. जो मला मुळात दिला गेला होता – पण कधीही मिळाला नव्हता. कोर्टानं पीटरला माझा ॲक्सेस देण्यास भाग पाडावं, असं मला वाटत होतं. तो काही या भेटीला दाद देणार नव्हता, हे मला माहीत होतं. पण डॅशला बाहेर पडू देण्याबद्दल त्याच्यावर जबरदस्ती व्हावी, असं मला वाटत होतं. पीटरनं डॅशला परवानगी दिली, तर डॅश नक्की येईल, हे मला माहीत होतं.

डॅशचं शिकाऊ माकड झालं होतं. त्यामुळे माझ्या वकिलाची, पीटरवरच्या केसची सूचना कुरियरनं तिकडे पोहोचताच, डॅशचा मला लागलीच फोन आला, तेव्हा मला मुळीच नवल वाटलं नाही.

''माझ्या वडिलांबरोबरचं हे तुझं वागणं थांबवलं नाहीस, तर मी तुला भेटणार

नाही,'' तो म्हणाला.

"तसंही आपण भेटतच नाही. गेल्या दोन वर्षांत आपण भेटलेलो नाही,'' कसलीच प्रतिक्रिया न देता मी हलकेच म्हणाले. "डॅश, मी तुझी पालक आहे. आणि खूप पूर्वी जज्जनी सांगितल्याप्रमाणे तू मला भेटायलाच हवंस. माझ्याकडे काही दुसरा पर्याय नव्हता.'' डॅश स्तब्धच होता. "मी हे करतेय, कारण हे करणंच योग्य आहे, असा माझा विश्वास आहे. तुला आई हवी असण्याचा हक्क आहे. मलाही तू असण्याचा हक्क आहे. आणि डॅश, माझ्यावर विश्वास ठेव, याचा नक्की उपयोग होईल. माझं तुझ्यावर प्रेम आहे आणि हे सारं मी तुझ्याचसाठी करतेय.''

आता नव्यानं सुरू होणाऱ्या त्याच्या त्रासाचं, दडपणाचं, घरी होणाऱ्या रणधुमाळीचं मीच थेट कारण असणार होते. पण या वेळी मी ते चालू ठेवण्याचा निर्धार केला होता.

"तुला काय वाटतंय, हे मी समजू शकते.'' मी मायेनं म्हणाले, "आणि मला हेही माहीत आहे की, तू मला भेटणार नाहीस. पण डॅश, मी तुला फोन करत राहीन, बोलावत राहीन. तुला भेटण्याचा आटोकाट प्रयत्न करीन. कारण तू माझा मुलगा आहेस आणि मी तुझ्यावर जीवापाड प्रेम करतेय.''

डॅश त्याच्या शब्दाला जागला. नंतरचे सहा महिने तो मला भेटला नाही. आमच्या खटल्याची तारीख जवळ येत चालली होती. न्यायव्यवस्थेवरचा माझा विश्वास उडाला होता. पण माझा स्वत:वरचा विश्वास, हे सारं सुरू झाल्यापासून पहिल्यांदा ठाम आणि दृढ होता. जे घडलं होतं, ते मुळीच माझ्या कुटुंबाच्या दृष्टीनं चांगलं नव्हतं. आम्ही सगळेच – विशेषत: डॅश – यापेक्षा अधिक चांगलं मिळण्यासाठी निश्चित पात्र होतो. आता मला त्याचं संरक्षण करायचं होतं. आणि तेही अशा ठिकाणी जाऊन की, जिथे मी तीन वेळा हरले होते, कलंकित झाले होते. तर ते ठिकाण म्हणजे पीटरच्या लेखी हिरवळ होती. ते ठिकाण म्हणजे कोर्ट. ख्याली-खुशालीची आवड असलेली व्यक्ती ठामपणे काहीच करू शकत नाही – पण मी मला शस्त्रसज्ज आणि धोकादायक बनवलं होतं. आणि मला खूप काळ दडपून टाकलं होतं. डॅशसाठी मी आता तारेवरची कसरत करणार होते, काट्यावरून चालणार होते.

■

पाशवी अंतरंगात

१३ डिसेंबर, १९९५ रोजी मेरी ॲलन बॉयड या जजसमोर आम्ही बसलो होतो. तिनंच डॅश पहिल्या इयत्तेत असताना, मला शाळेत जाण्याबद्दलचा मनाई करणारा हुकूम काढला होता. त्या वेळी तिनं माझे हेतू चांगले असल्याचं मान्य केलं होतं. पण मी तिथे जाण्यानं पीटरला – कस्टोडियल पालकाला राग यायचा. त्यामुळे मला तिथे जाण्याची बंदी करण्यात आली होती. तिला आमची केस आठवत असेल का? आपण एका काळजी घेण्याऱ्या पालकावर बंदी घातली, यात कोणता शहाणपणा होता, याचा त्यांनी विचार केला असेल का? की सहा वर्षांनंतरही आम्ही अजून डॅशवरून लढतोच आहोत, अजून आमचे प्रश्न आहेतच, आम्ही जजसमोर उभे राहतोच आहोत का; असा प्रश्न पडत असेल. मी डॅशला ख्रिसमसमध्ये भेटावंच, असा कोर्टानं हुकूम द्यावा, यासाठी आम्ही तिच्यासमोर उभे होते. पूर्वीच्या अर्धाडझन वेळा झालेल्या खटलापूर्व सुनावणीप्रमाणेच याही वेळी आमची केस आम्ही जजना समजेल, अशा मुद्यावर तयार केली होती. पीएएस आणि बालशोषण, पीटरचं कोर्टाच्या हुकमाकडे दुर्लक्ष करणं, या गोष्टी विचारात घ्याव्यात असं मला खूप वाटत होतं. जेमीनं कोर्टासमोर बऱ्याच गोष्टी मांडल्या. डॅशच्या शाळेव्यतिरिक्तच्या वेळेतला मला देऊ केलेला अर्धा वेळ मला कधीच मिळाला नाही. १९९३साली जॉन फिडीसला सांगून मी माझा दावा मागे घेतला होता. कारण डॅश मला भेटेल, या त्याच्या शब्दांवर मी विश्वास ठेवला होता. आणि एवढं करूनही डॅश मला भेटलाच नव्हता. डॅशची फोनवर तरी गाठ घेण्याचा मी केलेला खटाटोप, त्याच्या शिक्षणाबद्दल आणि तब्येतीबद्दल मला न मिळालेली माहिती या साऱ्याबद्दल जेमीनं उहापोह केला. त्याच वेळी डॅशच्या शेजारपाजारच्या लोकांना त्याच्याबद्दल काळजी वाटायची आणि आम्हाला खात्रीनं असं वाटत होतं

की, डॅश हा पीएएस मूल असावा, असा मुद्दा त्यानं मांडला. बॉयडना पीएएस मुलांबद्दल सहानुभूती होती. कारण तिचं लग्न आपल्या मुलापासून दुरावलेल्या माणसाशी झालं होतं, असं मी ऐकलं होतं. असा प्रसंग – मूल दुरावण्याचा प्रसंग कोणावरही येऊ नये, असंच मला वाटायचं. पण त्या दिवशी कोर्टात मला वाटलं की, हे बरं झालं. मी कशी जगत होते; हे तिला कळेल, नक्की काय होत होतं, हे अंत:प्रेरणेनं तिला जाणवेल.

माझा मुलगा आणि मी यांच्यातले नातेसंबंध बिघडण्यातल्या पीटरच्या भूमिकेबद्दल थेटपणे बोलणारी मेरी ॲलन बॉयड ही पहिलीच जज होती. ती म्हणाली, ‘‘गेल्या कित्येक वर्षांपासून, भल्याबुऱ्या मार्गांने, त्या मुलाच्या मनावर असं बिंबवलं गेलंय की, आईची भेट न घेणं, हेच त्याच्या फायद्याचं आहे. असं भासवण्यात येतं की, मुलालाच आईची भेट घ्यायची नाही. त्या मुलाची अशी समजूत करून दिली जातेय की, सगळ्या गोष्टी त्याच्या नियंत्रणात आहेत. आणि तो ती सत्ता राबवतोय. पण हे अत्यंत गैर आहे.’’ माझं हृदय धडधडू लागलं. तिला ते समजतंय का? ‘‘कस्टेडियल पालकाची,’’ ती पुढे बोलत होती, ‘‘ही जबाबदारी असते की, त्यानं हर प्रकारे त्या मुलाचे दुसऱ्या पालकाशी असलेले संबंध जोपासावेत,’’ बरोबर. पुढं बोल. ‘‘हा मुलगा तर अजून लहान, किशोरवयीनच आहे. त्याचे त्याच्या आईबरोबरचे संबंध सुदृढ न होणं, हे या मुलाच्या बाबतीत अत्यंत अनर्थकारक होईल. आज मी जे ऐकलं, त्यावरून लक्षात येतंय की जिला दुसरा पालक म्हणून ॲक्सेस मिळणं न्याय्य होतं, आवश्यक होतं, ती आई मुलाशी दुरान्वयानंसुद्धा मुलाच्या दृष्टीनं हानिकारक वागताना दिसत नाही.’’

मला दुसऱ्या दिवसाच्या १५ डिसेंबरच्या संध्याकाळपासून सुरू होणारा वीकएंड ॲक्सेस मिळाला होता. आणि ख्रिसमसच्या निमित्ताने ख्रिसमसच्या जवळपासचा आणखी एक पूर्ण आठवडाही मिळाला होता. म्हणजेच पीटरनं डॅशला माझ्याकडे ३० डिसेंबरला सोडायला हवं होतं. पण मी ख्रिसमसच्या ॲक्सेससंबंधानं नोटीस पाठवल्यावर पीटरनं मेक्सिकोची तिकिटे काढली होती. तो ख्रिसमसच्या दिवशीच मेक्सिकोला रवाना होणार होता. पीटरचे जणू लाड केल्यागत त्याला ही सहलीची सवलत मिळाली होती.

माझ्याजवळ वीकएंड ॲक्सेसबद्दलचा कोर्टाचा हुकूम असल्यानं, डॅश माझ्यापासून आणखीनच दुरावेल, याची मला जाणीव होती. म्हणून मी त्याला फोन करून त्या वीकएंडबद्दल त्याच्या मनावर ठसवलं. आणि त्यानं यावं, यासाठी त्याला प्रवृत्तही केलं. मी त्याच्या मनात त्याच्या बापाचे तिरके कटाक्ष, शेरे-ताशेरे, अडथळे या साऱ्यांना न जुमानण्याची इच्छा जागवली. उद्याच्या वीकएंडला काय-काय करायचं, याबद्दल आम्ही दोघं सुमारे अर्धा तास आनंदानं बोलत होतो. पण दुसऱ्या दिवशी

संध्याकाळी डॅशला पाठवलं गेलं नाही, फोन नाही, स्पष्टीकरण नाही. आणि तोही नाही. आमच्याकडे असलेला कोर्टाचा हुकूम फोल गेला होता. मी रोज डॅशसाठी फोनवरून माझ्याशी बोलण्याबद्दल संदेश ठेवत होते. पण प्रतिसाद शून्य होता. ठीक आहे! माझ्याजवळ एक आठवडा तर आहे ना, मी स्वत:लाच समजावलं. ख्रिसमसच्या संध्याकाळी मी दोन भेटी, ख्रिसमस कार्ड, आणि सांताचं चॉकलेट घेऊन डॅशला देण्यासाठी त्याच्याकडे गेले. दुपारच्या जेवणाची वेळ होती. पण सगळे पडदे ओढलेलेच होते. मी दार वाजवलं. प्रतिसाद येणार नाही, असंच मला वाटत होतं. पण माझ्या डोळ्यांच्या कोपऱ्यातून "कोण आलंय," हे पाहण्यासाठी पडदा किलकिला करून पाहणारा डॅश दिसला. त्याच्या चेहऱ्यावर हसू उमटलं. तो दिसेनासा झाला आणि पुढच्याच क्षणी दरवाजा उघडून बाहेर आला. मला घट्ट बिलगला. हसत-हसत त्यानं आपल्यामागे दार बंद केलं. मी त्याला सांगितलं की, बाकीच्या भेटी आपण मिळून उघडू. त्यामुळे आता फक्त या दोनच भेटी आणल्या होत्या. त्यानं माझ्याकडे प्रश्नार्थक नजरेनं पाहिलं. "अरे, पुढल्या आठवड्यात तू राहायला येणार आहेस ना तेव्हा." मी म्हणाले, तशी तो गोंधळला. मग माझ्या लक्षात आलं. त्याला याबद्दल बहुधा सांगितलच नसणार. मला सावधपणे सगळं हाताळावं लागणार होतं. मावी सहलीची ही पुनरावृत्ती होत होती. "डॅश, तुला ठाऊक आहे का की, जजनी, तुला डिसेंबर अखेर माझ्याबरोबर एक संपूर्ण आठवडा राहता येईल, असं सांगितलं आहे? तू मेक्सिकोहून आलास की मग!"

"खरं?" त्याचे डोळे चमकले.

"होय तर, ३० डिसेंबर ते ७ जानेवारी. केवढा वेळ!"

त्यानं तारखा-वार पुन्हा-पुन्हा म्हटल्या, म्हणजे त्या विसरल्या जाणार नव्हत्या. ३० ते ७, ३० ते ७, "..." त्यानं सांताचं चॉकलेट उघडलं. आणि हसत-हसत मोठा तुकडा चावला. त्याचे पुढचे दात चॉकलेटनं माखले. ओघळलेला रस बोटानं त्यानं निपटला, चाटला.

"डॅश, आता मला सांग, मागच्या वीकएंडला काय झालं? तू का आला नाहीस? तुझा डॅड कबूल झाला होता. त्यामुळे मी तुझी खूप वाट पाहिली."

डॅश गोंधळून माझ्याकडे पाहत राहिला. "मॉम, मी तुला त्या वीकएंडला भेटणार आहे, हे मला मुळीच ठाऊक नव्हतं. अजिबातच नाही." कोर्टात वीकएंडसाठी कबुली देणं, हा देखावाच म्हणायचा. मरो, तो पीटर!

"च्! पण काळजी नको करू, आपण यातून मार्ग काढू या. मला एकवार घट्ट मिठी मार." तो हसला आणि मी त्याला घट्ट कवटाळलं. "महत्त्वाचं हे की, तू पुढच्या आठवड्याच्या अखेरीस मला भेटणार आहेस. तुला माहीत आहे नं, मला तुझ्याविना किती चुकल्यासारखं होतं ते!" मी म्हणाले.

"मला माहीत आहे."

"मी तुला भेटण्यासाठी आटोकाट प्रयत्न करतेय, पण कुठेतरी अडकतेय. आपण यातून मार्ग काढलाच पाहिजे." डॅशनं माझ्याकडे बारीक डोळे करून पाहिलं. "मला माहिती आहे," असं हलकेच पुटपुटला. आणि घरी आल्यावर माझ्या लक्षात आलं की, आमचं सारं संभाषण कुजबुजत्या स्वरांत झालं होतं.

दुसऱ्या दिवशी पीटर आणि डॅश काबो सान ल्यूकस येथे विमानानं गेले. डॅशला तिथे सुटीसाठी आलेला त्याचा मित्र स्टीफन फ्रॅश आणि त्याची कुटुंबीय मंडळी भेटली. यांच्यासोबत डॅशनं सारा वेळ घालवला. दुसऱ्या दिवशी सकाळी पीटर डॅशला घेऊन त्यांच्या हॉटेलवर आला. पीटर जोरजोरात च्युईंगगम चघळत होता. तरीदेखील स्टीफनच्या आईला – मेलडीला दारूची घाण आलीच. दुसऱ्या दिवशी बीचवरून त्यांच्या हॉटेलकडे डॅश येताना स्टीफनला दिसला. डॅशजवळ कपड्यांची बॅग होती. स्टीफन त्याला घेऊन आपल्या खोलीत आला. मेलडीनं डॅशला त्याच्या बापाचा ठावठिकाणा विचारला.

"तो त्याच्या इस्टेटीवर गेलाय."

"ओह्!"

"त्यानं मला तुमच्याबरोबर राहायला सांगितलंय."

मेलडीनं हबकून जाऊन पीटरच्या हॉटेलवर फोन केला. त्या वेळी त्यानं संपर्काचा कुठलाही नंबर न देता हॉटेल सोडल्याचं समजलं. दोन दिवसांनंतर पीटरनं फोन करून सांगितलं, तो त्या दिवशी उशीरा येणार होता. तो आणि त्याचा मुलगा ग्रेग ही दोघं, हमरस्त्यापासून आतल्या भागात घेतलेल्या, त्यांच्या जमिनीची पाहणी करायला गेले होते. पीटर हॉटेलवर परतला. हॉटेलच्या तलावात पोहत असलेल्या डॅशला लागलीच भेटला नाही. त्याऐवजी इकडे-तिकडे करत राहिला. गाडी भाड्यानं घेण्याविषयी काहीबाही बोलत राहिला. इकडच्या-तिकडच्या गप्पा मारू लागला. निघणाऱ्या पीटरला मेलडीनं विचारलं, "डॅशीचं काय?" पीटरनं खांदे उडवले. "ओह्! मला उशीर होईल. डॅशला यावंसं वाटलं, तर बीचवरून त्याचा तो परतेल आणि तिथे मला भेटेल." पीटरच्या या आपल्या अकरा वर्षांच्या मुलाच्या सुरक्षेबद्दलच्या बेपर्वाईचा तिला धक्काच बसला. पण त्याचबरोबर हर्टच्या घरी काही तरी बिनसलं होतं, अशी तिची खात्रीही झाली. जेव्हा केव्हा डॅश त्यांच्या घरी रात्री जेवायला जायचा, तेव्हा तो भरपूर जेवायचा. आणखीही मागायचा. "त्याला कधी घरी जावंसं वाटत नाही." तिनं मला सांगितलं, "आणि केव्हाही येत असे." मेलडी त्याला नेहमी विचारायची, "डॅश तू घरी लवकर जाणार आहेस ना?" डॅश खांदे उडवायचा, "नाही." एकदा तो म्हणाला होता, "मला घरी जाऊन एकटं राहायला नको वाटतं. करण्यासारखं काहीच नसतं."

मेलडीनं मला तिचा मेक्सिकोतला अनुभव सांगितला, तेव्हा मी तिला त्याबद्दल ॲफिडेव्हिट लिहून देण्याची विनंती केली. तिनं माझ्या काळजीला खतपाणीच घातलं. पीटरचं दारू पिणं, डॅशच्या स्वास्थ्याबद्दलची त्याची बेफिकिरी, डॅशच्या देखभालीकडे होणारं दुर्लक्ष... तिचं ॲफिडेव्हिट पीटरच्या वकिलाला मिळताच पीटरनं तिच्याशी फोनवर संतापून बोलायला सुरुवात केली. पण तिनं त्याला थंडपणं उत्तर दिलं. "खरं काय होतं, ते मी सांगितलं." तिनं पुढं पुस्ती जोडली. "आणि जेव्हा डॅश त्याच्या आईकडे राहणार होता, त्याच काळात तुम्ही मेक्सिकोला गेलात." डॅश आणि पीटर मेक्सिकोतून परतले, त्या वेळी मला मिळालेल्या आठवड्यातले चार दिवस संपले होते.

"हे खरं नाही." पीटर मेलडीला म्हणाला, "मी एक भला बाप आहे आणि कोर्टातल्या प्रत्येकाला मी ओळखतो. ते मला काहीच करणार नाहीत."

मेलडीनं त्या मेक्सिकोतल्या ख्रिसमसनंतर स्टीफनला डॅशबरोबर खेळू दिलं नाही, ह्याबद्दल डॅशनं मलाच ठपका दिला. त्याच्या म्हणण्याप्रमाणे आधीही असं घडलं होतं किंवा त्याला तसं आठवत होतं. "मला वाटतं, बालवाडीत ब्रेट नावाचा मुलगा होता." डॅशनं नंतर साक्षीदाराच्या पिंजऱ्यात उभं राहत सांगितलं होतं. "त्याच्या आईला, माझ्या मॉमनं माझा डॅड वाईट असल्याचं सांगितलं होतं. म्हणून मी त्याला भेटणं थांबवलं होतं. ब्रायन नावाचा आणखी एक मुलगा होता – त्याच्याही बाबतीत हेच घडलं होतं." बालवाडीत?

१९९६च्या जानेवारीत सुरुवातीला आम्ही संयुक्त पालकत्वाबद्दल आणि मॅक्डोनाल्ड या जजनी १९९०च्या घटस्फोटाच्या खटल्यावेळी दिलेल्या अर्ध्या वेळेच्या ॲक्सेसच्या पुनर्रचनेबद्दल वेगळ्या जजची मागणी केली. जज आर ब्रूस हार्वे यांनी त्या हुकमासोबत ह्या बाबतीत इतिहासही त्रासदायक आहे, असं म्हटलं होतं. डॅशची मला भेटण्याची 'अनिच्छा,' तसंच तज्ज्ञाकरवी 'डॅशच्या मानसिक तपासणीचा अहवाल' कोर्टात सादर केला नव्हता. मूळ हुकमानुसार मला मिळू शकणारा ॲक्सेस सुरळीत मिळण्यासाठी काय करावं लागेल आणि या मुलाला त्याच्या बापाइतकीच त्याची आईदेखील मिळायला हवी, यासाठी काहीतरी मार्ग काढायला हवा, असं हार्वे म्हणाले. पण तेदेखील कसल्यातरी दडपणाखाली आले. आम्हाला आमची केस खटल्याच्या यादीत त्वरित दाखल होईल, असा हवाला देऊन संयुक्त पालकत्वाचा निर्णय तहकूब केला. पीटरनं कोर्टाची अवज्ञा केल्याचा आरोप त्याच्यावर ठेवावा, असं मी सांगितलं, कारण त्यानं कोर्टाच्या ख्रिसमस ॲक्सेसच्या हुकमाचा भंग केला होता. पण हार्वेनी त्यावरही निकाल दिला नाही. मला तर वाटत होतं की, आम्ही नेमके कशासाठी आलो होतो, याचा विचार न

करता, आम्ही केवळ पीटरच्या वर्तणुकीमुळे कोर्टात आलो होतो, असा विचार करून त्यांनी निकाल दिला असावा.

हार्वे यांनी एखाद्या मुलावर – ॲक्सेससाठी रुकार देण्यासाठी जबरदस्ती करता येत नाही, असं दुःखदपणे सांगितल्यावर आम्हाला दुसऱ्या जजकडे जावंचं लागलं. त्यामुळे मी सुटकेचाच निःश्वास टाकला. कदाचित हा जज तरी समजू शकेल, तो तरी भेकड नसेल, असं मला वाटलं. आमच्या भेटी घडवेल, अशा जजची मला गरज होती. मुलांना दात घासायला आवडत नाही. पण चांगले पालक ते मुलांकडून करवून घेतात. मुलांना रोज उठून शाळेत जायला आवडत नाही. पण चांगले पालक त्यांच्याकडून करवून घेतात. जर डॅशला माझ्याकडे आणलं गेलं नाही किंवा बुधवार, शुक्रवार दुपारी चार वाजता माझ्या दारात उभं केलं गेलं नाही, तर ते पीटरनं मान्य करावं, असं कुणीतरी पीटरला सांगावं, असं मला वाटत होतं. असं झालं असतं, म्हणजे ती कोर्टाची अवज्ञा झाली असती. म्हणजे दंड, जेल, कस्टडी सोडणं, हे सगळं आलं असतं. कोर्ट याकडे गांभीर्यानं बघतं, हेही डॅशला समजलं असतं. पण हा जज तसलं काहीच करू इच्छित नव्हता. आणि मला तर एका श्रेष्ठ, खमक्या पालकाची आवश्यकता होती.

जज हार्वे यांनी आम्हाला खूप पुढची – एप्रिलमधली तारीख दिली. आणि पीटर तयारीला लागला. त्यानं त्याच्या खाजगीपणावर आक्रमण केल्याबद्दल डेव्ह आणि माझ्यावर फिर्याद करण्याचा प्रयत्न केला. त्यानं आमच्यावर आम्ही आमच्या एजंटना त्याला त्रास देण्यास, छळवाद करण्यास प्रोत्साहन देतो, असा आरोप केला. पीटरचा वकील – रसेल ट्रेटीक मला कडवटपणे पालकत्वाचे धडे देऊ लागला.

> "तुमच्या अशिलाला मी असं सांगू इच्छितो की, तिच्या मुलाबरोबरचे तिचे संबंध छान परिपूर्ण हवे असतील, तर तसं करण्याचा तिनं प्रयत्न करावा. अशक्य ती गोष्ट साध्य करण्याच्या प्रयत्नात, आहे तो प्रश्न अधिक जटील होतो. नातेसंबंधाबाबत तुमचा अशील एका तिढ्यावर उभा आहे. भूतकाळात ती जशी वागली, तसंच वर्तन पुढे चालू राहिलं, तर तिचे आपल्या मुलाशी कधीही संबंध जुळून येणार नाहीत. असं माझं मत आहे. आणि काही घटनांमुळे त्याला दुजोराही मिळतो."

आणि पीटरनं डॅशला या खेळात प्यादं बनवून त्याचं जीवन विस्कटून टाकलं होतं. अर्थात मला याचा मुळीच अचंबा वाटला नाही. त्या वर्षी पहिल्यांदा 'मदर्स-डे'च्या दिवशी मला डॅशनं फुलं आणि कार्ड पाठवलं. कार्डावर 'तुला मदर्स डे'च्या

दिवसाबद्दल –! व्यक्तिश: मीच देणार होतो. पण तू योग्य ते करशील, अशी आशा – डॅश.’ असा काळजीपूर्वक, धूर्तपणे लिहिलेला मजकूर होता.

त्यांच्या दृष्टीनं योग्य काय होतं? दोन दिवसांनंतर डॅशचा फॅक्स आला – ‘मला असं वागवणं, योग्य नव्हे – कृपया मला फोन करू नकोस. तू हे थांबवलंस की, मगच फोन कर. असो! मदर्स डेच्या शुभेच्छा! ता.क. ही आधीच्या मजकुराचा पाठपुरावा करणारी चिठ्ठी आहे. ‘लव्ह, डॅश!’ म्हणजे दोन वर्षांपूर्वी आम्ही जिथे होतो, तिथेच आजही होतो. ओह्, मी जर थांबवलं, तर डॅश येईल, यावर विश्वास ठेवणं सोपं होतं? या साध्या-सोप्या उत्तरासाठी मी काहीही देऊ केलं असतं. पण आता मला पीएएसची माहिती झाली होती. डॉ. रिचर्ड वॉरशॉकचं ‘डायव्होर्स पॉयझन’, हे डॉ. गार्डनरच्या पुस्तकानंतर आलेलं पुस्तकही वाचलं होतं. मी जे काही जगले, त्याला यात पुष्टी मिळाली होती. काही पीएएस मुलं योग्य वेळ आल्यावर दुरावलेल्या पालकाशी नव्यानं संबंध ठेवण्याबद्दल सांगत असतात. पण मला असं आढळलंय की, योग्य ती वेळ येतच नाही. मी डॅश मोठा होईपर्यंत, तो घर सोडण्याइतका जाणता होईपर्यंत किंवा पीटर मवाळेपर्यंत किंवा नरक थंड होईपर्यंत थांबायला तयार नव्हते. डॅशला आनंदी बालपणाचा हक्क होता. मला त्याचं हे मुश्किलीचं जगणं बघवत नव्हतं.

आठवडे जात होते. डॅशची सततची गैरहजेरी, ते पाशवी संदेश माझ्या मनात सतत खणखणत होते. जेव्हा डॅशनं फोनवर, कोर्टाबद्दल रागारागात बोलणं सुरू केलं; तेव्हा मी हृदयाची धडधड थांबवून ते ऐकत होते. न जाणो! माझ्या उच्छ्वासानं तो दूर उडायचा. त्याचा तो उद्रेक पाहून मी घाबरले होते. आणि एका फोननं तर माझा संशयच फिटला. मला लख्ख जाणवलं की, *फक्त पालकत्व मिळणं पुरेसं नाही.* डॅशसंबंधी काही निर्णय घेणं, त्याच्या शिक्षकाची सोय करणं यांसाठी तो माझ्याकडे मुळीच आला नसता. आमचे संबंधही पुनर्स्थापित झाले नसते. पीटर डॅशला सतत आपल्या तालावर नाचवू शकत होता. मला कस्टडी मिळणं आवश्यक होतं.

जेमीनं अर्जात ‘कस्टडी’ या शब्दाची भर घातली मात्र, पीटरच्या घरात ‘सावधान’चा इशारा लागला. पीटर माझा हक्क रद्द करू पाहत होता. त्याला तर माझी सगळी केस ‘प्रक्रियेचे अत्याचार’ म्हणून रद्द करायची होती. पण जजनी तसं केलं नाही. पीटरनं त्याच्या वकिलाला आमच्या कोर्टाच्या तारखा, ॲक्सेसचे दिवस, शाळेचे न आलेले अहवाल या साऱ्याबद्दलच्या पत्रांकडे दुर्लक्ष करण्यास सांगितलं. (खटल्यापूर्वी महिनाभर आधी पीटरनं लिहिलं होतं, ‘शाळेचा अहवाल देण्याबद्दल मी कधीच कुचराई केली नव्हती. एखाद्या प्रसंगी तुमच्या अशिलाला माझ्याकडून शाळेचा अहवाल मिळाला नसेल, तर तिनं मला आठवण द्यायला हवी होती.’

तोपर्यंत डॅशच्या दुसरी, तिसरी, चौथी आणि पाचवी या इयत्तांपर्यंतचा एकही अहवाल मिळाला नव्हता.) आमच्या खटल्याच्या तारखांच्या दरम्यान पीटरनं एक गुंतागुंतीची केस स्वीकारली आणि आमच्या खटल्याची सुनावणी पुढे ढकलली जावी, असा आग्रह धरला. जेमी तर रागानं वेडापिसा झाला. जजना त्यानं सांगितलं "हा खटला त्याच्या मुलासंदर्भात आहे." मग पीटरनं तांत्रिक कायदेशीर मुद्यांच्या आधारे जेमीचं वकीलपत्र रद्द करावं, असाही प्रयत्न केला. आणि हे काहीच जमलं नाही, तेव्हा त्यानं जेमीवर वैयक्तिक हल्ला चढवला. तो व्यक्तिगत हल्ला करू लागला. "जेमी, पैसाच सर्व काही नसतो. तुझ्याकडे व्यावसायिक नीतिमत्ता असल्याचं वाटत नाही. तू एका लहान जिवाच्या रोजच्या आनंदी जीवनात ढवळाढवळ करत आहेस, कारण तुला नाण्यांच्या खणखणाटाचा मोह पडला आहे. प्रत्येकाचा अनादर करण्याच्या तुझ्या प्रवृत्तीची तुला फार मोठी किंमत मोजावी लागेल. मिस्टर जेमी मार्टीन, तुम्ही अत्यंत अप्रस्तुत, गैरलागू असे आहात."

आम्ही जोर धरलाच होता. पीटरनं मोठ्या नाट्यपूर्ण शब्दांत सांगितलं की, हा खटला म्हणजे वेळेचा निव्वळ अपव्यय होता. शिवाय डॅश माझ्यापासून आणखीनच लांब जाणार होता. "एक वेळ अशी येतेच की, एक समतोल बुद्धीचा, साऱ्यांशी जुळवून घेणारा, लोकप्रिय, स्वस्थ, लहान ११-१२ वर्षांचा मुलगा स्वत: भोवती लक्ष्मणरेषा आखतोच." डॅश मला का भेटला नाही, याची कारणमीमांसाही त्यानं सहज बदलली. कारण कदाचित आईची काहीही चूक नसताना डॅशनं आईवर रागवावं, हे लोकांना रुचणार नाही, असं लक्षात आल्यावर, डॅश हा साधा सामान्य मुलगा असून, त्याला पालकांपेक्षा मित्रांबरोबर राहायला हवं असायचं, असं दाखवायला पीटरनं सुरुवात केली होती. मला डॅशबद्दलची जी माहिती होती, त्यावरून हा तद्दन मूर्खपणा वाटत होता. खूप आधीपासून डॅश कसंही करून आपल्या मित्रांच्या घरात शिरत होता. बापाच्या दारूच्या व्यसनापासून दूर जाता यावं म्हणून, कोणीतरी आपल्याकडे लक्ष द्यावं म्हणून, कोणास ठाऊक – पण डॅश तसाही घरी नसायचाच, तो माझ्या बरोबरही नसायचा. तो त्याचं समाधान मिळवत होता.

खरं तर डॅशला भेटणं, बेत करणं, त्याची अंमलबजावणी करणं, या गोष्टी कठीण होत असल्या; तरी मी प्रयत्न सोडले नव्हते. कधी-कधी मी काही काळ जाऊ द्यायचे आणि नंतर पुन्हा ताज्या दमानं फोन करायला सुरुवात करायचे. काही वेळा वकिलाची गाठ घेऊन त्यांनी पीटरला, माझ्या ठरल्या बेताला अनुमती देण्यासंबंधाबद्दल पत्र लिहायला सांगायचे. अशाच प्रकारे १९९६च्या जानेवारी महिन्यात २२ तारखेला, मी त्याच्या आवडीचा कॅन्यूक हॉकी खेळ पाहायला त्याला घेऊन गेले. त्यानं माझ्याबरोबर वेळ घालवावा, म्हणून मी काहीही करायला तयार होत होते. आणि

या खेपी कॅन्यूकची तिकिटं हे एक निमित्त मिळालं. मी तिथे गेले, तर तो थंडीचा कोट घालून खिडकीशी उभा होता. गाडीकडे धावत येणाऱ्या डॅशला पाहून माझं हृदय उसळ्या मारू लागलं. मी त्याला गाडीतून जाताना 'तुला यावंसं वाटतंय ना, तू मन बदललं नाहीस ना,' असं काहीही विचारलं नाही. *कॅन्यूक, त्याला घराबाहेर पडता आलं, याबद्दल तुझे आभार!* रस्ता ओलांडताना मी सहजी त्याचा हात धरला आणि रस्ता ओलांडल्यावर त्यानं हात काढून घेतला नाही, याचा मला कोण आनंद झाला. डॅश अकरा वर्षांचा तर होता आणि आईचा हात धरण्यात त्याला काहीच अवघड वाटत नव्हतं. लहानग्या डॅशचा हात मी माझ्या गालांवरून फिरवावा, असा मला मोह होत होता. तो आवरून मी त्याच्याशी मजेमजेत खेळाबद्दल बोलत होते आम्ही एकमेकांशी हास्यविनोद केले होते. खाणं घेण्याच्या रांगेत उभं राहताना ढकलाढकली केली होती आणि हॅम्बर्गर, चिप्स, थंडगार पेयाच्या बाटल्या सांभाळत आमच्या जागेवर जाऊन बसलो होतो. थंडगार पेय पिताना आम्ही खेळाचं विश्लेषण करत होतो. पंचाचे पेनल्टी कॉल्स, खेळाडूंचं बर्फावर खेळण्याचं कौशल्य यांबद्दल बोलत होतो. आमचा एकमेकांना स्पर्श होत होता. मी त्याच्याकडे पुन्हा-पुन्हा पाहत होते. त्याचे डोळे, त्याचं हसणं, नाकावर उमटलेले वांग, त्याची त्वचा, त्याचे कापलेले केस सारं-सारं डोळ्यांत साठवत होते. मी काळजीत, दुःखात, कोर्टात काय होईल, या विचारांत अजिबात वेळ दवडला नाही. जणू आम्ही रोजच एकमेकांना भेटत होतो, आमचं जगणं साधं-सुरळीत होतं, अशा थाटात मी त्याच्याबरोबर सुखाने बसले होते. खेळ संपल्यावर आम्ही गर्दीबरोबर बाहेर येऊन गाडीत बसलो. कॅन्यूकस हरले होते, म्हणून जरा निराश होतो. पण आमची संध्याकाळ मजेत गेली, म्हणून आनंदातही होतो.

"शाळेत काय चाललंय? सातवी म्हणजे वरचा वर्ग. होय नं!"

"हो. मला तसं वाटतं."

"शेवटच्या दिवशी मजा कर. या वर्षी तुम्ही सिनियर – मोठे – पण पुढच्या वर्षी परत तुम्ही सगळे ज्युनियर – लहान होणार.

ह्यावर तो हसला. "हो मॉम, मी मोठा. तुझं बरोबरच आहे. या वर्षी आम्ही मोठेच आहोत."

"मग कसं वाटतं? तुझे शिक्षक आवडतात का? एवढ्यात काही प्रकल्प? कोणती परीक्षा जवळ आलीय का? माझी काही मदत लागली तर सांग. मी आहेच. अगदी फोनवरून करता येण्यासारखी असली तरी –"

"मॉम, मी ठीक आहे." तो म्हणाला. "पण मला वाटतं की, तू डॅडच्या विरोधात कोर्टात जायला नको होतंस."

मी समोर पाहत राहिले. *परमेश्वरा, मी कसं सांगू?* मी प्रामाणिकच असायला

हवं. खूप काळ माझ्यावर, मी डॅशशी खोटं बोलते, हाच आरोप होत आलाय. पण माझं सांगणं तो कितपत स्वीकारेल? त्याला कितपत समजेल? ''डॅश, तुला एक माहीत आहे का? कोर्ट ही मला जावंसं वाटणारी अशी, जगातली सगळ्यात शेवटची जागा आहे. पण माझ्याकडे दुसरा पर्याय नाही. मला तुझी किती काळजी वाटते, हे तुलाही माहीत आहे. आणि मी तुला फारशी भेटूही शकत नाही. मुलांनी आपल्या आईबापांबरोबर वेळ घालवणं महत्त्वाचं असतं. आणि असं जेव्हा होत नाही, तेव्हा मदतीसाठी म्हणून जजकडे जावं लागतं. तुझा डॅड आणि मी आम्ही काही हे काम करू शकत नाही. मग काही वेळा या प्रश्नावर उत्तर म्हणून कोर्ट असतं, थोडसं शाळेसारखं असतं. बघ – तुझ्या मित्राबरोबर तुला काही अडचण आली, आणि त्याचं निराकरण तुम्ही कितीही प्रयत्न केला, तरी तुमच्याकडून झालं नाही. मग तुम्ही काय करता? कोणा मोठ्या माणसाची मदत घेता – बरोबर?'' डॅशनं माझ्याकडे बघत मान डोलावली.

''हो, थोडंसं तसं आहे.''

''पण मॉम, मला कोण वाढवतंय ही महत्त्वाची गोष्ट नाही.''

''अं – डॅश, ते माझ्यासाठी महत्त्वाचं आहे. आणि तुझ्या लेखीसुद्धा तसं असायला हवं. मुलांच्या आयुष्यात पालक ह्या अतिमहत्त्वाच्या व्यक्ती असतात. मी आणि तुझा डॅड, आम्ही तुला वाढवायला हवं. पण ते तसं होत नाही. आम्हाला ते शक्य नाहीये.'' रस्त्यावर नजर ठेवत मी माझा एक हात लांबवला – त्याचा हात पकडला. खरं तर, मला गाडी थांबवून त्याच्या डोळ्यांत बघावंसं वाटत होतं. पण आहे तो क्षण मोडण्याचं धैर्यही मला होत नव्हतं. ''माझं तुझ्यावर खूप प्रेम आहे. आणि तू मला समजून घ्यावंस, असंच मला वाटतं. मी काही कोर्टात तुला किंवा इतर कोणाला दुखवण्यासाठी गेले नाही. तुझ्या डॅडला दुखवण्याचाही मी प्रयत्न करणार नाही. मी कोर्टात गेलेय, ते कोर्टानं आपल्याला मदत करावी म्हणून. तुझ्या हे लक्षात येतंय का?''

''थोडं-थोडं.''

''मला परिस्थिती चिघळवायची नाही. तर ती सुधारावी, असा मी प्रयत्न करतेय. माझ्यावर भरवसा ठेव. मला फक्त साऱ्या गोष्टी सुरळीत व्हायला हव्यात.''

लाल दिव्यामुळे मी गाडी थांबवली. डॅशकडे वळून पाहिलं. मी अगदी मऊ, हळुवार आवाजात, काळजीपूर्वक बोलले होते. आम्ही त्याच्या घराच्या अगदी जवळ आलो होतो. ''जेव्हा माझ्या मुलाचा प्रश्न येतो, तेव्हा मी आकाश-पाताळ एक करून मुलाचं रक्षण करीन. मी कोल्बी आणि क्विन्टनच्या बाबतीतही हेच करीन. तुझ्याही बाबतीत हेच करतेय.'' हे ऐकून त्याच्या चेहऱ्यावरची एक बारीकशी रेषा चमकली. त्यावरून त्याला हे रुचलेलं दिसत होतं. ''डॅश, तुला माहीत आहे की,

मी तुला कधीही अंतर देणार नाही. तुझ्या आयुष्यातून मी कधीही जाणार नाही.'' डॅशच्या घरासमोर गाडी आली. मी थांबले. डॅशनं लगेच मान खाली घातली. ''डॅश, माझ्याकडे बघशील? हे महत्त्वाचं आहे.'' त्यानं वर मान केली. पाहू लागला. ''आपल्यातला संवाद चालू राहावा, यासाठी आपण प्रयत्नांची शिकस्त करू या. तू काही ऐकून-वाचून अस्वस्थ झालास, तर माझ्याशी बोल. प्रत्येक गोष्टीला दोन बाजू असतात. आणि तू जर अडचणीत असलास, तर माझ्याशी बोल. संवाद साध. ठीक आहे? जमेल ना तुला?'' मी खूप वेळ त्याच्या डोळ्यांत पाहत राहिले. नि:शब्दपणे बसून राहिलो. ''डॅश, तू, मी आणि तुझा डॅड आपण सारे यातून सहीसलामत बाहेर पडू. बघ तू.''

अद्यापही त्या दिवसांतली शेकड्यानं मोजता येतील, अशी मौल्यवान स्मरणचित्रं माझ्याकडे आहेत. भेट न घेणारा तो मुलगा माझ्याकडे आला की, खूप खूश असायचा. आम्ही स्वयंपाकघरात बोलत बसायचो. तो मोठा झाला की काय होणार? ''माझ्या डॅडसारखा वकील.'' तसंच लवकरच मोठ्या शाळेत जायचं, त्याबद्दलची काळजी अशा विषयांवर बोलायचो. त्याला वाचायला हवी ती पुस्तकं, पाहावयाचे सिनेमे यांवर चर्चा करायचो. उन्हाळ्यात काय करायचं, ते ठरवायचो. त्याला पुन्हा आमच्याबरोबर लेक ऑफ वूड्सला यायचं होतं. नवा पोहण्याचा पोशाख हवा होता. म्हणजे मग तो 'बिग डी'पेक्षाही जास्त वेळ पाण्यात राहू शकला असता. शाळेच्या काही मुलांशी त्याचं भांडण झालं होतं, ते तो मला सांगत होता. दुरावलेले पालक आणि त्यांची मुलं एकत्र आली की, वर्तमानकाळातच राहतात, आतापुरतंच बोलतात, पण मी कधीही तसं करायचे नाही. आम्ही नेहमी पुढे काय करायचं, याबद्दल बोलायचो. एकदा डॅशला त्याच्या घरापाशी सोडलं, तेव्हा डॅश म्हणाला, ''मॉम, मी तुझ्या घरी आता बसने येऊ शकेन. हो किनई?'' एकाच वेळी माझं हृदय आनंदानं उसळलं आणि त्या हृदयाला दुःखानं घरंही पडली. त्याच्या बापाला विरोध करण्याचे मार्ग आम्ही दोघंही शोधत होतो जणू.

वास्तवात त्याच्या कस्टडी संदर्भातल्या खटल्याकडे आमची वाटचाल चालू होती. डॅशला यातल्या भयानक तपशिलाची अद्ययावत माहिती दिली जात होती. पीटरच्या म्हणण्याप्रमाणे डॅशला या सगळ्याची 'पहिल्या दिवसापासून' माहिती होती. त्यानं लिहिलं होतं, 'गेल्या सात वर्षांत काय लिहिलं, बोललं गेलं, या सगळ्याची डॅशला पुरेपूर कल्पना आहे.' आणि 'तो घरी येताच, याबद्दलही त्याला माहिती देण्यात येईल.' डॅश किती समस्याग्रस्त होता, याबद्दलचा सध्याचा पुरावा जेव्हा त्याला दाखवला, तेव्हा डॅशनं सांगितलं होतं की, घरी येणारा प्रत्येक कागद तो वाचायचा. १९९६च्या एप्रिलमध्ये खटल्याला एक-दोन आठवडे शिल्लक

होते, तेव्हा पीटरनं एक फॅक्स धाडला – खूपशा भेटी चुकवल्यामुळे मी ती गोष्ट म्हणजे कोर्टाच्या अवज्ञेचा पुरावा होईल, असं सिद्ध करण्याचा तेव्हा प्रयत्न करत होते – तेव्हा हा फॅक्स आला.

> आपल्या वडिलांनी कोर्टाची अवज्ञा केली, अशा आरोपामुळे डॅश थोडासा अस्वस्थ झाला. पण फार वेळ नाही. त्याने विचारपूर्वक या साऱ्याचं विश्लेषण केलं आणि त्याला त्याच्या आईबद्दल आणि तिच्या वकिलाबद्दल खेदच वाटला. कारण ही असली आक्रमक वागणूक, तसेच केले गेलेले आरोप – त्याच्या दृष्टीने ते सारे आरोप खोटे, अत्यंत अपमानास्पद, क्षुद्र आणि नीच होते.

कोर्टात डॅश म्हणणारच होता की, काही ॲफिडेव्हिट्स त्याचा तोच वाचत होता. काही वेळा बापाबरोबर वाचत होता. “पहा, हे” असं ते दोघं एकमेकांना ते वाचन चालू असता म्हणायचे, असं पीटर म्हणाला. पुढे मला कळलं की, डॅशची वाचन इयत्ता ही त्याच्या भावनिक, मानसिक इयत्तेसारखीच चौथ्या इयत्तेशी थांबली होती. तेव्हा माझ्या लक्षात आलं की, ती कागदपत्रं डॅशनं एकट्यानं नक्कीच वाचली नाहीत. मी डॉ. पेगी वॉर्ड यांचा लेख वाचला होता. त्या मॅसेच्युसेट जनरल हॉस्पिटलमध्ये ‘मुले आणि कायदा’ या उपक्रमाचं काम बघत होत्या. त्यांनी लिहिलं होतं, ‘एखाद्या पालकानं खटल्यात आपल्या मुलाला गोवण्यास तयार असणं, हा धोक्याचा बावटाच समजला पाहिजे. कारण असा पालक आपल्या मुलाचा आपला कार्यभाग पुढे रेटून नेण्यासाठी वापर करतो आणि वरकरणी असं दाखवलं जातं की, त्या मुलाची या साऱ्याला संमती आहे.’ जजनं हे सर्व लक्षात घ्यावं, एवढीच माझी अपेक्षा होती.

खटल्याला काही दिवस बाकी होते, तेव्हा मला एलिझाबेथ मॅकेंझीचा फोन आला. आदल्या रात्री पीटरनं तिला फोन केला होता.

तो म्हणाला. “तू डॅशच्या शिक्षकांशी बोलतेस, हे मला कळलंय.” एलिझाबेथ सांगत होती. “तो पुढं असंही म्हणाला की, ते कायद्याच्या विरुद्ध होतं. डॅश एक चांगला मुलगा आहे. पण तो मारामारीही करू शकतो.” एलिझाबेथ म्हणाली.

“अरे देवा! एलिझाबेथ, सॉरी.”

एलिझाबेथ त्याला म्हणाली, “पीटर, मला तुझ्याशी या विषयावर बोलायची इच्छा नाही.” पण त्यानं तिचं बोलणं अर्धवट तोडलं. आणि म्हणाला, “तू माझ्या कुटुंबात नाक खुपसलंस, म्हणून मी तुझ्या कुटुंबात नाक खुपसतो.” मी चरकले.

एलिझाबेथ सांगतच होती. ''तुझ्या त्या सुंदर मुलीला काही व्हावं, अशी तर तुझी इच्छा नाही ना? ही जर तुला धमकी वाटत असेल, तर खुशाल तसं समज.'' मग मीही फोन ठेवून दिला, त्यानंतर त्यानं परत फोन केला आणि एक निरोप ठेवला की, स्वत:ला चांगलं कुटुंब असताना मी त्याचं शत्रुत्व का पत्करत होते? तसंच त्याच्या खाजगीपणावर अतिक्रमण केल्याचाही आरोप त्यानं ठेवला, 'भेकड' असं ओरडून त्यानं फोन ठेवून दिला.''

कित्येक दिवस मला एलिझाबेथची सोबत होती. जेव्हा केव्हा पीटरशी काही खेकटं उभं राहायचं, तेव्हा मला तिचीच मदत व्हायची, डॅश बालवाडीत होता, तेव्हा आम्ही दोघी एकाच गाडीतून जा-ये – कारपुलिंग – करायचो. पहिलीपासून तिची मुलगी डॅशच्या वर्गात होती. जेव्हा मला शाळेनं हाकललं, तेव्हा एलिझाबेथनंच काही प्रमाणात ती पोकळी – माझ्याखातर – भरून काढली होती. आणि गेली कित्येक वर्षं ती ते काम करत होती. पीटर तिला माझी 'एजंट' म्हणायचा, पण डॅशबद्दलच्या तिला माहीत असलेल्या गोष्टी मला माहीत असू नयेत, हे तिला अयोग्य वाटायचं. त्यामुळे डॅश आजारी असला की, ती मला कळवायची किंवा शाळा चालू असूनसुद्धा डॅश मेक्सिकोला गेल्याचं तिच्या मुलीकडून समजल्यावर मला सांगायची.

तीन वर्षांपूर्वी म्हणजे डॅश आठ-नऊ वर्षांचा असताना एकदा एलिझाबेथ तिच्या मुलीच्या शिक्षकांबरोबर बोलत होती. बोलणं डॅशकडं सरकलं. शिक्षिका खात्रीपूर्वक म्हणाली की, डॅशला काहीतरी अडचण होती. तो बऱ्याचदा गैरहजर असायचा. आनंदी नसायचा. शिक्षिकेला माझ्याशी बोलायचं होतं, पण प्रिन्सिपलनं तशी परवानगी दिली नाही. हे सगळं ऐकून एलिझाबेथ धसकली. ती प्रिन्सिपलकडे गेली. तिनं मध्यस्थीसाठी विनंती केली. पण ते म्हणाले की, त्यांचे हात बांधले गेले होते. ''मला निवृत्त होण्यासाठी अवघी तीन वर्षं उरली आहेत. शाळेचा प्रिन्सिपल म्हणून काम करताना उभ्या आयुष्यात मी डॅशच्या केसइतकी विषण्ण करणारी केस ऐकली, पाहिली नाही.''

खटल्याला महिना उरला होता. एलिझाबेथ क्विनमेरी एलिमेंटरी शाळेच्या मरे स्टीफनसन या नव्या प्रिन्सिपलला भेटली. ''डॅश शाळेत काहीही करत नाही.'' त्यानं एलिझाबेथला सांगितलं. ''तसा हुशार आहे तो. पण फारच दु:खी.'' मरे यांनी पीटरशी डॅशच्या अडचणीबद्दल बोलण्याचा खूप प्रयत्न केला. पण डॅशचा त्रास, अडचणी समजून घेण्याऐवजी पीटरनं त्याच्या मुलाचा, 'तो जणू कोर्टात उभा असल्याच्या थाटात' वकिली बाण्यानं त्याचा बचाव केला. ही गोष्ट मरेला जास्तच काळजीची वाटली. डॅश करत असलेल्या मारामाऱ्या, मैदानावरील त्याचं चमत्कारिक वर्तन कोणाही पालकाला काळजीत टाकणारं होतं. जेव्हा डॅशनं भर मैदानात पँट

काढली, तेव्हा प्रथम पीटरनं हे असं होणारच नाही, असं म्हणत ती झिडकारण्याचा प्रयत्न केला. आणि नंतर शिक्षकावरच ठपका ठेवला. मरेनं एलिझाबेथला सांगितलं, ''माध्यमिक शाळेतून डॅशला केव्हाही काढून टाकतील.'' एलिझाबेथनं मला बोलावण्याविषयी विचारलं असता, स्टीफनसननी शाळेच्या जुन्याच भूमिकेचा पुनरुच्चार केला. कायद्यानं मला तो बोलावू शकत नव्हता. मलाही हे ठाऊक होतं. त्याची क्विनमेरी एलिमेंटरीचा प्रिन्सिपल म्हणून नेमणूक झाली, तेव्हाच मी, माझी ओळख करून देत; मला डॅशची प्रगती, हजेरी इ.चे अहवाल कळवावेत, असं लिहीलं होतं. पण स्टीफनसननं आपली असमर्थता व्यक्त करणारं पत्रं लिहीलं होतं. माझ्याकडे कस्टडी नसल्याने शाळेकडून थेट माहिती मिळण्याचा मला अधिकार नव्हता. मला वाटलं *मी अस्पृश्यच होते.*

त्यापूर्वी बेन नावाच्या डॅशच्या मित्राच्या आईशी बोलण्या-भेटण्याचाही मी प्रयत्न केला होता. आमच्या फोनवरच्या संभाषणात डॅशच्या तोंडून बेनचं नाव बऱ्याचदा यायचं. काही दिवस मी विचार केला. मग बेनचा फोननंबर मिळवला. त्याच्या आईशी बोलले. मला तिच्याशी ओळख करून घ्यायची होती. कदाचित डॅश तिकडे खेळायला आल्यावर ती मला तिकडे बोलवेलसुद्धा! अर्थात ह्यातलं काहीच मी तिला बोलले नाही. तिलाही माझा फोनकॉल जरा वेगळाच वाटला असावा. पण नंतरच्या आठवड्यात कॉफीसाठी भेटण्यास ती आनंदानं तयार झाली होती. जागा ठरली. त्याप्रमाणे पुढच्या आठवड्यात मी त्या जागेवर – वेस्ट टेन्थ, या रस्त्यावरच्या 'स्टारबक्स' या ठिकाणी तिची वाट पाहत बसून राहिले. तासभर वाट पाहिल्यानंतर मी माझ्या मोबाईलवरून फोन केला. आन्सरिंग मशिन होतं. मी निरोप ठेवला, ''हॅलो, ट्रीना, मी पॅम रिचर्डसन. काही तरी चुकामूक झालीय का? मी वेगळ्याच स्टारबक्समध्ये बसले आहे का? तारीख-वार चुकला आहे का?'' सुमारे दोन तासांनंतर कसलाच प्रतिसाद न मिळाल्याने मी घरी परतले. मी पुन्हा फोन केला. काहीच उत्तर नाही. काही दिवसांनंतर तिच्याशी संपर्क झाला. ती चिडलेली होती. भडकून म्हणाली, ''पुन्हा फोन करू नको! मी डॅशच्या वडिलांशी बोलले आहे. मला यात पडायचं नाही. तुला मुळीच भेटायचं नाही. आताही नाही आणि यापुढेही नाही.''

एलिझाबेथनं केवढी तरी जोखीम घेऊन मला सगळं सांगितलं होतं. मी तिची खूप कृतज्ञ होते. ''थँक यू. एलिझाबेथ. तू खूप शूर आहेस बघ. आणि मोठी धीराची सुद्धा! तुझ्यामुळेच कोर्टाला माझा युक्तिवाद खरा वाटेल आणि मी माझ्या माजी नवऱ्याविरूद्ध आकसाने, चिडून बडबडत नाही, हेही पटेल. तुझी तू स्वतंत्र आहेस. आणि तूच शिक्षकांशी बोलत असल्यानं, शाळेत काय घडतं, हे तुला समजू शकतं. नाही का?''

"मॅकेंझी म्हणजे शाळेतली शिकारी आहे." पीटरनं जेमीला जहरी द्वेषपूर्ण चिठ्ठी लिहीली, त्यात हे लिहीलं होतं. त्यानं जेमीवर मॅकेंझीचं ॲफिडेव्हिट शोधून काढण्याचा प्रयत्न केला, असा आरोप ठेवला. "एलिझाबेथ मॅकेंझीकडून हे असं शपथपूर्वक, लबाडीनं भरलेलं ॲफिडेव्हिट लिहून घेऊन हा दावा अधिकच घाणेरडा ओंगळ केला आहे. यात चुकीची भूमिका घेतली गेली आहे. आणि डॅशिलच्या दृष्टीने तर ते अत्यंत अप्रिय, कटू आहे." डॅशला त्याच्याबद्दल लिहिलेलं ते ॲफिडेव्हिट दाखवण्यात आलं होतं – वास येणारा, फाटक्या कपड्यातला, कुठेही जायला जागा नसलेला, अपयशी. काळजीग्रस्त शिक्षक. दारुडा बाप. *हा माणूस कुठे थांबणार आहे?*

खटल्यापूर्वीच्या काळात सगळेच जजेस, डॅशच्या मानसिक तपासणीचा अद्ययावत अहवाल नसल्याबद्दल खेद व्यक्त करत होते. जेमी रसेल ट्रेटिकला पत्रांवर पत्र लिहून नव्या, अनोळखी तिघा मानसशास्त्रज्ञांपैकी एकाकडून तपासणी करण्याबद्दलची अनुमती मागत होता. पण डॅश डॉ. एल्टरमनखेरीज कोणाकडे जाणार नाही, असं आम्हाला सांगण्यात आलं. १९९६च्या फेब्रुवारीच्या सुरुवातीसच या विषयावर एक सुनावणी झाली आणि आमच्या विरोधाला न जुमानता जस्टीस जेनेट प्राऊझनी पुन्हा डॉ. एल्टरमनच तपासणीचे मानसशास्त्रज्ञ असतील, असा हुकूम दिला. त्याला ही केस म्हणे माहीत होती. बकवास!! ब्ला ऽऽ ब्ला ऽ ब्ला. ह्या कारणानं तर मला रडूच फुटलं. डॉ. एल्टरमनची नेमणूक झाल्याबरोबर पीटरनं भराभरा कृती करायला सुरुवात केली. त्या डॉक्टरबरोबर डॅशची भेट झाली. त्या डॉक्टरनं पीटरच्या वकिलाला – माझ्या नव्हे – अहवाल दिला. त्यात त्यानं डॅशची 'हुशारी, परिपक्व दृष्टिकोन' यांबद्दल पाठ थोपटली होती. त्यात त्यानं हेही नमूद केलं की, मला न भेटण्यामागं नेमकं खास असं काहीच कारण नाही. फक्त त्या भेटीच्या वेळापत्रकाचा त्याला जाच व्हायचा. डॅशला त्याच्या मित्रांबरोबर राहायला आवडत होतं, भटकायला आवडत होतं. त्या कारणात तथ्य होतं, असंही म्हणू या. पण जे वेळापत्रक कधीच पाळलं गेलं नाही, त्या वेळापत्रकाचा त्याला जाच का आणि कसा व्हावा?

वासंतिक सुट्टीत डॅश आमच्याबरोबर स्कीईंगला आला होता. ही सुट्टी पीटरनं ठरवलेल्या त्या मानसशास्त्रज्ञाबरोबरच्या फेब्रुवारीतल्या भेटीच्या थोडी आधी होती. तो आल्यानं मला आश्चर्याचा धक्काच बसला होता. त्या भेटीतला प्रत्येक क्षण न क्षण मी जतन करून ठेवत होते. पण मला डॅशच्या भेटीचं राहून-राहून नवल वाटत होतं – डॅश माझ्याकडे येण्याइतका धीट झाला की, त्याला पाठवलं गेलं? त्या सहलीनंतर दोन आठवड्यानं आणि खटला सुरू होण्यापूर्वी एक आठवडा या कालावधीत डॅशची पुन्हा डॉ. एल्टरमनशी भेट झाली. माझ्या वकिलानं कोर्टात

डॉक्टरला विचारलं की, डॅश व्हिसलरला का गेला असेल? तेव्हा डॉक्टरनं उत्तर दिलं, ''त्याला त्या वेळी आपल्या आईला भेटण्याची गरज भासली असावी.''

''त्याच वेळी का?'' जेमीनं विचारलं.

''मला कल्पना नाही. मला वाटतं की, आता मानसिक तपासणी जवळ आली, तर आईला भेटणं महत्त्वाचं ठरेल.''

''अकरा वर्षांचा मुलगा असा विचार करू शकेल की, हा त्याच्या वडिलांचा विचार आहे.?''

''मला सांगता येणार नाही. पण तपासणीचा हुकूम आहे, याची डॅशला कल्पना होती. आणि नंतर तो आईला भेटला.''

मला माझ्या केसमध्ये डॉ. एल्टरमन नकोच होता. पण कोर्टानं तो दिला होता आणि त्याच्याशी जमवून घ्यावं लागत होतं. म्हणून मी जेमीला त्याच्याशी बोलायला सांगितलं. ''मिसेस रिचर्डसनच्या मते, या केसमध्ये कोणत्यातरी गैरसमजुतीनं तुम्ही काम केलंय. तसंच तुमचा तिच्याकडे बघण्याचा दृष्टिकोन हा पूर्वग्रहदूषित तसंच नकारात्मक आहे, असं त्यांना वाटतं.'' डॉक्टरानं असंही सांगितलं, ''तुम्ही अचूक आणि व्यावसायिक दृष्ट्या मूल्यमापन केलंय, असा त्यांचा मुळीच विश्वास नाही. पण डॅशखातर तुम्हाला ती भेटू इच्छिते. तुम्ही या प्रकरणाकडे एकवार नव्या दृष्टिकोनातून बघण्याची गरज आहे. तसं तुम्ही बघाल, अशी मला आशा आहे.''

माझ्या मुलाखतीपूर्वी मी जरा काळजीतच होते. ''आता गोष्टी इतक्या स्पष्ट आणि उघड आहेत की, त्या डॉक्टरलाही दिसाव्यात.'' असं मी आदल्या रात्री डेव्हजवळ म्हणाले, पण मनात कुठेतरी डॉ. एल्टरमनचे डॅशच्या 'हुशारीचे' खडे बोल ऐकू येऊ लागले. डॉक्टरला ती हुशारी वाटत होती, तर मला 'पढवणं' वाटत होतं. जे काही घडताना आम्हाला दिसत होतं, ते एल्टरमनला समजू शकेल? कस्टडी आणि घटस्फोटाच्या खटल्यावेळी – डॅश सहा वर्षांचा होता तेव्हा – माझ्या वकिलानं जेराल्ड टिडनं – डॉ. एल्टरमनला विचारलं होतं की, डॅश प्रामाणिक मुलगा होता का?

''होय.'' डॉक्टरनी उत्तर दिलं. ''तो प्रामाणिक मुलगा आहे.''

''आणि डॅश जे बोलेल, ते खरंच असेल?''

''मला वाटतं.'' डॉक्टर उत्तरले.

पीएएस मुलाच्या प्रतिज्ञापत्रावर विश्वास ठेवण्याइतकी अधम गोष्ट नाही. पीएएस मूल हे त्या पालकाचा मित्र आणि कोर्टाच्या दृष्टीने अविश्वसनीय साक्षीदार असतं. १९९६च्या मेमध्ये कस्टडी संदर्भातल्या दुसऱ्या खटल्याआधी झालेल्या तपासणीत डॉक्टरनी डॅशला आठवण करून दिली की, कोर्टात केस नसूनही त्यानं माझी बऱ्याच दिवसांत भेट घेतली नव्हती. डॅश म्हणाला होता, ''कारण तिनं मला

बोलवलं नव्हतं, मी आन्सरिंग मशिन तपासायचो. तिनं कधीच बोलावलं नाही.'' एल्टरमनला मी जेव्हा सांगितलं की, त्या विवक्षित कालावधीत मी दिवसाला चार वेळा फोन करत होते आणि इतर वेळीही दर दुसऱ्या दिवशी मी फोन करायचे; तेव्हा त्याला धक्काच बसला. बचावाचा पवित्रा घेत डॉक्टर म्हणाला, ''मला डॅशनं असं काहीच सांगितलं नाही.''

मी ह्या मुलाखतीसाठी खूप तयारी केली होती. मी चिडचिडत होते, कागदपत्र पुन:पुन्हा तपासत होते. डॉ. बेयरस्टीनला दिलेल्या टेप्स गोळा करत होते. टेपरेकॉर्डरच्या बॅटऱ्या तपासत होते. डॉक्टरला काय सांगायचं, याची मी तपशीलवार यादीच केली होती. प्रत्येक ॲफिडेव्हिट, कोर्टाचे हुकूम, अहवाल, माझ्या हस्तलिखित नोंदी यांच्या प्रती काढून ठेवल्या होत्या; नावानिशी खुणा घालून त्या व्यवस्थित लावून ठेवल्या होत्या. त्यानं कोणाकोणाशी बोलावं, असं मला वाटत होतं; त्या व्यक्तींच्या नावाची मी यादीही तयार ठेवली होती – एलिझाबेथ, मेलडी, मायर्ना, डॅशचे शिक्षक. मला डॉक्टरला दाखवून द्यायचं होतं की, ही एका नवथर तारुण्यातल्या काळजीची किंवा ख्यालीखुशालीत रमणाऱ्या पालकाची केस नाही; तर ही केस दुर्लक्ष आणि शोषण, अत्याचार यांची खरीखुरी केस होती.

माझ्या मुलाचं शोषण होत होतं, त्याच्याकडे दुर्लक्ष केलं जात होतं, तो फारसं काही करू शकत नव्हता; या गोष्टीनं माझं हृदय एक आई म्हणून विदीर्ण होत होतं. वर्षानुवर्षं मला सांगण्यात आलं होतं की, धीरानं घे, डॅश येण्याची वाट पहा. हे म्हणजे उधळलेल्या बैलाला थोपवून, त्या बैलाला फुलाचा वास घ्यायला सांगण्यासारखं होतं. मला किंचाळावंसं वाटत होतं. पण मी शांत राहिले. चेहरा गंभीर, भावशून्य करत राहिले. पोटात ढवळत असतानाच मी डॉक्टरच्या ऑफिसमध्ये शिरले. हसले. जवळच्या खुर्चीच्या अगदी कडेवर बसले. जेमीनं त्याला आधीच, माझा त्याच्यावर फारसा विश्वास नसल्याचं, तो माझ्या मते नि:पक्षपाती नसल्याचं सांगितल्यानं, मी सुरुवातीच्या हवा-पाण्याच्या गोष्टीत वेळ घालवला नाही. एकदम बोलणं सुरू केलं.

''डॉ. एल्टरमन, मला आपल्याला पीटरच्या आवाजातल्या माझ्या आन्सरिंग मशिनमधल्या टेप ऐकवायच्या आहेत. त्यातून त्याची दारूची सवय स्पष्ट कळते. आणि त्या सवयीत आजतागायत कसलाही बदल नाही. काही निरोप सकाळी, काही दुपारी, तर काही संध्याकाळी आलेले आहेत.'' हे ऐकत असताना मी पीटरवर कसलीही टिप्पणी करत नव्हते, हेही स्पष्ट केलं. आमच्या लग्नाच्या वेळी मला या व्यसनाबद्दलची काळजी होतीच आणि ते व्यसन जास्तच बिघडलं. आणि ''यावर वेळीच उपचार केले नाहीत, तर ते अधिक बिघडेल,'' मी म्हणाले. दारू पिणं हा रोग आहे, कुठलंही वैयक्तिक वैगुण्य नाही, ही माझी भावना एल्टरमनला कळावी, अशी माझी इच्छा होती. ''त्या दारू पिण्याचे परिणाम आमच्या मुलावर दिसू लागले, म्हणून मी काळजीत

पडलेय.'' मी म्हणाले. एल्टरमनच्या प्रतिसादासाठी थांबले. पण नाही, ''पीटरनं म्हटलंय की, मी त्याची कारकिर्द बरबाद केली, व्यावसायिकदृष्ट्या त्याचा घात केला. पण यावर विश्वास ठेवू नका. मला फक्त डॅशची काळजी वाटते.'' असं म्हणत मी टेप बदलण्यासाठी पुढे झुकले असता, पहिल्यांदा डॉक्टर बोलला.

''हे बघा,'' तो अधीरपणे म्हणाला, ''ह्या अशा किती टेप्स आहेत? माझ्या लक्षात आलंय ते. (पण कोर्टात त्याला विचारलं की, टेपवरून पीटरचं दारूतलं बरळणं तुमच्या लक्षात आलं का, तेव्हा तो शांतपणे म्हणाला, मला नाही आठवत.) मला वाटतं, पीटरची काही अडचण असावी.''

मी ताडकन वर बघितलं. ''तुला कसं कळलं? मग मला का सांगितलं नाही?'' मी त्याचा तो अनाकलनीय आविर्भाव बघत होते. मनात विचार आला, *हे त्याच्या लेखी महत्त्वाचं नाहीच मुळी.*

''काही वेळा तो अशा आवाजात बोलतो की, दुसऱ्याला वाटावं तो दारू पित आहे. मग? *मग?''*

''डॉक्टर, तो पित असताना माझ्याशी बोलतो. आणि ही गोष्ट तो वारंवार करतो. हे मला काळजीचं वाटतं.''

मी तो मुद्दा तिथेच सोडला. डॉक्टर पीटरला पाठीशी घालत होता. मी त्या ऑफिसातून निघण्यापूर्वी, दुपारपासून पिणं सुरू करणाऱ्या, एकट्या पालकाबरोबर डॅश राहत होता; हीच गोष्ट मला स्पष्ट करायची होती.

''डॉक्टर, गेल्या तीन-चार वर्षांपासून माझी आणि डॅशची थोडा वेळच गाठभेट होतेय. तुम्ही सांगितलेल्या ॲक्सेसची अंमलबजावणी केवळ पहिल्याच वर्षी झाली. नंतर ते घडेना. मग मी आणि डॅश, कोर्टानं वेळापत्रक बाजूला काढल्यावर आमचे आम्हीच भेटू लागलो. डॅशही येऊ लागला. भेटी, जेवणं, सुट्या, खेळ, सफरी... पण आमच्या या व्यवस्थेनं एकदा तो घरी परतल्यावर ज्वालामुखीच उसळला. गेल्या दोन वर्षांत झालेल्या आमच्या तुरळक भेटीचा आकडा मी आणला आहे. दोन-दोन आठवडे मला बोलवावं लागायचं, निरोप द्यावे लागायचे. आमच्या घरी त्याला कंटाळल्यासारखं होतं किंवा तो माझ्या कुटुंबाचा द्वेष करतो, असं कधीही तो म्हणाला नाही. तो न येण्याचं कारण सांगताना म्हणायचा की, मी कामात आहे किंवा डॅडबरोबर काहीतरी करतोय. पण त्या वेळी तो घरी एकटाच असायचा. हे काही आईला भेटू नये, असं वाटणारं मूल नाही. हे मूल म्हणजे बापाबद्दलच्या निष्ठेपोटी आईला न भेटणारं मूल आहे.''

डॉक्टरनं खुर्चीत चाळवाचाळव केली.

''डॅशच्या आयुष्यात नेमकं काय घडतंय, हे मी सांगू शकत नाही. कारण मी त्याला फारशी भेटू शकत नाही. मला त्याच्या शाळेत जायला मनाई आहे. त्यामुळे

मी त्याच्या शिक्षकांशीही बोलू शकत नाही. मी माझ्या मुलाबद्दल काही नकारात्मक गोष्टी ऐकते, तेव्हा मला नवल वाटतं की, पीटरसारख्या चांगल्या पालकाच्या हातात डॅश असूनही असं का व्हावं? मला इतर पालक भेटतात, सांगतात की, पीटर शाळेतल्या चर्चगायनाच्या कार्यक्रमात वा शाळेतल्या क्रीडामहोत्सवात किंवा सॉकरच्या मैदानावर दारू पिऊन आला होता. मी असंही ऐकलं की, शिक्षकांना मला भेटायचं होतं. पण त्यांना परवानगी मिळाली नाही. मी असंही ऐकलं की, पालक त्यांच्या मुलांना डॅशच्या घरी पाठवत नाहीत, कारण त्यांच्यावर देखरेख करायला कुणी नसतं. आणि बाप दारू पित असतो.''

''तुमच्याकडे असं खेळायला न पाठवणाऱ्या पालकांचे नाव-पत्ते आहेत?'' एल्टरमननी विचारलं.

''आहेत. डॅशच्या सॉकर तुकडीचा प्रमुख एका आईला सांगत होता, डॅश एकटाच स्केटबोर्डवरून रात्री-अपरात्री फिरत असतो. तो बाहेर निरुद्देश भटकत असतो. त्याच्या बापाचं तिकडे लक्षच नाही. तो म्हणतो, माझ्या भानगडीत पडू नका. डॅशचं उत्तम चाललंय. तो आनंदी आहे.' पण तो तसा नाही. मुलाची आई कुठे आहे? ज्या आईबरोबर तो बोलत होता, ती म्हणाली. ''डॅशची आई कोर्टात....''

''मिसेस रिचर्डसन.'' त्यानं मला अडवलं. ''मला याबाबत सुझन मॅक्ग्रेगरशी बोलावं लागेल.''

मी हतबुद्ध झाले, का? ''सुझन तर तिथे गेल्या सहा महिन्यांपासून राहत नाही. तिच्याशी बोलायची गरज काय?'' पीटरशी आणि माझ्याशी एल्टरमनच्या वागण्यातल्या तफावतीनं मला तर तडाखाच दिला. काही वर्षांपूर्वी, डॅश एल्टरमनच्या ऑफिसमध्ये जाऊन 'मला डेव्ह आवडत नाही' किंवा 'मला डॉक्टर सारखे प्रश्न विचारतात' म्हणायचा. तेव्हा डॉक्टरनी कधी मला बोलावलं नाही आणि आता त्याला सुझनशी बोलायचं होतं! सुझनच्या म्हणण्यानुसार, सुझन आणि पीटर एकत्र राहत असताना पीटरनं ''फारच थोड्या वेळा दारू ढोसली होती, पण उपचाराने ती गोष्ट आटोक्यात आली असती. कस्टडी केसशी या गोष्टीचा फारसा संबंध नव्हता, केसवर परिणाम झाला नसता.'' एल्टरमननेच अहवालात ही गोष्ट नमूद केली होती. कस्टडीसंबंधीच्या दुसऱ्या खटल्यादरम्यान काही महिन्यांनंतर मला आणि पीटरला डॉक्टरचा अहवाल मिळाला. त्या वेळी ती डॉक्टरशी बोलली आणि म्हणाली की, तिला तसं काही म्हणायचं नव्हतं. डॉक्टरनं तिच्या बोलण्याचा चुकीचा अर्थ लावला. गोंधळून आणि घाबरून पीटरनं आपल्या दारूच्या बाबतीत दडपून ठेवलेला उपचारांचा उल्लेख तिनं नकळत केला होता. त्याचं दारूचं व्यसन इतकं विकोपास गेलं होतं की, त्याला उपचार सुरू करावे लागले होते, ही बाब त्यानं सतत नाकारलीच होती. पण तिच्या त्या उपचाराबद्दलच्या असंमजस उल्लेखामुळे ती बाब सिद्ध झाली होती.

"या व्यतिरिक्त तुम्हाला काही सांगायचं आहे का?" एल्टरमन कंटाळल्या स्वरात, त्रासिकपणे म्हणाला आणि मला तिडीकच आली. मला तर किती तरी सांगायचं होतं.

"डॉ. एल्टरमन, तुम्ही पीएएसबद्दल ऐकलं आहे?"

"होय."

"तुमचा त्यावर विश्वास आहे?" मी विचारलं, "कोणी एक पालक आपल्या मुलाला दुसऱ्या पालकापासून दूर करू शकतो?"

"तुम्हाला काय म्हणायचं आहे की, माझ्या मते ही उपपत्ती खोटी आहे. नाही, मुळीच नाही. मला सुमारे अशा वीस केसेसचा अनुभव आहे." आता याच्याबरोबर संभाषण चालू ठेवणं, म्हणजे आपलंच रक्त आटवणं होतं. आम्ही दोन समांतर विश्वांत होतो, असं मला वाटलं.

"मग तुम्हाला डॉ. रिचर्ड गार्डनर ठाऊक असतील. त्यांचं पुस्तक वाचलं असेल."

"हो. मी वाचलंय ते पुस्तक."

"मीसुद्धा वाचलंय. डॉ. नॉर्मन गुडवेल आणि माझा कैक वर्षांपासूनचा मानसोपचार तज्ज्ञ बॉब आर्मस्ट्रान्ग यांचंही मत माझ्याचसारखं आहे. ते म्हणजे डॅश हा पीएएस मूल आहे. आणि याचा मुलावर खूप खोल, दूरगामी परिणाम होतो." डॉक्टरला त्याच्या आत्मतुष्टपणापासून बाहेर काढण्यासाठी मी जणू जिवावर उदार झाले होते. मी एक सांगितलं होतं आणि त्यासरशी हा डॉक्टर त्या दारूच्या संदर्भात सुझनशीच बोलायला निघाला. पीटरची दारू हा अनेक घटकांतला एक घटक होता. *पीएएस हे बालशोषण आहे, अत्याचार आहे.* डॉक्टरनं पीएएसच स्वरूप समजावून घ्यायला हवं, असं मला वाटत होतं. ते थांबवण्यासाठी मध्यस्थी करावी, असं वाटत होतं. जसं की हा दुरावा नाहीसा करण्यासाठी प्रयत्न करणं, ते करण्यासाठी डॅशनं मला वेळोवेळी भेटायला हवं किंवा डॅशला तिथनं काढायला हवं. पण डॉ. एल्टरमन हे असलं काही करेल, अशी काहीही लक्षणं नव्हती. मला वाटलं की, मी त्याच्याकडे वेळेची भीकच मागत होते. पण मला उतावीळ होऊन चालणार नव्हतं, मला त्याची गरज होती.

"माझ्या मते, या सगळ्यामागे डॅशला त्याच्या आईशी, जिच्यावर तो प्रेम करतो – संबंध ठेवायला परवानगी न मिळणं हे कारण असावं. त्यामुळे तो उद्ध्वस्त होतोय. हे सुधारण्यासाठी मला काय करता येईल, ह्याचा मी विचार केला आहेच. पण या सगळ्यातून एकच निष्कर्ष निघतो, तो म्हणजे या मुलाला वर्षानुवर्षं एकाच प्रकारे पढवलं गेलं. त्यावर पुनर्विचारही झाला नाही. त्यामुळं आता, डॅशनं त्याच्या बापाच्या थोड्याशा पाठबळावर माझ्या विरोधात स्वतःच्या ताकदीवर मोहीम उघडली आहे. आणि हेच पीएएसचं दुश्चिन्ह!

"मला साहजिकच पीटरशी बोलावं लागेल. डॅशलाही मी भेटेन. आणखी काही?" *आणखी काही?*

"मी ही कागदपत्रं आणली आहेत. यात ॲफिडेव्हिट्स, पत्रं, अहवाल, मी अभ्यासलेल्या नोंदी आणि तुम्ही ज्यांना भेटावं, असं मला वाटतंय, त्यांची यादी – मला वाटतं, तुम्ही त्यांना जरूर भेटावं." जिभेवर आलेलं – तुमची हरकत नसेल तर, ते मी गिळून टाकलं.

"मला वाटतं की, मी मॅक्ग्रेगर बाईंशी तातडीनं बोलावं." एल्टरमन पुन्हा तेच म्हणाला.

"धन्य! डॉ. एल्टरमन, मी आदर ठेवूनच स्पष्ट सांगतेय की, सुझनचा पीटरला पूर्ण पाठिंबा आहे. ती पीटर किंवा डॅश यांच्याबद्दल खरी माहिती देईल, असं मला वाटत नाही. कारण तीही त्या मोर्चेबांधणीत सामील आहेच. तुम्ही एकतर पीटरच्या बाजूचे हवेत किंवा विरोधात तरी. आणि तिच्या काही कारणामुळे असेल, पण ती पीटरच्या बाजूनं आहे. आणि ती तिथे असतानाच तिनं हे घडू दिलंय." *बाई गं, पाठिंबा वगैरे बोलण्याच्या भरात मी तर वाहावतच गेले. सहा वर्षांपूर्वीच तो म्हणाला होता की, ही अति भावनाप्रधान आहे.* इतरांवर शिक्के मारल्यानं माझ्या म्हणण्यातलं गांभीर्य एल्टरमनला हे कितपत समजलं होतं किंवा समजून त्याबद्दल तो विचार कितपत विचार करेल, याबद्दल मी अनभिज्ञच होते. मला खरं तर अजून पुष्कळ बोलायचं होतं. पण मी वाईट परिणामांबद्दल, तिथनं निघण्यापूर्वी बरंच बोलले, असं मला वाटलं. माझी वेळ संपली होती. त्याच्याशी हस्तांदोलन न करताच मी बाहेर पडले.

एल्टरमनचा नवा अहवाल मागच्यापेक्षा निराळा नव्हता. आपली काही चूक झाली होती, असे त्याला मुळीच वाटत नव्हतं. तो त्याच्या जुन्याच मताला चिकटून बसला होता. माझा आणि डॅशचा दुरावा त्यानं मान्य केला होता. पण त्यासाठी त्यानं सर्वसाधारणच शब्दरचना केली होती. आम्ही एकमेकांपासून अलग झालो होतो. त्यानं माझ्या सांगण्यावर विश्वास ठेवला नव्हता, कारण त्यानं पीटरच्या घरातून मुलाला हलवावं, तसंच पीटरने मानसोपचार करवून घ्यावे, अशी शिफारस केली नव्हती. उलट मी आणि डॅशनं मिळून आमच्यातलं आई-मुलाचं नातं सुधारण्यासाठी दहा-बारा वेळा तरी समुपदेशन करून घ्यावं, अशी शिफारस केली. पीटरच्या वर्तणुकीकडे त्यानं संपूर्ण दुर्लक्ष केलं. त्यात म्हटलं होतं, ह्या झालेल्या प्रकाराला मि. हर्ट पूर्णपणे जबाबदार असतील, असं मला वाटत नाही. त्यांनी जरी डॅशला ॲक्सेस मिळावा, यासाठी अधिक आग्रह धरला नसला तरी आणि ही केवळ मुलाची निवड असेल, असंही म्हणता येत नाही. मि. हर्टनी कदाचित आग्रहही धरला

असेल. डॅशचे आपल्या आईबरोबरचे संबंध दृढ असावेत, ही गोष्ट त्यांनाही महत्त्वाची वाटत असेल. कदाचित डॅशच्या मनात आईबद्दल दुरावा आणि अविश्वास निर्माण होण्यास इतरही काही कारणं असू शकतात. उदा. आमचं डॅशला प्रश्न विचारणं, डेव्हचा त्रास आणखीही इतर. डॉ. एल्टरमनच्या मते, आमच्यात आलेला दुरावा हा सहजगत्या आलेला होता. तो मुद्दाम घडवून आणला नव्हता.

पीटरनं आपल्या दारूच्या व्यसनाबाबत काही सल्लामसलत करावी, उपचार घ्यावेत, असा डॉ. एल्टरमनला वाटत होतं. कारण त्या गोष्टीचा त्याच्या व्यावसायिक आणि वैयक्तिक जीवनावर परिणाम होत होता. तरीपण डॉ. एल्टरमनला डॅश हा अशा प्रदूषित वातावरणात वाढत होता, असं मात्र मुळीच वाटत नव्हतं. त्यांच्या मते, पीटरच्या आयुष्यात डॅशलाच प्राधान्य होतं. पीटरला 'मूल वाढवण्याचं तंत्र अवगत नसल्यानं डॅशला वडिलांसोबत राहणं कितपत आवडतं, असा प्रश्न विचारला त्या वेळी 'पालकत्वाची अक्षमता'* असा शब्दप्रयोग केला जातो, हे त्यानं कबूल केलं होतं, पण त्यासाठी 'पालकत्वाची अक्षमता' ही गोष्ट पीटरनं सतत नाकारली होती. आणि आता त्याचे झालेले परिणाम दिसत होते. डॅशची खिडकीतून उडी मारण्याची धमकी त्यानं अवघ्या अर्ध्या ओळीत बोळवली होती. पीटरनं माझ्यावर केलेले शाब्दिक अत्याचार किंवा डॅशवर केलेल्या दादागिरीबद्दल तर त्यानं अवाक्षरही काढलं नव्हतं.

तरीदेखील डॅशबरोबर झालेल्या मुलाखतीतल्या काही प्रश्नोत्तरांनी डॉ. एल्टरमन बुचकळ्यात पडला होता, जेव्हा डॉ. एल्टरमननं अकरा वर्षांच्या डॅशनं इतर बऱ्याच गोष्टींबरोबर 'तो माझा आदर करतो,' असं सांगितलं. आदर करतो म्हणजे नेमकं काय करतो, असं डॉ. एल्टरमननं विचारलं, तेव्हा तो म्हणाला, 'तू अर्ध्याहून जास्त घे.' किंवा 'मी माझ्यासाठी नंतर घेईन.' अशी उत्तरं डॅशनं दिली. आपल्या वडिलांबद्दल किंवा त्या नात्यात डॅशला काहीही नकारात्मक न दिसणं, हे पीएएसचं जणू क्रमिक पुस्तक होतं. पण एल्टरमन या साऱ्या गोष्टींकडे फारसं गांभीर्यानं पाहताना दिसत नव्हता. खरंतर ही गोष्ट त्या अहवालात मिरपुडीसारखी स्पष्ट जाणवत होती. डेव्ह संदर्भात, 'तो माझ्या डॅडच्या विरोधात आहे,' एवढाच उल्लेख होता. १९९५मध्ये संपूर्ण वर्षांत त्याची माझी काही तासच भेट झाली होती. त्याबद्दल त्याला काही उणीव जाणवली का, त्याविषयी नोंद होती, 'मला तसं जाणवलं नाही. कारण मी तसा तिच्याबरोबरच होतो. पण आता ती जे काम करतेय, त्यामुळं मला आता काहीही वाटत नाही.' आणि बापाबरोबर राहताना कोणत्या गोष्टी आवडत नाहीत? तर 'काहीच नाही!' हा सारा अहवाल वाचून मी निराश झाले. डॅशला मदत होईल, असं यात काहीच नव्हतं आणि कोर्टात

---

* पालकत्वाची अक्षमता – (AADD – Adult Attention Deficit Disorder)

प्रतिज्ञापत्र देताना डॉ. एल्टरमननं डॅश हा सक्षम आणि परिपक्व मुलगा होता, अशी सुरुवात केली. "त्याला काही त्रास होतोय, असं वाटतंय तरी का?" त्यानं मोठ्या रुबाबत कोर्टाला विचारलं. "मला तर मुळीच तसं वाटत नाही. डॅश हा एक आनंदी, विचारी असा मुलगा आहे. ह्या कोर्ट खटल्यामुळे तो दुःखी झालाय. तो एक आत्मविश्वास असलेला, स्वतःची कदर करणारा मुलगा आहे."

पण तो स्वतः ज्या परिस्थितीत गोवला गेला होता, त्याबद्दलची फारशी वस्तुस्थिती डॉ. एल्टरमनला माहीत नव्हती. त्यानं कोर्टापुढं सांगितलं की, मला पीटरनं शाळेत जाण्यास बंदी घातली आहे. पीटरनं त्याची अशी समजूत करून दिली की, ही बंदी नुकतीच – या खटल्यापूर्वी काही महिने आधी घालण्यात आली. पण जेव्हा त्याला कळलं की, डॅशच्या पहिल्या इयत्तेच्या पहिल्या दिवसापासून माझ्यावर शाळेसंबंधाने बंदी घालण्यात आली होती, तेव्हा त्याला धक्काच बसला. त्याच्या ऑफिसमध्ये मी त्याला सांगितलं की, गेल्या सहा वर्षांपासून मला डॅशच्या डॉक्टरशी बोलायलाही मनाई होती, तेव्हाही त्याला धक्का बसला होता. त्यानं जेमीकडे, एखाद्या पालकाला त्याच्या मुलाच्या शाळेत जायला, डॉक्टरला भेटायला बंदी करणं, ही तर पीएएस पालकाची वैश्विक खेळी आहे; अशी कबुलीही दिली. तो म्हणाला की, पीटर केव्हातरी अवचित येऊन कागदपत्रांची माहिती देत असे आणि हे नेहमीच होई. डॅशला देखील अवचितच भेटीला पाठवायचा आणि योगायोगानं त्या तारखा सुनावणीच्या तारखा असायच्या. कोर्टात मी विचार करत होते. *डॉ. एल्टरमन, यानं तुझ्या कीर्तीला जरा तरी धक्का लागला का?*

१९८९ साली डॉ. एल्टरमनला डॅशचा दुरावा समजला नसेल, हे मी समजू शकते. कारण त्या वेळी तो चटकन लक्षात येणारा नव्हता. पण नंतरच्याच वर्षी कायमच्या कस्टडीचा निर्णय घेतला, त्या वेळी दिसला नाही; हे अविश्वसनीयच! १९९६ सालीसुद्धा या मुद्याकडे त्यानं दुर्लक्ष केलं, तेव्हा मी हादरलेच. खटला सुरू होण्यापूर्वी जेमीबरोबर बसून, मी पीएएसची लक्षणं दबक्या आवाजात सांगितली होती.

"एक : कुटुंबातल्या बेबनावानंतर ते मूल आपल्या प्रिय पालकाला दूर लोटतं, त्याग करतं. दुसरं : एक पालक मूल जिंकल्याच्या, दुसऱ्या पालकाला हरवल्या नादात असतो. तीन : एक पालक दुसऱ्या पालकाचा अनादर करत असतो. तसंच त्या नातेसंबंधांबद्दलही तुच्छता दाखवतो. चार : त्या मुलाच्या मते एक पालक – डॉ. एल्टरमनच्या शब्दांत सांगायचं तर, 'कधीही उचित, बरोबर करत नाही आणि दुसरा पालक कधीही गैर करत नाही.' मुलाच्या दृष्टीने त्याचे पालक हे एक काळा आणि एक पांढरा असे असतात. पाच : हा त्याग अगदी क्षुल्लक गोष्टींतही दिसतो. हे सगळे घटक माझ्या केसबाबत अगदी स्फटिकासारखे स्वच्छ दिसत आहेत. आणि कित्येक वर्षांपासून ते अस्तित्वात आहेत."

"पॅम, ते सगळं जज बघतील. आणि जरी ही दुश्चिन्हं त्याच्या लक्षात आली नाहीत किंवा त्याच्या मते असं काही अस्तित्वातच नाही; तरी डॅश जिथे आहे. तिथे नीट वाढत नाही, हे तरी लक्षात येईल." जो-ॲन म्हणाली.

"ही अगदी पीएएसच्या क्रमिक पुस्तकातली केस आहे." जेमी म्हणाला.

"जेमी, ही केस तशी नसावी, यासाठी मी काहीही द्यायला तयार आहे. कारण कदाचित ते माझ्या अतिसंरक्षिततेच्या भूमिकेतले, अतिताणातल्या कल्पनाशक्तीचे खेळ असतील. पण –"

"पण ते तसं नाही. हे घडतंय. आणि आपल्याला डॅशला तिथनं बाहेर काढायला हवं."

खटल्याच्या निमित्तानं गेल्या सात महिन्यांत आम्ही सहा जजेससमोर आलो होतो. सगळ्या न्यायाधीशांनी काळजी व्यक्त केली होती. आमचा खटला भराभर सरकत होता. आम्ही पुन्हा एकवार ब्रेनरसमोर होतो, ज्यांनी आमच्या १९९३चा ॲक्सेस हुकूम दिला होता आणि जो आताही लागू होता आणि पीटरनं त्या हुकमाची त्वरित अंमलबजावणी करायची होती. त्याला मला डॅशची प्रगतीपुस्तकं देण्याविषयी, तसंच त्याचे डॉक्टर आणि दंतवैद्य यांनी भेटण्याची मुभा देण्याविषयी पुन्हा हुकूम देण्यात आला. पीटरनं हा हुकूम पुढे ढकलण्याविषयी, तसंच रद्द करण्याविषयी विनंती केली. पण ती फेटाळली गेली. आणि कस्टडी खटल्याच्या तिसऱ्या दिवशी माझा विजय दिसून आला. ब्रेनर यानं सुरुवातीलाच मी आणि पीटर डॅशचे संयुक्त पालक असल्याचा निर्वाळा दिला. त्या हुकमानुसार मी डॅशच्या शाळेत जाऊ शकत होते. त्याच्या शिक्षकांना भेटू शकत होते. डॅश साडेपाच वर्षांचा असल्यापासून जी गोष्ट मी करू शकले नव्हते, त्यासाठी आता मला परवानगी मिळाली होती. निकालानंतर मी डॅशच्या शिक्षकांशी आणि प्रिन्सिपलशी बोलण्याविषयी फोनवरून भेटीची वेळ ठरवण्याचा प्रयत्न केला, तर प्रिन्सिपलनं मला नकार दिला. पीटरनं आव्हान दिल्यामुळे व्हँकूव्हर स्कूलबोर्डाच्या वकिलानं प्रिन्सिपल स्टीफनसनला सांगितलं की, कोर्टाच्या हुकमात माझ्या उद्दिष्टपूर्ण भेटीविषयी कसला नेमका खुलासा नसल्याने, मला फक्त दर तीन महिन्यांनी होणाऱ्या शिक्षक-पालक संघाच्या रात्रभेटीसाठी उपस्थित राहता येईल. ही सभा काही महिन्यांनंतर होणार होती. माझ्या खऱ्याखुऱ्या विजयाचं माझ्या डोळ्यांदेखत पराभवात रूपांतर झालं होतं. मला अधिकार होते, पण खरेखुरे हक्क नव्हते. मी आणि जेमी लागलीच ब्रेनरकडे स्पष्टीकरणासाठी धावलो. त्यानं मला हवं तेव्हा प्रिन्सिपल आणि शाळेच्या शिक्षकांना मी भेटू शकते, असं त्यानं स्पष्ट केलं. आतापासून मला शाळेशी संपर्क साधण्याचा हक्क असल्याचंही सांगितलं. हा एक झळाळता विजय

होता. पीटर माझ्या माहितीवर निर्बंध आणू शकत नव्हता. पडदा उचलला जात होता.

खटला सुरू झाला. पीटर सहा दिवस पिंजऱ्यात उभा होता. आधी जे-जे केलं, तेच सगळं त्यानं आताही केलं. जेमीनं कठीण प्रश्न विचारले, तेव्हा तो गोंधळला, टोलवाटोलवी करू लागला. त्यानं विषय पालटला, मुद्दा सोडून भरकटला, आपली कहाणी बदलली, जजलादेखील चिरडीला आणलं. कित्येक वर्षं पीटर पिंजऱ्यात उभं राहून मला सांगत होता; न भेटण्याचं 'डॅशनं' ठरवलं, तो 'डॅश'चा निर्णय होता. 'डॅश'नं निवडलं, मी त्याचा सन्मान केला. एल्टरमनच्या प्रतिज्ञापत्रात डॅशचा वयोगट लक्षात घेता आणलेल्या पीटरच्या डॅशवरील दडपणाबद्दल थोडी टीका होती. त्या प्रतिज्ञापत्रानंतर पीटरनं त्याचं सांगणं बदललं. 'डॅश, तुझं तू काय ते ठरवं, असं मी त्याला मुळीच म्हणालो नाही. तो अस्वस्थ झाला, तेव्हा मी म्हणालो, ठीक आहे, तू नको जाऊस. मी एवढंच म्हणालो. तुझं तू बघ आणि ठरव, असं म्हणालो नाही. मी कधीही डॅशला, त्यानं निर्णय घेण्याबद्दल सांगितलं नाही.' पीटरच्या प्रतिज्ञापत्रात मानसशास्त्रीय पुस्तकातल्या भ्रमाची चिन्हं दिसत होती.

"हा कस्टडी मिळवण्यासाठी रचलेला कट आहे. तिला कस्टडी हवी आहे. म्हणून अशा प्रकारे सुरुवात केली आहे. त्यांना माहीत होतं की, संयुक्त पालकत्वासाठी सुरुवात केली की, कस्टडी मिळवता येईलच. हा सगळा बनाव आहे."

"मी कोंडीत सापडलो."

"मिस्टर आणि मिसेस रिचर्डसन ही दोघेच माझे शत्रू आहेत."

"माझा जणू बळी दिला जात आहे."

"मी माझी काळजी घेत होतो."

ते घर वादळात सापडण्याची मीच वाट पाहत होते, असं डॅशला वाटत असणार. कारण त्याच्या डॅडनी तो घर राखेलच, ही खात्री त्याला दिली होती. त्याच वेळी पीटरनं त्याच्या आणि डॅशमधलं अंतर मिटवलं होतं. ती दोघं एक झाली होती. पीटर कुरकुरत असायचा की, त्यांना कोर्टात खेचलं होतं. त्यांचा छळ होत होता. त्यांचा बळी दिला जात होता. डॅशनं पीटरची मतं आत्मसात केली होती. कारण त्याबद्दल त्याला बक्षिसी मिळत होती. आणि पीटर डॅशच्या मताचा बचाव करत होता, कारण ती त्याची स्वतःची होती. ह्या काळात ती दोघं भावनिक दृष्ट्या वेगवेगळी व्यक्तित्वं नव्हतीच. आणि हे बघणं फार क्लेशकारक, भयकारक होतं.

पीटरनं एका फौजदारी वकिलांच्या गटाला बोलावलं. त्यांनी पीटरच्या उत्तम चारित्र्याबद्दल आणि चांगल्या पालकत्वाबद्दल शपथपूर्वक खात्री दिली. एकानं सांगितलं की, तो मला कधीही भेटला नव्हता. पण त्यानं इतर वकिलांकडून माझ्याबद्दल बरंच ऐकलं होतं. अर्ध्याहून अधिकांच्या पुराव्यात पीटरनं सांगितलेल्या गोष्टींचाच भरणा होता. त्या सगळ्यांनी पीटरच्या गोष्टींवर भरवसा ठेवला असल्यामुळे;

आनंदी, खेळकर अशा डॅशचा पीटर हा शोषित, एकल पालक होता, असा त्यांचा ग्रह झाला होता आणि त्यांनी तो बोलून दाखवला होता. केन वेस्टलेक या पीटरच्या खास जवळच्या मित्रानं डॅशबाबत मी स्वार्थीपणा करत असल्याचं सांगितलं. त्यानं तो डॅशचा निकटवर्ती असल्याचा दावादेखील केला, पण त्याचबरोबर गेल्या दोन वर्षांत तो डॅशला भेटला नसल्याचंही त्यानं मान्य केलं. केननं तर म्हणे, १९८९मध्ये डेव्हला त्याच्या वहिनीच्या घरी एका पार्टीत कोक झिडकारत, भरपूर दारू पिताना पाहिलं होतं. उलटतपासणीच्या वेळी मात्र डेव्ह त्या पार्टीत नसल्याचं त्यानं कबूल केलं. तसंच डेव्हला तो यापूर्वी कधीच भेटला नसल्याचं मान्य केलं. पीटरच्या दारूच्या व्यसनाबद्दल डॉ. एल्टरमनचीही आता खात्री झाली होती. एका हातघाईच्या क्षणी सुझननं – ती वर्षांपूर्वीच पीटरपासून विभक्त झाली होती – कोर्टापुढे वेगवेगळी होमिओपॅथी औषधं ठेवली. ही औषधं अल्कोहोलमिश्रित होती. ही औषधं म्हणे पीटरच्या दारूभरल्या श्वासाचं स्पष्टीकरण करणारी होती. ती मन वळवू शकणारी, फॅमिली कोर्टाची ज्येष्ठ वकील होती. कोर्टाची न्यायाधीश होऊ घातली होती. ग्रेग हर्टनंदेखील पीटरइतका चांगला पालक मी पाहिला नाही, असं सांगितलं. त्यांच्या मते, डॅश खूपच आनंदी मुलगा होता. मेडिकल कॉलेजमध्ये शिकणाऱ्या ग्रेगनं त्याच्या वडिलांना कधीही दारू पिताना पाहिलं नव्हतं. तो पुढं असंही म्हणाला, घरातल्या प्रत्येकाला या भेटींचा ॲक्सेस आणि माझे डॅशबरोबरचे संबंध यांविषयी तिटकारा होता. *मला ओरडून विचारावसं वाटलं की, तुम्हाला एवढा तिटकारा होता, तर मला डॅशला भेटू का दिलं नाही? मला आठवडे न् आठवडे ॲक्सेस का मिळत नव्हता? जेव्हा आठवड्यातले सातही दिवस मी डॅशशी बोलण्यासाठी भेटण्यासाठी प्रयत्न करत होते, तेव्हा तुमच्यापैकी एकानंही त्याला तो निरोप आणि भेटण्यासाठी वेळ, बोलण्यासाठी सवड का दिली नाही?*

डॅशची आनंदी, निकोप माणसांबरोबर राहायची गरज होती, मी डेव्हला त्या रात्री रडत-रडत म्हणाले, "वयाच्या आठव्या, दहाव्या, अकराव्या वर्षी डॅशला पित्यातल्या मित्राची गरज नाहीये. त्याला पालकाची गरज आहे. मौजमजा करण्यासाठी केव्हा जा-ये करता येईल, अशा स्वच्छंदी घराची गरज नाही. हे जग चांगल्या-भल्या लोकांचंही आहे, हे डॅशला समजावयला हवं. इथे फक्त त्याला त्रास देणारे, त्याच्यावर चिखलफेक करणारे, त्याचा बळी मागणारेच लोक राहत नाही; तर इतर सज्जनही राहतात, हे कळायला हवं."

दहा दिवस चालणारा आमचा खटला चांगला तीस दिवस लांबला. पीटर वेळकाढूपणा करत होता. का, ते मला समजत नव्हतं. पण एक दिवस हा हकनाक वाया जाणारा वेळ पाहून जेमी मला म्हणाला, "मूल जितकं मोठं, तितका जजना त्याला काय हवंय, याचा काळजीपूर्वक विचार करावा लागतो."

डॅशचा बारावा वाढदिवस जवळ येत चालला होता.

पीटरनं आणखी वेळकाढूपणा करावा किंवा त्यानं मूळ मुद्दा सोडून भरकटावं, अशी संधी पीटरला देण्याची आमची मुळीच इच्छा नव्हती. आम्ही बेअरस्टिन, गुडवेल किंवा आर्मस्ट्रान्ग या डॉक्टरांना त्यांच्या म्हणण्याचं महत्त्व समजूनही बोलावलं नाही. कारण पीटरचा वकील त्यांच्या साक्षीला हरकत घेईल, हे आम्हाला माहीत होतं. कारण यांपैकी कोणीही पीटरलं भेटलं नव्हतं. आणि त्या भेटीगाठीत आम्हाला वेळ दवडायचा नव्हता. आधीच पीटरनं खटल्याच्या वेळी बारा वेळा पुढची तारीख मागितली होती. आणि त्याला मिळालीसुद्धा होती. मी आणि जेमीनं आमचं लक्ष पीएएस या मुद्यावर केंद्रित केलं होतं. माझे न मिळालेले, अपयशी झालेले ॲक्सेस, आमचा वरवरचा शत्रुत्वाचा दुरावा, परकेपणा, डॅशचं रोगट वर्तन, शाळेतली त्याची माझी एजंट एलिझाबेथ मॅकेंझी आणि मरे स्टिफनसन यांनी शपथपूर्वक सांगितलेली पिछेहाट; मेलडी फ्रॅशनं पीटरच्या घराबद्दलच्या दुर्लक्षाबाबत, डॅशच्या एकूणच होणाऱ्या हेळसांडीबाबत आणि पीटरच्या असभ्य, आक्रमक अशा फोनवरील वागण्याबाबतही सांगितलं. तिनं मेक्सिकोच्या सहलीबद्दलही सांगितलं. मायर्ना हाल्पनी हिनं मला खाजगीत सांगितलं की, पीटरच्या धमकावणीमुळे ती कोर्टात यायला घाबरायची. तरीही तिनं शपथपूर्वक सांगितलं की, जेव्हा ती माईल्सला घेऊन जाण्यासाठी डॅशकडे आली होती, तेव्हा पीटर प्यायलेलाच होता. एका संध्याकाळी ती माझ्याकडे कॉफी घेण्यासाठी आली होती, तेव्हा डॅशला नेण्यासाठी पीटर आला होता. त्या वेळी त्याला स्वत:चंही भान नव्हतं आणि डॅशचीही उपेक्षा झाली होती. आणि जेव्हा तिनं ॲफिडेव्हिट लिहीलं, तेव्हा पीटरनं तिला धमकावणीचा फोन केला होता.

पीटरनं कोर्टाला सांगितलं की, डॅश आता पुराव्यासाठी "थांबायला" तयार नव्हता. "त्याला बरंच काही सांगायचं होतं." तो "त्याला केव्हाही इथे आणू शकतो." आणि म्हणून माझा मुलगा पीटरच्या बाजूनं कोर्टाच्या पिंजऱ्यात उभा राहिला. तो येणार, हे आम्हाला माहीत होतंच. तो पीटरच्या साक्षीदारांपैकी एक होता. त्याला येताना पाहून माझं रडणं दाबण्यासाठी मी ओठ बोटांनी दाबले. *'डॅश, तुलासुद्धा वाईट वाटतंय ना? तुझं आधीच केवढं तरी नुकसान झालंय. तुझी इथली हजेरी लादलेली आहे. तुझी साक्ष पढवलेली आहे. तू काय म्हणणार, हे आम्हाला माहीत आहे. म्हणून बाळा तू घरी जा.'* जेमीनं डॅशच्या हजेरीबद्दल जोरदार हरकत घेतली. पण ब्रेनरनं ती धुडकावली. जेमी या केसमध्ये स्वत:च्या मुलाची केस लढवावी, असा यात गुंतला होता. डॅशचा पुरावा हा खात्रीनं माझ्या विरोधात जाणार होता. डॅशनं आपली स्थिती, आपलं मत, त्याच्या वडिलांच्या ॲफिडेव्हिटमधून, मला पाठवलेल्या निरोपांतून, 'योग्य

ती कृती कर,' अशा चिङ्ठ्यांमधनं स्पष्ट केलं होतं. मग त्याला या साऱ्याला का तोंड द्यायला लावायचं? आम्ही फक्त आमची हरकत नोंदवू शकत होतो. "त्याला थोडेच प्रश्न विचार," असं कुजबुजत्या स्वरात मी जेमीला म्हणाले. पाच मुलांचा बाप असलेल्या जेमीनं मान डोलावली. माझ्याइतकाच तोही घाबरला होता.

डॅश साक्षीदाराच्या पिंजऱ्यात जणू वडिलांचे कपडे चढवून उभा राहिला. शपथ घेतेवेळी तो समोर पाहत होता. ब्रेनरनी त्याचं स्वागत केलं. तो व्यवस्थित असेल, अशी आशा व्यक्त केली. त्याला पाणी देऊ केलं. हे सगळं पाहून तिथनं उठून बाहेर निघून जावंसं वाटत होतं. उलटी येईल की काय, असं वाटत होतं. माझं काम डॅशचं रक्षण करणं, हे होतं. आणि मी ते केलं नाही. मी अगतिक, अकार्यक्षम होते. माझ्या उद्दिष्टात मला अपयश आलं होतं. मी पहिल्या केसमध्ये हरले होते. १९९३सालीही मी हरले होते. मी सतत हरतच होते. आणि डॅश जजना म्हणाला की, शपथपूर्वक सांगण्याची त्याची 'मोठी इच्छा' होती, हे ऐकून माझ्या दुःखाचं रूपांतर भळभळत्या यातनेत झालं. पीटरबद्दल मला द्वेष वाटू नये, याबद्दल मी आजवर प्रयत्न केला होता. पण आता सँडीच्या शेजारी बसून तिचा हात पिळवटत असता, माझं अंग थरथरू लागलं. मला जणू विषबाधा झाली. मी पीटरचा आत्यंतिक द्वेष करू लागले. उभ्या आयुष्यात कुणाचा केला नसेल आणि पुढेही करणार नाही, इतका आटोकाट तिरस्कार मी करू लागले. आमच्या मुलाचा वापर केला म्हणून, त्याचं शोषण केलं म्हणून, त्याला एकाकी करून, त्याला घाबरवलं म्हणून इतकी वर्षं डॅशला क्रोधाच्या छायेत राहायला लावलं म्हणून. मला शिक्षा करण्यापुरती वेळ सोडली, तर त्याच्याकडे सतत दुर्लक्ष केलं म्हणून. आपल्याच गरजांचं त्या मुलापुढे भांडवल केलं म्हणून. आणि त्या मुलाची निकोप, निरोगी वाढ थांबवली म्हणून. याहीपेक्षा अधिक म्हणजे, त्या मुलाच्या मनात सहज उमलणाऱ्या आनंद आणि विश्वास या भावनांची हत्या केली म्हणून. मी पीटरचा अधिकच द्वेष करू लागले. या साऱ्यातलं क्रौर्य, विकृती यांनी माझ्यावर जणू दगडफेक केली. माझे संतापाचे अश्रू लपवण्यासाठी मी चेहऱ्यावर हात ठेवला.

डॅशची साक्ष आमच्या कल्पनेप्रमाणेच झाली. त्याची मतं ठाम होती. पण तपशिलात प्रचंड गोंधळ होता. पीटरच्या वकिलानं – रसेल ट्रेटीकनं त्याला साक्षीकडे लक्ष द्यायला सांगितलं, पण डॅश अडखळू लागला. त्याच्या चुका होऊ लागल्या. त्यांनी त्याला मागच्या तारखांबद्दल बोलतं करण्याचा प्रयत्न केला. किती काळ तू डेव्ह आणि तुझ्या आईला भेटला नाहीस? काही आठवतंय का? *मला खात्री नाही. मी होही म्हणू शकत नाही. नाहीही म्हणू शकत नाही. मला कसलीच खात्री नाही.* तू कॅन्यूक्सचा खेळ पाहायला गेला होतास का? मजा वाटली का? *मला तसं वाटतं. पण मला त्याबद्दल फारसं आठवत नाही.* मी असं ऐकलं की,

सॉकरच्या खेळादरम्यान कधी तू आईकडे कपडे बदलायचास, तर कधी तुझ्या डॅडकडे. हे कसं? तू याबाबतीत जजना काही सांगू शकशील का? *मला काही आठवत नाही.* तू जेव्हा आईकडे असायचास, तेव्हा ती तुला थेट मैदानावर घेऊन जायची का? *मला आठवत नाही.* तुला या बाबतीतलं काहीच आठवत नाही का? *नाही.* तू जर शुक्रवारी रात्री आईकडे राहायला गेलास, तर तुझ्या मित्रांबरोबर रात्री घरात होणाऱ्या मस्तीला तू मुकत असशील? *मला खरंच आठवत नाही.* तू डॉ. एल्टरमनला प्रथम कधी पाहिलं, ते आठवतं? *नाही.* तुला डॉ. एल्टरमनच्या ऑफिसमध्ये कोणी नेलं, ते आठवतं? *नाही.* डॉ. एल्टरमन सांगत होता. या वर्षी आईला न भेटण्याचं खास असं कोणतंच कारण नव्हतं. फक्त तुलाच आईला भेटावंसं वाटलं नाही, असं तू डॉक्टरला सांगितलंस. आठवतंय? *नाही.*

हे असंच चालू राहिलं. डॅशनं मला आठवत नाही, असं तेवीस वेळा उत्तर दिलं. पीटरच्या वकिलाच्या दृष्टीने डॅशची साक्ष म्हणजे दु:स्वप्नच होतं. पण त्याला त्याच्या काही ओळी आठवत होत्या. 'मला भेटण्याची इच्छा नव्हती आणि दोषारोपाची सात वर्षं' हे त्याला आठवत होतं. त्याला माझ्यासोबत घालवलेले आनंदाचे क्षण आठवत नव्हते. पण त्याच्या डॅडचे मी केलेले अपमान, प्रश्नांच्या फैरी यांचं मात्र लख्ख स्मरण होतं. डॅश रागानं म्हणाला, "डेव्ह मला विचारायचा सुझन कशी आहे? सुझन काय करते, याच्याशी त्याला काय घेणं होतं?"

जेमीची वेळ आल्यावर जेमीनं विचारलं, "तुझी आई तुला प्रश्न विचारायची?"

"हो."

"कशा स्वरूपाचे?"

"नेहमीचेच."

"नेहमीचेच म्हणजे काय? म्हणजे मला असं म्हणायचंय की, शाळा काय म्हणते, अशासारखे, असं तुला म्हणायचं आहे का?"

"हो. शाळा काय म्हणते, एवढ्या उशिरापर्यंतच तू काय करत असतोस? तुला पुढे काय करायचं आहे? अशासारखे प्रश्न विचारायची. कधी तुझा खेळ कसा चाललाय, असंही विचारायची."

जेमीनं आणखी एक प्रश्न विचारला. "तुझं तुझ्या आईवर प्रेम आहे?"

पायाकडे बघत, तो हलक्या आवाजात स्पष्टपणे म्हणाला, "होय."

अखंड चालणाऱ्या आमच्या खटल्यातल्या दोन महिन्यांनंतरची गोष्ट. जूनमधल्या एका स्वच्छ सूर्यप्रकाशाच्या सकाळी मेलडी फ्रॉशनं मला फोन केला. "पॅमेला, मुलं तलावात पोहत आहेत. तू येतेस का?" मी क्षणभर गडबडले. "डॅश इथं आलाय," ती म्हणाली.

डॅशनं मला सांगितलं होतं की, कोर्टाचा खटला चालू असताना तो मला भेटणार नव्हता. पण मेलडीबरोबर मजेत गप्पा मारत बसणं आणि डॅशला पोहताना पाहणं या गोष्टींचा मोह टाळण्याजोगा नव्हताच.

"मेलडी, थँक्यू. किती वेळ आहेत ती? मी येण्याइतका अवधी आहे ना?"

"हो, हो. काल रात्री डॅश इथेच झोपला होता. आणि मुलं नुकतीच पाण्यात शिरली आहेत."

"ठीक आहे. हा तांदळाच्या कुरकुऱ्यांचा घाणा संपवते अन् तडक तुझ्याकडेच येते. सुमारे वीस मिनिटांत मी तिकडे येते." मी फोन ठेवला. डेव्हला मुलांना तयार करण्यासाठी मदतीला बोलावलं. आम्ही डॅशला भेटायला जाणार होतो. मी स्वयंपाकघरात धावले. भट्टीतून तांदळाचे कुरकुरे काढले. कुरकुरे आणि मार्शमेलोच्या टॉफी बाहेर काढल्या. डबा भरला. मुलांना गाडीत घातलं आणि निघालो.

आम्ही फ्रॉशच्या मागच्या दारातून तलावाकडे निघालो. मला माझ्या मुलाच्या हसण्याचा आवाज ऐकू आला. पाण्यात बुड्या मारताना तो हसत होता. स्टीफन फ्रॉश ओरडत होता. "डॅश जपून, मला आपटवशील." ओलेता मुलगा बाहेर आला. "असं? मग बघंच." आम्हाला पुन्हा एका मुटक्याचा आवाज आणि आनंदाने केलेला आरडाओरडा ऐकू आला. *परमेश्वरा, मी या मुलाला मुकलेय!* कोल्बी पुढे धावला. मेलडीनं स्ट्रॉ हॅट घातली होती. तिनं हॅट हलवून मला आणि क्विनला बोलावून घेतलं. तिला माझी परिस्थिती ठाऊक होती, तरी मला आपलं वाटलं की, मेलडीला वाटलं असेल, कशी ही आई – तिला तिच्या मुलाच्या भेटीसाठी बोलवावं लागतं!

"हॅलो डॅश, हॅलो स्टीफन." मोठ्याने हसून मी हाकारले. तसा माझा धीर गळपटलाच होता. हातातला डबा थापटत मी म्हणाले, "तुमच्यासाठी तांदळाचे कुरकुरे आणलेत." डॅश थोडा साशंक दिसला. डोळे बारीक करून 'हॅलो' म्हणाला. आणि क्विन-कोल्बीला पाहिल्यावर तर मोकळेपणे 'हॅलो' म्हणाला. "डॅश, तू या लहान मुलांबरोबर पोहशील का?" मी आमच्यातला थंडपणा दूर करण्याच्या हेतूनं म्हणाले.

"मॉम, नक्कीच." आम्ही मुलांना पाण्यात सोडलं. ती चौघं मुलं पाणी उडवत पोहू लागली. त्यांच्या मजेत खो न घालता मी आत गेले. मेलडीच्या गालाचं चुंबन घेतलं. माझी खुर्ची सरकवली. त्यामुळे मला ती चौघंही दिसत होती. मी कॉफीचे घोट घेत होते. शांत बसण्याचा आव आणत होते. आणि हलक्या- फुलक्या गप्पा मारत होते. तिथे बसून मी डॅशशी बोलू लागले. "कोल्बी, तू क्रॉलिंग करशील-पोहशील? वा स्टीफन, छानच सूर मारलास. डॅश, त्यानं तर तुला गाठलंच की! तू स्टीफनला तुझ्या कोलांट्याउड्या मारून दाखव की! बिग डीनं तुला शिकवलं

होतं, आठवतंय?'' डॅशनं मोठा श्वास घेतला आणि कोलांटीउडी मारून दाखवली. तो पाण्यातून वर आला, तेव्हा हसत होता. ''तुझे बॅक स्ट्रोक कसे आहेत? तू सराव करतोस ना डॅश. दाखव की!'' डॅश तलावाच्या या काठापासून त्या काठापर्यंत पाठीवर पोहत गेला. ''वा! डॅश. शाब्बास!'' मी म्हणाले. आणि आम्ही एकमेकांकडे पाहून हसलो. जणू विजेसारखं झालं होतं. वायर जोडली आणि ठिणगी पडली. नंतर स्टीफननं डॅशशेजारी उडी मारली. आणि ती दोघं पोहत निघून गेली. क्विन त्याच्या तरंगत्या फळीच्या आधारानं उथळ पाण्यात खेळत होता. मीही लाटा मोठ्या नाहीत ना, हा अदमास घेत होते. प्रत्येक जण आनंदी होता – वेळ केव्हाच सरला.

नंतर डॅशनं मला त्याच्या घराशी सोडायला सांगितलं. ''मॉम, तू माझी निराशा केलीस.'' गाडीतून जाता-जाता तो म्हणाला. ''तू मला भेटायला नको होतंस.''

''पण मी तुला भेटल्याने खूप खूश आहे डॅश.''

तो कडक स्वरात म्हणाला, ''मी तुला सांगितलं होतं ना की, तू कोर्टाची भानगड संपवल्याखेरीज मी तुला भेटणार नाही.''

मला असल्या संभाषणाची सवय होती, पण मी माझ्या धोरणाला चिकटून राहिले. ''तुझं म्हणणं मला कळलं, डॅश. पण माझ्यापुढे पर्यायच नव्हता. मी सर्व काही करून पाहिलं. आता जजच आपला प्रश्न सोडवायला मदत करतील.''

''हो. पण –'' त्यानं वाक्य अर्धवट सोडलं.

''प्रत्येक घटनेला दोन बाजू असतात, डॅश.''

''पण मी दोन्ही बाजू ऐकल्या आहेत.''

''कोणाकडून?''

''डॅडकडून.''

''दोन्ही बाजू म्हणजे, डॅश, दोन्ही बाजूकडच्या व्यक्तींचं म्हणणं ऐकलं पाहिजे.''

''मॉम, मला किती जड जातंय, याची तुला कल्पना नाही. प्रत्येक दिवस कठीण होत चाललाय. घरात मला आता किती अवघड होतंय, हे तुला ठाऊक नाही.''

माझ्या घशात आवंढा आला. ''मला कल्पना आहे. काही फरक पडेल, अशी मला आशा आहे. मी जे काही सांगतेय, यावर विश्वास ठेवणं तुला जड जाईल; पण तुला कोर्टात आणून तुला त्रास द्यायची माझी मुळीच इच्छा नव्हती. हे तुला समजलंच पाहिजे, असं मला वाटतंय. तुझा डॅड, तू आणि मी आपण एक कुटुंब आहोत. आपला मार्ग चुकलाय. आपण योग्य त्या मार्गावर आलं पाहिजे. डॅश, तुला दोन्ही पालक हवेत. तुझा हक्कच आहे तो.''

''मी तुझ्याविना राहू शकतो.'' मला असह्य दुःख झालं.

''पण तसं राहण्याची गरज नाही. मी मेले असते, तर तू नक्कीच माझ्याशिवाय

राहू शकला असतास. पण मी जिवंत आहे. तुझ्यापासून दहा मिनिटांच्या अंतरावर राहत आहे. त्यामुळे ते अस्वाभाविक आहे, नाही का?'' मी रस्त्याकडे बघत होते. डॅश स्तब्ध होता. माझं म्हणणं एकत होता. ''डॅश, मी कोर्टाचा तिरस्कार करते. तिथे जाण्याचा, ॲफिडेव्हिट लिहिण्याचा, त्या इमारतीत शिरण्याचा तिरस्कार करते. दुसरा कुठला मार्ग असता ना, तर मी नक्की अवलंबला असता. माझ्यावर विश्वास ठेव, डॅश. जानेवारीत आपण भेटलो होतो, तेव्हा मी तुला काय सांगितलं होतं, ते आठव, जेव्हा पालकांना त्यांच्या समस्या सोडवता येत नाहीत, तेव्हा जज त्यांना मदत करतो. आठवतं?''

''हो.'' पण तो गळून गेला होता. चेहऱ्यावरची रया गेल्यासारखा दिसत होता. आम्ही त्याच्या घराजवळ पोहोचलो. मी गाडी थांबवली.

''माझ्यावर विश्वास ठेव डॅश. मी तुला भेटण्याचा नेहमीच प्रयत्न करीन. कारण माझं तुझ्यावर प्रेम आहे.''

''हे तू थांबवू शकत नाहीस का? मला ते सगळं संपवायचं आहे.''

''मलाही तेच हवंय. आपल्या सगळ्यांनाच ते हवंय. पण हे कसं – आधीच्या इयत्ता न शिकता एकदम मला बारावीत जायचंय, असं म्हणण्यासारखं आहे. ही प्रक्रिया चालू आहे. जेव्हा राष्ट्रात समस्या उद्भवतात, तेव्हा ती राष्ट्रं युनोत जातात. तीही एक प्रक्रिया असते. आपणही त्या प्रक्रियेत आहोत.''

डॅशनं मांडीवरचा कुरकुऱ्याचा डबा उचलला. ''मॉम, मला गेलं पाहिजे.''

''होय. पण तुला भेटून मला खूप आनंद झाला. मी उद्या तुझ्याशी बोलेन. पुढच्या आठवड्यात आपण काही गंमत करू या?'' मी त्याच्या डोळ्यांत काही भावना वाचण्याचा प्रयत्न करत म्हणाले. त्याचे डोळे भावशून्य होते. ''अं-अं- मला सांगता येत नाही. कदाचित मीच तुला फोन करीन.''

''मी तुला फोन करीन. डॅश, माझं तुझ्यावर खूप मनापासून प्रेम आहे.''

मी हातांनी हृदयाचा आकार केला, पण तिकडे दुर्लक्ष करत झटकन खाली उतरला. दोन दिवसांनंतर कोर्टात, पिंजऱ्यात उभं राहात, डॅश रागारागानं म्हणाला, ''तिला माझ्या मित्राच्या घरी येऊन भेटण्याची, कुरकुरे आणण्याची काय गरज पडली होती?''

मी जजना वचन दिलं की, जर मला डॅशची कस्टडी मिळाली, तर डॅश त्याच्या क्विन मेरी शाळेतच राहील. (माध्यमिक शाळेचा अभ्यास करून घेण्यासाठी त्याच्यासाठी वेगळा शिक्षक असेल.) त्याचा सॉकरचा संघ तोच असेल आणि आताप्रमाणेच तो त्याच्या आसपासच्या मित्रांना भेटत राहील. त्याच्या रोजच्या कार्यक्रमात कसलाही बदल होणार नाही. फक्त त्याला माझ्या घरी राहावं लागेल.

डॅशला माझ्याबरोबरचे संबंध सुधारून घेण्याची कोर्टानं परवानगी दिलीच होती. माझं कुटुंबही यासाठी तयारच होतं. मी कोर्टाला हे ही सांगितलं की, पीटर डॅशला केव्हाही भेटू शकेल. कारण डॅशला दोघा पालकांची गरज होती. मी काही पीटरला डॅशच्या आयुष्यातून पुसणार नव्हते. मी स्पष्ट सांगितलं, "मी डॅशपासून त्याचे वडील हिरावून घेत नाही, तर त्याला त्याची आई देण्यासाठी इथे आलेय." १९९६च्या ऑगस्टमध्ये डॅशच्या बाराव्या वाढदिवसानंतर दोन आठवड्यांनी कोर्टात जेमीला बोलावणं पाठवलं. ब्रेनरनं निकालपत्र तयार केलं होतं. ग्रॅनव्हील मार्केटमध्ये मी वाणसामान खरेदी करत होते. तेव्हा मिमीनं मला फोन केला.

"पॅम, निकाल दिला आहे." ती म्हणाली, माझी आतडी जणू गोळा झाली. "तू घरी ये. जेमी इकडेच येतोय."

"तो काही बोलला का?"

"नाही. तुला घरी यायला सांगितलंय."

मी दुकानाबाहेर आले. धडपडत गाडीत बसले. अतीव आनंदाने जणू माझा श्वास अडकत होता. 'माझा मुलगा मला मिळणार,' या विचाराच्या भरात मला रस्त्यावरची रहदारी, सिग्नल यांचंही भान नव्हते. जेमी आणि जो-ॲन मला माझ्या दारापाशी उभे असलेले दिसले. गाडी पार्क केली आणि उडी मारतच गाडीतून बाहेर पडले. तीन पावलं पुढे जाते न जाते, तोच मला त्यांचे चेहरे स्पष्ट दिसले. जो-ॲन मार बसल्यासारखी दिसत होती. जेमीच्या चेहऱ्यावर हाहाकार उडाला होता. मुलांचा वकील असलेल्या जेमीचा आपल्या हातातल्या निकालपत्रावर विश्वासच बसत नव्हता. मला कळून चुकलं. डोळ्यांतून आसवं गाळत म्हणाले,

"नाही, जेमी...."

"पॅम, त्यानं पीटरलाच एकल कस्टडी दिली."

जज ब्रेनर यांनी आमच्या १९९३च्या खटल्यापासून – त्या वेळी डॉ. लेस्ली जॉय यांनी डॅशची स्वतंत्र तपासणी करावी, असा दुर्दैवी हुकूम मिळाला होता; ते आताच्या १९९६च्या एकोणतीस दिवसांच्या सुनावणीपर्यंत खूप काही पाहिलं होतं. त्याला डॅशच्या शाळेतील अधोगतीबद्दल खंत वाटत होती. पीटर खोटारडा होता, व्यसनी होता. त्यानं 'कस्टडी पालकत्वा'तही गैरवर्तन केलं होतं. मी एक चांगली आई होते आणि पीटरची माझ्याबद्दलची वागणूक भीतिदायक होती. ब्रेनरच्या मते, पीटरनं मला शाळेचे अहवाल न धाडण्यामागे, माझ्यावर दबाव आणण्याचा त्याचा एक प्रकारचा प्रयत्न होता. मी त्याच्याकडे जावं आणि अहवालाची मागणी करावी, असा त्याचा उद्देश होता. हा माझ्यावर वचक मिळवण्याचाच एक मार्ग; असा दृष्टिकोन होता. ब्रेनर पुढे असंही म्हणाला, "आताची त्याची मनःस्थिती पाहता तो

पुढेही, डॅश आणि त्याच्या आईचे संबंध सुदृढ करण्यात अडचणीच निर्माण करील.'' ब्रेनरला विश्वास होता की, मला जर कस्टडी मिळाली, तर मी पीटरला जरूर ॲक्सेस देईन. उलट डॅश व त्याची आई यांचे संबंध सुधारावेत, अशी पीटरची मुळीच इच्छा नाही. त्याला त्यात रसही नाही. माझ्या कस्टडीच्या अर्जामुळे माझा मुलगा मला दुरावला, असा पीटरनं एक युक्तिवाद केला होता. ब्रेनरनी तो युक्तिवाद उडवून लावला. तसंच माझ्या घरात प्रश्नांच्या फैरीमुळे होणारं डॅशचं शोषण ही गोष्ट ब्रेनरला मूर्खपणाची वाटली. डॅशलाच माझ्याबरोबर राहायचं नव्हतं, ही एक अनिष्ट गोष्ट होती.

एकोणतीस दिवसांच्या कोर्ट-कचेरीनंतर मला फक्त संयुक्त पालकत्व मिळवण्यात यश मिळालं होतं. पीटरनं त्यालाही आव्हान दिलं. मग पुन्हा ब्रेनरला भेटणं आलं. मुद्यांचं स्पष्टीकरण मागितलं. आता मी डॅशच्या शाळेत जाऊन माहिती घेऊ शकणार होते. शिक्षिकांना, डॉक्टरना, दंतवैद्याला भेटू शकणार होते. पण संयुक्त पालकत्व असल्याने निर्णय दोघांनी मिळून घ्यायचा होता.

ज्या पालकावर डॅश प्रेम करत होता, ज्याच्याजवळ राहण्याची त्याची इच्छा होती, अशा पालकाला सोडून देण्याची डॅशवर जबरदस्ती करणं क्रूरपणाचं ठरलं असतं, असं ब्रेनर म्हणाला. जेमतेम बारा वर्षांच्या मुलानं स्पष्ट सांगितल्यामुळे ते नकारात्मक शक्यतेचं पारड जड झालं होतं. जर तो पीटरबरोबरच राहणार होता, तर डॅशचे आपल्या आईबरोबरचे संबंध ताणलेले राहणार होते. डॅशला तो जिथं राहत होता, तिथेच राहायचं होतं. आणि कस्टोडियल पालकाच्या क्षमतेविषयी समाधान झालं, तर सहा वर्षांपूर्वीचा कस्टडीचा आदेश मागे घेण्याबद्दलचं जहाल, कडक पाऊल उचलण्याविषयी कोर्ट सावधगिरी बाळगणार होतं. डॅशवर विश्वास ठेवला गेला. पीटरही लायक ठरला. डॅश तिथेच राहणार होता. माझे आणि डॅशचे संबंध मात्र गाडले जाणार होते. *हे एक दुःस्वप्न होतं. आणि त्याला शेवट नव्हता.*

आणखीही एक गोष्ट झाली होती. ब्रेनरनी पीटरला माझ्या हातातलं अस्त्र काढून घेऊन मोकळीक दिली होती. पीटरनं डॅशला जर नीट वागवलं नाही, तर पीटरला पुन्हा मी कोर्टात खेचू शकत होते, हे माझं अस्त्र ब्रेनरनी काढून घेतलं. ब्रेनरनं स्पष्ट सांगितलं की, इतःपर डॅशच्या कस्टडीसंबंधित प्रश्न कोर्टात येता कामा नये. भविष्यात यापुढेही या संबंधातल्या कोणत्याही मुद्यासाठी तोच जज असणार. न्यायव्यवस्थेतल्या इतर अनेकांप्रमाणे त्यालाही असंच वाटलं होतं की, कस्टडीचा प्रश्न मिटला की, पीटर आणि डॅश आयुष्यात स्थिरावतील. पण मला माहीत होतं की, डॅश आता लोखंडी पडद्याआड गेला आहे. मी त्याला गमावलंच होतं. आणि हे मला जाणवल्यामुळे घराच्या पायरीवर मी मटकन बसले. तो स्वतःलाही हरवून

बसेल का? पीएएस मुलांना आयुष्यभर त्रास भोगावा लागतो. डॉ. रिचर्ड गार्डनरनी लिहीलं होतं – 'त्यांच्या अनुभवांशी, निरीक्षणांशी मेळ न घालणाऱ्या गोष्टींवरही त्यांना विश्वास ठेवण्यास शिकवलं असल्यानं ही मुलं भ्रामक समजुती बाळगतात. अगदी हयातभर नसली, तरी खूप काळ!' डॅश केवळ तुटलेल्या नातेसंबंधांशीच सामना करत नव्हता, तर तो त्याच्या भग्न मानसिक स्थितीत गुरफटत चालला होता. त्या जाळ्यात तो अडकत होता. मला वाटलं, घरात पळत जावं, ब्रेनरला फोन करावा आणि किंचाळावं, "अरे भेकड माणसा, हा मुलगा मरू घातलाय."

■

सोबत्यांची जमवाजमव

डेव्ह आणि मी आमचं आयुष्य इतरांना आकर्षक, मोहक वाटतं. मुलं वाढवण्याखेरीज डिनर, व्यावसायिक कार्यक्रम, सामाजिक-सांस्कृतिक कार्यक्रम या साऱ्यांनी आयुष्य भरगच्च झालेलं होतं. मला नेहमी नवनवीन माणसं भेटतात. बायका त्या बायकाच. मुलाबाळांची चौकशी व्हायची. मी 'तीन' असं उत्तर द्यायची. धपापत्या उरानं तो मुद्दा तिथेच संपायची वाट पाहायची. तसं झालं नाही, तर थोडक्यात म्हणायचे, मला तीन मुलं आहेत. पण दोघांनाच वाढवतेय. मी सांगायचे. माझ्या पहिल्या मुलाशी – डॅशिलशी माझी गाठ पडत नाही. आणि काय घडलं, याचं स्पष्टीकरण द्यायची. त्यांचे चेहरे न्याहाळायची.

मी परग्रहावरून आले, अशा थाटात काही माझ्याकडे बघायच्या, *"तुझा मुलगा भेटत नाही, म्हणजे तुला काय म्हणायचं आहे? कोर्टात नाही गेलीस तू? पहिल्याचं खेपेला तू तुझी कस्टडी हरलीस कशी?"* काही बारीक डोळे करून माझ्याकडे पाहायच्या आणि असं व्हायला मी केलं तरी काय, याचं नवल करायच्या. या सगळ्याला तोंड द्यायला मी शिकले होते. मी कधीही खोटं बोलले नाही. मी कधीच तिखट-मीठ लावून कहाणी सांगितली नाही. डॅशचा त्याग केला नाही. दोनच मुलं आहेत, असंही सांगितलं नाही. कोर्ट आणि पीटर यांना सोपं होऊ नये म्हणून मी जे घडलं, ते समजल्याचा आवही आणत नव्हते. ज्यांनी कोणी मला काय घडलं, असं विचारलं की, मी सांगत असे, जे माझ्या बाबतीत घडलं, ते जगात इतर हजारो पालकांबाबत घडू शकेल. हे कोणाही बाबतीत घडू शकतं. मी म्हणाले, "कोर्टाला काही समजत नाही. आणि फार उशीर होईपर्यंत ते काही करणारही नाही. पण निदान मी एकटी नाही, मला आधार आहे. काही एकटेच लढत असतात. काहींना महिन्याची दोन्ही टोकं मिळवण्यासाठी दुप्पट काम करावं लागतं. पीएएसचा लढा हे पूर्ण वेळचं काम आहे."

इतर लोक त्यांच्या मुलांबद्दल, कुटुंबाबद्दल सहजतेनं बोलायचे. त्या वेळी इतर आया जे काम सहजगत्या करतात, ते काम माझ्यासाठी किती त्रासदायक होतं, तेच मला आठवत राहायचं. मी काय गमावलं, ते मला ठाऊक होतं. कारण माझ्या दुसऱ्या दोघा मुलांना मी वाढवत होतेच. दोन्ही पालकांच्या मदतीनंच मुलं निकोप वाढतात; या ज्ञानानं, भावनेनं मी माझं समाधान करत होते. आणि डॅशला मीही होतेच की. मी कुठेही गेले नव्हते. तो दहा मिनिटांच्या अंतरावरच राहत होता, याबद्दल मी कृतज्ञ होते. माझ्याही आयुष्यात घडलेल्या आनंददायक गोष्टींनी मी धन्य समजत होते. चाळिशीत मी माझ्या दोघा मुलांना जन्म दिला होता. ती दोघं हसरी, खेळकर, निरोगी मुलं होती. डेव्हच्या रूपात मला प्रेमळ जोडीदार मिळाला होता. मला जे-जे मिळालं, त्याबद्दल मी कृतज्ञ होते. माझं जीवनावर प्रेम होतं आणि त्यामुळेच मी वाटचाल करू शकत होते. एकाच ठिकाणी रेंगाळायला, थांबायला फार कमी वेळ होता. माझ्या आयुष्याची ही 'डॅश' बाजू म्हणजे – त्याच्यासाठी फोनवर बोलण्याचा प्रयत्न करणं, भेटी ठरवणं, त्याच्यासाठी काही खास पदार्थ तयार करणं, येण्याविषयी पत्र लिहिणं, या गुंत्यातून कसा मार्ग काढता येईल, याचा विचार करणं. इकडच्या आयुष्यातल्या कोल्बी-क्विनची देखभाल करणं, घर सांभाळणं, वैवाहिक आयुष्यात मजा आणणं, या गोष्टींमुळे संतुलित होत होती. दु:खमग्न राहण्यापेक्षा मी मला गुंतवून घेतलं होतं. डॅशचा विचार करताना मला वाटायचं की, मी आयुष्यात थोडीच जागा दु:खासाठी ठेवली असून, मला भावनिक आधार देणारं आयुष्य मी पूर्णपणे जगत होते.

डॅश आणि आमचा लढा या गोष्टी संसार करताना, जेवताना, डेव्हबरोबर झोपताना पूर्णपणे बाजूला सारायचे. मला ते करावंच लागत होतं. आम्हा साऱ्यांनाच, त्याच्या काळजीपासून थोडं अलग ठेवण्याची गरज होती. आम्हाला एक 'ओॲसिस' हवं होतं आणि ते आम्ही परस्परांमध्ये शोधत होतो. माझा विनाश व्हावा, म्हणून पीटर हे सारं करत होता. त्यामुळे या त्रासातून मी आनंदाचे मार्ग काढले नाहीत, तर पीटरची जीत झाली असती. त्यामुळे माझं कुटुंबच माझं पालक, रक्षक झालं होतं. मी झोपले असता, पीटरच्या द्वेषाला माझ्यापासून चार हात लांब ठेवत होतं. मी निराशेमुळं कुठल्याही व्यसनाचा आधार घेतला नाही. मुलांवर आरडाओरडा केला नाही. उलट मी मुलांकडेच जास्त झुकले. त्यांच्याबरोबरच हसले, शिकले, माझ्यातलं उत्तम बाहेर काढलं. नवऱ्याकडून प्रेम घेतलं, दिलं. डॅशलाही नेहमीच आमच्यात सामावून घेतलं. व्हिसलर इथे सुटीत तळ्याकाठी गेलो असता, मी आणि डेव्ह, 'डॅशला हे आवडलं असतं' किंवा 'आठवतं का जेव्हा डॅश...' असे उद्गार काढायचो. मुलांनाही मी डॅशची आठवण काढण्यास प्रवृत्त करायचे. डॅश आपल्याला फारच थोड्या वेळा भेटतो, याचा उल्लेख न करता, आपण त्याला लवकरच

भेटणार आहोत, याचा विचार आम्ही करायचो. त्रासदायक भूतकाळापेक्षा भविष्याबद्दल होणाऱ्या बदलाबद्दल बोलायचो

पण वस्तुस्थिती होतीच की, सकाळी उठताक्षणी डॅशची अनुपस्थिती जाणवतच राहायची. माझ्या अंत:करणातील त्याची त्याच्या जन्मापासून मिळालेली जागा रिकामी झाली होती. त्या उन्हाळ्यात ती जागा अगदी खरवडून साफ केली होती. आता डॅश असता तर कुटुंब कसं दिसलं असतं, याचंच चित्र मी आपली केव्हाही, कुठेही रंगवायचे. माझं कुटुंब संपूर्ण दिसत नव्हतं. पण ते अपुरं, चुकीचंही वाटत नव्हतं. आम्ही सगळे एक घटक होतो. आणि आतापर्यंत डॅश त्या भोवती-भोवती तरंगत असायचा. माझ्या मिठीतलं त्याचं विरघळणं मला भासायचं. त्याच्या मृदू चॉकलेटी डोळ्यांनी बघणं, मला मिटल्या डोळ्यांनी दिसायचं. मऊ हळुवार आवाजातलं 'मॉम, माझं तुझ्यावर प्रेम आहे,' हे म्हणणं कानावर यायचं. पुढे जाणं म्हणजे डॅशला मागे टाकणं नव्हतं, तर कुठल्याही दु:खाशिवाय सकाळी ठणठणीतपणे उठणं होतं.

मी, पीटर आणि डॅश राहत असताना ट्रिंबल रस्त्यावरच्या त्या सुंदर आणि उबदार दिसणाऱ्या घराकडे जाता-येता बघायचे. आता तिथे पीटर आणि डॅश राहत होते. डॅशसारखंच त्या घराकडेही दुर्लक्ष झालं होतं. पुढच्या दाराच्या ढलप्या निघाल्या होत्या. खिडक्यांची तावदानं तडकली होती. त्याला चिकटपट्ट्या लावलेल्या दिसत होत्या. १९९७च्या ख्रिसमसनंतर सहा महिने झाले, तरी पुढच्या अंगणात ख्रिसमसचं झाड अस्ताव्यस्त पसरलेलं होतं. त्या झाडावरच्या झिरमिळ्या, चमकीचे कागद तसेच होते. त्या घरात डॅश त्याच्या बापाबरोबर एकटाच राहत होता. ग्रेग हॉस्पिटलमध्ये रेसिडेंट म्हणून राहत होता. सुझन कधीच निघून गेली होती. डॅश घरात राहायचा नाही, तेव्हा तो रस्त्यावर स्केटबोर्डवर फिरण्यात वेळ घालवायचा. तो त्याच्या मित्रांसोबत, त्यांच्या गरजांकडे दुर्लक्ष करून त्याची गरज, त्याचा बचाव म्हणून फिरायचा. त्याचे जुने मित्र त्याच्यावर अजूनही प्रेम करत होते, त्याला आधार देत होते. त्याचं दु:ख त्यांना समजत होतं, पण त्यावरचा उपाय त्यांना समजत नव्हता.

डॅशच्या एका मित्रानं मला अलीकडेच सांगितलं की, १९९६च्या खटल्यानंतर डॅश कठोर बनला. त्याचं वागणंही कठीण होऊ लागलं. डॅशच्या जुन्या, चांगल्या वळणाच्या मित्रांना तो किती अडचणीत होता, हे ठाऊक होतं. पण त्याचे नवे मित्र तर त्याच्यापेक्षाही अडचणीत होते, ते त्याचा फायदा घेत होते. ते त्याला त्याच्याच घरी बोलावण्याविषयी जोर करत असत. कारण डॅशच्या घरी त्यांच्यावर देखरेख करायला कुणी नव्हतं. ते तिथं दारू पिऊ शकत होते. पीटर घरी असला, तरी तो दारूच्या नशेतच असायचा. आणि ही मुलं त्यांना हवं तसं वागायची. डॅशला आपल्या बापाचं मित्रांबरोबरचं वर्तन पाहून अवघडल्यासारखं व्हायचं, तो तांबडा-

लाल व्हायचा. सहाव्या इयत्तेपासून मुलं हर्टच्या घरी दारू-सिगारेटसाठी आणि भटकण्यासाठी यायची. सातव्या इयत्तेपासून मुलीही येऊ लागल्या. पीटर स्वत:ला 'पाइड पाइपर' म्हणवायचा. मुलं त्याची टर उडवायची, पण पीटरला त्याबद्दल काही वाटायचं नाही. आणि डॅश त्याच्या विरोधात काहीच बोलायचा नाही.

मला कित्येक वर्षं यातलं काहीही माहीत नव्हतं. मला फक्त डॅश जे सांगायचा, तेवढंच माहीत होतं. त्यानं सांगितलं की, त्याचं जेवण तोच तयार करायचा. सँडविच करायचा किंवा बाहेर जाऊन पिझ्झा खायचा. मी त्याला जेदिको टेनिस क्लबचं ज्युनियर सभासदत्व मिळवून दिलं. तिथे निदान तो पौष्टिक जेवेल, जरा विसावा घेईल, असं मला वाटलं. तिथं गेल्यावर त्यानं मला कधी बोलावलं नाही. पण मी भरत असलेल्या बिलामुळे तो तिथे बऱ्याचदा जायचा, हे मला समजलं होतं. खरंतर मलाच त्याला जेवू-खाऊ घालायचं होतं. पण ते शक्य नसल्यानं मी दुसऱ्याकरवी ते करवून घेत होते – क्लब, त्याचे सोबती, त्याच्या मित्रांचे पालक – पीटरनं डॅशला त्याच्या मित्रांकडे नेणं-आणणं कधीच थांबवलं होतं. डॅश त्याचा तोच स्केटबोर्डवरून जायचा किंवा इतर पालकांच्या मदतीवर विसंबून राहायचा. डॅश प्रवाहपतीत झाला होता. अनाथ झाला होता. खटल्याला वर्षं झालं होतं. तो तेरा वर्षांचा झाला होता. मी आपली कोर्टात ठरल्याप्रमाणे, ठरल्या वेळी डॅशला आणण्याची पराकष्ठा करत होते. कधी ती सफल व्हायची, बऱ्याचदा असफल.

एका बुधवारी, दुपारी मी डॅशची वाट पाहत शाळेच्या पायऱ्यांवर थांबले होते. तेव्हा डोना ॲन्ड्र्यूझ या डॅशच्या शिक्षिकेने मला आत बोलावलं. डोना विद्यार्थीप्रिय आणि पालकप्रिय शिक्षिका होती. ती डॅशकडे लक्ष द्यायची. डॅशच्या अडचणी तिच्याच लक्षात आल्या होत्या. खूप वर्षं ती या व्यवसायात होती. अंत:प्रेरणेनंच तिला घरचा पाठिंबा असलेले आणि नसलेले विद्यार्थी कळायचे. डॅश सातव्या इयत्तेत आल्यावर सुरुवातीच्या काळातच तिला कळून चुकलं की, याला घरी तयारी करून देणारं कोणी नाही की, अभ्यासाला मदत करणारं कोणी नाही. जसजसा काळ जाऊ लागला, तसतसा डॅश अभ्यासात मागे पडू लागला. तिनं त्याला मदत देऊ केली. त्याच्यासाठी सकाळच्या वर्गात शिक्षकाची सोय केली. ती सकाळी डॅशला फोन करून तो उठला, निघाला, याची खात्री करून घ्यायची. पण डॅशनं फार थोडा प्रतिसाद दिला. थोड्या वेळाच त्यानं स्वाध्याय पूर्ण करून दिला. केलेल्या कामातही भरपूर आणि भयानक चुका होत्या. त्याला अत्यंत कमी मार्क मिळत असल्याचं प्रगतीपुस्तकावरून स्पष्ट होतं होतं. तो वर्गाच्या खूप मागे होता. शालेय वर्षं संपायला फारच थोडा अवधी होता. डोनाला भय होतं की, कदाचित डॅशला माध्यमिक शाळेत प्रवेश मिळणारही नाही. तो जर भावनिक आणि शैक्षणिक दृष्ट्या

पूर्ण तयारीनिशी त्या मोठ्या शाळेत गेला नाही, तर महिन्याभरातच त्याला त्या शाळेतून काढून टाकलं जाईल. डॅश एक घुमा मुलगा झाला होता; अलिप्त, उडवाउडवीची उत्तरं देणारा, अबोल असा डॅश प्रश्नांची उत्तरं अगदी थोडक्यात, अल्पाक्षरात द्यायचा. तर कधी-कधी वर्गात शांतपणे न बसता इतरांना इतका त्रास द्यायचा की, डोना त्याला वर्गात एका बाजूला बसवायची, कधी त्याला वर्गाबाहेरही काढलं जायचं. डॅशनं डोनाला सांगितलं होतं की, तो रात्री खूप उशीरा झोपावयास जायचा, तरीदेखील त्याला झोप यायची नाही. तो शाळेत काहीतरी पुटपुटत असायचा. अस्पष्ट बोलायचा. शाळेची उपमुख्याध्यापिका कॅरोल अँडीसनला शंका आली की, हा दुपारी जेवणाच्या सुटीत घरी गेल्यावर दारू पित असावा. डोनाच्या मते, डॅश त्याच्या बापाची नक्कल करत असावा. ते तर डॅश नेहमीच करत आला होता.

डोनानं पीटरला आठवड्यातून दोन-तीनदा तरी शाळेत बोलवायला सुरुवात केली. कॅरोलही बोलवायची. पण पीटरवर कशाचाच परिणाम झाला नाही. पीटर भडकून म्हणाला, "रांडेच्यांनो, त्याला त्याचं राहू द्या. तुमच्या आयुष्यात काय एखादं वाईट वर्ष आलं नाही का?" पण डॅशचं एखादं वर्ष वाईट नव्हतं, तर तो आठव्या वर्षी माझ्या कुशीत रडत म्हणाला होता, तसं त्याचं सगळं आयुष्य वाईट होतं. "तुम्ही यात पडू नका. नाहीतर मी त्याचं नाव शाळेतून काढून टाकीन." पीटरनं कॅरोलला सांगितलं.

डोनानं मला पीटरचं हे वक्तव्य सांगितलं, तेव्हा मला धडकीच भरली. बोलल्याप्रमाणे तो वागला, तर डॅशच्या दृष्टीनं ती अत्यंत भयंकर घटना झाली असती. शाळा हे जणू आश्रयस्थान होतं. इथे त्याची काळजी घेणारी माणसं होती. आताशा जरी तो समजण्यास कठीण विद्यार्थी झाला असला, तरी त्याच्या पूर्वपुण्याईनं तो अजूनही शिक्षकांना आवडत होता. त्याच्याकडे नेतृत्व होतं. त्यामुळे त्याला आपण कोणी महत्त्वपूर्ण व्यक्ती आहोत, असं वाटायचं. त्याला चांगले मित्र होते. त्याच्या शिक्षिका, उपमुख्याध्यापिका, प्रिन्सिपल हे सारे त्याला समजून घेण्याचा, त्याला मदत करण्याचा प्रयत्न करत होते. त्यांना डॅशचं चांगलं चाललेलं नव्हतं, याची जाणीव होती. या साऱ्याचं मूळ पीटर होता, असं डोनाचं मत होतं. तिनं इतर पालकांकडून डॅशची कौटुंबिक माहिती मिळवली होती. तिच्या मते, डॅशच त्याच्या बापाचा पालक झाला होता.

हे सगळं सांगून झाल्यावर डोना थांबली. माझ्याकडे रोखून पाहू लागली. डॅश अडचणीत होता, हे मला माहीत होतं. पण वेडी आशा! मला आपलं उगीचच वाटलं की, तिनं म्हणावं – सगळं चांगलं चाललं होतं, डॅश दिवास्वप्न पाहणारा, आनंदी मुलगा होता. मी उगीचच चिंताक्रांत होते. पण त्याऐवजी ती म्हणाली, "आम्हाला वाटतं की, डॅश खिन्न, उदास आहे. पण पॅम, तो कदाचित आत्महत्याही करेल."

डॅश

नवजात डॅशसह पीटर हर्ट आणि मी (ऑगस्ट, १९८४)

'पॉइंट ग्रे'मधील आमच्या घरासमोर – तीन महिन्यांचा डॅश आणि मी

पीटर आणि माझ्या इटलीतील वर्षभराच्या वास्तव्यात फ्लॉरेन्स येथे मी आणि डॅश

डॅश आणि मी झाडावरील घरात.
हे ट्री हाऊस 'बिग डी'ने
डॅशसाठी वेस्ट व्हँकूव्हरमधील
घरामागे बांधले होते.

माझे वडील जेम्स, डेव्हीड रिचर्डसन, मी आणि डॅश. आमच्या लग्न समारंभात आमच्या घराच्या बागेत. यानंतर एका आठवड्याने डेव्हीड आणि माझ्या पहिल्या मुलाचा कोल्वीचा जन्म झाला. (२९ सप्टेंबर, १९९०)

ओंटारिओ येथील लेक ऑफ वूड्समध्ये मासे साफ करताना डॅश आणि बिग डी

लेक ऑफ वूडस्मध्ये डेव्हची आई टॅनिस, डेव्ह आणि डॅश

एका वर्षी नाताळमध्ये आमच्याबरोबर डॅश (१९९५)

क्वेन्टीन, कोल्बी आणि डॅश आमच्या मागच्या बागेतील झाडावर.

दुःखीकष्टी डॅश आणि त्याला मागे ओढणारा निरागस क्वेन्टीन. या वेळी त्याने मला सॉकर मॅच बघायला मनाई केली होती. या फोटोनंतर तो दुसऱ्या मुलाबरोबर घरी गेला.

मावीच्या सफरीमध्ये डॅश, क्वेन्टीन आणि कोल्बी. या वेळी लॉर्डबिंगचा आपल्याला फारसा उपयोग होत नसून ग्लेन एडनच्या देखरेखीची गरज आहे, हे त्याने कबूल केले.

डिसेंबर, १९९९ मधील अखेरच्या नाताळातील फोटो. व्हिसलरयेथील घरात त्या दिवशी डॅश सकाळपासूनच बेचैन, अस्वस्थ होता. न जाणो, डॅश लागलीच त्याच्या व्हँकूव्हरमधल्या घरी जाईल, या भीतीने आम्ही लगेच बर्फावरील घसरगाडीतून फिरायला गेलो. याचा फायदाच झाला. आम्हा फक्त पाचजणांत ख्रिसमस डिनर साजरे झाले.

डॅशच्या मृत्यूनंतर एका आठवड्याने त्याच्या मित्रांनी ग्रॅनव्हिल पुलाजवळ एक ग्रॅफिटी काढून त्याला समयोचित आदरांजली वाहिली.

आपली चीड, राग यावर
मात करण्यासाठी माझी
अर्ध-मॅरेथॉन दौड (मे, २००१)

२००५ मधील उन्हाळ्यात क्वेन्टीन, मी, डेव्ह आणि कोल्बीयेथील
फ्रान्समधील माँजी येथील आमच्या घरी.

डॅशची परिस्थिती इतकी आणीबाणीची होती की, डोना, कॅरोल आणि मरे स्टीफनसनच्या मतांनुसार काही मूलगामी कृतींची गरज होती. मुलांसाठीच्या खास सेवेचा ही त्यांनी विचार केला, पण त्या सेवेच्या फलनिष्पत्तीबद्दल कसलीच खात्री नसल्याने तो एक जुगार ठरला असता. गोष्टी अधिकच कठीण झाल्या असत्या. ते खिन्न, मानसिक समस्या, आत्महत्येची शक्यता, असे शब्दप्रयोग वापरत होते. आणि अधिकाधिक बिकट होत जाणारी परिस्थिती असं बाजूला दूर उभं राहून बघूही शकत नव्हते. डोनाशी झालेल्या संभाषणानंतर एक संघ पुढे आला. कोर्ट! त्या सर्वांनी डॅशचे शिक्षक म्हणून साक्ष देण्याची तयारी दर्शवली. ब्रेनरनं कस्टडीचा मुद्दा कधीही कोर्टासमोर येणार नाही, असं बजावलं असलं तरी; डॅशची शाळेतली ही भयप्रद अधोगती पाहून, ब्रेनरही डॅशला उपकारक काही करतील, याची मला खात्री होती.

जेमीनं पीटरला सुनावणीची नोटीस पाठवली. ती पाठवणं भागच होतं. पण शिक्षक येणार होते, हे मात्र त्याला सांगितलं नाही. तसं झालं असतं, तर पीटरनं स्थगिती हुकूम आणला असता, शालेय व्यवस्थापनाशी बोलणी केली असती, फिर्याद ठोकली असती, पोलीस आणले असते, शिक्षकांना धमकावलं असतं – त्याबाबत तो शाळेत प्रसिद्ध होता – आणि मला तर शिक्षकांना मुळीचच घाबरवायचं नव्हतं. या शिक्षकांमुळे मला एक संधी मिळाली होती. आम्ही पीटर आणि त्याच्या वकिलाची फसवणूक केली होती. पण मी आता बेपर्वा झाले होते. शिक्षकांसोबत मी जेव्हा कोर्टात शिरले, तेव्हा कित्येक दिवसांत प्रथमच माझी मान ताठ होती. खांदे सरळ होते. इतकी वर्षं मी माझे वकील, जज, एल्टरमन यांना पटवून देण्याचा प्रयत्न करत होते; ते सरतेशेवटी माझ्या परिघाबाहेरच्या लोकांनी सांगितलं की, डॅशची उपेक्षा होत होती, त्याच्याकडे दुर्लक्ष होत होतं. आणि असं वातावरण धोकादायक असतं. आता मी किंवा डॅश एकाकी नव्हतो. मला त्याला घरी आणायचं होतं. त्याची स्वतंत्र अशी मानसशास्त्रीय आणि शैक्षणिक चाचणी व्हायला हवी होती. त्याचं समुपदेशन करून त्याला शैक्षणिक मदत द्यायला हवी होती. १९९६च्या खटल्यानुसार मला मिळालेलं संयुक्त पालकत्व कुचकामाचं होतं. कारण काहीही करण्यासाठी मला पीटरच्या परवानगीची गरज होती आणि पीटरनं ती कधीही दिली नसती. मी डॅशच्या मानसिक, शैक्षणिक चाचणीची आणि तात्पुरत्या कस्टडीची (त्या चाचणीच्या निष्कर्षावर कस्टडी अवलंबून होती.) मागणी केली. कस्टडीच्या संपूर्ण बदलाची मी मागणी केली नव्हती. मला फक्त घटना सुरळीत व्हायला हव्या होत्या.

२४ एप्रिल, १९९७ला सुनावणी होणार होती. पीटरला काळवेळ सांगण्यात आली होती. पण तो कोर्टात फिरकलाच नाही. कारण कोणा एकाच्या गैरहजेरीत दोन्ही बाजूंसाठी महत्त्वाच्या असलेल्या मुद्यावर न्यायाधीश सुनावणी करत नाहीत,

हे त्याला माहीत होतं. आम्ही ब्रेनरला या शिक्षकांचं म्हणणं, साक्षीपुरावे ऐकून घेण्याची विनंती केली. कारण त्या सगळ्यांना पुन्हा कोर्टात हजर करणं, हेही कठीण होतं. मुलापेक्षा नियम महत्त्वाचे होते का? ब्रेनरची चलबिचल झाली. त्यानं निःश्वास सोडला. आणि डोना ॲन्ड्र्यूझ पिंजऱ्यात उभी राहिली.

'हाऽ हाऽ हाऽ हाऽऽ' डोनानं मान मागे केली आणि पिंजऱ्यात उभं राहत असं वेड्यासारखी हसली. माणसं काय नेहमी असं करतात? हे सर्वसामान्य वागणं होतं का? साक्षीदाराच्या पिंजऱ्यात उभं राहून डोना जे हसली होती, ते हसणं हा डॅशच्या विलक्षण वागण्यातला एक प्रकार होता. वेळी-अवेळी असं मोठमोठ्यानं हसणं यामुळे डोना काळजीत पडली होती. त्याची विध्वंसक कृती, चुळबुळ, अस्वस्थ हालचाली, तोंडातल्या तोंडात पुटपुटणं, धडपडणं, खुर्चीतून पडणं या साऱ्या गोष्टींची तिला काळजी वाटत होती. डॅश 'तिरपा चालत' असायचा. इतर गोष्टींवर जाऊन धडपडत असायचा. त्याला साध्या प्राथमिक गोष्टी करता येत नाहीत, असं नाटक करत असायचा. डोनाला सरळ उत्तर द्यायचा नाही की, तिच्या डोळ्यांतही बघायचा नाही. तो ध्येयहीन होता. खूप दिवसांपूर्वी आलेल्या शाळेतल्या एका पत्रात त्याची अधोगती लिहीली होती : तो त्याच्या इयत्तेच्या वाचनक्षमतेच्या अडीच वर्षं मागे होता. त्यानं जे गणित पूर्ण केलं, ते शिक्षकांच्या मदतीनं पूर्ण केलं. बारा स्वाध्यायांपैकी चारांत शून्य मार्क होते. दोन केलेच नव्हते. तीन स्वाध्यायांत अत्यंत कमी मार्क होते. भाषा, कला इत्यादीचे स्वाध्याय दिलेच नव्हते. घरचं वाचन पूर्ण नव्हतं. त्यावर सही नव्हती. सामाजिक शास्त्राचे मागच्या आठवड्यांपासून दिलेले स्वाध्याय त्यानं पूर्ण केलेच नव्हते. डोनानं वर्गातील विद्यार्थ्यांना सामाजिक जाणिवेतून त्याला मदत करण्यास सांगितलं. वर्गानं तशी मदतही केली. मुलांनी त्याला कायम प्रोत्साहन दिलं. त्याला "चल, आपण करू या", "सोपं आहे", "तुला जमेल", असं म्हणत कामाला प्रवृत्त केलं. ह्याची मदत होत होती. पण ते पुरेसं नव्हतं.

डोनाला डॅशची काहीच माहिती नव्हती. तिला याचं नवल वाटायचं. "तो कधीही बापाबद्दल, आईबद्दल, घराबद्दल बोलला नाही. मला तो सोडून बाकी इतर सगळ्यांची माहिती होती." ती म्हणाली. तिनं त्याला खोदून-खोदून माहिती विचारायला सुरुवात केली. लगेचच तिला पीटरचा, 'ज्या गोष्टीशी संबंध नाही, अशा विषयात नाक खुपसल्याबद्दल' ताकीद देणारा फोन आला होता. शिवाय तिचा कसलाच सहभाग नसावा, हेही त्यानं स्पष्ट केलं. डोनानं ब्रेनरला सांगितलं की, पालक-शिक्षक संघाच्या रात्रभेटीत तिची आणि माझी भेट झाल्याचं तिनं डॅशला सांगितलं. तिला लागलीच पीटरचा फोन आला – संयुक्त पालकत्वाचा कोर्टाचा हुकूम शाळेच्या फाईलमध्ये होता तरी – "ती तेथे आलीच कशी? का? तिला

कळलं कसं?'' मी शाळेत गेले, म्हणून तो स्तिमित झाला होता; तर डोना माझ्याशी बोलली, म्हणून तिच्यावर खवळला होता.

डोना डॅशमध्ये गुंतली होती. तिनं पीटरला डॅशसंदर्भात पंचवीस ते तीस फोन केले. कामचुकारपणा, न केलेला गृहपाठ, उशीरा येणं, गचाळ काम, गैरहजेरी, गैरवर्तन, एकूणच वागणूक – पीटरनं तिला – तो जे इतरांना सांगायचा तेच – कारण सांगितलं. त्याच्या समस्या ह्या माझ्या चुकीमुळे निर्माण झाल्या होत्या. 'त्याच्या आईनं मला ह्या खटल्यात गोवल्यामुळे' त्याची प्रॅक्टिस ढासळली होती. तो ती प्रॅक्टिस पुन्हा चालू करण्याच्या प्रयत्नात मग्न होता. तो म्हणाला, ''डॅशचं चांगलं चाललंय. आणि त्याला एकटेपणा हवाय.''

''मी त्याला बोलू द्यायचे,'' डोना ब्रेनरला म्हणाली, ''पण शेवटी मी त्याला म्हणायचे की, मला काय सांगायचंय, ते पीटर तुला समजतच नाही. तुला जर असं वाटत असेल की, सगळं चांगलं आहे, तर मला आनंदच आहे. पण मी तुला शाळेत काय होतंय, ते सांगतेय. आणि ते मुळीच चांगलं नाही. डॅशचं काही ठीक नाही.''

उपमुख्याध्यापिका कॅरोल उभी राहिली. डॅशच्या ह्या समस्येत पीटरचा मोठा सहभाग असल्याचं तिनं मान्य केलं. सुनावणीपूर्वी तीन आठवडे आधी कॅरोलनं पीटरला फोन केला होता. त्या दोघींना पीटरशी डॅशच्यासंबंधी बोलायचं होतं. ''मी म्हणाले, 'पीटर, गेल्या आठवड्यात तू भेटीला आला नाहीस. त्या भेटीची वेळ ठरवण्यासाठी मी फोन केलाय.' 'कसली भेट?' त्यानं विचारलं. 'तुला माहिती आहे, आम्हाला डॅशची काळजी वाटते. आपल्याला काय करता येईल, याचा विचार करण्यासाठी आपण भेटणार आहोत.' हे ऐकताच तो शिवीगाळ करू लागला. शिव्या देत म्हणाला, 'रांडेच्यांनो, तुम्ही काय करताय, तुम्हालाच माहीत नाही.' तो नुसता ओरडत होता. मी म्हणाले, 'पीटर मी फोन ठेवतेय. तू का ओरडतोस, ते मला कळत नाही. मी फक्त भेटीची वेळ ठरवण्यासाठी फोन केला आहे.' नंतर तो म्हणाला, 'मला क्षमा करा!' मी म्हणाले, 'मी क्षमा करणार नाही. मला शिव्या देण्याची गरज नव्हती.' त्यानं शिवीगाळ थांबवली, पण ओरडणं चालूच ठेवलं. 'त्या मुलाला आहे तसंच राहू द्या. तुम्हाला मुलांची काहीच माहिती नाही.' मी म्हणाले, 'बुधवारी सकाळी सव्वाआठला मीटिंग आहे. येणार की नाही, एवढंच उत्तर द्या.' तो म्हणाला, 'मी येईन.' त्यानं फोन ठेवला. संपलं. आणि तो काही आला नाही.''

प्रिन्सिपल मरे स्टीफनसननं सांगितलं की, डॅशचं वागणं इतकं बेताल झालं होतं की, त्याला फ्रेंच वर्गातून कायमचं हाकललं गेलं. तो मारामाऱ्या करायचा. पण जेव्हा तो असा आक्रस्ताळा नसायचा, तेव्हा तो भावनिकदृष्ट्या खचलेला वाटायचा. अलीकडे वर्गात तो जमिनीवर एखाद्या प्रेतासारखा पडून राहायचा. त्याचे डोळे नेहमी खाली झुकलेले असायचे. तो गप्प असायचा. आचरण गंभीर असायचं. एक

वर्षापूर्वी तौलनिक दृष्ट्या डॅश तसा आनंदी मुलगा होता. पण आता तो तसा राहिला नाही. आणि त्याच्यात वेगाने होणाऱ्या बदलाची स्टीफनसनला भीती वाटत होती. ''मला वाटतं की, त्याला कुणा व्यावसायिकाच्या मदतीची – कशा स्वरूपाची, ते मला सांगता येणार नाही. कदाचित मानसशास्त्रीय असेल. पण यातून वेगळा विधायक मार्ग दाखवण्यासाठी – त्याला व्यावसायिक मदतीची गरज आहे,'' तो म्हणाला. पीटरला डॅशच्या अवस्थेची पूर्ण कल्पना होती. पण त्याच्याकडून फारसा प्रतिसाद नव्हता. काळजीनं फोन नाहीत. मुलाला मदत नाही. शिक्षकांना भेटणं नाही.

ही पोकळी मी भरू शकेन?

आम्ही ब्रेनरला तातडीनं निकाल देण्याची विनंती केली. डॅशची तात्पुरती कस्टडी मिळण्यासाठी ती उत्तम वेळ होती. तो शाळेबरोबर सनशाइन किनाऱ्यावरील एका बेटावर शिबिराला गेला होता. परतीच्या वेळी मी त्याला सरळ माझ्या घरी घेऊन येऊ शकले असते. त्याच्या बापाच्या घरून आणणं तर शक्यच नव्हतं. पीटरनं त्याला आधी आणलं असतं किंवा डॅशला बॅग भरताना पीटरनं पाहिलं असतं, तर डॅश माझ्याबरोबर येऊच शकला नसता. तो त्याच्या बापाला विरोध करू शकत नव्हता. तरी ब्रेनर का-कू करत होता. जीझस क्राइस्ट! तू काही करशील का? मी विचार करत होते. पीटर येईपर्यंत आणि त्याचा युक्तिवाद ऐकण्यासाठी, त्यानं सुनावणी एक आठवडा पुढे ढकलली.

शिवाय शिक्षकांच्या साक्षीची एक प्रत, पीटरला त्याच्या उत्तराची तयारी करण्यासाठी धाडण्याचा हुकूम दिला. आमच्या केसची सगळी माहिती असूनही ब्रेनरनं असं वागून माझी निराशा करत, मला एक जबर तडाखा दिला. *'तू हे पाठवू नकोस.'* माझ्या मनानं आकांत केला. *'तुला माहीत आहे की, पीटर डॅशला हे सगळं वाचून दाखवतो. डॅशच्या मदतीसाठी, त्याच्या आधारासाठी एक शाळा तर आहे. आणि त्याला जर समजलं की शिक्षक आणि मी एकत्र आलो आहोत, तर शाळेतही तो स्वतःला कोषात मिटवून टाकील.'* जेमीनं युक्तिवाद केला. पण व्हायचं, ते झालंच. *अरे देवा! हे काय केलं आम्ही!* डॅशच्या लक्षात शिक्षकांची काळजी येणार नाही, तर त्यांनी त्याचा विश्वासघात केला, असंच त्याला वाटेल. डोना अँन्ड्र्यूझ हीच त्याला आईइतकी जवळची व्यक्ती वाटत होती. आता तो तिलाही झिडकारेल. ती डॅशमध्ये रस घेत होती. त्यालाही तिच्याबद्दल ओढ होती. कदाचित पुढे-मागे तो तिच्याकडे मनमोकळं बोलला असता, त्यानं मदत मागितली असती. पण ह्या पुराव्यामुळे सगळं उलट-पालटं झालं असतं.

डॅश शिबिराहून येताच त्याला ती कागदपत्रं वाचावयास दिली गेली होती, हे नक्की! कारण त्या दिवसापासून तो डोनाचा तिरस्कार करू लागला. त्याच्या

मित्रांच्या सांगण्यावरून त्यानं तिला त्या साक्षीबद्दल कधीही क्षमा केली नाही. त्याच्या आईसारखीच तीदेखील विश्वासघातकी होती. आणि यामुळे डॅशमधल्या चांगुलपणावर अधिक विपरीत परिणाम झाला.

निराश मनानं मी आणि जेमी पुढच्या आठवड्यात कोर्टात हजर झालो. तिथं केन वेस्टलेक या पीटरच्या एका ज्येष्ठ फौजदारी वकील मित्राला पाहून जास्त निराश झालो. शिक्षकांनी साक्ष देण्यापूर्वी, पाच वर्षं आधी केन वेस्टलेकनं प्रतिज्ञापत्रात लिहून दिलं होतं. 'पीटर डॅशला सुखी ठेवतो... तो डॅशचा आदर्श आहे, हिरो आहे. पीटर हाच मी पाहिलेल्यांत एक उत्तम पालक आहे.' या साक्षीपूर्वी सहा महिने आधी झालेल्या कस्टडीच्या दुसऱ्या खटल्यानंतर, कोर्टात तो हलकेच आला. चश्मा सारखा करत त्यानं जाहीर केलं की, बारा वर्षांच्या डॅशचा आता तो वकील होता.

मी पुन्हा कोर्टात गेल्यामुळे पीटर भडकलाच होता. त्यानं जाहीर केलं, "एकदम येऊन, मिसेस रिचर्डसननी शिक्षकांची मर्जी संपादन केली. हे असं पूर्वीही झालंय. आणि त्यामुळे डॅश शाळेत अस्वस्थ होतो. डॅश मला म्हणाला, डॅड, ती पुरावे गोळा करतेय."

"ब्रेनर, यावर विश्वास ठेवू नकोस. मान्य आहे की, डॅशच्या घरच्या अभ्यासाकडे लक्ष दिलं पाहिजे. पण तसा तो आनंदी मुलगा आहे हे, सिद्ध करू का?" पीटरनं विचारलं. ब्रेनरनं सांगितलं की, शिक्षकांचे पुरावे अतिशय वाईट होते. त्यावर पीटरनं जुनंच पालुपद सुरू केलं की, त्याच्याइतकं डॅशला कोणीच ओळखत नव्हतं. "इथं रंगवलेलं चित्र चुकीचं आहे." त्याचं हे गडबडगुंड्याचं वागणं पाहून माझ्या अंगावर काटाच आला. "ते डॅशला जराही ओळखत नाहीत." पीटर म्हणाला.

डॅशची मानसशास्त्रीय शैक्षणिक चाचणी व्हावी, ह्या माझ्या विनंतीला धुडकावत पीटर म्हणाला, "न्यायाधीश महाराज, मी खात्रीनं सांगतो की, डॅश या पुढे कुठल्याही मानसिक तपासणीसाठी जाणार नाही." त्याच्या शब्दानं आमच्या पायाखालची जमीनच सरकली. डॅश आता तेरा वर्षांचा होता. त्याच्यावर जबरदस्ती करता येणार नव्हती. ब्रेनर खुर्चीतच चुळबुळला. *"मग त्याला तिथनं हलवा."* मी विनवलं. तोच युक्तिवाद जेमीनंही केला. *'त्याला हलवा. मी त्याच्याबरोबर काम करीन, तपासणी नंतर करू, त्याला आधी बरं करण्यासाठी उपचार तर सुरू करू दे. त्याला एका निकोप, निरोगी कुटुंबात राहू दे. निरपेक्ष प्रेमाचा अनुभव मिळू दे. ही संधी हिरावून घेऊ नका. नंतर खूप उशीर झाला असेल. मला कस्टडी द्या. माझ्या कुटुंबानं ह्या आजारी मुलाला बरं करण्याची जबाबदारी घेतली आहे. मी कुणाही तज्ज्ञाची, समुपदेशकाची, शिक्षकाची मदत मोलानं घेईन; त्याला कुठेही घेऊन जाईन. त्याला असं तिळातिळानं झिजताना पाहण्याची वेळ माझ्यावर आणू नका.'*

पण पीटरला त्याचा जज माहीत होता. ती व्यवस्था माहिती होती. त्यानं

हुकमाचं पान काढलं. "तुम्ही जर त्याला हलवलंत, तर तो पळून जाईल." *नाही. तो पळणार नाही. त्याच्यावर विश्वास ठेवू नका.* मी इच्छा केली. पण करार झाला होता. ब्रेनर आणखी हुकूम काढणार नव्हता. तो म्हणाला की, खटल्यात निदर्शनास आलेल्या गोष्टींच्या विरोधात तो जाणार नव्हता. डॅश त्याच्या बापाकडे सुखात होता आणि त्याला तिथंच राहायचं होतं. आणखी काही ठरण्यापूर्वी तो व्यक्तिश: डॅशशी बोलणार होता. परमेश्वरा! मी माझं मस्तक हातात धरलं. हा वर्गात जमिनीवर प्रेतासारखा पडून राहणारा मुलगा आता आणखी काय-काय सोसेल? जेमी सद्‌गृहस्थ होता; पण तरीदेखील त्याच्या चेहऱ्यावर तुच्छता, तिरस्कार प्रकटला. आणि नंतर अबोल, पराभूत खिन्नपणा. *त्या शिक्षकांनी 'आत्महत्येची शक्यता' असं सांगूनदेखील हे असं होऊच कसं शकलं!*

इतकी वर्षं ताण सोसल्यानंतर, त्या वेळी मात्र मला किंचाळावंसं वाटलं होतं. मला वेड लागावं आणि माझा सगळा संताप, चीड, अविश्वास ओरडून-ओरडून प्रकट करावा; असंही वाटत होतं. ह्या भिंतीवर मी डोकं आपटलं, पण कुठेही जाता आलं नव्हतं. डझनभर जजकडे गेले होते. सगळ्या शक्यता त्यांच्यासमोर मांडल्या होत्या. पण त्यांनी काहीही केलं नाही. दुर्लक्ष मात्र केलं. मला माझ्या भावनांना मोकळीक द्यायची होती, त्यांचा निचरा व्हावा असं वाटत होतं. आणि त्यातून त्यांना दाखवून द्यायचं होतं की; तुमच्या अर्धवट, लंगड्या व्यवस्थेनं माझ्या मुलासाठी मी जो लढा दिला त्या व्यवस्थेनं मला वेडपट बनवलंय. मी इथे कोर्टात होते. प्रत्यक्षात मला माझ्या घरात असायला हवं होतं. माझा दुर्लक्षलेला नवरा, माझी मुलं त्यांच्याबरोबर असायला हवं होतं. पण त्याऐवजी मी इथे ह्या भिंतीवर डोकं आपटत बसले होते. *त्या मुलाच्या मदतीसाठी तुम्ही काही करावं, यासाठी तुम्हाला किती वेळा संधी द्यायची?* मला ओरडावंसं वाटलं. केवळ माझ्याच हातून डॅश निसटत नव्हता. पीटरच्या हातातही तो नव्हता. पण मी पाहिलं, पीटर मोठ्या डौलात उभा होता. ब्रेनर कुजबुजत होता. जेमी धडपडत होता. मी गप्प राहिले. निराशेनं माझा चेहरा तांबडा-लाल झाला होता. माझ्या हाताचे तळवे नखं रुतल्यामुळे लाल झाले होते. खुर्चीत चोळामोळा झाल्यासारखी मी बसून राहिले. कोंडलेल्या रागामुळे मी सुन्न झाले होते.

जेमी उभा राहिला. आम्ही याची तयारी करूनच गेलो होतो. एवढं होऊनही हानी पोहोचलेला डॅश, पीटरचं नाकारणं, शिक्षकांची काळजी जजला दिसत नसेल, तर त्या जजपासून दूर गेलेलंच बरं! मी माझ्या मुलापासून दूर जाणार नव्हते आणि या मोठ्या माणसांकरवी त्याला पराभूतही होऊ देणार नव्हते.

"मी माझा अर्ज रद्द करू इच्छितो." जेमीनं आशा बाळगत ठाम आवाजात सांगितलं.

केन वेस्टलेक आणि पीटर स्वत:वर खूश होत स्मित करत होते. मी जेमीशी बोलण्यात गुंतले होते. आम्ही वर्षांपूर्वीच्या १९९६च्या कस्टडी खटल्यासंबंधाने अपील करणार होतो. तसा आम्हाला उशीरच झाला होता. पण आम्ही घायकुतीला आलो होतो. एक मुलाच्या आयुष्याचा प्रश्न होता. या सुनावणीमुळे मला इतका ताण आला की, अपील करण्यासाठी जेमी एकटाच गेला.

जेमी तेव्हा एकटाच होता आणि अपिलावर पुनर्विचार करणाऱ्या जजनं ती केस फेकून दिली, तेव्हाही मी एकटीच होते.

न्यायाचं हित किंवा डॅश या कोणालाही त्या अपिलाचा उपयोग झाला नसता, असं आयन डोनाल्ड हा जज म्हणाला. ''पुलाखालून पुष्कळ पाणी वाहिलं आहे.'' या छोट्या सुनावणीनं कमरेत लाथ बसल्यासारखं झालं. डोनाल्डच्या पुढ्यात शिक्षकांच्या साक्षी होत्या. तरी तो जेमीला म्हणाला, ''परिस्थितीत काही नाट्यपूर्ण बदल झाले, तर मी नव्या खटल्यासाठी अर्ज करू शकेन.'' डॅश हा मनोभंग झालेला, निद्रानाश जडलेला मुलगा होता. तो आईला फारसा भेटायचा नाही, त्याचा दारुड्या बाप त्याच्याकडे लक्ष द्यायचा नाही. तो प्राथमिक शाळेत नापास होणारा, कदाचित अमली द्रव्याची शिकार झालेला, आत्महत्येचे विचार मनात आणणारा मुलगा होता. याहून अधिक कोणत्या नाट्यमय परिस्थितीची डोनाल्ड अपेक्षा करत होता? जज आपला झगा फलकारत निघून गेला आणि मोडून पडलेला जेमी उभा राहिला.

जूनमध्ये डॅशची सातवी इयत्ता संपत आली. तोपर्यंत त्याला सांभाळताना त्याच्या शिक्षकांच्या नाकी नऊ आले. कॅरोल ॲडीसन, पीटर, केन वेस्टलेक आणि मी अशा आमच्या मिटिंगमध्ये सहभागी होण्यास ब्रेनरला मी जेमीकरवी सांगितलं. या मध्यस्थीच्या मीटिंगमधून काही सकारात्मक मुद्दे मिळतील, अशी मी आशा करत होतो. ती आशा आम्ही एकत्र बसताक्षणीच नाहीशी झाली. पीटर आणि केन कोर्टात असायचे तसेच आक्रमक, बढाईखोर होते. सगळ्यांच्या वाटचं तेच बोलत होते. ब्रेनर सूट घालून आपल्या बुटांकडे बघत होता. त्याचा झगा, खुर्ची, हातोडा हा इतमाम नसल्याने तो अस्वस्थ वाटत होता. डॅशचा ताजा, भयंकर अहवाल त्याच्याकडे सुपूर्त केला, तेव्हा तो फक्त एवढंच म्हणाला की, त्याचा अभ्यास काळजी करण्याजोगा आहे खरा. आणि पीटरनं डॅशच्या शालेय अभ्यासाकडे लक्ष द्यावं. कॅरोलनं सांगितलं की, डॅशला आता आवर घालता येत नव्हता. तो वर्गात कधी नसायचा. त्याच्या झपाट्यानं होणाऱ्या अधोगतीमुळे डोनावर इतका ताण आला की, ती त्याला हाताळू शकत नव्हती. तो डॅशच्या प्राथमिक शाळेतला शेवटचा महिना होता. आणि तरीही तो जवळजवळ रोजच प्रिन्सिपलच्या ऑफिसबाहेरच्या छोट्या बाकावर बसलेला दिसायचा. त्या दोघा वकिलांनी त्याबद्दल हेटाळणी व्यक्त

केली. पण अचानक केन वेस्टलेक माझ्या आणि डॅशच्या भेटी घडवण्यासाठी तयार झाला. ब्रेनरनं सुटकेचा निःश्वास टाकला. *तुम्ही जॅक दी रीपर का गाठत नाही.* पण त्या घडीला मला काहीतरी विधायक घडवून आणायचं होतं. मी राग गिळला. गोड हसले. कॅलेंडर काढलं. आणि गेल्या चार महिन्यांपासून न भेटलेल्या माझ्या मुलाशी भेटण्याबद्दल चर्चा करू लागले.

ती भेट माझ्या घराजवळच्या बागेत केन वेस्टलेकच्या देखरेखीखाली झाली. केन त्याला बागेत घेऊन आला आणि तिथेच बसला. त्यानं डॅशला अजिबात एकटं सोडलं नाही. त्याच्या खांद्याला खांदा लावून केन तिथंच बसला. आम्हा तिघांचं अवघडलेलं संभाषण सुरू झालं. तशीच अवघडलेली शांतताही पसरली. आम्हा दोघांत एक खोलवर पाचर बसल्यासारखं वाटलं. केनचा डॅशवर खूपच पगडा असल्याचं जाणवलं. डॅश मरगळलेला, दुःखी, विस्कटलेला आणि कठोर वाटला. केन डॅशभोवती घिरट्या घालत होता. म्हणाला, ‘‘डॅश, सांग तिला की, ती कोर्टात जाते, तेव्हा तुला कसं वाटतं. सांग तिला, ती तुझ्या डॅडबद्दल वाईट-साईट बोलते, तेव्हा तुला कसं वाटतं.’’ डॅश फक्त त्याचीच री ओढत राहिला. आम्हा दोघांना जोडण्यासाठी होणारा हा त्रास पाहून माझं मन विदीर्ण झालं. मी त्यांच्याशी बोललं पाहिजे, हे लक्षात येऊन, केनच्या बोलण्याच्या अनुषंगाने मी म्हणाले, ‘‘कोर्टाची प्रक्रिया तुला भयानक वाटली असेल, याची मला कल्पना आहे. मलाही त्रासच झाला. पण मी कोर्टात गेले, ते माझं तुझ्यावर प्रेम आहे म्हणून. तुला आयुष्यात आई हवी आहे. आणि तो तुझा हक्क आहे, याची मला मनोमन जाणीव आहे.’’ डॅशनं मला कसलाच प्रतिसाद दिला नाही, मला त्याचा हात धरण्याचा धीर झाला नाही. तो जर मागे हटला, तर काय होईल, याचं मला भय वाटलं. मी हळुवारपणे, खालच्या आवाजात बोलत राहिले. मला त्याच्या अभ्यासाची काळजी वाटत होती, त्याच वेळी तो असा दुःखी असल्यामुळे वाईट वाटत होतं, हे सांगितलं. तो म्हणाला, ‘‘तू माझ्या डॅडबद्दल वाईट-साईट बोलतेस, त्याला दारुडा म्हणतेस.’’ पण त्याच्या त्या बोलण्यात काही दम नव्हता.

‘‘नाही राजा, तसं नाही. मी डॅडबद्दल वाईट बोलले नाही आणि मला वाटतं, तुला हे ठाऊक आहे. मला तुझ्या भल्याचीच चिंता वाटते. मी तुझ्याकडे लक्ष देत राहीन. प्रेम करत राहीन. तू माझा मुलगा आहेस!’’

डॅशनं श्वास घेतला. पण डोळ्याला डोळा भिडवला नाही. ‘‘मी या उन्हाळ्यात तुझ्याकडे येणार नाही.’’

नाही! आणखी एक उन्हाळा दवडायचा नाही. मी विचार केला. तो माझ्या हातून निसटत होता. मी उठले. ‘‘माझ्याबरोबर येतोस?’’ त्यानं केनला परवानगी

विचारण्याची वाट न पाहता मी त्याचा हात धरला आणि चालू लागले. क्षणभर तो एक मृदू, लहान, नमतं घेणारा झाला. माझ्या बरोबर हळूहळू चालत आला. आम्ही एका मेपल झाडाखाली थांबलो. एका धाग्यानं बांधले गेलेलो. आम्ही दोघं एका पाशवी बळाची शिकार झालो होतो. पीटरचं यश निर्णायक ठरलं होतं. डॅश बोलू शकला नाही. तो आजारी, घाबरलेला, थकलेला दिसत होता. त्याला प्रचंड शिणवटा आल्यासारखा वाटत होता. त्या झाडाखाली सूर्याचे कवडसे अंगावर पडत असता, मी त्याचा दुसरा हात हातात घेतला. डॅश त्याच्या फाटक्या बुटांकडेच पाहत होता.

"डॅश," मी कुजबुजले. "तपकिरी डोळे... तपकिरी डोळ्यांशी." त्याच्या चेहऱ्यावरचा ताठरपणा मवाळला. अगदी सावकाश त्यानं माझ्याकडे पाहिलं. गेल्या कित्येक महिन्यांनंतर पहिल्यांदा त्यानं माझ्या डोळ्यांशी डोळे भिडवले होते. त्या क्षणी, त्या क्रूर, अपमानास्पद परिस्थितीतही, आमच्यात तयार झालेल्या त्या चंदेरी बंधानं, मला कोर्टात मिळाली असती, त्यापेक्षा जास्त उमेद मिळाली.

डॅश लॉर्ड बिंग सेकंडरी शाळेत जाणार होता. मला ठाऊक होतं की, मी शाळेला पूर्वकल्पना दिली नाही; तर डॅशकडे एक दुर्लक्षिलेला, गुंतागुंत असलेला मुलगा म्हणून पाहिलं गेलं असतं. आणि त्याची हेळसांड झाली असती. मला त्यांनी समजूतदारपणे डॅशची काळजी घ्यावी, त्याचं लालनपालन करावं, असं वाटत होतं. ही माझी गरज होती. डॅशची शाळा सुरू होण्याआधी महिनाभर आधी मी शाळेत गेले. तिथला शालेय समुपदेशक बॉब लेवीस (नंतरचा उपमुख्याध्यापक आणि डॅशचा नवा शिक्षक.) याला भेटले. ही शाळादेखील डॅशच्या क्विन मेरी शाळेप्रमाणे आश्रयस्थान हवी, अशी माझी इच्छा बोलून दाखवली. "डॅशचं बालपण खूप खडतर होतं," मी सांगितलं. "आणि त्यामुळे तो कदाचित आक्रमक, अहंकारी, दुःखी वाटेल. त्यामागे कारणं आहेत आणि ती खूप खोल रुतलेली आहेत." मला बॉबला पूर्वकल्पना द्यायची होती, म्हणजे तो समंजसपणे पाहू शकला असता. त्याची शैक्षणिक अधोगती, मन एकाग्र करण्याची अक्षमता, काम करण्याच्या चुकीच्या सवयी, शैक्षणिक चुकीची कार्यक्षमता या साऱ्या गोष्टी शैक्षणिक नसून; त्यांचा संबंध त्याला बसलेल्या मानसिक धक्क्याशी होता. मी बॉबला पीएएसचा खुलासा केला. आणि पढवलेलं मूल कसं असतं, ह्याचं विवरण केलं. डॅशच्या आत्यंतिक निष्ठेमुळे होणारे त्याचे वर्तन-विचार; त्याच्या आईपासून त्याला असं अमानुषपणे तोडण्यात आल्यानं त्याच्या मनावर झालेले परिणाम आणि त्याच्या घरची स्थिती या साऱ्याची बॉबला कल्पना दिली. आता डॅश आणि त्याचा बाप दोघं वेगवेगळ्या जगात राहणार होती. वेस्ट फिफ्थ रस्त्यावरचं जगणं भयाण होतं, तर

वेस्ट टेन्थ ही नवी जागा होती. डॅश स्वत:ला पाहू शकणार होता, बापापासून पूर्ण अलग राहणार होता. मी बॉबला पीटरच्या दारूच्या व्यसनाबद्दल – त्या काळात ते दारू पिणं जरा कमी झालं होतं – सांगितलं. डॅशचा विनोदी स्वभाव, कुतूहल, औत्सुक्य, हुशारी सोबत्यांतील लोकप्रियता या गुणांबद्दलही बोलले.

"आपण दिसायला चांगले नाही, असं त्याला वाटतं. पण खरं तर तो दिसायला चांगला आहे. त्याला प्राणी, बागा, शांत जागा खूप आवडतात. स्केटिंग हा तर त्याचा जीव की प्राण. व्यावसायिक स्केटबोर्डर होण्याचं त्याचं स्वप्न आहे. आणि या बाबतीत मी त्याला कायम प्रोत्साहन देत आलेय. मला वाटतं की, त्याला कसली महत्त्वाकांक्षा असली की, ती तो पूर्ण करतोच. त्याच्या कसल्याही गरजा मी पूर्ण करीन. पण त्यानं फार सोसलंय. त्याला प्राथमिक शिक्षणाची गरज आहे." मी क्षणभर थांबले. "हे बघ, डॅशनं माध्यमिक शिक्षण पूर्ण केलंच पाहिजे. मला भीती वाटते; की त्याची काळजी घेणारं, त्याला आधार देणारं, मार्गदर्शन करणारं कोणी नसेल; तर हा मुलगा वाया जाईल. त्याचा शेवट रस्त्यात होईल. तो प्रचंड रागावलेला आहे. ते एक विषच आहे. त्यामुळे तो काय करेल, याचीच काळजी मला वाटते. त्याच्या बापाला काही फरक पडणार नाही. पण इथे शाळेत त्याच्याभोवती त्याची काळजी घेणारी, मार्गदर्शन करणारी, समाधान देणारी माणसं असतील." मी त्याला क्विन मेरी शाळेतल्या डोना अ‍ॅन्ड्र्युझ आणि मरे स्टीफनसन यांचं डॅशबद्दलचं मत, डॅशचा मनोभंग आणि आत्महत्येच्या विचाराबद्दल त्या दोघांचे विचार सांगितले.

"असं वाटतंय की, त्यानं इथं यायला नको," बॉब म्हणाला.

"मला माहीत आहे. पण तो इथं आला आहे." मी उत्तरले. क्विनमेरी शाळेतील शिक्षकांच्या मते, डॅशनं शाळेव्यतिरिक्त असलेल्या 'ब्रिज प्रोग्राम'ला जायला हवं होतं. "तिथे एकास एक हे प्रमाण असलेले छोटे-छोटे गट असतात. त्या कार्यक्रमाचा उपयोग डॅशच्या शैक्षणिक कौशल्य सुधारणेसाठी झाला असता. त्यामुळे त्याची माध्यमिक शाळेबद्दलची तयारी झाली असती. पीटरनं कायदेशीरपत्रावर सही करायला नकार दिला होता. डॅशला मोठ्या शाळेची भीती वाटते. त्यामुळे मी जरा चिंतेत आहे. तू जर इथे माझे कान-डोळे झालास ना, तर मला ते फार आवडेल. डॅश माझ्याकडे येणार नाही. पण कोणाशी तरी बोलावं, ही त्याची गरज आहे. आणि कोणीतरी त्याच्याकडे काळजी काट्यानं बघावं, माझ्याशी संपर्क साधून असावं, ही माझी गरज आहे."

शाळा सुरू झाली. बॉबच्या लक्षात आलं की, डॅश जोवर बरा होत नाही, तोपर्यंत डॅशचं औपचारिक शिक्षण हे दुय्यम पातळीवरच राहणार. डॅश खूप चमकणार नव्हताच, पण निदान त्याची गाडी तरी रुळावर राहिली असती. काही

काळानंतर डॅशच्या शैक्षणिक प्रगतीविषयी बोलण्यासाठी बॉबनं पीटरला बोलावलं. बॉब आणि इतर शिक्षकांच्या साहाय्याने, शैक्षणिक प्रगतीविषयी चर्चा केली. जर ती मिटिंग डॅशच्या भावनिक आरोग्याविषयी असती, तर पीटर उठून गेला असता किंवा त्यानं मला दोष दिला असता. डॅशचा बचाव केला असता आणि बॉबचं म्हणणं ऐकून घेतलं नसतं. महत्त्वाचं होतं, ते पीटरचं बॉबबरोबर बोलणं. त्यामुळे त्या सहजपणे चालणाऱ्या डॅशचे मार्क, शाळेतले वर्तन इत्यादी. या गप्पांतून बॉबनं पीटरचा विश्वास संपादणं गरजेचं होतं. डॅशची शाळा चालू राहावी, त्याची आत्मनिर्भरता वाढावी, हे ध्येय साधण्यासाठी पीटर हा साधनभूत होता. बॉब वारंवार डॅशची विचारपूस करत होता, त्याच्या शैक्षणिक प्रगतीकडे लक्ष देत होता, त्याच्या शिक्षकांशी बोलत होता, त्याच्याबरोबर खूप वेळ घालवत होता. शिक्षकांना डॅशच्या घरगुती वातावरणाची, ते वातावरण त्याला अभ्यासासाठी अनुकूल नाही, ही कल्पना आली होती. त्यामुळे काही जण त्याला कमी अभ्यास द्यायचे, काही गृहपाठ शाळेतच करून घ्यायचे. तो फ्रेंच विषयाच्या कौशल्य केंद्रात जाऊ लागला. त्या देखरेखीखालच्या अभ्यासाचा त्याला उपयोग झाला. या साऱ्यांच्या मदतीमुळे डॅशनं पहिल्या सत्रात खूपच चांगलं काम केलं. पण पुढच्या सत्रात परत तेच. तो चुका करू लागला. वर्गसोबत्यांच्या मानाने अभ्यासात मागे पडू लागला. निरुत्साही होऊ लागला. वर्गातील मुलांना बहकावू लागला. त्यामुळे तो विद्यार्थीप्रिय झाला, तरी शिक्षकांना ते आवडायचं नाही. सारे शिक्षक संयमी होते. ज्याला तिथं राहायचं नव्हतं, अशा मुलाचं वागणं सहन करत होते.

डॅश सतत कशा ना कशावर चिडलेला असायचा. मुलांना त्याची दया येऊ लागली. काहींच्या मते, तो एक पराभूत होता. सगळ्यांना त्याचं घर हे रात्रंदिवस मजा करण्यासाठी, वेळ घालवण्यासाठी उघडं असायचं, हेही मुलांना ठाऊक होतं. तो शाळेत उशीरा येऊ लागला. गैरहजर राहू लागला. त्याचे शिक्षक, उपमुख्याध्यापक, टेरी आणि बॉब त्याच्या भांडखोर वृत्तीला आळा घालू पाहत होते. जो त्याच्याशी सन्मानाने वागायचा नाही किंवा त्याच्या बापाचा अनादर करायचा; अशांशी तो अरेरावीने वागायचा, मोठ्यांशीसुद्धा तुच्छतेनं बोलायचा. चांगल्या मार्गदर्शनाअभावी डॅशला मोठ्या माणसांशी कसं वागावं, याची जाण नव्हती.

ख्रिसमसनंतर बॉबनं मला सांगितलं की, डॅशचं एकूण वागणं कृत्रिम होतं. डॅश त्याचा त्रास लपवत होता. हा एक मुखवटा होता. त्यामागे खूप दु:ख, वेदना दडवल्या होत्या, त्याला नीट झोप येत नव्हती. त्याची अवस्थाही नीट नव्हती. काहींच्या मते डॅश अमली पदार्थ घेत असावा, पण माझ्या मते तो थकवा होता. डॅशचा निद्रानाश हे त्याच्या अशांत मानसिक स्थितीचं द्योतक असेल, हे माझं म्हणणं बॉबला पटलं. या साडेतेरा वर्षांच्या मुलाला डोक्यात इतके वेगवेगळे

आवाज असतील की, त्यामुळे त्याला झोपच येत नसेल किंवा कसलेच आवाज नसतील. त्याच्या भावशून्य चेहऱ्याप्रमाणेच त्याचा मेंदूही मृतप्राय गप्पगार झाला असावा.

बॉब क्षणभर शांत बसला. माझ्याकडे गंभीरपणे पाहत म्हणाला, ''पॅम, डॅश एका धाग्यावर लोंबकळतोय, त्याची गणना कोठल्या आकडेवारीत होऊ नये, हीच माझी इच्छा आहे.''

मी गारठले, ''*मला माहीत असलेल्या गोष्टी मला सांगू नकोस.*''

मे महिन्यात बॉबने नेहमीप्रमाणे समस्याग्रस्त मुलांवर, त्यांना कशी मदत करता येईल, यावर ऊहापोह केला. त्यांनी डॅशबद्दलही चर्चा केली. शाळेत होत असेलेले सगळे प्रयत्न डॅशचं आताचं किंवा नजिकच्या भविष्यातलं सर्व विषयांतलं अपयश रोखण्यात कमी पडले, असं त्यांचं मत झालं. बॉब पीटरला फोनवर फोन करत होता, पण पीटर त्याला भेटतच नव्हता. मला माझ्या खासगी आयुष्याकडे पाहायला हवं, असं तो म्हणाला. बॉब मला म्हणाला की, पीटरला डॅशबद्दल काळजी असेल, प्रेम असेल; पण पीटरचं प्रेम अनैसर्गिक, विकृत होतं. डॅशच्या बाबतीत काय होत होतं, हे तो समजूच शकत नव्हता. पीटर हा डॅशचा आदर्श होता आणि त्यानं डॅशला स्वतःप्रमाणेच दुःखाला सामोरं जायला शिकवलं, दुःख नाकारून आणि आक्रमक होऊन. आणि या साऱ्यात मी कुठेच नव्हते. सप्टेंबर, १९९६पासून १९९८च्या मध्यापर्यंत – डॅशच्या माध्यमिक शाळेच्या पहिल्या वर्षांच्या अखेरीपर्यंत – मी डॅशला मोजून सहा-सात वेळा भेटले होते. आणि तेही अगदी थोडा वेळ, म्हणजे नसल्यातच जमा. गोल्फसाठी एका सकाळी, काही महिन्यांनंतर खरेदीसाठी, वासंतिक सुटीत व्हिसलर येथे स्कीईंगसाठी, बागेत एखादा तास. बस्स!

जूनमध्ये बॉबनं ठरवलं की, डॅशची केस आता अधिक वरिष्ठ पातळीवर न्यायची. व्हँकूव्हर स्कूल बोर्डाच्या वतीनं आणि सौजन्यानं समस्याग्रस्त मुलांना मदत करण्यासाठी एक 'जेरिको एरिया सेंट्रल स्क्रिनिंग कमिटी' या नावाचा कार्यक्रम राबवला जायचा. त्या वेळी त्या मीटिंगमध्ये फक्त डॅश हाच एकमेव चर्चेचा विषय होता. मीही तिथे गेले मंडळातल्या लोकांना डॅशची पूर्वपीठिका सांगितली. डॅश घरी राहिला, तरी ते खूप काही करू शकतील, ह्याची मला कल्पना होती. पण ही मध्यस्थी – अधूनमधून टप्प्या-टप्प्याने केली जाणारी देखरेखही त्याला उपयुक्त ठरली असती. माझी इच्छा हे असं व्हावं, ही होती.

मंडळानं निर्णय घेतला की, डॅशनं लागलीच 'लॉर्ड बिंग्ज अर्जंट इंटरव्हेन्शन प्रोग्राम' या ठिकाणी जाण्यास सुरुवात करावी. तिथे त्याला थोड्या वेळात अधिक मदत मिळू शकली असती. डॅशला शाळेत एकास एक असा शिक्षक देऊ केला. सामाजिक कार्यकता – शालेय मानसोपचार तज्ज्ञ यांचीही सोय केली. बॉब लेवीस

बरोबर अधिक गुणात्मक वेळ देऊ केला. त्याला आधार देण्यासाठी, मदत करण्यासाठी अशी सारी व्यवस्था करण्याचं ठरलं. मी संयुक्त पालक होते. पीटरच्या परवानगीची गरज होतीच. म्हणून त्या केसच्या व्यवस्थापकानं पीटरला बोलावलं. पीटर आलाच नाही. त्याचा डॅशला आधार मिळावा म्हणून तरी पीटरनं यावं, अशी तिनं विनंती केली. माझा संताप-संताप झाला. डॅशला शाळेत राहण्यासाठी उपकारक अशा मध्यस्थीच्या अधिकारपत्रावर सही करायला त्याला सवड नव्हती. पण त्याला कोर्टातल्या सुनावणीसाठी महिनोन्महिने वेळ होता. शाळेच्या प्रिन्सिपलला, स्कूल बोर्डाला फोन करू शकत होता. सोळा पानी ॲफिडेव्हिट लिहून मला डॅशच्या प्राथमिक शाळेपासून इतकी वर्षं दूर ठेवू शकत होता.

साधारणपणे या मध्यस्थीच्या मीटिंगपूर्वी सोळा महिने आधी मी एक प्रक्रिया सुरू केली होती. त्यातून निघालेल्या काही निष्कर्षांचा मी आता वापर करायचं ठरवलं. १९९७च्या एप्रिलमध्ये क्विनमेरी शाळेतल्या शिक्षकांनी मला त्यांची काळजी बोलून दाखवली होती. त्याच सुमारास मी माझ्या केसमधल्या एल्टरमनच्या वर्तनाची तक्रार बी.सी. कॉलेज ऑफ सायकॉलॉजिस्टकडे करण्याचं ठरवलं होतं. पीटरमुळे आम्ही सगळे या पीएएसच्या सावटात वावरत होतो. डॉ. एल्टरमन पीटर आपल्या मुलाच्या करत असलेला बालशोषणाला आळा घालू शकला नव्हता. डॉ. एल्टरमन त्यानंच पीटरला एकल कस्टडी देण्याची शिफारस केली होती. त्यामुळे अनायासे माझ्या आणि डॅशच्या मधल्या दुराव्याला खतपाणी घालणारं वातावरण निर्माण झालं होतं. तर मुद्दलात पाच वर्षांच्या मुलाच्या बाबतीत एकल कस्टडी का दिली गेली, या गोष्टीचं आता एवढ्या वर्षांनंतर बॉब आर्मस्ट्रान्गच्या चिडीत, रागात पर्यवसान झालं होतं. कारण हा नियम जेव्हा दुसरा पालक अत्यंत अक्षम असेल, असमर्थ असेल; तेव्हाच अंगिकारला जातो. पहिल्यापासूनच एल्टरमनच्या मते मी चांगली पालक होते. एवढ्या डझनावारी जजसमोर आम्ही गेलो, त्या प्रत्येकानं मी चांगली पालक असल्याचा निर्वाळा दिला होता. डॉ. गुडवेलनं, एल्टरमननं डॅशच्या केससंबंधित अहवाल दिला, त्याबद्दल लिहीलं; "ही व्यावसायिक वा शास्त्रीय पातळीवरील गैरलागू केस नव्हती. डॉ. एल्टरमनच्या कामाइतकी ती वैशिष्ट्यपूर्ण नसेल. पण आई-मुलात निष्कारण निर्माण झालेल्या गंभीर अशा ताटातूटीकडे मी दुर्लक्ष करू शकत नाही." गुडवेलनं पुढे लिहीलं, "मला एल्टरमनच्या युक्तिवादातलं तर्कशास्त्र समजलं नाही. कदाचित डॉक्टरला अपुरी माहिती मिळाली असेल, पुरेशा माहितीअभावी त्यानं निष्कर्ष काढला असेल किंवा पूर्वग्रहदूषित पक्षपाती असं निदान केलं असेल. त्यामुळे त्याच्या निष्कर्षाची हमी कशी देता येईल, हे मला कळत नाही." पक्षपाताबद्दल बोलताना गुडवेलनं लिहीलं की, १९९०मध्ये

डॅश सहा वर्षांचा होता, तेव्हा एल्टरमननी माझं बोलणं उद्धृत केलं होतं. ''पीटर आणि डॅश यांच्यातले नातेसंबंध निकोप, उबदार होते; ती दोघं एकमेकांवर खूप प्रेम करायची.'' पण त्याच वेळी मी सांगितलेले पीटरचे माझ्यावरील शारीरिक अत्याचार, त्याचं पिणं, खोटारडेपणा, त्याचं हुकूमशाही, अरेरावी, लबाड वर्तन या साऱ्यांबद्दल मला वाटणारं भय यांविषयी मात्र अवाक्षरही काढलं नाही.

एवढ्या वर्षांच्या आमच्या बैठकांमधून मला न मिळणारा ॲक्सेस आणि डॅशबरोबरचे दुरावणारे नातेसंबंध, माझी त्या मुलाबद्दलची काळजी हे सारं माझा उपचारतज्ज्ञ बॉब आर्मस्ट्रान्ग पाहत होता. पीटरच्या सात वर्षांच्या एकल कस्टडीत, डॅशनी माझी भेट घेण्यासाठी शक्य झालं ते प्रवृत्त करायला हवं होतं, या एल्टरमनच्या सूचनेनं बॉब आर्मस्ट्रान्ग हबकलाच. पीटरला सात वर्षं एकल कस्टडी मिळाली होती. बॉब म्हणाला, ''जेव्हा कुठल्याच प्रकारचं शोषण किंवा दुर्लक्ष नसेल, तेव्हा कस्टडी असलेला पालक, आपल्या पाल्याला कस्टडीनं मिळालेल्या पालकाला भेटण्यासाठी कोर्टाच्या हुकमानुसार अवश्य प्रवृत्त करू शकतो.'' मी पूर्ण वेळ आई होते. घरात राहणारी होते. माझं वैवाहिक जीवन स्थिर, आश्वासक होतं. माझी कोल्बी आणि क्विन्टन ही गोजिरवाणी, खेळकर वाढती मुलं या साऱ्याचा निर्देश करत डॉ. आर्मस्ट्रान्गनी कॉलेजला लिहीलं. ''हे काही एखाद्या मुलानं झिडकारून टाकावं, अशा आईचं चित्र नक्कीच नव्हतं.'' कोर्टानं मला पुन्हा-पुन्हा नकार द्यावा, अनादराची वागणूक द्यावी, याचं त्याला आश्चर्यच वाटलं. तसेच त्यानं पुढं नमूद केलं की, या प्रतिक्रियेच्या सुरुवातीला डॉ. एल्टरमनला आशा होती की, पीटरला एकल कस्टडी दिल्यानं हे युद्ध थांबेल आणि डॅशच्या आयुष्यात शांती नांदेल, त्याला सर्वसाधारण आयुष्य जगता येईल, ही आशा फोल ठरली होती. डॉ. एल्टरमननं त्याच्या तिसऱ्या अहवालात अचानक पीटरच्या पालकत्वाच्या अक्षमतेचं निदान केलं. त्यावरून त्याला पीटरच्या व्यसनाधीनतेची तीव्रता कमी करून दाखवायची असावी, असं डॉ. आर्मस्ट्रान्गला वाटत होतं. तसेच पीटरनं आपल्या दारू पिण्याच्या प्रमाणाबद्दल जे खोटं सांगितलं, त्याची नोंद करण्यातही एल्टरमननं कुचराई केली. पीटरनं एका भेटीत सांगितलं होतं की, तीस वर्षांत तो फक्त तीन वेळा दारू प्यायला होता. दारूच्या व्यसनात नकार हा धोक्याचा इशारा असतो. गुडवेलनं कॉलेजला सांगितलं की, एल्टरमन दुर्लक्षाचे भीषण परिणाम समजून घेण्यात, तसंच आई-मुलातले नातेसंबंध जपण्यात, बापाला आलेलं अपयश हाताळण्यात अयशस्वी ठरले. 'पालकत्वाची अक्षमता' याबद्दल निदान करून त्यानं हे अपयश जणू झाकण्यासाठी छान सबब पुढे केली. माझ्या दाव्याला डॉ. एल्टरमनच्या ऑफिसमध्ये त्याच्या डॅशशी होणाऱ्या सहेतुक भेटींनी आधार दिला. १९९३मध्ये एल्टरमननी पीटरच्या (माझ्या नाही.) वकिलाला लिहिलेल्या पत्रात लिहिलं, मला

वाटतं, माझे डॅशशी सलोख्याचे संबंध निर्माण झाले आहेत. मी आणि माझं ऑफिस त्याच्या चांगल्या परिचयाचं झालं आहे. कॉलेजच्या विधीनियमानुसार एखाद्या अशिलाचं समुपदेशन चालू असता, त्याबद्दलचं मूल्यमापन कोर्टात सादर करणं, हे हितसंबंधबाधक असतं आणि माझ्या तक्रारीसाठी ते आधारभूत झालं होतं. त्याच हितसंबंधाच्या आड येणाऱ्या गोष्टीची मला भीती होती.

१९९७च्या सुरुवातीला मी गुडवेल आणि आर्मस्ट्रान्गना सांगितलं की, मला एल्टरमनच्या अहवालाची सखोल बारकाईनं चौकशी व्हावी, असं वाटतंय. त्यांनी मला प्रोत्साहन दिलं आणि योग्य ती मदत करण्याचं आश्वासनही दिलं. मी जर ही केस एल्टरमनच्या विरोधात 'दुर्लक्षाची केस' दाखल केली असती, तर आमच्या केससाठी स्वतंत्र सल्लागार नेमला गेला असता. पीएएस उघडकीस आलं असतं. मग कोणाही जजनं डॅशला त्या घरात राहू दिलं नसतं. १९९७च्या एप्रिलमध्ये गुडवेल आणि आर्मस्ट्रान्ग या 'दोघांनी' बी.सी. कॉलेज ऑफ सायकॉलॉजीच्या प्रोफेशनल स्टँडर्ड कमिटीला लिहिलं की, माझ्या केसची व्यावसायिक गैरवर्तन आणि नीतिभंगाच्या पुराव्यासाठी चौकशी करण्यात यावी. त्यांच्या त्या व्यावसायिक छोट्या वर्तुळाचा विचार करता त्या दोघांचं कृत्य धाडसी आणि वैशिष्ट्यपूर्ण म्हटलं पाहिजे.

महिन्याभरात उत्तर आलं नाही. मी चौकशी केली. कॉलेजचा रजिस्ट्रार एक क्रॅमरनं सांगितलं की, त्याच्याकडे साठ तक्रारअर्ज पडून होते. माझी दखल जुलै-ऑगस्टमध्ये घेतली जाईल.

मी वाट पाहत राहिले.

नंतर फोन केला. पुन्हा-पुन्हा फोन केला.

१९९७च्या ऑगस्टमध्ये कॉलेजचं पत्र आलं. त्यांनी आणखी काही कागदपत्रं, तसंच गुडवेल आणि आर्मस्ट्रान्ग यांना मुलाखतीला बोलावता येईल, असे काही फॉर्म मागवले होते. मी ती सगळी कागदपत्रं कुरिअरनं धाडून दिली. महिन्याभरात काहीच उत्तर न आल्यानं मी पुन्हा क्रॅमरला फोन केला. कुरिअर मिळालं नाही, हे उत्तर ऐकून मला नवल वाटलं. मी कुरिअर कंपनीत फोन केला असता, ते पार्सल महिन्यापूर्वीच पोहोचल्याचं मला कळलं. मी क्रॅमरला पुन्हा फोन लावला. या दरम्यान चमत्कार होऊन माझं पार्सल सापडलं होतं. ते एका गुप्त फाइलमध्ये ठेवण्यात आलं होतं म्हणे. या वेळेपर्यंत माझी तक्रार नोंदवून सहा महिने झाले होते.

मी आणखी पाच महिने वाट पाहिली. गुडवेल आणि आर्मस्ट्रान्ग यांना विचारत होते की, त्यांच्याशी कोणी संपर्क साधला का, पण तसं काही नव्हतं. दोन महिन्यानंतर, १९९८च्या मार्चच्या मध्यावर कॉलेजनं मला लिहून कळवलं की, पुरेसा निधी नसल्याने चौकशी अधिकाऱ्याची नियुक्ती व्हायला उशीर झाला. आता नियुक्ती झाली होती. खरंतर ही गोष्ट मध्यस्थी मीटिंगच्या पूर्वी तीन महिने आधी

झाली होती. अधिकाऱ्यानं प्राथमिक अहवाल कॉलेजकडे पाठवला. एल्टरमनला त्यावर उत्तर देण्याबद्दल कळवण्यात आलं. मी वाट पाहत राहिले. महिना-दोन महिने – आठ महिन्यांनंतर माझी सहनशक्ती संपली. १९९८च्या नोव्हेंबरमध्ये मी कॉलेजला क्रॅमरला लिहिलं की, माझ्या तक्रारअर्जासंबंधाने पुढील कृती न केल्यास मी कायदेशीर कारवाई करीन. कॉलेजचं लगेच तिकडे लक्ष गेलं.

१९९९च्या जानेवारीत माझी तक्रार नोंदवल्यापासून वीस महिन्यांनी मला कॉलेजचा ठोस प्रतिसाद मिळाला. माझ्या तक्रारीवर कुठल्याही अंगाने कारवाई करता येईल, असा कुठलाच आधार कॉलेजच्या मंडळाला नव्हता. कॉलेजचं उत्तर निर्णायक होतं. माझा युक्तिवाद फेटाळला गेला होता. डॅशला फेटाळलं होतं. गुडवेल आणि आर्मस्ट्रान्ग यांना मी फक्त माझ्या उपचाराच्या निमित्ताने ओळखत होते. आणि त्या दोघांपैकी कोणीही डॅश वा पीटरच्या संपर्कात नव्हते, संबंधित नव्हते. मला कॉलेजच्या मंडळाचा निषेध करावासा वाटला. *त्यांच्याशी बोला. चौकशी करा. एवढीच माझी इच्छा होती.* मी त्यांना कॉलेजच्या मंडळाला चारशे पानी कागदपत्रं, दोन प्रख्यात मानसशास्त्रज्ञ आणि जवळजवळ दोन वर्षांचा कालावधी चौकशीसाठी दिला होता. सबळ पुरावा दिला होता. वाटलं होतं, ते केसचा विचार करतील.

डॉ. एल्टरमननं पीटरच्या चंचल, अस्थिर वर्तनाचं विश्लेषण करताना कोणतंच निदान न करता 'पालकत्वाची अक्षमता' हा मी पीटरवर केलेला आरोप फेटाळून लावला होता. त्याने केवळ त्याला वाटणाऱ्या विश्वासावर हे निदान केल्याचं कॉलेजनं मला सांगितलं होतं. कारण डॉ. एल्टरमननंही पीटरच्या पालकत्वाच्या अक्षमतेची कोणतीच चाचणी घेतल्याचं आढळत नव्हतं. उलट त्याने या बाबतीत आपला विश्वास व्यक्त केला होता. कोर्टानं नियुक्त केलेल्या मानसशास्त्रज्ञाचा विश्वास हा विश्वास कधी आणि मत कधी? हेच मला कळत नव्हतं. डॉ. एल्टरमनचा विश्वास होता की, पीटरच डॅशचा मानसिक पालक होता. आणि त्या विश्वासाला दिसलं की, पाच वर्षांपूर्वीची ही कस्टडी एका चंचल, हिंस्र, विसंवादी दारुड्याकडे गेली होती. मग डॉ. एल्टरमनने पीटरच्या पालकत्वाच्या अक्षमतेबद्दलचा विश्वास तशाच प्रकारे का ग्राह्य धरला नव्हता? ज्या ठिकाणी पुराव्यानं शाबीत करण्याजोगं खूप थोडं असतं, तिथे व्याख्या निव्वळ प्रसंगनिष्ठ होतात.

कॉलेज आम्हा कोणाशीही बोललं नाही. माझा अर्ज फेकण्यापूर्वी कॉलेजनं फक्त डॉ. मायकेल एल्टरमन या एकाच व्यक्तीशी बोलणी केली. त्याबद्दलची कागदपत्रं मी मागितली. नियमानुसार ती कायदेशीर मागणी होती, पण कॉलेजनं ती प्रत मला दिली नाही. पेंग्विन कसे एकत्र जमतात, तसं ते कॉलेजसदस्य एल्टरमनभोवती जमले. कमिटीनं एक पाऊल पुढे जात – मी त्यांना कोर्टाच्या कारवाईची धमकी दिल्यामुळे ठरवलं की, मी खटल्याची आवड असलेली, विरोधात जाणारी असल्यानं 'मला फक्त

काय हवंय तेच सांगायचं. बाकी काहीच सांगायचं नाही.' पीटरचा हा जुनाच युक्तिवाद होता. कॉलेजनं मला असंही सुचवलं की, कस्टडी मिळण्याबाबतची माझी स्थिती पाहण्यासाठी माझीही चौकशी व्हावी. मी तिटकाऱ्यानं उत्तर लिहीलं, 'माझा मुलगा, त्याच्या बापाकरवी, ह्या दुराव्याचा बळी ठरला आहे. चौकशीत काय निघेल, त्यामुळे माझ्या परिस्थितीत काहीही बदल होत नाही. आणि मीदेखील ही प्रक्रिया त्या हेतूने सुरू केलीच नव्हती. कस्टडीमुळे बदल होईल, अशी मला अपेक्षा राहिली नाही. कारण परिस्थिती चिघळली आहे. माझ्या मुलाची मानसिक हानी अशा माणसानं केली आहे – ज्याचं वर्णन डॉ. एल्टरमननं 'परिपूर्ण पालक' असंही केलं होतं. आणि ती हानी आता भरून येणारी नाही. आणि मलाही सलोख्याची आशा वाटत नाही.'

राखेतून फिनिक्स पक्षी जन्माला येतो!

कॉलेजवर दडपण यावं, म्हणून कॉलेजच्या त्या निष्क्रियतेच्या काळात मी माझ्या तक्रारीची एक प्रत उज्जल दोसांझ या ॲटर्नी जनरलला पाठवली होती. माझा दावा कॉलेजनं फेटाळण्यापूर्वी, बारा महिने आधी ॲटर्नी जनरलच्या ऑफिसरनं आमच्या केसमध्ये 'मुलाच्या हितसंबंधाच्या रक्षणासाठी' बरनेट ह्या ज्येष्ठ चाइल्ड ॲडव्होकेटचीनियुक्ती केली होती. ह्या नोकरशाहीनं मी इतकी जेरीस आले होते की, वकील नेमण्यासंदर्भातला फॉर्म भरला, पाठवला आणि काहीच निष्पन्न होणार नाही, या विचारानं विसरूनही गेले. पण मला एक बलवान व्यक्ती मिळाली. तिनं ह्या व्यवस्थेला जबर तडाखा देऊन तिला उताणं पाडलं. चाइल्ड ॲडव्होकेट तटस्थ नसतो. ह्या वकिलाला मुलाची बाजू घेण्याची मुभा होती. मुलाच्या हितरक्षणासाठी तो एखाद्या पालकाला झुकतं माप देत होता, दोघा पालकांना विरोध करू शकत होता किंवा तो मुलगा जर स्वत:च्या भल्याच्या विरोधात, स्वत:चंच अकल्याणकारी वर्तन करत असेल, तर त्याला विरोधही करू शकत होता. सरतेशेवटी इतकी वर्षं कोर्टात शोधत असलेला सर्वश्रेष्ठ पालक – सुपर पेरेंट – इथेच मला गवसला. आता तिनं माझा किंवा पीटरचा निषेध केला, तरी मला त्याची पर्वा नव्हती. तिला जर वाटलं की, डॅशला पीटरपासून दूर अशा कुठल्यातरी निवासी शाळेत पाठवावं किंवा मध्यस्थी कार्यक्रमात धाडावं किंवा आम्हा दोघांना तुरुंगात पाठवून डॅशला वाढवावं; मला कसलीच फिकीर नव्हती. काहीही घडो, मला डॅश सुरक्षित हवा होता.

मार्चच्या सुरुवातीला, मध्यस्थी भेटीपूर्वी तीन महिने ॲलिसन बरनेट माझ्या घरी आली. तिच्या येण्यात एक जेतेपणाची देहबोली होती. 'प्रयत्न कर,' असंच जणू तिचं म्हणणं असावं.

आम्ही स्वयंपाकघरात कॉफी घेत बसलो. माझी कहाणी मी सांगितली. ती पीटरची गाठ घेईल, हे मला माहीत होतं. आणि पीटर दुसऱ्याचं मन वळवण्यात

वस्ताद होता, हेही मला माहीत होतं. तिचा संध्याकाळी फोन आला. मला जरा धडधडलंच.

"पॅम, डॅशच्या भेटीचा विचार थोडा काळ सोडून का देत नाहीस? तो तुझ्याकडे येण्याची वाट का पाहत नाहीस?" तिनं विचारलं.

मी तेच केलं. तिच्याशी पुन्हा भेटीची मागणी केली. मी संपूर्ण तयारीनिशी गेले. सगळी कागदपत्रं जमवली, रिचर्ड गार्डनरचं नोट्स चिकटवलेलं पुस्तक घेतलं; पीटरनं धाडलेले लबाडीचे फॅक्स, माझ्या वकिलावर चिडून केलेलं लेखन, वर्षांपूर्वीच्या शिक्षकांच्या साक्षीच्या प्रती, बेयरस्टीनचा अहवाल, गुडवेल-आर्मस्ट्रान्गची पत्रं असं सगळं घेऊन मी तिच्या ऑफिसमध्ये गेले. ॲलिसनला मी पहिल्या खटल्यापासून सगळं सांगितलं. माझा मुलगा कसा पढवला जात होता, ही माझी खात्री सांगितली आणि त्यानं माझ्याकडे यावं, ही माझी इच्छाही सांगितली.

'तो येणार नाही; ॲलिसन, ती योग्य वेळ येणार नाही. कारण त्याचा बाप माझा इतका द्वेष करतो की, त्यानं डॅशला माझ्याशी संबंधच ठेवू दिले नाहीत. ही खूप खोल गेलेली; दहा वर्षं इतकी जुनी गोष्ट आहे."

ॲलिसननं माझ्याकडे पाहत मान डोलावली. "मी पाहिलंय ते," ती म्हणाली, "आमच्या भेटीत डॅशच्या समक्ष, त्यानं तुला खूप क्षुद्र लेखलंय. तुझी अवहेलना केलीय. मी त्याचं पालकत्व जोखायला जणू गेले होते, हे त्याला ठाऊक होतं. तरी देखील तो माझ्यादेखत, स्वतःला आवर न घालता अर्वाच्य बोलत होता. ती दोघंच असताना तो काय करत असेल देव जाणे!"

मी जे काही म्हणत होते, तेच तिनं पाहिलं होतं. त्या क्षणापासून ती माझी जिवलग दोस्त झाली आणि डॅशची जीवनदायिनी झाली.

पीटरनं सांगितलं की, डॅशला कोणी वकील नको होता. आधीच 'त्याला त्याच्या पसंतीचा, समाधानकारक वकील मिळाला होता.' डॅश इतका उद्धट झाला होता की, त्याला किंवा त्याच्या शिक्षकांना कोणी प्रश्न विचारलेलेही नकोसे झाले होते. त्याला आधीच भरपूर प्रश्न विचारून झाले होते. आणि पीटरच्या ॲफिडेव्हिटप्रमाणे ते पुरेसं झालं होतं. प्राथमिक शाळेतली त्याची शेवटची वर्षं त्याच्या आईमुळे अत्यंत पीडादायी झाली होती. आणि सातव्या इयत्तेच्या अर्ध्या काळानंतर जेव्हा पॅमेला शाळेत जाऊ लागली, तेव्हापासून तो त्याच्या शिक्षकांपासून, उपमुख्याध्यापिकेपासून अधिकच दुरावला. पॅमेला तिथं जाण्यापूर्वी त्याचे त्या शिक्षकांबरोबरचे संबंध सलोख्याचे होते. मला पीटरची गोष्ट पाठ झाली होती. आम्ही जर शांत राहिलो, थंड बसलो, थोडा काळ थांबलो; तर डॅश चांगला होईल. इ. इ. इ. डॅशच्या इच्छेचा आदर करणं दूरच राहिलं. पीटरनं ॲलिसनला डॅशशी बोलू दिलं नाही. लॉर्ड बिंग शाळेतल्या फायलीही बघू दिल्या नाहीत.

ॲलिसन बरनेट हे चालवून घेणारी नव्हती. ती सरळ कोर्टात गेली आणि ब्रेनरनं पीटरवर जोर करून त्या मुलाला मुलाखतीसाठी हजर करावं, अशी मागणी केली. फायली सोडवण्याच्या फॉर्मवर सही केली. ब्रेनरनं तसा हुकूम काढला. त्यानं ॲलिसनला कसलाच विरोध न केल्यानं मला धक्काच बसला. कोणीतरी पीटरला चांगलंच उताणं पाडलं होतं. मी डेव्हशी बोलले. बोलताना मला सुटकेचं, आनंदाचं रडू फुटलं. मला समजून चुकलं की, आम्हाला जे हवं, ते ती देणार होती. ती डॅशला मदत करणार होती. ॲलिसन माझ्याशी, डॅशच्या शिक्षकांशी, समाजातल्या इतर पालकांशी बोलली. ती या निष्कर्षावर आली होती की, डॅश हा पूर्णपणे पीएएस मुलगा होता आणि त्याच्यातल्या चांगल्या गुणांची, आवडीची त्याच्या बापामुळे आणि त्याच्या स्वत:मुळे वाट लागली होती. ती आता मला मदत करणार होती. एक महिन्यानंतर फॅमिली ॲडव्होकेटच्या पोलादी आधारावर जेमीनं पीटरला नोटीस पाठवली – आम्हाला डॅशची तात्पुरती कस्टडी हवी. पर्याय म्हणून आम्हाला या उन्हाळ्यातला तीन महिन्यांचा सलग ॲक्सेस मिळावा. आम्हाला ॲलिसननं म्हटल्याप्रमाणे हा दुरावा मोडून काढण्यासाठी एकत्र वेळ घालवायला हवा होता. गेली सात वर्षं डझनावर जजांना मी हेच सांगत होते.

डॅशनं मला फोन करून निरोप ठेवला की, तो मला भेटू इच्छित होता. नक्कीच तुला भेटावंसं वाटेल. मी विचार केला, माझ्या खांद्यावर जसं मणामणांचं ओझं ठेवलं होतं. दोन वर्षांनंतर डॅश येणार होता. पीटर त्याला माझं तोंड बंद करण्यासाठी पूर्ण तयारीनिशी शस्त्रसज्ज करून पाठवणार होता. जरी एवढी वर्षं मी त्या मुलाला बळजबरीनं पाठवू शकत नाही, असं पीटर सांगत असला, तरी त्याला हवं तेव्हा तसं तो करतही होता. दुसऱ्या दिवशी मी डॅशला आणण्यासाठी त्याच्या घरी गेले खरी, पण गेले चोवीस तास माझ्या पोटात जणू गोळा उठला होता.

वस्तुस्थिती होती की, डॅशला माझ्या भेटीची परवानगी मिळाली होती. घरापाशी येईपर्यंत त्यानं माझा हात घट्ट धरून ठेवला. मी जेवायला जाडजूड सॅंडविचेस, बिस्किटं, दूध, फळं, चॉकलेट असं बरंच केलं होतं. मागच्या बागेत सहा वर्षांच्या क्विन आणि मिमीसोबत आम्ही जेवलो. डेव्ह आणि कोल्बी, डेव्हच्या वडिलांच्या घरी सास्केचवान इथे मासेमारीसाठी गेले होते. डॅशला कपडे-खरेदी करायची होती. आम्ही दोघं खरेदीला निघालो. मिमी आणि क्विननी आम्हाला हात हलवून निरोप दिला – जणू आम्ही सुटीसाठीच चाललो होतो. तो विनोद सांगत होता, थोडासा वेडेपणा करत होता. चौदा वर्षांचा होत आला होता. माझा हात आनंदानं हातात घेऊन फिरत होता. त्यामुळे मला आनंदाश्चर्य वाटत होतं. त्याच्या शरीरात बदल होत होते, चेहरा वाढत होता. मी त्याच्याकडेच पाहत होते. स्केटच्या दुकानात मी त्याच्याकडे पाहत असताना त्यानं मला पकडलं – आणि मोकळेपणी हसला. मी

त्याला खूप काळानंतर भेटत असल्यानं, माझा अजूनही त्या साऱ्यावर विश्वासच बसत नव्हता. प्रत्येक मिनिट स्वप्नासारखं वाटत होतं. साध्या-साध्या गोष्टीसुद्धा खूप तीव्र भावनेने भरलेल्या होत्या. एक दिवसासाठी का होईना, माझा मुलगा मला परत मिळाला होता.

आम्ही घरी निघालो. मी डॅशला सांगितलं की, तो माझ्याकडे जेवणासाठी थांबणार होता, हे त्याच्या डॅडला कळव. तेव्हा तो म्हणाला, "त्याला माहीत आहे. त्यानंच मला आज तुझ्याकडे पाठवलंय." *असं होतं तर.* पण तो काहीच बोलला नाही. मी डिनरसाठी बर्गर आणि घरी बनवलेले फ्राइझ तयार केले. जेवणानंतर आम्ही तिघंही बाहेर पडलो. मोठा भाऊ आल्याने क्विनला आनंद झाला होता. डॅश होता, तसाच शांत, निःशब्द होता. तो त्याच्या खोलीत गेला. त्याच्या सगळ्या वस्तूंकडे त्याने दृष्टिक्षेप टाकला. फोटोफ्रेम्स उचलल्या, निरखल्या. मी त्याच्यासाठी ठेवलेला फोटोचा अल्बम चाळला. आम्ही तिघंही एकमेकांच्या कुशीत शिरून सिनेमा पाहू लागलो. काय घडत होतं, ते अविश्वसनीय होतं. स्वर्गच अवतरला होता. मी आपली त्याला जे काय सांगायचं होतं; ते त्यानं सांगावं, यासाठी तो बोलण्याची वाट पाहत होते. पण तो बोललाच नाही. तो माझ्याबरोबर जास्तीत जास्त वेळ घालवू पाहत होता. आम्ही फळांचं संडी बनवलं. डॅशनं स्वतःला भरपूर वाढून घेतलं आणि ते पूर्ण संपवलं. क्विनला ते मारून फेकण्याची नक्कलही केली. क्विन हसून आरडा-ओरडा करत होता. डॅश हसत होता. मी पोट धरून-धरून हसत होते. आम्ही स्वयंपाकघर आवरलं. डॅशला म्हटलं की, तुला घरी सोडते. त्यानं मान डोलावली. त्याच्या चेहऱ्यावरचं हसू मावळलं. त्यानं खरेदीच्या पिशव्या गोळा करायला सुरुवात केली. आमचा दिवस खूप छान गेला होता. पण मला आता आजारी असल्यासारखं वाटू लागलं. गाडी चालवायचंही भय वाटू लागले. क्विन पाठीमागे बसला. डॅश पुढे. आणि त्याचं घर जवळ येताच त्यानं माझा हात सोडला. मी स्टीअरिंग घट्ट पकडलं. शांत राहण्यासाठी स्वतःला बजावलं.

"मॉम, मी आलेलो, भेटलेलो तुला आवडतं ना?" तो म्हणाला.

"अर्थात, मला तर खूप आवडतं."

"तू जर कोर्टबाजी थांबवलीस, तर मी तुला खूप वेळा भेटेन."

"मला तू भेटत नाहीस, डॅश. गेली तीन वर्षं मी तुला भेटलेले नाही."

"मी काही कागद वाचले." तो म्हणाला. "कोर्टाबाबतचे होते."

मी तटकन वळून त्याच्याकडे पाहिलं. तो शांत, भावनाशून्य होता. मी हसले. ही कदाचित माकडचेष्टा असेल. पण मी अंधारात तीर मारण्याचा प्रयत्न केला. "डॅश," मी हळुवारपणे म्हणाले, "तुला आज एका मोहिमेवर पाठवलं होतं. आणि

तू तुझं काम केलंस, निरोप पोहोचवलास. आपण आता यावर चर्चा करायची नाही. चल, तुला घरी पोहोचवू या.''

''तू जर थांबली नाहीस, तर मी तुला कधीच भेटणार नाही.''

ओह, डॅश, तू हे कसं सोसतोस? मला वाटलं, गाडी चालवत राहावी. पार सीमा ओलांडून, मेक्सिकोत जावं. *या मुलाला असल्या जिण्यातून सोडवावं.*

''डॅश, मी तुला आताही भेटत नाहीच.'' मी हळुवारपणे पुन्हा म्हणाले. ''मी तुला भेटतच नसते.'' माझा आवाज खालच्या पट्टीत होता. मला त्याला शांत, निश्चिंत करायचं होतं. माझ्या प्रेमळ, हळुवार स्वराने तो विरघळायचा, हे मला माहीत होतं. तो आताही विरघळत होता. तो जे काही म्हणत होता, ते त्याला म्हणायचं नव्हतंच. तो काहीच बोलला नाही. ''मला नाही वाटत की, तुझ्या डॅडनं तुला असं निरोप्यासारखं पाठवणं, हे फार चांगलं आहे, तुला वाटतं?'' त्यानं मान हलवली. ''तुझ्या डॅडला मला जर काही सांगायचं होतं, तर त्यानं मला फोन करायचा, माझ्याशी थेट चर्चा करायची.'' डॅशनं पुन्हा मान हलवली. मी जे काही म्हणत होते, त्यात नक्कीच काही अर्थ होता.

''जर मला तुझ्याकडे यावंसं वाटलं, तर बसने येता येईल.'' तो म्हणाला. पण ते म्हणणं बालिश, पोकळ होतं.

''डॅश, आजवर तुझ्या डॅडच्या बाबतीत कोर्टानं पुष्कळ संयम ठेवला. तुलाही ते ठाऊक आहे. पण आता त्यांचा संयम संपत आलाय.''

यावर डॅश एकदम मिटूनच गेला. ''मला आता यावर तुझ्याशी बोलायचं नाही.'' तो म्हणाला. तो खिडकीबाहेर पाहू लागला. नवे कपडे भरलेली त्याची पिशवी त्यानं जोरात खेचली. जणू ती तोडायचीच होती. त्याच्या घरासमोर थांबताना माझं हृदय जोरजोरात धडाडत होतं. *पुन्हा मला तू केव्हा भेटशील? मला तू भेटशील ना?* मला विचारावंसं वाटलं. ''माझं तुझ्यावर प्रेम आहे.'' मी म्हणाले. काय होणार, याची मला कल्पना होती. डॅश खाली उतरला. बराच वेळ जमिनीकडे पाहत राहिला. नंतर बोलला.

''हा अखेरचा निरोप.''

ह्या तात्पुरत्या कस्टडीच्या सुनावणीची अविवेकी, मनस्ताप देणारी, प्रक्रियेचे शोषण करणारी अशा शब्दांत पीटरच्या वकिलानं संभावना केली. पण ॲलिसन या माणसांना घाबरणारी नव्हती. या कोर्टात तिच्याकडे अधिकार होते. 'त्याचा हुकूम वाईट होता,' असं म्हणत तिनं जजचा अपमान करण्यासही मागे-पुढे पाहिलं नाही. पुढे ती असंही म्हणाली, ''मला वाटतं की, ही घटनाच खेदजनक आहे म्हणजे –

जेव्हा कोर्ट एकोणतीस दिवस साक्षीपुरावे ऐकतं, मुलानं आईची भेट घेतली पाहिजे, असं ठरवतं आणि तरीदेखील ती भेट होत नाही – ह्या मुलाच्या भावनिक निकोप स्थितीसाठी, त्याचे भावनिक रक्षण करण्यासाठी काहीतरी केलंच पाहिजे.''

ब्रेनरनं उसासा टाकला. ''ही एक दीर्घ, दुःखी, करुण कहाणी चालूच आहे.'' तो म्हणाला. ''काहीही बदल नाही.'' गेल्या सहा वर्षांतल्या ॲक्सेस हुकमांना, ते ज्या कागदावर छापले, त्या कागदाइतकीही किंमत नव्हती. कारण पीटरनं कोर्टाच्या हुकमाचा भंग केला आणि डॅशला पाठीशी घातलं, तर काय परिणाम होतील, याचा त्या हुकमात काहीच उल्लेख नव्हता.

''हा ॲक्सेस बापाच्या पाठिंब्याने घडला असावा, याबद्दल मला कसलीही शंका नाही.'' ॲलिसन पुढे म्हणाली. ''जर त्या मुलाला सांगितलं असतं की, तू जर आता आईकडे गेला नाहीस, तर तुझा बाप तुरुंगात जाईल. तर निश्चितपणे त्या दोघांना समजलं असतं की, इथे कायद्याचं राज्य आहे. ते कायदे पाळावेच लागतात.'' ॲलिसन नेमकेपणे सांगत होती. ''कॅनेडियन कोर्टात ॲक्सेस हुकमाच्या अंमलबजावणीच्या नोंदी फार कमी आहेत, पार तळाशी आहेत. माझ्या दृष्टीने यातून मार्ग काढता येऊ शकतो. तुम्ही काढलात, तसा हुकूम जेव्हा काढला जातो, तेव्हा त्यात ॲक्सेस घडून येईल किंवा कस्टडी दुसऱ्या पालकाला दिली जाईल, असं नमूद करायला हवं. कोर्टाला जर थोडी समज असती, तर त्या हुकमात सक्षम पालकाचा लहानसा ॲक्सेस जरी नाकारला गेला, तरी कस्टडीचा फेरविचार होऊ शकतो, असा हुकूमनामा तयार व्हायला हवा होता. त्यानं काम साधलं असतं. पण बऱ्याच जजना ते करावंसं वाटत नाही.'' डॅशसाठी आता लगेचचा उपचार म्हणजे ''प्रदीर्घ काळासाठी त्याला त्याची अगदी प्रारंभिक काळजी घेण्यासाठी, त्याच्या मनावरील दुष्परिणाम पुसण्यासाठी, त्याच्या आईच्या स्वाधीन करणं. ह्या मुलाला पढवलं गेलंय, नियोजनबद्ध पढवलं गेलं आहे. मुळातून त्याची जागा बदलल्याखेरीज ही गोष्ट थांबणार नाही... ह्या मुलाची आईबद्दल कुठलीही तक्रार नाही आणि असलीच, तरी त्याला आता त्या गोष्टीची आठवणही नाही. ज्या वयात त्यानं काही गोष्टींचा आरोप केला असेल, त्यातल्या काही गोष्टी त्याचं आताचं वय पाहता मुळीच विश्वासार्ह वाटत नाहीत. तिनं केलेल्या काही क्षुल्लक गोष्टींचा ऊहापोह, कोर्टात पुन्हा-पुन्हा आणि खूप काळापर्यंत केला गेला. त्या गोष्टींचा आई-मुलाच्या नात्याशी कसलाच संबंध नव्हता. तो संबंध मात्र त्याच्या बापाचा, त्याच्या आईशी असलेल्या नात्याशी जरूर होता. ॲक्सेसच्या आडकाठीमागे त्या मुलाच्या आईसंबंधीच्या भावना किंवा त्याच्या आईनं त्याच्यासाठी काय केलं, हा विचार नाहीच. ही आडकाठी त्याच्या बापावर असलेल्या त्याच निष्ठेतून निर्माण झाली आहे. आणि मला खात्री आहे की, त्याच्या बापानं ती निष्ठा मुद्दाम जोपासली आहे. मि. हर्ट

त्याला त्याच्या आईकडे जाण्यासाठी सक्रिय उत्तेजन देत नाही, त्यामुळे कोर्टाला दुसरा काही मार्ग शोधण्याखेरीज पर्याय उरलेला नाही.''

ॲलिसनला माझ्याच सारखं वाटत होतं की, डॅशचं मला झिडकारणं, हे वरवरचं असल्याने त्याला माझ्यावर प्रेम करावंसं, नक्कीच वाटत असणार. तो माझ्या सहवातात सहजी विरघळायचा, पण तो एक पढवला गेलेला मुलगा होता. ''जर त्या मुलाला आता कोर्टात आणलं, त्याला तुम्ही सांगितलं की, तो त्याच्या आईबरोबर वेळ घालवणार आहे आणि या बेताला त्याच्या बापाची संमती आहे; तर तो मुलगा निश्चितपणे आणि निश्चिंतपणे त्याच्या आईबरोबर उन्हाळी सुटी घालवील, यात मला तिळमात्र शंका नाही,'' ती म्हणाली. पीटरनं माझ्याबरोबरच्या लढ्यात डॅशला गुंतवलं, यातच तिला पीएएस दिसला. पीटरच्या मला उद्देशून अद्वातद्वा बोलण्यात दिसला. पण अधिक स्पष्टपणे आठ वर्षांपूर्वीपासून एकल कस्टडीच्या निकालानंतर मला न मिळणाऱ्या ॲक्सेसमध्ये आढळला. हा खरं तर ब्रेनरला, डॉ. एल्टरमनला दिसायला हवा होता. ''मला वाटतं की ह्या मुलाला, बालपणीचा काही काळ तरी आईसोबत घालवता यायला हवा, हे मि. हर्टना खूप पूर्वीच कळायला हवं होतं. ह्या मुलाची अडचण अशी आहे की, त्याची आई त्याच्यावर खूप प्रेम करते, त्याला भेटू इच्छिते आणि त्याला मात्र तिला भेटण्याचं स्वातंत्र्य नाही.'' या चाइल्ड ॲडव्होकेटकडे ब्रेनर पाहतच राहिला. माझे किंवा पीटरचे हक्क, इच्छा, गरजा यांकडे अजिबात लक्ष न देता या बाईनं या दुराव्यामागचं कारण म्हणून पीटरकडे बोट दाखवलं.

कुणाच्या पारड्यात वजन टाकायचं, कुठली बाजू भक्कम करायची, हे ॲलिसनला ठाऊक होतं. जज! त्यानं धरसोड वृत्ती सोडणं गरजेचं होतं. पढवलेल्या मुलाची बाजू ऐकणं थांबवायला हवं होतं. आणि डॅशच्या नशिबाची जबाबदारी घ्यायला हवी होती. ''खूप वर्षांपूर्वी या मुलाच्या इच्छेविरुद्ध कोर्टानं निकाल दिला.'' ती रागानं म्हणाली. ''आपण डॅशचं म्हणणं ऐकायला हवं होतं. तो क्षण खूप मागे पडला आहे. आता तुझं म्हणणं डॅशनं ऐकलं पाहिजे. तूच आता या मुलाची आशा, कल्याण, हित बनला आहेस. आणि तूच हे निभावलं पाहिजेस.''

जेवणाच्या सुटीत मी आणि माझ्या वकिलाची मदतनीस जो-ॲन शेजारी-शेजारी बसून होतो. ''आता तरी डॅशला मदत मिळेल ना?'' मी काकुळतीनं विचारलं.

तिनं माझा गार पडलेला हात हातात घेतला. त्यावर आपला दुसरा हात ठेवत म्हणाली, ''आपण काय करतोय, ते त्या चाइल्ड ॲडव्होकेटला पक्कं ठाऊक आहे. आणि जेमीलाही माहीत आहे.'' मी माझ्या हाताकडे नंतर जो-ॲनकडे पाहिलं. तिची अनुकंपा मला जाणवली. हीसुद्धा एक काळजी घेणारी आईच होती. ती

माझ्याबरोबर गेली अडीच वर्षं सतत कोर्टात येत होती. पीटरच्या घरात काहीतरी अन्यायकारक चुकीचं घडत होतं आणि त्यामुळे माझा मुलगा धोक्यात होता आणि त्यामुळेच आमचा लढा न्याय्य ठरत होता, हे तिचं ठाम मत होतं. त्या मतापासून ती कधीही ढळली नाही. त्या क्षणी मला हेही जाणवलं की, मला ही हसरी, कुरळ्या केसांची मुलगी खूप आवडते आणि तिच्याविना कोर्टात मला किती एकाकी वाटलं असतं ते! तशी सँडीही वेळ मिळाला की यायची. पण जो-ॲन कायमच साथीला होती. माझी आई असती, तर तिनं ज्या जिव्हाळ्यानं माझा हात हातात धरला असता, त्याच जिव्हाळ्यानं जो-ॲननं माझा हात आपल्या हातात घेतला होता. तत्क्षणी मला जाणवलं की, ती आणि मी केवढ्या जवळ आलो होतो. ती जेमीसारखी फक्त वकील म्हणून यात गुंतली नव्हती. तीन मुलांची आई, एक स्त्री आणि आता माझी मैत्रीण अशा तिहेरी भूमिकांत ती तिथे येत होती.

जेमी आला. "चला." तो हलकेच म्हणाला. "त्यांची तयारी झाली आहे."

त्या दिवशी पहिल्यांदा ब्रेनरनं माझ्या मुलाच्या बाजूनं त्याला हितकारक असा निर्णय दिला. त्यानं मला हवी तशी तात्पुरती कस्टडी दिली नाही. पण आमची पर्यायी मागणी – नव्वद दिवसांचा सततचा ॲक्सेस – सगळी उन्हाळी सुट्टी – मान्य केली. शिवाय जर डॅश बापाकडे पळून आला – कारण पीटर आणि केनला तशी खात्री होती – तर पोलिसांचा हस्तक्षेपसुद्धा! 'ही तर घरबसल्या अटक' असं पीटर की केन कुणीतरी म्हणालंसुद्धा! या नव्वद दिवसांच्या काळात मी डॅशला घर, कुटुंब म्हणजे काय, ते दाखवणार होते. रोजच्या रोज वेळेवर जेवण – जेवणासाठी काम म्हणजे काय, काळजी घेणं म्हणजे काय, हे दाखवणार होते. युद्धासाठी सज्ज केलेलं शस्त्र म्हणजे मूल नसून, खरं मूल असणं म्हणजे काय, हेही दाखवणार होते. ॲक्सेसच्या हुकमात (पीटरनं) संबंध ठेवू नयेत, अशी सक्त ताकीद होती. डॅश कधीही कोणालाही फोन करू शकत होता. पण पीटरला त्या नव्वद दिवसांतले पहिले दहा दिवस कोणत्याही प्रकारे संपर्क साधण्यास बंदी होती. त्यानंतरही पीटर आठवड्यातून फक्त तीन वेळा आणि जास्तीत जास्त वीस मिनिटं बोलू शकत होता. (आधीच्या काळात पीटर डॅशला अखंड फोन करायचा. हे फोनच डॅशच्या पढवण्यातले महत्त्वाचं साधन होते, हे ॲलिसनं ओळखलं होतं. म्हणूनच त्यानं संबंध ठेवू नयेत, असं सांगून तिनं त्याला आळा घातला होता, केन वेस्टलेकनं त्या आज्ञेचं पालन होईल, असा निर्वाळा दिला. "युवर लॉर्डशिप, त्याला फोन करण्याचा माझा बिलकूल इरादा नाही." तो म्हणाला. डॅश आणि पीटर यांच्या संभाषणावर मी देखरेख करणार होते. डॅशला शाळेच्या कोणत्या मध्यस्थी कार्यक्रमाला पाठवायचं, यासाठी लागणाऱ्या कागदपत्रांवर केवळ माझ्या एकटीची सही चालणार होती. डॅश

उन्हाळाभर माझ्याकडे राहणार होता आणि १९९९च्या सप्टेंबरमध्ये शाळा सुरू झाली की, लॉर्डबिंगच्या एकास एक कार्यक्रमात दाखल होणार होता. हे सगळं ॲलिसन बरनेटचं कर्तृत्व होतं. मी अत्यंत कृतज्ञ होते.

दुसऱ्या दिवशी दोन वाजता पीटर डॅशला घेऊन कोर्टात आला. त्या दिवशी डॅशची बदली होणार होती. माझ्याबरोबर जो-ॲन, सँडी होत्या. सँडीच्या चेहऱ्यावर अभिमान, आनंद दिसत होता. मी माझी नजर तिच्या जजकडे वळवली. माझ्या डोळ्यांत आसवं होती. जज बोलू लागले.

''डॅश, तुला इथे का आणलंय, हे तुला ठाऊक आहे. होय ना?'' ब्रेनरनं विचारलं. डॅशनं मान डोलावली. त्याची नजर जमिनीवर खिळली होती. तो निस्तेज दिसत होता. पीटर मानखंडना झाल्यासारखा दिसत होता. ''या उन्हाळ्यात तू आईबरोबर जाण्यासाठी इथे आला आहेस.'' डॅशनं मान हलवली. ''तुझी तयारी झाली की, तू वडिलांचा निरोप घेऊन आईबरोबर जाऊ शकशील.''

पीटर रडू लागला. 'मला नाही जायचं... ' असं म्हणत डॅशही हुंदके देऊन रडू लागला. त्या दोघांनी एकमेकांना मिठी मारली. ते एखाद्या बी ग्रेड सिनेमातल्या दृश्यासारखं दिसत होतं. अचंबित करणारं होतं. हे खरंच होतं का? हा मुलगा फक्त त्याच्या आईबरोबर चालला होता. जेमीनं माझ्याकडे पाहिलं. आम्ही चौघं अवाक् झालो होतो. हा सारा प्रकार मन लावून पाहणाऱ्या जजवर मला ओरडावंसं वाटलं. मी पीटरला पहिल्यांदाच रडताना पाहत होते. मी डॅशकडे पाहिलं. तो लाल झाला होता. बापाला त्यानं घट्ट पकडलं होतं. जणू काही तो त्याचा तारणहार होता. मी सहन होईल, तेवढं सहन केलं. शेवटी त्या दोघांकडे गेले. पीटरच्या चेहऱ्यावर प्रेमिकापासून ताटातूट होतानाचा हाहाकार दिसत होता. मी हलकेच डॅशच्या खांद्यावर हात ठेवला.

''चल.'' मी म्हणाले. ''निघायची वेळ झाली.''

डॅश आणि मी बाहेर पडलो. डॅश ओक्साबोक्सी रडत होता. *हे निरोगी लक्षण नाही. हे निरोगी लक्षण नाही!* माझा निश्चय मोडेल की काय, असं मला भय वाटलं. आम्ही चालतच राहिलो. मी माझा वेग कमी केला नाही. डॅशनंही नाही. आम्ही कोर्टाबाहेर आलो मात्र, त्याच क्षणी डॅशचं रडणं थांबलं. तो शांत होता. मी त्याचा हात धरला. त्यानं तो हात पायऱ्या उतरेपर्यंत घट्ट पकडून ठेवला.

''डॅश, आधी तुझ्या घरी जाऊन तुला व्हिसलरला नेण्यासाठी हव्या त्या गोष्टी घेऊ या? तुझा स्केट बोर्ड, सीडी प्लेयर?''

आणि मिनिटांपूर्वी काहीच घडलं नव्हतं, अशा थाटात तो शांतपणे 'ठीक आहे मॉम' म्हणाला. त्याच्या आवाजात राग, द्वेष नव्हता. एक स्वीकृतीची भावना,

किंचितसा उल्हास! तो घरात गेला. पाचच मिनिटांत तो कपडे, गाण्याच्या सीडी, स्केटबोर्ड घेऊन गाडीत बसला.

मी सरळ घरी गेले. मुलं, मिमी तयारच होती. मीही सकाळीच सगळी तयारी करून ठेवली होती. काही मिनिटांतच आम्ही सगळे निघालो. कोल्बी आणि क्विननं आनंदानं डॅशला प्रश्न विचारून भंडावून सोडलं. *"डॅश, तू आम्हाला घेऊन होडी वल्हवशील? उद्या मारशील ना आमच्याबरोबर? डॅश आपण तिथे पोहोचलो की लगेच मासेमारीला जाऊ. तुला सायकल येते ना? मॉम, आपण बाहेर शेकोटी पेटवून त्यात मार्शमेलो भाजू या का? डॅश, तू केलंयंस का कधी ते?"* पुढच्या सीटवर बसून डॅश मुलांच्या प्रश्नांना हसून-खेळून उत्तरं देत होता. आम्ही लायनगेट ब्रीजवरून गावाबाहेर पडलो. मी गाडीचा टप मागे टाकला. वारा आला, स्पर्श करू लागला. माझं शरीर सैलावलं. मागच्या सीटवरून मिमीनं माझा खांदा दाबला. मीही तिच्या हाताला स्पर्श केला. आणि तिच्याकडे आरशातून बघत हसले. आम्ही ते करून दाखवलं.

डॅशनं पाय ताणले. सीट मागे ढकललं, हसून खिडकीतून बाहेर पाहू लागला. ते दृश्य डोळ्यांत साठवू लागला. त्या स्वच्छ सूर्यप्रकाशात आम्ही तळी, डोंगर आणि मैलोन्‌मैल पसरलेलं जंगल मागे टाकत होतो. तो मजेत होता. अश्रू संपले होते. सुटीवर चाललेल्या इतर मुलांसारखाच तोही एक साधासुधा मुलगा होता. काय नाटकं होती ती, त्याच्या बापासाठी होती. आणि आता तो स्वतंत्र होता.

■

पंखांचा देवदूत

मी डॅशच्या खोलीतला जाड रोमन पडदा दूर सारला. सकाळ झाली होती. सूर्य चांगलाच वर आला होता. "गुड मॉर्निंग, डॅश दिवस किती छान उजाडलाय, बघ!"

डॅशनं डोळे पुसले. त्याचे डोळे उजेडानं दीपले होते. कधी-कधी तो सकाळी दुर्मुखलेला, वैतागलेला असायचा – कधी नसायचा. मी आपली रोज माझी संधी साधायची. तो सहज, घोगऱ्या स्वरात म्हणाला, "मॉम, एकही ढग दिसत नाहीये."

"अगदी खरं, विचार कर बरं. मी काय ठरवलं असेन? मिमी मुलांना पिकनिक आणि पोहण्यासाठी घेऊन जाणार आहे. म्हणजे आपल्याला आता चिक्कार वेळ आहे. मी काय विचार करत असेल?

"काय?" तो हसत म्हणाला.

"होडी वल्हवणं. बोटीत तू आणि मी – त्या तिथे –" मी तळ्याकडे बोट दाखवत म्हणाले. "कित्येक वर्षांत मी बोट वल्हवली नाही. आणि तूदेखील. होय ना?"

त्यानं मान डोलावली. "हां. तेच करू या. मीसुद्धा यापूर्वी बोट वल्हवली नाही." तो मोकळेपणाने हसला. मुलं किती सोपी असतात! त्यांना तळं, बोट, गाड्या काही दाखवा; ती लगेच तुमची होतात. धक्क्यावरच्या त्या माणसानं आम्हाला लाइफ जॅकेट्स दिली. ती छोटी बोट कशी वल्हवायची, याचा सूचना दिल्या आणि हात हलवत निरोप दिला.

"डॅश, तुला समजलं ना सगळं?" मी विनोद करत म्हणाले.

"जरा... जरा! असं मला वाटतंय." तो गंभीर झाला होता. पाय ठेवण्याची जागा पाहून त्यानं पाय ठेवला आणि आवतीभोवती पाहिलं. त्या धक्क्यावरच्या

माणसानं दिलेला पिवळा दोर उचलला. "असं बघ, तू हा दोर पकड. आणि सूऽऽ सुटायचं!" आणि आम्ही निघालो. त्या निळ्या तळ्यावरून आम्ही हसत-खिदळत निघालो. वारा आमच्या चेहऱ्याला स्पर्शत होता. उन्हाच्या तिरीपी पाहून स्वत:चा बचाव करण्यासाठी आम्ही तिरपे झालो.

"मॉम, मी आता बोट वळवणार आहे. ह्या दिशेनं जावं लागणार. मॉम! डोकं खाली कर. शिडाची काठी लागेल."

मी जरा नाट्यपूर्णरीत्या खाली वाकले आणि आम्ही हसलो.

आपण कुठे जात होतो, हे बघण्याऐवजी डॅशचं लक्ष माझ्याकडे होतं. आमची एकाग्रता ढळली, वाऱ्यानं शिड भरकटलं आणि बोट कलंडली. जरी ऊन पडलं असलं, तरी पाणी गारढोण होतं. आम्ही त्या पाण्यात कलंडलो होतो. "अरे देवा!" मी ओरडले. डॅश बोटीत चढला. त्याचे दात वाजत होते. माझे पाय थंडीनं काकडले होते. पण आम्ही खिदळत होतो. त्यानं ते ओलं शीड पाण्यात वर उचललं, बोट सरळ केली.

"मॉम, चल, ये वर. तुला जमेल."

"तुला म्हणायला सोपं आहे. तू तर आधीच बोटीत चढून बसला आहेस. ठीक आहे. एक-दोन-तीन आणि –" असं म्हणत मी उसळी मारली. डॅशनं पुढं होत माझा हात धरला. आणि बोट सुरू केली. आम्ही पुढे जाऊ लागलो. तशी मी दोर हातात घेतला. "आता माझी पाळी. मी कॅप्टन, तू प्रवासी. तू माझा कैदी आहेस."

आम्ही आमच्या जागा बदलल्या. "मॉम, जमलं की ते तुला. घट्ट पकड हं आणि... ओह-नाही...."

आम्ही त्या दिवशी पाण्याच्या पृष्ठभागापेक्षा पाण्यातच वेळ घालवला. "डॅश" मी होडी पकडत तोंडातल्या तोंडात म्हणाले, "त्या माणसाच्या सूचना आपण नीट ऐकल्या होत्या का रे?"

व्हिसलर इथले चांगले क्षण हे अत्यंत रमणीय, लक्षणीय होते. रात्री उघड्यावर, शेकोटीजवळ बसून आकाशातले चमचमते तारे पाहत, हे कोणतं नक्षत्र असेल, याचा विचार आम्ही करायचो. क्विन तर डॅशला चिकटूनच बसत होता. डॅशही मंद स्मित करत त्याच्याभोवती हात टाकून त्याला जवळ घेत होता. आम्हाला बाकी साऱ्याचा विसर पडला होता. फक्त आम्ही होतो. डॅश माझ्याशी गोड बोलत होता. मुलांशी मायेनं वागत होता. मी जिथे जाईन, तिथे तो माझ्या मागे येत होता. प्रत्येक संध्याकाळी माझ्याकडून त्याची पाठ चोळून घेत होता. व्हिसलरमध्ये आमचे स्पर्श होत होते. टीव्ही पाहताना पायावर पाय टाकून, त्याचा हात हातात घेऊन आम्ही बसत होतो.

काही वाईट क्षणांमुळे मला धक्का बसला. माझा मुलगा राक्षसी बनला होता. दर तीन-चार दिवसांनी डॅश शत्रुत्व घेऊनच उठायचा. आम्ही त्याच्याभोवती चूपचाप वावरत असायचो. त्याला जर काही करण्याची इच्छा नसेल – उदा. गाडीतून वाणसामान घरात आणलं, तर तो काहीच करायचा नाही. तो ओरडून नाही म्हणायचा. दाणदाण पावलं आपटत खोलीत जायचा. शिवीगाळ करायचा, कोपऱ्यात बूट फेकत दार आपटून बंद करायचा. काही वेळा तो खोलीबाहेर जेवण्यासाठीही यायचा नाही. कामासाठी आम्ही गाडीनं निघालो, तरी यायचा नाही. कधी-कधी तो माझ्या, 'गाडीच्या खिडकीतून पाय बाहेर टाकू नकोस,' या विनवणीकडे दुर्लक्ष करायचा. मग मीच ती काच बंद करायचे. कधी त्याला काही हवं असल्यास 'चल पॅम' म्हणायचा. कधी 'चालती हो, मी खेळतोय.' असं म्हणायचा. भूक लागल्यावर 'पॅम खायला घाल' असं सांगायचा. सगळ्यावर टीका करायचा. त्याचे माझ्यावर होणारे शाब्दिक वार हे आई-बहिणीवरून दिल्या जाणाऱ्या अपशब्दांनी भरलेले असायचे. व्हिसलरच्या त्या आठवड्यात तो तीन वेळा तरी माझ्यावर निष्कारण भडकला होता आणि हस्तमैथुनाचे हावभाव करून दाखवले होते. एकदा तर मी त्याला जेवण्यासाठी टेबलाजवळ चलायला सांगितलं, तर त्यानं पँट उतरवूनच त्याचं ढुंगणच दाखवलं. एकदा टेबल लावायला मदत करतो का विचारल तर म्हणाला, "पळ, रांडीचे." हे असले शब्द ऐकून मला पहिल्यांदा धक्काच बसला. इतकी हादरले की, काय करावं, हेच मला सुचेना. पण एक-दोन दिवसांतच मी धोरण ठरवलं. काहीही होवो! त्याच्यावर फक्त प्रेमच करायचं. "डॅश, असलं काही म्हणण्याची गरज नाही." मी हळुवारपणे म्हणायचे. "किंवा मला माहीत आहे की तुला माझ्याबद्दल, खरोखरच, तसं काही वाटत नाही. मग असं भयानक वेडविद्रं का बरं बोलतोस?" मला ठाऊक होतं की, पीएएस मुलं स्वत:शीच निर्भत्सना करत असतात. हे बोलणं म्हणजे स्वत:ची निर्भर्त्सनाच होती. त्यामुळे मी त्याची ती भावना शांत करण्याचा, त्याबाबत तटस्थ राहण्याचा प्रयत्न करत होते. तो काही बोलला, तरी त्याच्यावर चिडत नव्हते. स्वत:वर ताबा ठेवत होते. पण हळूहळू परिणाम दिसून आला. त्या गोष्टी पूर्णपणे नाहीशा झाल्या नाहीत. पण पहिल्या आठवड्यात हे असे जेवढे प्रसंग घडले, त्याच्या निम्यानेही दुसऱ्या आठवड्यात घडले नाहीत. तसेच केन वेस्टलेकनं भाकीत केल्याप्रमाणं तो पळूनही गेला नाही. तशी धमकीही दिली नाही. अगदी मला अपशब्द बोलत असतानादेखील नाही. आमच्या घरापासून, व्हँकूव्हरला जाण्याऱ्या ग्रेहाऊंड बसचा स्टॉप, हाकेच्या अंतरावर होता. बस गावात पाच वेळा जायची. डॅशच्या खिशात पैसे होते आणि मी त्याला थांबवणार नाही, हेही त्याला ठाऊक होतं. त्याचा स्वत:चाच अपवाद वगळता एकूण डॅशचा वेळ चांगला चालला होता. त्यानं पुन्हा डेव्हबरोबर सूर जुळवले होते. डेव्ह दर वीकएंडला

येत होता. डॅशबरोबर आरामात राहत होता. डॅशनं तर मला लाजतच, 'डेव्हला 'बिग डी'ऐवजी डेव्ह म्हणू का?' असंही विचारलं होतं. डॅशची कोणाला फोन करण्याची इच्छा नव्हती. त्याच्या नेहमीच्या मित्रमंडळींना तो टाळत होता. 'मित्राला राहायला बोलाव,' हे माझं सांगणंही त्यानं उडवून लावलं. मित्रांमध्येही तो फारसा मिसळत नव्हता. म्हणून त्याबद्दल छेडलं असता त्यानं बचावाचा पवित्रा घेतला. म्हणाला, "माझ्या मित्रांना तू आवडत नाहीस."

"ते तर मला ओळखतही नाहीत आणि तरीही मी त्यांना आवडत नसेन, तर तू त्यांना माझ्याबद्दल काहीतरी सांगितलं असशील, म्हणून असेल. हे काही चांगलं नाही. हो किनई?"

तो थबकला. नंतर म्हणाला, "मी गंमत करत होतो."

पीटरनं पहिल्या दिवसांत सांगितल्याप्रमाणे मुळीच फोन केला नव्हता. डॅशला घरी फोन करण्याविषयी मी ज्या-ज्या वेळी सांगितलं, तेव्हा प्रत्येक वेळी ठामपणे 'नाही' किंवा रागावून, 'नाही बोलणार' असं त्याचं उत्तर असायचं. केन वेस्टलेक, ग्रेग हर्ट यांनाही डॅशने फारसा प्रतिसाद दिला नाही. केननं व्हिसलर मुक्कामात डॅशला फोन केला होता, तेव्हा डॅश स्केट पार्कमध्ये गेला होता.

"केन, तू फोन करावास, असं मला वाटत नाही." मी म्हणाले. *त्याचं डॅशला सूचना देणं. तो वेडपट असल्याचं सुचवणं.* "गरज लागली, तर डॅश फोन करेल."

मी जेमीला फोन केला. केनला कोर्टात दिलेल्या वचनाची आठवण करून द्यायला मी त्याला सांगितलं. पण केननं पुन्हा फोन केला आणि जोवर त्याच्या अशिलाशी बोलणं होत नाही; तोवर दर अर्ध्या तासाने फोन करण्याची धमकी दिली. मी आणि डॅशनं केलेल्या प्रगतीची त्यानं धूळधाण करावी, अशी माझी मुळीच इच्छा नव्हती. "केन, तू पुन्हा फोन केलास, तर मी पोलिसाला कळवीन," मी म्हणाले. मी डॅशला स्केटपार्कमधून आणलं. केनचा फोन आल्याचं सांगितलं. त्यानं माझ्याकडे शून्य नजरेनं पाहिलं. जसं काही त्याला केन कोण, हेच माहीत नव्हतं. पण दुसऱ्याच दिवशी ग्रेग हर्टचा फोन आला. डॅशला केनच्या फोनमुळे जणू सूचनाच मिळाली होती. ग्रेगचा फोन येताच – त्यानं 'काय चाललंय' हे विचारताच डॅश चिडला. "मला इथं अजिबात आवडत नाही. जीव घुसमटतो." तो म्हणाला. "अजिबात मजा येत नाही."

डॅशच्या ध्रुवीकरण आणि कधीमधी रानटी भावावस्था यांशिवायही आणखी अडचणी होत्या. डॅश त्या वर्षी गणित आणि समाजशास्त्र या विषयांत नापास झाला होता. उन्हाळी शाळेत त्या विषयांचा अभ्यास करून तो पास झाला नाही, तर तो आठव्या इयत्तेत नापास होण्याची चिन्हं दिसत होती. आणि ते तर त्याचं माध्यमिक

शाळेतलं पहिलंच वर्ष होतं. डॅशचं उन्हाळी शाळेत नाव घातलं होतं, पण तो म्हणाला की, त्याला हाकलून दिलं, कारण त्याला उशीर व्हायचा. उशिराचं कारण काय तर, 'मला कोर्टात जावं लागत होतं.' मी उन्हाळी शाळेचे संचालक मि. केर यांच्याशी बोलले. त्यांनी सांगितलं की, डॅश इतकी तोडफोड करायचा की, शेवटी त्याला लहान वर्गात हलवण्यात आलं. मि. केर यांनी मग पीटर आणि डॅश या दोघांची एकत्र मुलाखत घेतली. डॅशच्या प्रगतीसंबंधानं काय करता येईल, यावर चर्चा केली. त्या वेळी पीटरच इतक्या सबबी सांगत होता की, शेवटी मि. केर यांनी त्याला सांगितलं की, "डॅशला स्वत:ला बोलू द्या." काही दिवसांनी पीटरनं फोन करून सांगितलं की, डॅशला दंतवैद्याकडे जायचं असल्यानं तो त्या दिवशी उपस्थित राहू शकणार नव्हता. आणि नंतर डॅश शाळेत गेलाच नाही. त्या मुलानं दंतवैद्याकडे इतका काळ घालवला होता की, त्यामुळे त्याच्या दाताइतके लख्ख आणि निरोगी दात जगात कोणाचेच नसतील.

अशा प्रकारे आम्ही गतिरुद्ध झालो होतो – एकाच ठिकाणी अडकून पडलो होतो. सोबतीला अपुरी आठवी इयत्ता आणि बेशिस्त दिशाहीन असा मुलगा. मी शोध घेतला. मला व्हिसलरमध्ये एक अमेरिकन एम.एड झालेल्या (विशेष गरज असलेल्या मुलांना शिकवणारी.) शिक्षिकेचा शोध लागला. व्हिसलरमध्ये त्या उन्हाळ्यात ती शिकवत होती. तिचे दिवस भरत आले होते. मी जेनेटशी बोलले. तिने तिच्या विशेष अभ्यासाचा विषय सांगितला. मग मी तिला खोलात जाऊन डॅशबद्दलची माहिती दिली. डॅशकडून काम करवून घेणं जास्त अवघड जाईल, ही शक्यताही सांगितली. ती घरी आली. डॅशला भेटली. डॅशला ती आवडली. घरी अभ्यास सुरू झाला. ती दोघं जेवण्याच्या टेबलावर बसून अभ्यास करायची. डॅशला गणिताच्या पहिल्या चाचणीत ४२ टक्के मार्क मिळाले. शाळेत नापासाचा शिक्का बसलेल्या मुलाकडून एवढी मजल मारली गेली होती. पण दोनच आठवड्यांनंतर डॅशकडून गृहपाठ करवून घेणं कठीण होऊ लागलं. तो जेनेटजवळ अभ्यासाला बसण्याची टाळाटाळ करू लागला, शेवटी तर त्याला अभ्यासाला बसवणं अशक्यच होऊ लागलं. तसं केल्यानं तो अधिकच चिडू लागला. या सगळ्याचा आमच्या नाजूक नातेसंबंधावर परिणाम होऊ लागला. शेवटी हे सगळं काही काळ थांबवायचं ठरलं.

पण आमची इतर कामं तशीच चालू ठेवली. डॅशला निद्रानाशाचा विकार जडला होता. त्यामुळे आम्ही रात्री अकरा वाजताच दिवे मालवायचो. पण डॅश झोपत होता किंवा नाही, याची मुळीच कल्पना नसायची. त्या सगळ्या आठवड्यात डॅश थकलेला, जडावलेला, सुस्तावलेला नव्हता; असा एकही दिवस उजाडला नाही. त्यानं त्या तीन आठवड्यांत एकाही पुस्तकाला हात लावला नाही. पण मी व्हँकूव्हरहून येताना स्केटबोर्डबद्दलची भरपूर पुस्तकं आणली होती. ती पुस्तकं मात्र

तो वाचत-चाळत, निदान त्यातली चित्रं तरी पाहायचा. आणि त्याच्या आवडीच्या विषयात रमायचा. वर्षांपूर्वी डॅश मला म्हणाला होता की, त्याला व्यावसायिक स्केटबोर्डर व्हायचं होतं. एवढ्या वर्षांत पहिल्यांदा मी त्याच्याकडून व्यावसायिक महत्त्वाकांक्षा ऐकली होती. तोपर्यंत मी आपली, त्यानं त्याच्या आवडीनिवडीसंबंधी, ध्यासासंबंधी काहीही सूचक ऐकवलं की, तिकडे धाव घ्यायचे. मग ती महत्त्वाकांक्षा काय होती, याबद्दल किंचितही तमा बाळगत नसे. माझा सर्जनात्मक आविष्कारावर विश्वास होता. आणि त्यानं कोणत्याही कलात्मक आविष्काराची पुसटशी खूण जरी दाखवली, तरी तो ठीक होईल, अशी आशा मला वाटायची. ह्या वेळपर्यंत जर तो मला म्हणाला असता की, मला टॅटू कलाकार व्हायचं आहे; तर मी लगेच त्यासाठी लागणारी शाई, सुया आणि अगदी स्टुडिओसुद्धा खरेदी केला असता.

डॅशला लहानपणापासून चित्रकलेची खूप आवड होती आणि मी ती जोपासलीही होती. तो चार-पाच वर्षांचा असताना मी त्याला 'आर्टस अम्ब्रेला'त चालवल्या जाणाऱ्या कला-सृजन कार्यक्रमात घेऊन जायचे. संगीताच्या वर्गाला न्यायचे. तो बारा वर्षांचा होता, तेव्हा त्याला व्हिडीओच्या वर्गाला नेलं होतं. तो लहान होता, तेव्हा बाहेर पडताना मी माझ्याबरोबर कागद-पेन्सिली घ्यायचे. आणि मग सफरीत तो चित्र काढायचा. चित्र काढताना तो स्वस्थ बसायचा. त्यात त्याला शांती-समाधान वाटायचं. तो कितीही काळ चित्र काढत राहायचा. आम्ही बाहेर पडलो की, रस्त्याने जाता-येता तो शहरातल्या भिंतींवर चितारलेल्या चित्रांकडे, मजकुराकडे बोट दाखवत असायचा. एके दिवशी मी त्याला म्हणाले, "डॅश, माझ्या एका मित्राचा आर्ट स्टुडिओ आहे. 'जॉन फेरी.' तुला आपल्या घराचं काम करणारी इंटेरियर डेकोरेटर जोन आठवते का? हा तिचा मुलगा. आपण त्याच्याकडे जाऊन तो कसं काम करतो ते बघू या का?" आम्ही गेलो. डॅश खूप खुलला होता. त्याची चित्रकलेची आवडही वाढली. मी त्याला जीन मायकेल बॅस्क्वेट आणि कीथ हेरींग या दोघा चित्रकारांची गोष्ट सांगितली. त्या दोघांनी भिंतीवरील चित्रकारीनं आपल्या कारकिर्दीला सुरुवात केली होती. आम्ही त्यांच्यावरील पुस्तकं पाहिली. ती पुस्तकं चाळता-चाळता डॅशनं विचारलं.

"ह्या दोघांनी आपल्या कामाची सुरुवात रस्त्यावरच्या कामानं केली? खरंच?"

"हो आणि आता बघ ती कुठे पोहोचली ते? ती दोघं हयात होती, तेव्हा आर्टगॅलऱ्या त्यांची चित्रं मिळावी, म्हणून त्यांच्या मागेमागे फिरत होत्या. खूप हुशार होती, ती दोघं – तुझ्यासारखी! त्यांनीसुद्धा कॅनव्हासऐवजी भिंतीवरच सुरुवात केली."

"वॉव, मॉम, असं काही होतं, असा मी कधी विचारही केला नव्हता."

"मग, आता काय विचार? तू तुझी चित्रं इमारती, सार्वजनिक जागांत काढण्याऐवजी, मी तुला कॅनव्हास देते – त्यावर का काढत नाहीस? मग तुला घरीही काम करता येईल. तुझा स्वत:चा स्टुडिओ असल्यासारखं वाटेल बघ!"

डॅश कॅनव्हासवर चित्र रंगवू लागला. सारा कॅनव्हास पांढऱ्या रंगाने रंगवायचा, नंतर चित्राची सुरुवात करायचा. मला त्याची कित्येक दिवस काही खबरबात नसायची. अचानक केव्हातरी त्याचा फोन यायचा.

"मॉम, रंग संपलेत. दुकानात केव्हा जायचं?"

एका दुपारी रंगाच्या दुकानातून यथेच्छ भटकून झाल्यावर आम्ही पीटरच्या घराकडे वळलो. डॅश उत्तेजित होऊन मला म्हणाला, "मॉम, मी माझे कॅनव्हॉस दाखवू का? मी खूप चांगलं काम केलंय बघ!"

"डॅश, मला तर छानच वाटेल." मला निमंत्रण मिळाल्याने आश्चर्यच वाटलं होतं. त्या घरात डॅशच्या पाचव्या वर्षांपासून मला निमंत्रण नव्हतं. "तू घरात जा. मी आत आले, तर चालेल का, हे डॅडला विचार. मी इथेच थांबते."

क्षण पळाले. थोड्या वेळात डॅश बाहेर आला. त्याचा चेहरा पडला होता. निराशेनं त्याच्या आनंदाचा चोळामोळा केला होता. "डॅड नाही म्हणाला."

"ठीक आहे, डॅश. परत केव्हा तरी. मला तर ती चित्रं बघायला खूप आवडेल."

"हो," तो खाली बघत म्हणाला. "मॉम, मला एक युक्ती सुचलीय." त्यानं घराचा कोपरा दाखवला. म्हणाला, "तू जर तिथे थांबलीस, तर मी कोपऱ्यातल्या खोलीत जातो आणि तिथल्या खिडकीतून तुला चित्रं दाखवतो." तो आत पळाला. मी त्यानं दाखवलेल्या जागेकडे गेले. तिथली खिडकी तळघरातल्या खेळघरात उघडत होती. त्या काचेवर धूळ, माती, घाण साचली होती. मी गुडघ्यावर बसले, काच पुसली. आणि चेहऱ्याभोवती हाताचा आडोसा करून, काचेतून आत पाहिलं. आत डॅश त्याच्या चित्राजवळ अभिमानानं उभा होता. मी हसले. त्याच्याकडे पाहून हात हलवला. अंगठे उभारून त्याला प्रोत्साहन दिलं. तो आनंदाने उजळून निघाला होता.

डॅशच्या आवडी जोपासणं – मग त्या कसल्याही असोत वा तो काहीही करो – हे माझ्या लेखी खूप महत्त्वाचं होतं.

स्वत:चं मूल पीएएस असण्यात आणखीही अवघड गोष्ट होती. ती म्हणजे तो मुलगा असणं आणि तो वाढीच्या वयातला असणं. तसंही डॅशचं मानसिक आरोग्य फारसं ठाकठीक नव्हतं आणि आता तो पौगंडावस्थेत येत होता. त्या समवयस्क मुलांबरोबर वावरत होता. आणि त्या तारुण्यानं बंडखोरी, नाट्यमयता, प्रयोगशील अनुभवाला सामोरं जाणारी वृत्ती, भय ही सारी कवाडं उघडून दिली होती. जरी आम्ही व्हिसलर इथे कोचावर शेजारी-शेजारी गुरफटून पडल्यानं डोळ्यांत पाणी येईपर्यंत हसायचो, तरी माझा भर विश्वासपूर्ण संवादावर होता. डॅशला तारुण्यात पदार्पण करणारा टीनएजर म्हणून समुपदेशकाची गरज भासली किंवा पीएएस मूल म्हणून किंवा एक अक्षम पालकाकडून त्याला न मिळालेलं निरपेक्ष प्रेम त्याला मिळावं

म्हणून, त्याला आधार मिळावा म्हणून, मी संवादाचे सारे मार्ग खुले ठेवले होते. ती एक संथ प्रक्रिया होती. डॅशनं मला सांगितलं की, एक वर्ष तो मारिजुआनाचं सेवन करत होता. तेव्हा मी त्याला वळण लावण्याचा प्रयत्न केला नाही. त्याच्यावर ठपका ठेवला नाही. तो काय करत होता, ते बदलण्याचा प्रयत्न केला नाही. खूपशी कोवळी तरुण मुलं मारिजुआनाचं सेवन करतात. डॅशनं ते ओढावं, अशी माझी बिलकूल इच्छा नव्हती. पण त्यानं ते ओढलं, याचं मला नवलही वाटलं नाही. मी फक्त त्याच्याशी संवाद साधण्याचा प्रयत्न केला.

"डॅश, या मारिजुआनबद्दल मला फार काळजी वाटते. कारण मारिजुआनाचा परिणाम आपल्या मेंदूवर होतो. आणि तो चांगला नसतो. तुझ्यासारख्या चौदा वर्षांच्या वाढत्या वयाच्या मुलांवर तर फारच वाईट परिमाण होतो. त्यांची इयत्ता, त्यांचा उत्साह, जोम, स्फूर्ती, भूक या साऱ्यांवर हा परिणाम दिसून येतो. झोपण्याच्या सवयी बदलतात, ते निरुत्साही, निस्तेज दिसतात. तुला माहिती आहे." डोळे जमिनीला लावत डॅशनं मान हलवली. "आणि डॅश, हे सगळं बेकायदेशीर आहे."

"पण ते बेकायदेशीर नसावं. त्यात काहीच गैर नाही," तो पटकन उत्तरला.

"असं पुष्कळ जण म्हणतात. मला माहीत आहे. कदाचित कायदा बदलेलसुद्धा. पण आज तरी ते बेकायदेशीर आहे. आणि ही गोष्ट विचारात घेतली पाहिजे."

डॅशला काही ते फारसं पटलेलं दिसत नव्हतं. पण त्यानं कसलाच युक्तिवाद केला नाही.

"ते जाऊ दे. तुला हे मारिजुआना मिळालं तरी कुठे?"

डॅश चाचरला. "शाळेत."

"खरं? बाहेरची मुलं शाळेत येऊन विकतात की काय?"

"मॉम, ह्यातलं काहीही मी तुला सांगणार नाही. तूदेखील त्या फंदात पडू नकोस. त्या व्यक्ती अडचणीत येतील."

"डॅश, मला ठाऊक आहे की, हे मी तुला खूप वेळा ऐकवलंय. पण आज आताही पुन्हा सांगते की, तू जर ड्रग घेतल्यामुळे कुठल्या अडचणीत आलास, घरी यावंसं वाटलं; तर मला फोन कर. कधीही – कुठूनही! मी तिथे येईन. तुला घेऊन जाईन."

"मॉम, मला माहीत आहे."

"कुठल्याही अडचणीच्या वेळी, मदत मागायला घाबरू नकोस. मला वचन देशील का?"

"मॉम नक्की!" तो क्षणभर थांबला. "आपण दुसऱ्या कशावर तरी बोलू या का? *हं, टीनएजर!*"

"हो – जेवणानंतर काय असंही."

डॅश आणि मी असंच सेक्ससंबंधीही बोललो. मी पौगंडावस्थेवरची काही पुस्तकं आणली. आम्ही दोघांनी ती वाचली. त्यातली काही चित्रं पाहून हसलो. आपल्या मैत्रिणीचा सन्मान करावा, तिची काळजी घ्यावी, हेही मी त्याला सांगितलं.

तरीही व्हँकूव्हरमध्ये तणावाची स्थिती होती. आम्ही व्हिसलरहून येताच पीटरचा फोन आलाच. 'डॅशिल परतला का? ती मंडळी व्हिसलरहून आली का?' आम्ही व्हिसलरमध्ये तीन आठवडे होतो. थोडंसं अवघड होतं – पण मध्यस्थीचा परिणाम दिसून येऊ लागला होता. आमच्यात बंध निर्माण होत होते. डॅशमध्ये सुधारणा दिसत होती. मी काही 'शांत डॅश' या चमत्काराची अपेक्षा करत नव्हते. पण काही सुचिन्हं दिसत होती. आणि असंच चालू राहिलं, तर या साऱ्याचा उपयोगही झाला असता. व्हँकूव्हरमध्ये परतल्यावर, आम्ही थोड्याच दिवसांनंतर ओरेगॉनमधील बेंडमधल्या एका मळ्यात घोडेस्वारीसाठी जाणार होतो. तिथे आठवड्याभराच्या कार्यक्रमाचे पैसेही भरले होते. पण डॅश आणि त्याच्या बापाचं आधीच काही ठरलं होतं म्हणा किंवा काही गुप्त संकेत असतील म्हणा, आम्ही घरापासून दहा मिनिटांच्या अंतरावर असलेल्या सिग्नलजवळ थांबलो असता, डॅशनं त्याचा स्केटबोर्ड काखोटीला मारला. दार उघडलं.

"बरं, भेटू या." तो सहज म्हणाला. लिफ्टबद्दल 'थँक्स' म्हणावं, तशा थाटात तो बोलला.

मी त्याच्याकडे पाहत होते. थोडीफार कल्पना आलीच. आणि तो बाहेर पडण्याची वाट पाहतानाच तो परत यावा, असंही वाटत होतं. लाल दिवा होता. आवतीभोवती गाड्या होत्या. त्याचा हात हँडलवर होता. मी त्याचा चेहरा बघत होते.

"डॅश, हे खूप धोकादायक आहे. तू काय करतो आहेस?"

त्यानं माझ्याकडे पहिलंही नाही. तो बाहेरच बघत होता. बाहेर कसं पडायचं, याचा जणू तो मार्ग शोधत होता.

"हा-हा गंमत केली." शेवटी तो म्हणाला. आत शिरला. दार बंद केलं. दुसऱ्या सिग्नलजवळ आल्यावर पुढच्या चौकात तर आमचं घर होतं. डॅशनं पुन्हा बाहेर उडी घेतली. मला नवल वाटलं. किती जवळ होतं. "मी उरलेला रस्ता स्केटिंग करत येतो." तो म्हणाला.

"डॅश, डॉक्टर काय म्हणाले, ते आठवतंय ना? तू जर पडलास, तर त्या पायावर तुला कसलाच भार टाकता येणार नाही." मी म्हणाले. "प्लीज डॅश गाडीत ये. आमच्याबरोबर थांब. आपण मळ्यात जाऊ. इथनं दूर जाऊ."

"पायाचं पाहतो मी." तो म्हणाला. त्यानं दार आपटलं. आणि आम्ही आलो त्या रस्त्यानं परत फिरला. आमच्या घरापासून दूर त्याच्या बापाच्या घराकडे! मी

सरळ घरी गेले. मुलांनी गाडीतून सामान काढून घरात आणायचं काम दिलं. आणि मी जेमीला आणि पोलिसांना फोन केला. "तो गेला. माझी खात्री आहे तो पीटरकडेच गेला असणार." मी स्वयंपाकघरात गेले. मुलांच्या खाण्याची तयारी करू लागले. आणि मी थांबले. माझ्याकडे 'संबंध ठेवायचा नाही.' असा जोरकस हुकूमनामा होता. डॅश पीटरच्या घरी राहू शकत नव्हता आणि हे पीटरला ठाऊक होतं. पण डॅश आलाच नाही. वेळ जात चालला. तशी मी मला माहीत असलेल्या त्याच्या साऱ्या मित्रांना फोन केले. ग्रेग आणि पीटर दोघांच्या घरी निरोप ठेवले.

"पीटर, मी पॅमेला. डॅश माझ्या घरून, स्केटबोर्डवरून गेला, मी पोलिसांना सांगितलंय. 'हरवला' अशी तक्रार करण्याचा माझा विचार आहे." मी मशिनवर निरोप ठेवला. *ह्याचा काहीतरी उपयोग होईल!*

पीटरनं लगेच फोन केला. "तक्रार नोंदवू नकोस." तो म्हणाला. "मी गावाच्या बाहेर आहे. पण त्याच्या मित्रांशी बोलतो. बघतो त्याचा कुठे ठावपत्ता लागतो ते."

दिवस सरला. रात्र संपली. सकाळी लवकर उठले. कॉफी घेऊन पीटरच्या घरी निघाले. पहिल्यांदाच मी डेव्हला माझ्याबरोबर चलण्यास सांगितलं. माझी शेजारीण मॉली मुलांबरोबर थांबली. कारण मिमी वीकएंडसाठी घरी गेली होती. ह्या वेळी जरा जंगी सामना होता. मी पीटरचं दार ठोठावणार होते. डॅशची मागणी करणार होते. त्यामुळे मला डेव्ह हवा होता. जोवर मला मदतीची गरज भासणार नव्हती, तोवर मी त्याला गाडीतच बसायला सांगितलं. मी तसं कुठल्याच गोष्टीवरून रण माजवणार नव्हते. मी दाराशी गेले. दार ठोठावलं.

काहीच हालचाल नव्हती. *तो मुलाला आसरा देतोय.* तेथून मग आम्ही ग्रेगच्या घरी गेलो. तिथेही काही प्रतिसाद नाही. घरी गेले. ब्रेकफास्ट तयार केला. सगळ्यांनी ब्रेकफास्ट केला. मी शांत राहण्याचा प्रयत्न करत होते. अकराच्या सुमारास मी एकटीच पीटरच्या घरी गेले.

"कोण आहे?" मी दार ठोठावल्यानंतर पीटरच्या आवाज आला. "मी फोनवर बोलतोय."

"मी थांबेन. पीटर, मला तुझ्याशी बोलायचं आहे." पीटरनं दार उघडलं, तशी माझी आतडी पिळवटलीच. "पीटर, मी डॅशला घेऊन जायला आले आहे."

"तो तर इथे नाही."

"अरे देवा, पीटर तो इथेच आहे." मला रडू फुटलं. त्याचंच मला आश्चर्य वाटलं. सगळा ताण, शीण जणू डोळ्यांतून वाहत होता. "हे असं तू का वागतो आहेस? किती काळ चाललंय हे आणि आपल्या मुलाला याचाच त्रास होतोय. तुला हे दिसत नाही का? सगळं सुरळीत व्हावं, यासाठी मी आटोकाट प्रयत्न करतेय. पण तू मात्र, भूतकाळ विसरायलाच तयार नाहीस. हे कुणाच्याच दृष्टीनं चांगलं नाही.

आणि डॅश –! पीटर, या साऱ्यात त्याला किती सोसावं लागतंय. आपल्या दोघांना भेटता यावं, असं त्याला वाटतंय.'' पीटर माझ्याकडे मला वेड लागलं होतं, अशा थाटात बघत होता. सिनेमा पाहताना मौज वाटते, तशी त्याला मौज वाटत होती, असा त्याचा एकूण आविर्भाव होता. माझ्या म्हणण्याचा त्याच्यावर कसलाही परिणाम झाला नाही. ''त्याचे दोघा पालकांशी संबंध राहणं; त्याच्या दृष्टीने अत्यंत हिताचं, गरजेचं आहे. त्याला आपल्या दोघांची गरज आहे. तो अडचणीत आहे. पीटर, खरोखरच तो खूप अडचणीत आहे. बॉब लेवीस काय म्हणाला, ते तू ऐकलंस. तो चुकीच्या मार्गाने चालला आहे.''

''भर कोर्टात, मला डॅशपासून अलग व्हावं लागलं, तेव्हा मला किती भयानक वाटलं, याची कल्पना आहे का तुला?'' तो शांतपणे म्हणाला. ''तेही तो मला बिलगून रडत असताना!''

माझा आवाज चढला होता. डोळ्यांतून आसवं ओघळत होती. ''तो फक्त त्याच्या आईकडे जाणार होता.'' मी ओरडले. ''तो कुणा परक्याबरोबर जात नव्हता. कुठल्या तुरुंगात जाणार नव्हता. तो फक्त –'' पीटर मला शांत बसण्यास सांगत होता. ''तो गेल्या साडेतीन वर्षांत माझ्याकडे राहिलेलासुद्धा नाही.''

''पॅमेला, तुझा तोल जातोय.''

''पीटर, कोर्टातून बाहेर पडताक्षणीच डॅश एकदम शांत झाला? तू नजरेआड होताच डॅशनं लगेच माझा हात धरला.''

''मीच, त्याला तुझा हात धरायला सांगितलं होतं.'' तो ऐटीत म्हणाला. आणि मला त्याला मारावंसं वाटलं. मी गमावलेल्या डॅशच्या बालपणाच्या प्रत्येक दिवसागणिक, त्याला तडाखे द्यावे, असं वाटत राहिलं. *मी मला मारत राहिले. मी या माणसापर्यंत पोहोचू शकत नाही. कधीच नाही! कारण त्याला ऐकायची इच्छा नाही. तो हे ऐकून घेणार नाही.*

''हे बघ.'' तो बेपर्वाईनं म्हणाला. ''मला काही कळलं की, मी तुला लगेच फोन करीन. मला आता गेलं पाहिजे. मी त्याच्या मित्रांशी पुन्हा एकवार बोलून पाहतो. मला खात्री आहे, तो मला सापडेलच.'' तुला सापडेलच! पीटर दार बंद करू लागला.

''पीटर, डॅशला – हे बघ! माझं ऐक. दार बंद करू नकोस. मी ओरेगॉनमध्ये एका मळ्यात, एका आठवड्याचे राहण्याचे पैसे भरलेत. डॅशला तिकडे यायचं आहे. दोन-एक दिवसांत आम्ही निघूच. त्याला लेक ऑफ वूड्समध्ये स्कीईंग करायचं आहे. प्लीज – त्याला मला घेऊन जाऊ दे. तू त्याला तसं सांग.''

''शूऽऽऽ! शेजारी-पाजारी ऐकतील.'' पीटरनं हातवारे करत सांगितलं.

''तू काय म्हणालास?'' आल्यापासून पहिल्यांदा माझ्या अंगाचं कापरं थांबलं. मन शांत झालं. बुद्धी चालू लागली. मी एकदम शांतचित्त झाले.

"तू जरा हळू बोल. शेजारी ऐकतील."

पीटरला शेजाऱ्यांची कधीच तमा नव्हती. त्यानं कधीही शेजाऱ्यांची फिकीर केली नव्हती. माझं हे निर्वाणीचं विनवणं डॅशनं ऐकू नये, असं पीटरला वाटत होतं. डॅश माडीवर होता. जागा होता. ऐकत होता. पीटरवर एक डोळा ठेवून – जणू तो माझ्यावर उडी घेईल – मी पाठीमागे चालत गाडीशी गेले. ९११ हा पोलिसांचा नंबर फिरवला. आमचा केसनंबर सांगितला आणि म्हणाले, "डॅश त्याच्या बापाच्या घरी आहे." माझ्याकडे पोलिस-मदतीचा हुकूमनामा होता. पोलीस पाचच मिनिटांत आले. मी गाडीत बसले. त्यांनी त्यांचं काम सुरू केलं. त्यांनी दार वाजवलं.

"कोण आहे?" पीटरनं साळसूदपणे विचारलं.

"व्हँकूव्हर पोलीस."

पीटर बाहेर आला. आपल्या पाठीमागे त्यानं दार बंद केलं.

"आम्ही डॅश हर्टला शोधत आहोत. आणि आम्हाला खात्री आहे की, तो घरातच तुमच्याकडे आहे."

"ओह, नाही ऑफिसर. तो कुठे आहे, हे मलाही ठाऊक नाही. मी तर जसा फोनला चिकटूनच बसलोय. माझी खात्री आहे की, तसं काही काळजीचं कारण नसावं."

पोलिसांनी त्याच्याकडे डॅशचा फोटो मागितला. पीटर दार उघडंच ठेवून, घरात फोटो आणण्यासाठी गेला. पोलिसांना जरी उंबरा ओलांडता येत नसला, तरी त्यांनी दारातूनच पाहणी केली. पायऱ्यांवर डॅशचा स्केटबोर्ड होता. शेजारीच डॅशसाठी एक चिठ्ठीही होती.

"मि. हर्ट. आम्ही आत येऊन पाहणी केली, तर तुमची काही हरकत?"

"आहे. तुमच्याकडे तसं काही वॉरंट नाही. त्यामुळे माझी हरकत आहे."

यावर पोलीस काहीच करू शकत नव्हते. पीटरनं दार बंद केल्यावर ते माझ्याजवळ आले. "तो खोटं बोलतोय." त्यांच्यापैकी एक जण म्हणाला.

दुसरा म्हणाला, "आणि काय बोलायचं, हेही त्याला माहीत आहे. वॉरंटशिवाय आपण आत जाऊ शकत नाही, हे त्याला पक्कं ठाऊक आहे. मिसेस रिचर्डसन, तुम्हाला हवं असेल, तर आता काय-काय घडलं, याचं ॲफिडेव्हिट आम्ही लिहून देतो."

"मला वाटतं की कोर्टबाजी पुष्कळ झालीय."

"मग मला नाही वाटत की आम्हाला आणखी काही करता येईल. ठरवल्याप्रमाणं तुम्ही ओरेगॉनला का जात नाही? इथे स्थिरस्थावर होऊ दे. तुमच्या मुलाला आणण्याबद्दल तुमचा वकील काय करतो, ते बघा."

मी गाडी चालू केली, तळमजल्यावरच्या खिडक्यांकडे नजर टाकली आणि निघाले. किती काळ माझ्यावर मात होणार होती. आणि किती काळ मी ते सहन करणार होते! मलाच समजत नव्हतं. मला माझी हाडं खिळखिळी झाल्यासारखी वाटली. गळून गेल्यासारखं वाटलं. मी माझ्या घराकडे, कुटुंबाकडे निघाले.

दुसऱ्या दिवशी पीटरचा फोन आला. जीभ जड होती. सावकाश बोलत होता. "डॅशचा फोन आला होता." तो म्हणाला, "रात्री तो एका मित्राकडेच झोपला होता. कुणी नवाच मित्र आहे. मलाही त्याचं नाव माहीत नाही."

मीही खेळी खेळायचं ठरवलं. "ठीक आहे. पत्ता सांग, मी घेऊन येते त्याला."

"तुला तो मित्र माहीत नाही. आणि तसंही, मला तुला त्याच्याबद्दल काही सांगायचं नाही."

मी सुस्कारले. "मग तू मला –"

"हे बघ पॅमेला, डॅशला त्या मळ्यात यायचं नाही. ठरवल्याप्रमाणे तुमचे तुम्ही जा. त्याला वगळाच!"

त्यामुळे रात्री डॅशनं थंडपणानं वस्तुस्थिती सांगितल्यागत सांगितलं, तेव्हा मला वाईटही वाटलं नाही की नवलही! इतकी मी शिणले होते. मी डॅशला तीन वर्षांनंतर तीन आठवडे भेटले होते. "मॉम, मला मळ्यात यायचं नाही." तो म्हणाला. "मला तुझा रागच आलाय. कोर्टाचा हुकूम तर वेडपटच आहे. मला तो मुळीच आवडला नाही. मला डॅडबरोबरच राहायचं आहे. आता जर तू पोलीस पाठवलेस, तर मी पळूनच जाईन. आणि तू पुन्हा कोर्टबाजी सुरू केलीस ना, तर मी तुला भेटणारच नाही."

दुसऱ्या दिवशी आम्ही – मी, डेव्ह आणि मुलं ओरेगॉनच्या कॅस्केड पर्वतराजीच्या पायथ्याशी असलेल्या बेंडकडे निघालो. तिथेच घोडेस्वारीचं ठिकाण होतं. दहा तास आम्ही त्या डोंगररांगांमधून प्रवास करत होते. आम्ही तिथे तिसऱ्यांदा जात होतो. तिथेच आम्हाला व्हँकूव्हरमधलं आणखी एक कुटुंबही भेटलं. घोडेही चांगले शिकवलेले, प्रेमळ असे होते. रात्री त्यांचं खिंकाळणं आमच्या केबिनमध्ये ऐकू यायचं. मुलांना त्यांचे आवडते घोडे मिळाले होते. सकाळी मुलं स्वयंपाकघरातून गाजरं घ्यायची आणि टेकडीच्या तळाशी पळत जाऊन, त्यांना खायला घालायची. घरातली सगळी एकत्र होतो, हे किती छान वाटत होतं. डेव्ह आणि मला वाटतं होतं की, डॅशही इथे आमच्यासोबत असावा. त्याला घोडे, शेतावरची कुत्री हे सगळं नक्की आवडलं असतं. मोकळ्या हवेत, मोकळ्या रानात, झुडपांमधून घोड्यावरून चौखूर धावणं त्याला खूप आवडलं असतं. पण तसं व्हायचं नव्हतं. पुढच्या वर्षी तरी जमेल, अशी आम्ही आशा धरली.

पाचव्या दिवशी घोडेस्वारी करून परत येताच मला एक निरोप मिळाला. जेमी आणि पीटरचा वकील यांच्यात झालेल्या पत्रापत्रीत, फोनाफोनीत असं ठरलं की, डॅशनं माझ्या घरी परत यावं. मी पुढच्याच विमानानं क्विनला घेऊन निघाले. गुरुवारी दुपारी साडेचार वाजता डॅश माझ्या घरी आला. पुन्हा एकदा पीटरनं त्याला आणून टाकलं होतं.

"सुस्वागतम्!" मी म्हणाले.

हात पसरून मी त्याला कवेत घेतलं. पण व्हिलसरमधल्या स्पर्शाची सहजता आता नव्हती. तो बिघडलेला, ताठरलेला वाटला. तो म्हणाला की, त्याचं माझ्यावर प्रेम होतं. पण मायेच्या स्पर्शानं तो जसा विरघळायचा, तसं आता झालं नाही. आम्ही स्वयंपाकघरात आलो. तिथल्या उबदार वातावरणात, स्वच्छ सूर्यप्रकाशात, ओळखीच्या वस्तूंमुळे त्याला आरामशीर वाटेल, असं मला वाटलं. आम्ही इकडच्या-तिकडच्या गप्पा मारल्या. वाढदिवसाला त्याला काय हवं होतं, ओरेगॉनमधली घोडेस्वारी, स्केटबोर्डवरचं फिरणं, पाहिलेले सिनेमे... इ.इ. मी सँडवीच बनवली. व्हिसलरमध्ये आमचे बांधले गेलेले भावबंध सांधण्याचा मी प्रयत्न करत होते. पण तो त्याच्या बापाकडे सहा दिवस-सहा रात्री राहिला होता. आणि तो सांधा निसटला होता.

डॅश आता माझ्याशी अधिकच तुसड्यासारखा, शत्रुत्व धरून वागत होता. हळुवार, प्रेमळ क्षण फारच कमी होते. शिवीगाळच जास्त होती. मी त्याला विचारलं की "तो ठीक होता ना?" त्यावर "च्या मायला. सगळं ठीकच आहे." असं उत्तर ओरडत द्यायचा. त्याला त्याच्या मित्राकडे जायचं असेल, तेव्हा तो "तू मला तिथं घेऊन चल," असं गुरकावून आज्ञा द्यायचा. मी त्याला थांबवण्याबद्दल सांगितल्यावर तो म्हणायचा, "च्या मायला. तुला काय करायचं आहे?"

एकदा मला उद्देशून डॅशच्या तोंडाचा शिवराळ पट्टा चालू होता. त्या दिवशी त्याच वेळी डॅशचा बालपणापासूनचा मित्र गाडीत होता. त्या मित्रानं नंतर त्याच्या आईला सांगितलं की, माझ्या जागी तो असता, तर त्यानं सरळ डॅशला, "रांडेचा चालता हो!" सांगितलं असतं. आणि नंतर कधीही तोंड पाहिलं नसतं. तो मुलगा तेव्हापासून डॅशपासून दूर-दूर राहू लागला. आणि नंतर त्यानं संबंधच तोडले. डॅशचे सगळे चांगले मित्र दुरावत चालले होते. तो हळूहळू माणसांपासून – त्याचा बाप, मी आणि ग्रेग अशी इनीगिनी माणसं सोडली तर – तुटतच चालला होता.

त्याचं मित्रमंडळही बदलू लागलं. तो त्याच्यापेक्षा लहान मुलांमध्ये वावरू लागला. ती मुलं आडदांड, धसमुसळी होती. डॅशकडे नेता म्हणून पाहत होती. त्यांची घरंही दुभंगलेली होती, त्यांच्या घरात कसलेच कायदाकानून नव्हते. डॅश त्याच्या मनाला येईल तसं – वाटेल तेव्हा त्यांच्याबरोबर वागत होता. व्हिसलरच्या मुक्कामात तसा तो थोडाफार शिस्तशीर वागलाही होता. पण आता व्हँकूव्हरमध्ये त्याला ते शक्यच नव्हतं. घरातून भांडून बाहेर पडला की, तासन्तास घरी परतायचा नाही, इतर लोकांच्या घरी थांबायचा. अमली पदार्थाची नशा करायचा. तो त्याच्या बापाकडे जायचा. तेथून परतायचा. माझ्याकडून पैसे घ्यायचा तिथनं परत बाहेर जायचा. मला शक्य ते-ते मी करायचे. मी त्याला, त्याच्या मित्रांना स्केटिंगपार्कमध्ये

न्यायचे, तो अपरात्री फोन करून सांगायचा की, मला घरी यायचंय. त्या वेळी मी टॅक्सी करून त्याला घेऊन यायचे. त्याच्यासाठी चांगलं जेवण तयार करायचे. सिनेमाच्या सीडी भाड्याने आणायचे. पण दोन-तीन रात्रींनंतर तो गडप व्हायचा. मित्रांकडे राहायचा. शेवटी पुन्हा आपल्या बापाकडे जायचा.

मला डॅशला दूर घेऊन जायला हवं होतं. नाहीतर उरलेला उन्हाळा वाया गेला असता. व्हँकूव्हरमधून त्याला बाहेर काढायला हवं होतं. तो इथं नीट राहत नव्हता, वागत नव्हता. आम्ही दोघंच असता, तो 'रांड, शिंदळ' असं म्हणायचा. 'मॉम, मी तुझ्यावर प्रेम करतो' हे खूप मागे राहिलं होतं. डॅश आता चौदा वर्षांचा होणार होता. अशा वयाच्या मुलांसाठी कॅलिफोर्नियाइतकी उत्तम जागा नव्हती. युनिव्हर्सल स्टुडिओ, चित्रपट अभिनेते, अभिनेत्री, लास वेगास, नेवडा, वाळवंटातील उष्णता, अमेरिकन खाद्यपदार्थ, जादूचे प्रयोग, रोलरकोस्टर. *आम्ही आणि त्याच्या बापातलं तेराशे मैलांचं अंतर.*

डॅश म्हणाला की, मी येईन. त्या दिवशीची दुपारची दोन वाजताची तिकिटं काढली होती. त्याला हवं तितका वेळ झोपू दिलं, म्हणजे मन पालटण्यासाठी त्याला तेवढाच कमी वेळ मिळेल. रक्तबंबाळ आयुष्यातला तेवढाच वेळ कमी होईल.

डॅश उठला. तो येतच नव्हता. मी वाट पाहत होते. शेवटी त्यानं इरादा बदलला. तो 'मी येतो,' म्हणाला. मात्र मी लगेच कामाला लागले. भराभरा बॅग भरली. डेव्हसाठी जेवण करून ठेवलं. मुलांच्या नेण्या-आणण्याची सोय केली. माझ्या गैरहजेरीत मिमीला रात्रीचं त्यांच्यासोबत राहण्यासाठी बोलावलं. डेव्हनं काही डॉलर्स विमानतळावर कुरियरनं धाडले. मी पासपोर्ट तपासले. माझ्या धोरणीपणाचं मलाच कौतुक वाटलं. दोन वर्षांपूर्वी मला संयुक्त पालकत्व मिळालं, तेव्हा मी डॅशचा पासपोर्ट करवून घेतला होता. तो आता आम्ही वापरणार होतो. सीमापार जाण्यासाठी त्याच्या बापाच्या परवानगीची गरजच नव्हती.

पण ह्या घाईगडबडीने डॅश अस्वस्थ झाला. ''माझा स्केटबोर्ड रॉबकडून आणलाच पाहिजे.'' तो म्हणाला.

''डॅश, कॅलिफोर्नियात तुला स्केटबोर्डची गरज भासणार नाही.''

''मॉम, मला ते हवंय. मी तो आणतो –''

''चल, मी येते तुझ्याबरोबर. त्या युबीसी बिल्डिंगजवळच जायचं आहे ना? चल तर!'' मी डॅशला पळपुटेपणा करू देणार नव्हते. आम्ही त्याच्या मित्राच्या घरी गेलो. त्यानं दार वाजवलं. मी तिथेच त्याच्यासोबत उभी राहिले. त्याला ते फारसं आवडलं नव्हतं. पण मी पर्वा केली नाही. रॉबनं 'कोण आहे' अशी विचारणा केली आणि रॉबला बाजूला ढकलून तो झटकन आत शिरला. मी दाराबाहेर, दाराच्या मुठीवर हात ठेवून धपापत्या उरानं उभी होते. आत जावं की न जावं, असा विचार

मनात येतो न येतो, तोच ती मुलं दाराशी आली. डॅशनं भोवताली पाहिलं, पुन्हा माझ्याकडे पाहिलं. त्याला पळ काढायचा होता. पण मी मोठी होते. ताकदवान होते. मी स्केटबोर्डकडे झेप घेतली.

"थँक्स, मला मिळाला." मी गमतीनं म्हणाले. आणि तो स्केटबोर्ड काखोटीला मारत, अर्धवट पळत गाडीतच बसले. त्याचा खजिना आता माझ्याकडे ओलीस होता. डॅशनं स्केटबोर्डचं दुसरं टोक पकडलं. आमच्यात जणू रस्सीखेच सुरू होती. "ठीक आहे. डॅश, आपण तो पुढेच ठेवू या." मी बोर्ड जोरानं पकडला, खेचला.

मी ड्रायव्हरच्या सीटवर बसले. डॅश बाजूला मोठ्या सावधगिरीनं बसला. मी त्याला त्याचा बोर्ड दिला. तिथनं त्याच्या बापाच्या घराजवळून न जाता, लांबच्या रस्त्याने घराकडे घरापासून पाच मिनिटांवर असलेल्या चौपदरी रस्त्याच्या सिग्नलजवळ गाडी थांबली. डॅशनं बोर्ड घट्ट पकडला. मी पुढे सरकले, तशी डॅशनं दरवाजा उघडला. मी बोर्डचं दुसरे टोक घट्ट धरलं. "डॅश, हे काय करतो आहेस? दार बंद कर."

"मला नाही जायचं. मी नाही जाणार. पॅम, मी इथेच उतरतो." असं म्हणत त्यानं दाराबाहेर एक पाय टाकला.

मी खंबीर झाले. "डॅश, दार बंद कर. आपली गाडी चालू आहे." मी रस्त्याकडे बघत वेग वाढवला. डॅशनं स्केटबोर्ड खेचला, तशी त्या गुळगुळीत पृष्ठभागावरून माझी पकड सुटली. डॅश उघड्या दाराकडे सरकला. मी जीव खाऊन त्याचा शर्ट आणि दंड पकडला, त्याला माझ्याकडे खेचलं. स्केटबोर्ड पुन्हा पकडला.

"डॅश, दार बंद कर!"

त्यानं दार बंद केलं नाही. त्याचे डोळे चकाकत होते. माझ्याकडून तो बोर्ड खेचण्याच्या संधीची तो वाट पाहत होता. त्याच्या पांढऱ्या पडलेल्या नखांवरून त्याची घट्ट पकड जाणवत होती. तो एक शब्दही – अगदी शिवीसुद्धा उच्चारत नव्हता. तो बोर्ड जणू, त्याचा बुडत्याचा आधार असावा, इतक्या प्राणपणानं त्यानं घट्ट पकडला होता. मी मला शक्य होईल तितक्या वेगानं गाडी हाकत होते. मी तीन मुलांची आई, शांत अशा केरसडेल गावची रहिवासी – तो बोर्ड पकडून ठेवण्यासाठी धडपडत होते. डॅशला दार बंद करण्यास सांगत होते. एक बस हॉर्न वाजवत बाजूनं गेली. पादचारी बघत होते. एक गाडी समोर आल्यावर मी गाडी वळवली, एक सिग्नलही तोडला. पण जात राहिले. उजव्या हातानं मी स्केटबोर्ड धरला होता. मला रडू येऊ लागलं. मी डॅशची विनवणी करू लागले.

"डॅश, बघ तू आपला वेळ चांगला जाईल... आपण युनिव्हर्सल स्टुडिओला भेट देऊ..." मी सांगत सुटले. "डॅश, आपण परत एकमेकांच्या सहवासात राहू, किती काळ गेला. आपण पुन्हा एकमेकांची ओळख करून घेऊ. माझं तुझ्यावर खूप प्रेम आहे, डॅश." मी हे पुन:पुन्हा सांगत राहिले. त्याला पटवून देत राहिले. सताड

उघडं दार हलकेच बंद झालं. डॅशनं दाराची मूठ धरली आणि बोर्ड खेचू लागला. त्याच्यापेक्षा बलदंड हो – मी मनात इच्छा धरली – आईसारखी वाग. ताशी चाळीसच्या वेगानं मी गाडी चालवत होते. दार पुन्हा सताड उघडलं गेलं. मी गाडी चालवत्या हातानं कसाबसा मोबाईल पकडला. ९११ नंबर लावला. माझ्याकडे पोलिसी मदत असलेला नव्वद दिवसांच्या ॲक्सेसचा हुकूम होता. ते कोणत्याही क्षणी इथे आले असते, पण तिकडून 'हॅलो' येताच मी चाचरले. मी घराच्या अगदी जवळ आले होते. मी तो फोन बंद केला. मिमीला फोन लावला, "मिमी, आम्ही घराच्या अगदी जवळ आहोत. टॅक्सी आली का? गॅरेजचं दार उघडं ठेव."

एवढ्यात पाऊस सुरू झाला. गॅरेजच्या उघड्या दारातून गाडी आत नेली अणि गॅरेजचं दार बंद करण्याचं बटण दाबलं. बोर्डवरची पकड सोडत मी गाडीतून बाहेर उडी घेतली. न जाणो, डॅश त्या दारातून पळाला तर, आपण सज्ज हवं, म्हणून मी उडी घेत बाहेर आले. माझं अंग थरथरत होतं. मी धापा टाकत होते. रडत होते. गॅरेजचं दार बंद झालं. डॅशला धरण्यासाठी मी वळले, तर डॅश दिसेनाच! तो पळाला की काय? मी वळसा घालून डॅश बसला होता, ते दार खेचून उघडलं. स्केटबोर्ड अंगावर भिरकावला जाणार, या भयानं मी अंग चोरून घेतलं. पण मी जे काही पाहिलं, त्यामुळे माझा श्वासच अडकला. डॅश त्याच्या जागेवर बसून होता. चेहऱ्यावरचा रंग उडाला होता. ढगाळ वातावरणामुळे गॅरेजमध्ये अंधारून आलं होतं. त्या अंधूक उजेडात डॅश निस्तेज आणि अगदी लहान बाळासारखा वाटला. तो काचेतून आरपार फक्त बघत होता. एका हातानं स्केटबोर्ड कसातरी धरला होता, तर दुसरा हात निर्जीवपणे लोंबकळत होता. डोळ्यातून आसवं ओघळत होती. शरीर लुळं झालं होतं. चेहरा ओघळला होता. चॉकलेटी, तपकिरी डोळे थकले होते. बारीकसे झाले होते.

"डॅश... डॅश, सगळं ठीक होईल." मी म्हणाले. "आपण दोघं मजा करू, बघ तू." त्यानं एक-दोन वेळा डोळ्यांची उघडझाप केली. जणू तो जागा होत होता. "चल डॅश." मी त्याला गाडीतून बाहेर काढलं. "आपल्याला विमानतळावर नेण्यासाठी टॅक्सी उभी आहे." काहीच न कळल्यागत तो माझ्याकडे बघत होता. "चल, आपण सुटीवर जाणार आहोत ना? चल." त्यानं मान डोलावली. त्यानं सर्वशक्तिनिशी सुटण्याचा प्रयत्न केला होता. तसं तो त्याच्या बापाला सांगू शकणार होता. पण गॅरेजच्या बंद दारापुढे त्याला मान तुकवावी लागली. त्याच्या चेहऱ्यावर गेल्या कैक वर्षांत न दिसलेली शांती मी पाहिली.

विमानाच्या खिडकीबाहेर कॅलिफोर्निया चकाकत होता. डॅश ते पाहण्यासाठी झुकला. आमचा वेस्ट पॉइंट ग्रे ते केटीसडेल हा नाट्यपूर्ण प्रवास जणू विस्मरणात

गेला होता. त्याच्या चेहऱ्यावर केवढं तरी हसू होतं. विमानातून उतरताच तो म्हणाला, ''आपण पहिल्यादा कुठे जाणार? युनिव्हर्सलला?''

''अगदी बरोबर. आपण जॉज पाहू या.''

''जॉज? मॉम, ते जुनं झालंय.''

''मग सायको हाउस?''

''ते तर त्याहून जुनं!''

''नेव्हर लॅन्ड?''

''ते तर डिस्नेलॅन्डच!'' आणि असंच चालू राहिलं. आम्ही युनिव्हर्सल स्टुडिओत खिदळत फिरलो. डोक्यावर हेल्मेट घालून व्हर्च्युअल राइडमध्ये दंगामस्ती केली. ज्युरासिक पार्कमधील वॉटर-राइडमध्ये चिंब भिजलो. हॉटेलमधल्या पोहण्याच्या तलावापाशी तासन्तास आळसटून पडून राहिलो. नंतर आम्ही चित्ताकर्षक अशा लास वेगासला गेलो. रोलरकोस्टरमधून फिरण्याचं आणि विषयानुरूप सजावटीच्या रेस्टॉरंटमध्ये जेवण्याचं आमचं ध्येय होतं. त्या झगमगीत हॉटेलमध्ये कसिनो होता. वाहत्या नदीमुळे तयार झालेला पोहण्याचा तलाव होता. आम्ही मनमुराद पोहलो. जंकफूड खाल्लं. मोडे, बेड जोडून त्यावर झोप येईपर्यंत गप्पा मारल्या. जणू आम्ही कुठल्याशा कॅम्पलाच आलो होतो. वेगासमधल्या प्रत्येक रोलरकोस्टरमधून आम्ही फिरलो. उभ्या आयुष्यात मी किंचाळले नसेन, एवढं मी घाबरून ओरडत होते. डॅश वयसुलभ अवसानाने मला हसत होता. माझी टर उडवत होता. एका फेरीनंतर माझे पाय गळाले, तर माझ्या दंडाला धरून त्यानं दुसऱ्या फेरीला सुरुवात केली. तो खूप मजेत होता. त्याला इतक मनसोक्त हसताना मी कित्येक दिवसांत ऐकलं नव्हतं.

आम्ही लान्स बर्टनचे जादूचे प्रयोग पाहिले. डॅश तर मंत्रमुग्धच झाला होता. जादुगाराने त्याच्या मदतनिसाचे दोन अर्धे भाग केले. हॅटमधून शेकडो कबुतरं उडवून दाखवली. देखण्या तरुणींना अदृश्य केलं. हे सारं पाहताना त्याचा चेहरा उजळला होता. त्या उजळत्या चेहऱ्यानं त्यानं माझ्याकडे पाहिलं. एवढा उजळलेला त्याचा चेहराही मी कैक दिवसांत पाहिला नव्हता. ते कसिनो आणि जुगार यांची तर त्याला जशी भुरळ पडली. ''मोठा झालो की, पुन्हा येईन आणि खूप पैसे जिंकेन.'' त्यानं जाहीर केलं. हॉटेलच्या लॉबीतून भटकताना आम्ही ते जुगार पाहातच होतो. गणवेशधारी गार्ड बंदूक घेऊन आमच्याकडे आला आणि डॅश लहान असल्याची त्यानं मला कडक शब्दांत जाणीव करून दिली. डॅशनं मग खालच्या आवाजात गंमत करून म्हटलं, ''मॅडम, चालत राहा.''

डॅशनं जम्पसूट घेऊन कॅप्सूलमधून उंचावरून उडी मारली. नंतर जेवणासाठी रेस्टॉरंट शोधलं. त्या रेस्टॉरंमध्ये वर्षारण्याची सजावट होती. इटालियन जेवणासाठी लाल-पांढऱ्या चौकड्यांचा टेबलक्लॉथ होता. जपानी 'सूशी' होती. १९५० सालचं

बर्गर होतं. आमच्या आवडीची भरपूर कपडेखरेदी केली. त्याला हवी ती प्रत्येक गोष्ट आम्ही केली. मी त्याचे लाड करून त्याला बिघडवतच होते. तो जे जीवन जगला, ते तर मी सुसह्य करू शकत नव्हते. प्रत्येक घरगुती समारंभात तो सहभागी होत नव्हता. पण निदान आता इथं तरी तो तलावाशेजारच्या खुर्चीत आळसटून लोळत पडत होता. विनोदी कॉमिक्स वाचून हसत होता. आणि मी म्हणत होते. *निदान मी त्याला इथे तर आणलंय.*

अर्थात हे अगदी सहज-सोपं नव्हतं. डॅशबरोबर सहज 'अवघड' होतं. मला त्याच्यावर तो लहान बाळ असल्यागत लक्ष ठेवावं लागायचं. तो माझ्याबरोबर राहिलंच, याची खात्री नव्हती. आणि त्यानं एकट्यानं फिरावं, असं ते शहर नव्हतं. एकदा एका कार्यक्रमाला जाण्यासाठी म्हणून आम्ही लवकर जेवलो. निघतेवेळी 'मला जरा जायचं आहे.' असं म्हणून डॅश जो गडप झाला, तो पार अर्ध्या तासानं उगवला.

''डॅश, अरे कुठं गेला होतास?''

''मी बाथरूममध्ये तर होतो. मग?''

काळजीनं मी छातीवर हात ठेवत म्हणाले, ''डॅश प्लीज, असं कुठं फटकन जाण्याआधी मला सांगत जा. असं काळजीत टाकणं बरं नाही.''

मी काय म्हणते, ते त्याला लक्षातच आलं नाही. त्यानं खांदे उडवले आणि 'काय बाई आहेस तू? त्यात विशेष काही नाही.' अशा अर्थाचा कटाक्ष माझ्याकडे टाकला. कार्यक्रम सुरू झाला. तो एक टीन एजर-तरुण मुलगा होतं, याचंही स्मरण मला ठेवावं लागायचं. मी हसून त्याला कोपरखळी दिली आणि तो विषय सोडून दिला.

कुठल्याही टीकेला तो फारशी भीक घालत नसला, तरी मी त्याला त्याच्या वेड्यावाकड्या बोलण्याबद्दल टोकायचे. मी त्याची आई होते. त्याला कुणीतरी शिकवायलाच हवं होतं. मी डॅशकडे 'मानसिक धक्का पोहोचलेला मुलगा' म्हणून बघत होते. त्यामुळे त्याचा तुसडेपणा, बरळणं, न सांगता-सवरता झटक्यात निघून जाणं, यांकडे फारसं लक्ष देत नव्हते. मी फक्त त्याच्यावर प्रेमच करत होते. विनोदाचा वापर करत होते. या विनोदातूनच त्याला माझ्या म्हणण्यातलं गांभीर्य लक्षात यायचं. तो मला जेव्हा 'बेबी' म्हणायचा, तेव्हा मी म्हणे, ''मी तुला बेबीसारखी दिसते!'' एकदा तो माझ्यासमोर नागवा झाला. मी म्हणाले, ''तुला काय वाटतं की, तुझं ढुंगण बघणं मला आवडतं? छे! चड्डी घाल.'' ह्या माझ्या वक्तव्यानंतर तो पुन्हा कधी असा जन्मजात अवस्थेत माझ्यासमोर आला नाही.

कधी-कधी आम्ही मोठ्या माणसासारखं बोलायचो. पण फार गहन, गंभीर नाही. आणि माझी तशी अपेक्षाही नव्हती. डॅशबरोबर छोटी-छोटी पावलं टाकत पुढे जावं लागत होतं. प्रत्येक वेळी एकच पाऊल – मी संयमी होते. संभाषणाची

सुरुवात डॅशकडूनच होईल, असं पाहत होते. या मध्यस्थीच्या काळाचा, आमच्यात पुन्हा संबंध निर्माण व्हावा, हाच उद्देश होता. व्हिसलरमध्ये ते जोडले गेले होते, व्हॅंकूव्हरमध्ये निखळले होते. आता ते सांधे परत जुळू लागले होते. डॅशनं त्याच्या बापाचा फारसा उल्लेखही केला नाही. एकदा जेवणानंतर मी त्याला त्याचा कोण आदर्श, यावर विचारलं असता त्यानं पटकन नकार दिला. पण लगेचच थोडं चाचरत म्हणाला, "माझा डॅड. आणि तू जे काय म्हणतेस ना, ते थांबवण्यासाठी आता तो व्यसनमुक्ती केंद्रात* आहे." ही संरक्षणात्मक लक्ष्मणरेषा होती. "तो आता दारुडा नाही." तो म्हणाला. मला त्याच्या निरागसपणाचं, ज्या परिस्थितीतून तो जात होता, त्या परिस्थितीचा विचार करता, त्याच्या उपहास न करण्याच्या वृत्तीचं नवल वाटलं. बापड्याला खरंच वाटत होतं की, त्याचा डॅड आता कधीच दारू पिणार नव्हता.

व्हॅंकूव्हरमध्ये गेल्यावर काय होणार, याचं मला भयच वाटत होतं. पण ती वेळ आधीच आली. लास वेगासच्या मुक्कामाच्या शेवटच्या रात्री त्याच्या वाढत्या संतापाचा उद्रेक झालाच.

"उद्याची सकाळची फ्लाइट खूप लवकर होते." तो तणतणला. "जास्तीचे पैसे भर आणि फ्लाइट बदलून घे."

"आठ म्हणजे काही फार लवकर नाही." मी ठामपणे म्हणाले. "मी फ्लाइट बदलणार नाही." डॅशनं रडाओरडायला, मला नावं ठेवायला, तक्रार करायला सुरुवात केली. "पॅम, पॅम." ओरडू लागला. बेडवर लोळू लागला. वेगवेगळे आवाज काढू लागला. मी अंधारातच, तो शांत होण्याची वाट पाहत बसून राहिले. अर्धा तास हा तमाशा चालला होता. तो थकला, लगेचच झोपला. दुसऱ्या दिवशी उठला, तेव्हा ही गोष्ट तो विसरला होता. त्यानं स्वतःचं आवरलं. विमानात जरा भरकटला. आणि आम्ही घरी आलो. वाटेत सॅनफ्रान्सिस्को ओलांडताना तो मांडीवर डोकं ठेवून शांत झोपला होता.

विमानातून उतरून घरी निघालो. घरी येताच डॅशचं वागणं पूर्ववत सुरू झालं. त्यानं स्केटबोर्ड हातात घेतला आणि 'मी मित्राकडे जाऊन येतो,' म्हणत निघालासुद्धा! मी चटकन त्याला पकडलं. "तुझा मित्र इथेही येईल." मी म्हणाले, "त्याला मी घेऊन येते."

"पाय चाट माझे."

"डॅश, तू माझ्याशी असं काही बोलू नकोस. तू जावं, असं मला वाटत नाही."

"नाही. रांड, बाजारबसवी!"

---

* व्यसनमुक्ती केंद्र (AA)

मुस्काटीत बसल्यागत मी त्याचा दंड सोडला. मी आवाज चढवणारच नव्हते. आरडाओरडा ऐकून डेव्ह बाहेर आला. डॅशनं स्केटबोर्ड त्याच्याकडे भिरकावला. डॅश माझ्याकडे जळजळीत नजरेनं पाहत होता. आम्ही दोघंही बोललो नाही. तो चालता झाला. मी डेव्हकडे पाहिलं. *त्याला जाऊ दे!* मी पोलिसात आमचा केसनंबर देऊन कळवलं की, डॅश कदाचित त्याच्या बापाकडे चालला असेल. ऑफिसर उत्तरला, "पीटर हर्ट, मला ठाऊक आहे. मी आशा करतो की, तो आता शांत झाला असावा." ह्या उत्तराचा मला धक्काच बसला.

पोलीस पीटरशी बोलले. तो पुन्हा पळाला. "तिनंच हाकललं असणार," तो म्हणाला. "डॅश इथे नाही." पण मधल्या काळात डॅशनं मला फोन करून सांगितलं की, तो तिकडेच होता. माझ्या घरून तो सरळ बापाकडेच गेला होता. पीटरनं त्याची कहाणी बदलली. काय खरं कोणास ठाऊक. त्यानं पोलिसांना सांगितलं की, आमच्या घरी 'मोठ्ठं भांडण' झालं, म्हणून डॅश निघून गेला. दुसऱ्या दिवशी पीटर डॅशला घेऊन आमच्या घरी आला. मला वाटलं की, मी स्वप्नातच होते. आशा पल्लवित झाली की, पीटरच त्याला उन्हाळी सुटीसाठी माझ्याकडे परत पाठवत होता. पण नाही. ते फक्त स्केटबोर्ड नेण्यासाठी आले होते. मी डॅशला जवळ घेतलं. "माझं तुझ्यावर प्रेम आहे डॅश." मी म्हणाले. तो शांतपणे म्हणाला. "मॉम, माझं सुद्धा! मंगळवारी मी डिनरसाठी येतो. ठीक आहे?"

पण तसं काही झालं नाही. पीटरनं डॅशला स्केटबोर्डच्या वर्गात घातलं. आणि ती दोघं दुसऱ्या दिवशी गेलीसुद्धा! डॅश पुन्हा आला नाही. पण मी माझ्या मुलाबरोबरचा दुरावा नाहीसा करून, एक दुबळा का होईना, पण भावबंध निर्माण करू शकले होते. आम्ही व्हॅंकूव्हरमध्ये असताना डॅश पळून गेला होता. आणि मी जजला दाखवून दिलं होतं की, थोडी जरी संधी मिळाली, तरी डॅश माझ्याबरोबर राहू शकतो. मध्यस्थीनं आपलं काम केलं होतं तर!

मी नंतर डॅशला खूप वेळा भेटले. ॲलिसन बरनेटनं भाकीत केलं होतं की, आम्ही सतत एकत्र राहिलो, आम्हाला पुरेसा अवधी मिळाला, तर आमच्यातलं नातं पुन:प्रस्थापित होऊ शकेल. त्याप्रमाणे आम्ही आमचे नातेबंध पुन:प्रस्थापित करू शकतो – हे आम्ही दाखवून दिलं. दर आठवड्याला आमच्या भेटी होऊ लागल्या. त्यानं मला विरोध केला नाही की फुसक्या सबबीही सांगितल्या नाहीत. तो आता मोठा झाला होता. त्याला त्याचे इतरांबरोबरचे बेत होते. पीटर तरी त्याला रोजच्या रोज भेटत होता की नाही, याबद्दल शंकाच होती. ती दोघं वेस्ट टेन्थ रस्त्यावरच्या नव्या घरात राहायला गेल्यानंतर डॅशला स्वत:चा फोन मिळाला. मग आम्ही एवढ्या वर्षांनी निर्विघ्नपणे बोललो. आणि नंतर दर रात्रीच हलकं-फुलकं बोलत राहिलो.

पण या सगळ्यांनी डॅशमध्ये खूप मोठा बदल घडला, असं काही झालं नाही. आमचं नातं सुधारलं. त्यामुळे त्याला बोलायला कोणीतरी हक्काचं माणूस मिळालं, विसाव्याची जागा मिळाली, आईची माया मिळाली. पण त्याच्या मानसिक आरोग्याचं खूपच नुकसान झालेलं होतं. तो बेशिस्त, मानसिकदृष्ट्या दुबळा असा तरुण झाला होता. लॉर्ड बिंगच्या मध्यस्थी कार्यक्रमात तो सहभागी झाला असला, तरी तो आता माध्यमिक शाळेत होता. बॉब लेविसने सगळ्या नियमांना मुरड घालून, तो सगळ्या विषयांत नापास झालेला असूनही त्याला नवव्या इयत्तेत प्रवेश दिला होता. पण नापासच होता तो – नापास होऊ लागला. नाऊमेद होऊ लागला. एकाकी पडू लागला. आणि मग शाळा चुकवू लागला. त्या शालेय सत्रात तो बेचाळीस वेळा गैरहजर होता. उशीरा तर इतक्या वेळा येत होता की, त्याबद्दलची मोजदाद करणं त्यांनी सोडूनच दिलं. जेव्हा केव्हा शाळेत यायचा; तेव्हा थकलाभागला, लहरी असायचा. १९९९मध्ये डॅशनं बॉब वेसबरोबर एक करार केला – एक तर तो शाळेत रोज येईल, गृहपाठ पूर्ण करेल, चांगलं वर्तन ठेवेल, सगळ्या उपक्रमांत भाग घेईल किंवा त्याला शाळेतून काढून टाकलं जाईल. डॅश दर आठवड्याला करार भंग करू लागला. मार्चमध्ये डॅशच्या शिक्षकांनी सांगितलं की, झालं तेवढं बास झालं. तो कसाबसा नववी इयत्ता सुटला होता. तो एक चमत्कारच होता. ते सारे शिक्षक डॅशच्या कामापेक्षा, त्याला मिळणाऱ्या शाळेच्या मदतीबद्दलच बोलले. पीटरचा त्याच्या मुलाबद्दलचा भ्रम टिकून राहिला. डॅशसाठी दुसरा काही आधारभूत कार्यक्रम शोधण्याची त्याला गरज वाटली नाही. ब्रेनरच्या हुकमानुसार मला मिळालेल्या एकल पालकत्वाच्या आधारे मी दुसरा कार्यक्रम शोधलाही असता. पण पीटरनं डॅशला मानसिक आधार द्यावा, असं मला खूप वाटत होतं. पण गेल्या तीन वर्षांच्या अनुभवानं हे दाखवून दिलं होतं की, डॅशला शाळेत मदतीची निकड होती, हे मुळी पीटरलाच समजलं नव्हतं.

मला मी मागितली, तशी संयुक्त कस्टडी मिळाली होती. पण त्याला फार उशीर झाला होता. इतका की, डॅशला माझ्याबरोबर ठेवण्याची अपेक्षाही ठेवता येत नव्हती. त्यातून तो आमच्याबरोबर राहिला असता तरी, पण त्याची इतकी मानसिक हानी झाली होती की, आमच्या कुटुंबावर त्याचा दुष्परिणाम झाला असता. त्याच्या बापाचा त्याच्यावरचा गाढ प्रभाव मला उन्हाळी सुटीतल्या मध्यस्थी कार्यक्रमात कळून चुकला होता. व्हँकूव्हरमध्ये राहून डॅश सुधारणं अवघड होतं.

१९९९च्या सप्टेंबरमध्ये पंधरा वर्षांचा डॅश लॉर्ड बिंगमधील दहाव्या इयत्तेत दाखल झाला. आणि मला भीती होती, त्याप्रमाणे काही आठवड्यांतच त्याला नावापुरतं शाळेतून काढून टाकण्यात आलं. टेरी होव या उपमुख्याध्यापकाने मला सांगितलं की, डॅश जणू 'मदतीसाठी हाकारत' होता. पीटर जणू रेल्वेवरून पडला

होता आणि आपल्या बापाच्या मदतीची अपेक्षा बाळगणारा डॅश त्या रेल्वेच्या चाकाखाली घायाळ झाला होता. डॅशची एकाग्रता ढळली होती. कसं वागावं, हे त्याला समजत नव्हतं. एक आई म्हणून मला वाटायचं की, डॅशनं वाढावं, मोठ्ठं व्हावं, यशस्वी व्हावं. पण आता मात्र मी त्यानं नीटपणं राहावं, एवढीच माफक अपेक्षा, इच्छा बाळगत होते. फक्त पीटरलाच वाटत होतं की, डॅशची वाढ निकोप होत होती.

डॅश आता बेछूटपणे वागत होता. आणि कोणाही पालकाला आपला मुलगा डॅशबरोबर फिरावा, असं वाटत नव्हतं. काही अडचण आली की, डॅश त्या अडचणीत सापडलेल्या गटाचं नेतृत्व करायचा. त्याला वाटायचं की, तो मुका आहे, पण तसं नव्हतं. गेली दोन वर्षं त्यानं शाळेत अभ्यासच केला नव्हता. त्यामुळे काही विचारलं की, तो मुखस्तंभासारखा उभा राहायचा. त्याला वाटायचं की, तो अपयशीच होता. पण तसं नव्हतं. त्याला बापाच्या घराबाहेर कसं वागावं, हे कुणी शिकवलंच नव्हतं. त्याला वाटायचं की, तो कुरूप होता. पण तसंही नव्हतं. तो त्याच्या सोबत्यांपेक्षा निराळा होता, याची त्याला कल्पना होती. वर्गात तो एक विदूषक म्हणून ओळखला जाई. पण आपण तसे नाही, हेही त्याला ठाऊक होतं. आणि त्या विदूषकी चाळ्यांनी त्याच्या आणि इतर निकोप मुलांमधलं अंतर मुळीच भरून निघत नव्हतं. थोड्याच वेळात त्याची एकाग्रता ढळायची. शिक्षकांनी सांगितलेलं तो नीट वाचू शकायचा नाही. तो आता घाबरू लागला होता. ज्या सोबत्यांनी, ज्यांच्या पालकांनी त्याला थारा दिला होता; त्या सोबत्यांच्या आपण खूपच मागे पडतो आहोत, ते सोबती आपल्याला दुरावत आहेत; या जाणिवेनं तो भयभीत होत होता. आणि या वास्तवाचा सामना तो त्याच्या बापाप्रमाणेच करत होता. वास्तव नाकारून, विरोध करून, भांडून, अद्वातद्वा वागून, आपल्याकडे लक्ष वेधून घेऊन, किंवा सगळं सोडून घरात झोपा काढत राहून, नशेत धूत होऊन आणि संताप खदखदत ठेवून.

२००० सालच्या वासंतिक सुटीत बॉब लेविसनं लॉर्ड बिंगमध्ये टेरी होव, पीटर आणि मी – आमची मीटिंग बोलावली. त्या वेळी बॉबनं डॅशबद्दल उपयोगात आणता येतील, अशा वेगवेगळ्या पर्यायांची चर्चा केली. कुठलाच पर्याय फारसा चांगला नव्हता. टेरी होवनं सुचवलं की, तो सोळा वर्षांचा होईपर्यंत त्याच शाळेत राहील. कारण तोपर्यंत कायद्याने ते त्याला बाहेर काढू शकत नव्हते. ''मि. हर्ट, डॅश इथे असून नसल्यासारखाच आहे. तुम्ही, डॅश आणि मिसेस रिचर्डसनच्या सह्या असलेला डॅशच्या हजेरी आणि गृहपाठाबद्दलचा करार कधीच पाळला गेला नाही.'' बॉब आणि त्याने केलेल्या मदतीचा फारसा उपयोग होत नव्हता. त्याला आता प्रदीर्घ काळाकरता वेगळं, विशेष शिक्षित वातावरण, विशेष मदत यांची आवश्यकता

होती. डॅशचा लॉर्ड बिंगमधला शेर संपला होता.'' बॉब पीटरकडे सरळ बघत म्हणाला, ''मला तुम्हाला काही खास सांगायचं आहे.'' मी आणि टेरी स्तब्धच बसलो. माझ्या पोटात गोळा आला. *तो काय सांगणार?*

''मी लवकरच मुदतपूर्व निवृत्ती घेतोय. मी जाण्यापूर्वी आणि डॅश तिथनं निघून दुसऱ्या ठिकाणी जाण्यापूर्वी, तुम्हाला काही गोष्टी सांगणं निकडीचं आहे. तुमच्या मुलाची अवस्था फार गंभीर आहे. याचं कारण म्हणजे त्याला दोघाही पालकांशी संबंध ठेवण्याची तुम्ही न दिलेली परवानगी. माझं तुमच्याबरोबर झालेलं बोलणं आणि डॅशबद्दलचं माझं सखोल निरीक्षण या गोष्टीला पुष्टीच देतात. तुमचा मुलगा इथे आल्यापासून धोक्याच्या सीमारेषेवर घुटमळतो आहे. कारण तुम्ही त्या माय-लेकरांतल्या संबंधांना दुजोरा दिला नाही.''

''नाही.'' माझ्या मनात विचार आला. *''आता तर डॅश मला भेटायचाच थांबेल.''* मी मोठा श्वास घेतला. तर पीटरचा भडका उडाला.

''ह्याच्याशी तुझं काही देणंघेणं नाही.'' तो ओरडला. ''माझ्या खाजगी गोष्टींची चर्चा करण्याचा तुला कसलाच अधिकार नाही. हे तुझं मत नाही, पॅमेलाचं मत आहे. मी इथे बसून असलं काहीही ऐकणार नाही. तिच्यासमोर तर नाहीच नाही. मलाही तुम्हाला काही सांगायचं आहे. पण इथे नाही. तुझ्या ऑफिसमध्ये बोलू.'' ती दोघं तडक उठली आणि गेलीसुद्धा. मी आणि टेरी गप्पच राहिलो. काय होईल, याची मी कल्पनाच करू शकत नव्हते. पीटरच्या विरोधी काही बोललं की, परिस्थिती आणखी चिघळेल की काय, अशी मला भीती वाटायची. पण बॉबच्या दृष्टीने झालं ते बरंच म्हणायचं. त्या रात्री बॉबनं मला फोन केला. सांगत होता की, पीटरशी बोलल्यानंतर तो इतका थकला की, तडक घरीच गेला. दोन तास त्यांची बोलाचाली चालू होती.

''आपल्या मुलाबाबत आपण काय करतो आहोत, हेच त्याला समजत नाहीये.'' बॉबच्या आवाजात ताण जाणवत होता. ''मी त्याला हर प्रकारे सांगत होतो की, तो आपल्या मुलाच्या जिवाशी खेळतोय. पण पीटरला ही गोष्ट दिसत नाही, समजत नाही की ऐकूही येत नाही. आपल्या कृत्याचे हे परिणाम आहेत, हेच तो समजून घेऊ शकत नाही. मी माझ्याकडून त्याला समजावण्याचा प्रयत्न केला आहे.''

डॅशला आता विशेष शाळेची गरज होती, म्हटल्यावर मी शोध घ्यायला सुरुवात केली. मला व्हँकूव्हरमधल्या ग्लेन एडन मल्टी मॉडेल सेंटर या शाळेची माहिती मिळाली. ही शाळा डॉ. रिक ब्रेनन यांनी चालवली होती. तिथे कौटुंबिक परिस्थितीमुळे उद्ध्वस्त झालेली, वर्तनसमस्या असलेली, नेहमीच्या शालेय वातावरणाशी जुळवून घेऊ न शकणारी मुलं होती. शाळेची वार्षिक फी ८०,०००डॉलर होती. ती फी भरण्याची हमी मी पीटरला देणार होते. विद्यार्थीसंख्या जास्तीत जास्त चाळीस

होती. डॅशच्या दृष्टीने ही शाळा चांगलीच होती. डॉ. ब्रेनन आणि शाळा दोहोंना मी भेट दिली. शाळेत मानसिक, शारीरिक आणि वर्तनदृष्ट्या समस्याग्रस्त अशी मुलं होती. पण शाळेत चालणाऱ्या अखंड उपक्रमांमुळे त्यातल्या ८० टक्के मुलांनी हायस्कूल पदवीपर्यंतच शिक्षण घेतलं होतं, तर १३ टक्के मुलांनी तेवढी मजल गाठली नसली, तरी ती कामधंदा करत होती. स्वत:च्या पायावर उभी होती. फक्त ६ टक्के मुलं फारसं काही मिळवू शकली नव्हती. त्यांचं सामाजिक वर्तनही योग्य नव्हतं. ही संख्या तशी लहानच होती. डॅशचं पाऊल तर अधोगतीकडे पडलंच होतं. आणि रस्त्यावर राहून काही शिक्षण पूर्ण होत नाही.

बॉबनं पुन्हा मीटिंग घेतली. पीटरनं मुद्द्याला बगल दिली नाही की विरोधही केला नाही. पीटरनं ही मीटिंग सोडून जाऊ नये, डॅशला तेथे जाण्यास विरोध करू नये, अशीच आमची इच्छा होती. त्यामुळे डॅशच्या भावनिक समस्येबद्दल आम्ही अवाक्षरही काढलं नाही. त्याच्या शैक्षणिक समस्येबद्दलच बोलत राहिलो. ग्लेन एडनमधल्या एकास-एक अशा शिक्षणपद्धतीबद्दलच बोललो. त्यामुळे ग्लेन एडनमध्ये डॅशला धाडायला पीटर तयार झाला.

माझ्याबरोबरच्या सतत संभाषणातून डॅश स्वत:बद्दल जागरूक होऊ लागला. आम्ही काही निर्णय घेण्यापूर्वीच तो एक दिवस मला म्हणाला, ''मॉम, लॉर्ड बिंगमध्ये राहण्यात काही तथ्य नाही.'' त्याच्या विचारातील नेमकेपणानं मला सुखद धक्का दिला.

''खरंय! तिथं काही घडेल, असं काही वाटत नाही.''

''मलाही वाटतं की, मी ग्लेन एडनमध्ये जावं. नाही का? मलाही थोडीफार मदत हवीच आहे.'' डॅश आपल्या भविष्याबद्दल काही विधायक विचार करू लागला होता.

मीही होकारात्मक बाजू लावून धरली. ''ग्लेन एडनमुळे तुझ्या अभ्यासाला गती मिळेल. तू दहावी इयत्ता पास होशील.''

२०००च्या मार्चमध्ये डॅश आमच्याबरोबर सहलीला येण्यासाठी तयार झाला. त्या वेळी त्या मावीच्या सफरीसाठी प्रथमच मी डॅशचा आमच्यात समावेश होईल, या दृष्टीने तिकिटं काढली नव्हती. त्यानं जेव्हा नक्की येण्याचं सांगितलं, तोपर्यत उशीर झाला होता. झालेलं बुकिंग रद्द करून मोठी जागा मिळणं शक्य झालं नाही. हा अपशकुन नसावा, अशी मी आशा केली. आणि तो खरोखरच येईल, असंही मला वाटलं नाही. आम्ही निघणार होतो, त्याच्या आदल्या रात्री डॅशला नक्कीच काहीतरी त्रास झाला होता. त्याने त्याच्या मित्राला त्याच्याबरोबर चलण्यास सांगितलं. अर्थातच तो मित्र आला नाही, कारण ते खर्चिक होतं आणि डॅशइतकं स्वातंत्र्य त्याला नव्हतं. आणि जेव्हा मी रात्री उशिरानं फोन केला; तेव्हा तो म्हणाला, मी येणार आहे.

आजतागायत मला त्यानं ते कसं जमवलं, हे मला समजलं नाही. *'तू का जातो आहेस? तू जर त्या लोकांचा तिरस्कार करतोस! बघ जातो आहेस, तर तुझा तू मुखत्यार आहेस.'* डॅशनं त्याची बॅग घेऊन गाडीत उडी मारली. त्याची ती थोडेच कपडे असलेली बॅग आणि दहा डॉलर पाहून माझ्या डोळ्यांत पाणीच आलं. डॅश खांदे उडवत, ''चालायचंच'' असं ठामपणे म्हणाला. कुणीही पालकानं आपल्या मुलाला अशा अपुऱ्या तयारीनं सुटीसाठी सहलीला पाठवलं नसावं. खुद्द तो स्वत:देखील एवढ्याच सामग्रीनिशी गेला नसता. पैज!

जेव्हा-जेव्हा मी डॅशसोबत असायचे, तेव्हा-तेव्हा मी माझ्या लढ्याची मला स्वत:लाच जाणीव करून द्यायचे. त्याचं खूपच नुकसान झालं होतं. त्या नुकसानीला तोंड देणंही कठीण होतं. मावीच्या सहलीत तो माझ्याशी उद्धटपणे वागत होता. मुलांबरोबर धसमुसळेपणे वागत होता. त्यांना ढकलत होता. गुद्देमार करत होता. क्विन जरी 'दादा... दादा' म्हणून वागत होता, तरी दहा वर्षांच्या कोल्बीला, डॅश फारसा चांगला वागत नव्हता, हे कळून चुकलं होतं. त्यामुळे तो त्याच्यापासून दूर-दूर राहत होता. ह्यामुळे माझं काम अधिकच कठीण होत होतं. काही चांगले क्षणही होतेच. मावीचा सूर्यप्रकाश, डॅशचं पोहणं, सूर मारताना ओरडणं, डेव्हबरोबर भाल्यानं केलेली मासेमारी, पाठीला मसाज करून घेणं... पण डॅशमध्ये न ओळखता येण्याइतका बद्दल झाला होता, ही बाब ह्या क्षणांनी पुसता येण्याजोगी नव्हती. तो उन्हात पहुडला असता, झोपला असता, मुलांबरोबर टीव्ही पाहत असता मी आपली त्याच्याकडे खेदाने पाहायचे आणि तो माझ्याबरोबर होता, ह्या जाणिवेनं आनंदितही व्हायचे.

तो काही वेळा भविष्याबद्दल बोलायचा, तेव्हा मला मोठा हुरूप यायचा. तो सांगत होता. ''मॉम, पुढच्या वेळी मी माझ्या मित्रालाही घेऊन येईन.'' डॅशनं 'पुढच्या वेळ'चा बेत केला होता. एक वर्षानंतर त्याला ड्रायव्हिंग लायसेन्स मिळणार होतं. ते मिळाल्यावर त्याला माझी लँड रोव्हर गाडी चालवता येईल का, असं एकदा त्यानं मला विचारलं. मी 'नक्कीच' असं उत्तर दिल्यावर तो इतर कुणाही मुलाइतकाच आकर्ण हसला होता. त्याला वास्तवाची जाणीव होती. आपण अडचणीत आहोत, शिक्षण हाच आपला तरणोपाय आहे, हेही त्याला समजलं होतं. आपल्या भविष्याबद्दलचा विचार करण्याची कुवत डॅशमध्ये असावी, हे माझ्या दृष्टीनं निश्चितच आशादायक होतं. तो त्याच्या घरी गादीवर पडल्यापडल्या – आणि त्याचा बाप माडीवर पडला असता – काय विचार करत होता, हे मला ठाऊक नाही. पण मावीमध्ये तो हे जे काय म्हणत होता, ते माझ्या दृष्टीनं सुवर्णकण होते.

आम्ही मावीहून परतलो. लगेचच वासंतिक सुटीनंतर लॉर्डबिंगमधल्या त्या भयानक दहावी इयत्तेला मध्येच सोडून डॅशनं 'ग्लेन एडन'मध्ये जायला सुरुवात

केली. रिक ब्रेनन हा स्वत: प्रत्येक विद्यार्थ्याच्या शिक्षणप्रक्रियेत सक्रिय सहभागी व्हायचा. त्यानं पीटरशीही जुळवून घेतलं होतं. पण पीटरबरोबरचं फोनवरील संभाषण आणि झालेल्या भेटीगाठींतून रिकला कळून चुकलं की, पीटर हाच डॅशच्या प्रगतीच्या मुळावर घाव घालत होता, घातपात घडवत होता. रिक म्हणाला, ''मुद्दलातच डॅश जिथे घायाळ होत होता, त्याच ठिकाणी त्याच वातावरणात डॅशनं रोज रात्री राहणं ह्यामुळे आमचं काम जास्तच कठीण होतं.'' त्यामुळे 'ग्लेन एडन' केवळ डॅशलाच शिकवत नव्हतं, तर त्यांनी पीटरलाही सांभाळलं होतं. प्रत्येक वेळी त्याचं मन राखून शिकवावं, समजवावं लागत होतं; जेणेकरून तो डॅशला अधिक अपाय करणार नाही. मी विनोदानं म्हणायचे, ''मला एकाच्या किमतीत दोघं मिळालेत.'' रिक पीटरला सन्मानाने वागवायचा. डॅशच्या भल्याकरता पीटरला सांभाळणं गरजेचं होतं. त्यानं डॅशची प्रगती बघणं, ऐकणं जरुरीचं होतं. ग्लेनमध्ये डॅशची प्रगती दिसली नसती, तर आम्ही दुसऱ्या पर्यायचाही विचार केला होता. पण हे सगळं पीटरच्या हातून होणं आवश्यक होतं.

डॅशचा ग्लेन एडनमधला ऑलिव्हर पॅवेक हा शिक्षक सहृदय, मायाळू असा होता. डॅशला शिकवण्यासाठी त्यानं अत्यंत लवचीक धोरण स्वीकारलं. काही वेळा तो डॅशला खूप वेळ कामात गुंतवून ठेवायचा; तर काही वेळा त्याला काही जमत नाही, असं वाटलं की, दोघं चालायला किंवा फिरायला जायचे. मी ऑलिव्हरला सांगितलं की, डॅश जेरिको टेनिस क्लबमध्ये जायचा. तेव्हा तुम्हीही तिथे जायला हरकत नाही. डॅशलाही ओळखीच्या ठिकाणी गेल्यानं बरं वाटेल. ती दोघं नंतर तिथं वारंवार जाऊ लागली. नुकतंच लग्न झालेला ऑलिव्हर तिथे पोटभर जेवायचा, तर डॅशलाही तेथे धडे मिळायचे. थोडा काळ डॅशनं प्रगती केली. तो वर्गात बसू लागला. एवढ्या वर्षांत पहिल्यांदा काही काळ एका जागी स्थिर बसून काम करू लागला. ऑलिव्हरच्या प्रेमळ उत्तेजनामुळे वेळप्रसंगी डॅश तीन-तीन तास खुर्चीत बसू लागला. पण कित्येक वर्षांपासूनची चंचलता, शाळेतली गैरहजेरी, थकवा, आत्मसन्मान आणि एकाग्रतेचा अभाव या साऱ्यांचा परिणाम दिसायचाच. चौथ्या इयत्तेच्या पातळीचं लेखन-वाचनाचं काम डॅशकडून नीट होईना. त्या वेळी त्याकडे घरी नीट लक्ष पुरवलं गेलं नव्हतं. त्यामुळे ते आता विसरायला झालं होतं. परिणामी डॅश निराश व्हायचा – आणि चिडचिड करायचा. तो फक्त गणित आणि सायन्स ह्या पूर्वीपासूनच्या अवगत विषयांचा अभ्यास करायचा. ऑलिव्हरनं त्या अभ्यासाला परवानगी दिली. त्या विषयात चांगले मार्क मिळाले, तर त्याला इतर विषयांच्या अभ्यासाला हुरूप येईल, असा ऑलिव्हरचा होरा होता. तो डॅशला अधिक चांगलं वागायला, एकाग्र व्हायला प्रोत्साहन देत होता.

या वेळी पीटरच्या पाठिंब्याची जास्त गरज होती, पण तो आता माघार घेऊ

लागला होता. लॉर्ड बिंग शाळेच्या अखेरच्या टप्प्यावर डॅश आणि माझ्याबरोबरच्या मीटिंगमध्ये पीटर सहभागी झाला होता. पण डॅश ग्लेन एडनमध्ये गेल्यापासून पीटरनं ज्या मीटिंगमध्ये मी असेन, तिथे यायला नकार दिला. रिकनं आम्हा दोघांची वेगवेगळी मीटिंग घेण्याचं नाटक केलं – म्हणजे पीटरशी संपर्क राहिला असता. पण त्याचाही उपयोग झाला नाही. पीटर एका मुद्द्यावर अडून बसला. तो म्हणाला की, मीच डॅशची शाळेत ने-आण करणार. मी त्याला खूप वेळा सांगितलं की, मी त्याला शाळेत घेऊन जाईन – तो शाळेत जाणं गरजेचं होतं, त्यासाठी त्याला उत्तेजन द्यायला लागणार होतं – हा विचार करूनच मी पीटरला सांगितलं, "तू तुझ्या प्रॅक्टिसच्या कामात मग्न असशील. तर मी घरीच असते. मी तशीही कोल्बी, क्विन्टेन यांची शाळेत ने-आण करताना तुझ्याच घरावरून जात असते. डॅशला मी सहज घेऊन जाऊ शकेन." पण पीटर अडूनच बसला. आणि तिथेच ग्लेन एडनमधल्या डॅशच्या अपयशाचं बीजारोपण झालं.

महिन्याभरातच डॅशचा कार्यक्रम लटपटू लागला. त्याची हजेरी अनियमित होऊ लागली. पीटर त्याला शाळेत सोडेनासा झाला. मग डॅशची बस चुकू लागली. मग त्याला त्याचा अभ्यास ऑलिव्हरबरोबर जेरिकोत करावासा वाटू लागला. मग घरीच करावासा वाटू लागला, पण मग सकाळी त्याला उठवेना, पीटरकडून तो उठवला जाईना. घरात ताणतणाव वाढला. इतका की, शेवटी बाजी उलटली. डॅशनं ऑलिव्हरच्यादेखत बापाला शिवीगाळ केली. पीटर त्याच्यावर पाणी ओतून त्याला उठवू लागला. घरात हलकल्लोळ होऊ लागला. मी मात्र घाबरले. कारण पीटरखेरीज, पीटरच्या मदतीशिवाय डॅशवर कोणतेच उपचार करणं शक्यच नव्हतं. आणि पीटरच बिथरला तर? त्यामुळे मी घाबरले. मी पीटरला पुन:पुन्हा विनवलं की, मी डॅशला तयार करून शाळेत सोडेन. पण "पॅमेला, मी तुला सांगितलंय की, मीच ते काम करेन म्हणून," असं त्यानं थंडपणानं सांगितलं. मी क्षुब्ध झाले. डॅशची पुन्हा पिछेहाट पाहणं मला असह्य होत होतं.

डॅश सलग खूप दिवस गैरहजर राहिला, तेव्हा मी त्याला शाळेत नेण्याबद्दल फोन केला. डॅशनं डळमळीतपणे मान्य केलं. पण तो बहुधा झोपला असावा. कारण तो सकाळी गाडीजवळ आलाच नाही. मी मोबाईलवरून त्याला फोन केला, तर कुणी उचललाच नाही. मी पाठीमागच्या दाराकडे गेले; पण दार डॅशनं नव्हे, तर पीटरनं उघडलं. "मी त्याला शाळेत नेतोय," तो तांबारल्या डोळ्यानं म्हणाला. *पीटरनं पुन्हा दारू प्यायला सुरुवात केली होती.* दारापासून दूर होताना मी विचार केला. ऑलिव्हरनं मला सांगितलं की, सकाळी पीटरच्या श्वासाला दारूचा वास येत होता. त्यानंतर डॅश माझ्याशी दोन आठवडे बोलला नाही. तो म्हणाला, "तुझ्या येण्यानं मला केवढ्या अडचणी आल्या." मी मागे हटले. ऑलिव्हरच्या हातात सूत्रं

दिली. त्यानं सकाळी उठून डॅशला आणायला सुरुवात केली. पण लवकरच डॅश ऑलिव्हरबरोबरही येईनासा झाला. तो मृदू स्वभावाचा शिक्षक या बाबतीत त्याच्याशी हातघाईवर येणं शक्यच नव्हतं. त्यामुळे ते तिथेच थांबलं.

रिक, ऑलिव्हर आणि मी आम्ही सारे त्याला भरपूर आधार देत होतो, प्रेमाचा वर्षाव करत होतो. परंतु एवढं असूनही डॅशची पीछेहाटच होऊ लागली. तो मला भेटेनासा झाला. या वेळपर्यंत एवढ्यात मी त्याला वारंवार भेटत होते. रात्री फोन करत होते. त्यामुळे त्याचा अबोला मला जड गेला. एकदा त्यानं सांगितलं होतं की, ग्लेन एडन त्याला शोषून घेत होतं, खूप अयोग्य लोकांनी भरलेलं होतं – एका परीनं ते तसं होतं. ते मी समजू शकले. "मॉम, त्यातला एक जण दिवसभर हेल्मेट घालतो आणि भिंतीवर आपलंच डोकं आपटतो," त्यानं मला सांगितलं होतं. आपल्या जुन्या मित्रांची उणीवही त्याला जाणवत होती. तो नशिल्या द्रव्यांच्या पुड्या लॉर्ड बिंग शाळेत विकायचा. त्यातून त्याचा पॉकेटमनी सुटायचा, जुन्या मित्रांना भेटता यायचं. त्याच्या हातात फारसं काही नव्हतंच.

तो ग्लेन एडनमधल्या प्रत्येक गोष्टीला नावं ठेवत होता. त्याच्याबरोबर वावरणं अवघड होत होतं. त्याचं सामाजिक वर्तनदेखील पोरकट, अपरिपक्व होतं. औचित्याला धरून नव्हतं. पार्टीत तो मुलींना गाठून त्यांच्यासमोर कंडोमची पाकिटं नाचवायचा. "मजा करायची?" असं विचारायचा. त्याला हाताळणं त्याच्या पालक वा शिक्षकांना नव्हे, तर त्याच्या सोबत्यांनाही कठीण जात होतं. त्याला त्याच्या जुन्या मित्रांकडच्या पार्टीला बोलावणं नसायचं, ही गोष्ट त्याला फार लागायची. इतकी की, एकदा त्याला प्रवेश नसलेल्या पार्टीच्या ठिकाणी तो गेला आणि विटेनं बाहेरून खिडकीच्या काचा फोडल्या. मी त्याचं मन रमावं, तो एका जागी स्थिर बसावा, यासाठी वेगवेगळ्या क्लृप्त्या लढवत होते. पण त्याच्यात तेवढीही स्फूर्ती उरली नव्हती. त्यानं मला दूर ठेवलं, पण त्यानं मला विरोध केला नाही. कारण त्याच्यात तेवढंही त्राण नव्हतं. जुलैमध्ये तीन आठवड्यांकरता आम्ही युरोपला जाणार होतो. मी त्याला आमच्याबरोबर येण्यासाठी पुष्कळ विनवलं. पण तो इतका खचला, थकला होता की, तो निर्णयच घेऊ शकत नाही.

मी त्या वर्षी पीटर, डॅश आणि मी आमच्या नातेसंबंधांच्या पुनर्बांधणीसाठी, परस्पर सहकार्यासाठी दोन जेवणं आयोजित केली होती. आश्चर्याची गोष्ट म्हणजे पीटर दोन्ही वेळा आला. सौदार्हानं, जुन्या वेळच्या आकर्षक पद्धतीनं वागला. डॅश सोळा वर्षांचा झाला. तेव्हाही, २०००च्या ऑगस्टमध्ये आम्ही तिघं एक कुटुंब म्हणून त्याचा वाढदिवस साजरा करण्यासाठी, मी एक डिनरपार्टी आयोजित करण्याचा विचार करत होते. पण कुठं जायचं, यावर डॅशचा निर्णयच होईना. अशी

पार्टी वगैरे कधी घडलंच नव्हतं. त्यामुळे तो असा विचारच करू शकत नव्हता. "डॅश, तुझ्या डॅडबरोबर तुझ्या वाढदिवसाला तू कुठे जातोस?"

"एकदा आम्ही जॉन बिशपमध्ये गेलो होतो." व्हॅंकूव्हरमधलं ते एक उत्तम रेस्टॉरंट होतं.

"मग आपण परत तिथेच जाऊ या? तुला आवडलंय ना ते? खूप छान रेस्टॉरंट आहे ते." पण डॅशनं विरोध केला आणि गप्प बसला. पण नंतरच्या त्याच्या उत्तरानं माझा श्वासच अडकला.

"मॉम, ब्ल्यू पॅरटबद्दल काय वाटतं?"

ब्ल्यू पॅरट हे एक छोटंसं केक आणि ज्यूसचं दुकान होतं. ते ग्रॅनव्हील आयलंड मार्केटमध्ये होतं. आणि डॅश चार-पाच वर्षांचा असताना मी आणि डॅश तिथे नेहमी जायचो. वाणसामानाची खरेदी झाली की, आम्ही तिथं जायचो. आणि अलीकडे उन्हाळ्यातल्या 'मध्यस्थी' कार्यक्रमातही मी त्याला एकदा तिथं नेलं होतं. कारण त्याला तो लहान असताना तिथे गेल्याचं आठवत होतं आणि तिथेच त्याला तेव्हा पुन्हा जायचं होतं. "मला माहिती आहे की, तिथं माझ्या आवडीचं सॅंडवीच मिळायचं. पण ते नेमकं कशाचं होतं, ते काही मला आठवत नाही."

"ते चीझ आणि हॅम सॅंडवीच होतं. तुझ्या तोंडातही मावायचं नाही, इतकं मोठं असायचं. पण तू हट्टच धरलास आणि सगळं संपवलं होतंस." आम्ही तिथे नंतर पुष्कळदा गेलो. त्याला ती जागा खूप आवडायची, पण आता वाढदिवसाच्या दिवशी त्याला त्या केकच्या दुकानाची का बरं आठवण व्हावी? तो लहान असताना आम्ही तिथे जात होतो म्हणून? माझं हृदय पिळवटलं....

त्याच्या कपड्याच्या निवडीबाबतीतही तेच. डॅश चांगल्या ब्रॅंडचे उत्तमोत्तम कपडे निवडायचा. पण आता जेव्हा कपडेखरेदीचा विषय निघाला, तेव्हा तो म्हणाला, "मॉम, आपण मार्क्स वर्क्स वेअरहाउसमध्ये खरेदी करू या." त्याच्या प्रत्येक माघारीने मला धडकी भरत होती. मला वाटायचं, त्याला कवटाळावं आणि सांगावं की, तू मला खूप आवडतोस, माझं तुझ्यावर प्रेम आहे. तू चांगला होणार आहेस. पण पीटरनं डॅशभोवती इतकी उंच भिंत बांधली होती की, मी त्याच्यापर्यंत पोहोचूच शकत नव्हते. शाळा, शिक्षक, वाढदिवसाचा केक, बिस्किटांच्या पिशव्या, व्हॅलेंटाइनच्या भेटी, प्रोत्साहन. मी जे करत होते; ते सारं दुय्यम, क्षुल्लक ठरत होतं. मला त्याला सांगावसं वाटायचं, 'तपकिरी डोळे – तपकिरी डोळ्यांशी – चल – तू चांगला होणार आहेस. घट्ट धर माझा हात. मी तुला झटकन घेऊन जाते.' पण त्याच्या बालवाडीपासून त्याला पढवण्यात आलं होतं की, मी विश्वासपात्र नाही. तरी त्याच्या एका शाळकरी मित्रानं मला सांगितलं होतं की, डॅशला त्याच्या बापाची खूप भीती वाटायची. डॅश म्हणाला होता, "मला तिथे सापळ्यात अडकल्यागत

वाटतं. माझ्या डॅडपासून माझी सुटका नाही.'' खोटेपणानं भरलेलं ते घर. माझ्या डोळ्यांदेखत माझं पोरगं झिजत चाललं होतं.

जूनपासून डॅशचं शाळेतलं काम आणि त्याचा कल लटपटू लागला होता. सप्टेंबरपासून तर त्याचं वागणं ग्लेन एडन शाळेतही अग्राह्य होऊ लागलं. खरं तर त्या शाळेतलं प्रत्येक मूल समस्याग्रस्त होतं. अशा ठिकाणीदेखील डॅशचं वर्तन सहन होत नव्हतं. डॅश हा पूर्णपणे ताठर-आठमुठा होता. रिक ब्रेनरनं डॅशच्या समस्येचं मूळ घरातलं वातावरण होतं, हे मान्य केलं होतं. आणि उन्हाळ्यात तर ही गोष्ट पूर्णपणे कळून चुकली होती, कारण त्या वेळी तो बापाबरोबर राहत होता, त्यामुळे त्याची प्रगती खुंटली होती. ऑलिव्हर आणि रिक या दोघांना खरा डॅश दिसला होता. त्याची हुशारी, त्याची विनोदबुद्धी, सहज हसू या गोष्टी जाणवल्या होत्या. ऑलिव्हरनं तर त्याच्याबरोबर एकास-एक असा वेळ घालवला होता आणि डॅशची केस टाकाऊ नसल्याचं त्याच्या लक्षात आलं होतं. वर्गातल्या विदूषकाखालचा, पीएएसखालचा डॅश हा एक हुशार, प्रेक्षकांची जाण असलेला, काही सादर करण्याची इच्छा असलेला मुलगा त्या दोघांनी पाहिला होता. लॉर्डबिंगमधली त्याची एक मैत्रीण लिसा मला सांगत होती की, तिच्या दर वाढदिवसाला डॅश गाणं म्हणायचा. 'दि सिम्पसन'मधलं बॅरी व्हाइटचं 'कान्ट गेट इनफ ऑफ युवर लव, बेब.' हे गाणं तो उत्तम प्रकारे सादर करायचा आणि आपल्याच अप्रतिम अदाकारीने खूश झालेल्या, त्याबद्दल अभिमान वाटणाऱ्या कलाकारासारखा त्याचा चेहरा उजळून निघायचा. त्याची चित्रकला तर उत्तमच होती. आणि मॅकेंझी रस्त्यावरून स्केटबोर्डवरून भरारणाऱ्या डॅशकडे पाहून तर मला पंखांच्या देवदूताचीच आठवण व्हायची.

पुढची पायरी अटळ होती. ग्लेन एडनदेखील डॅशला फारसं उपयोगी पडलं नाही. १०ऑगस्टला तो सोळा वर्षांचा झाला. नववी शिकलेला, कुठलंही काम करण्याची क्षमता नसलेला, अपरिपक्व, बेशिस्त, समाजात फारसा न वावरलेला असा तो होता. बेशिस्त अर्धशिक्षित डॅश भांडी विसळण्याचंही काम करू शकत नव्हता. कारण कुठलंही काम तो पाच मिनिटांच्या वर करू शकत नव्हता. अधिकारी वर्गाशी तो अनादरानं वागत होता. त्याला तशीच शिकवण होती. कितीही कमी पगारावर काम करायला तयार असला, तरी असा मुलगा कुणा मालकाला आपल्याकडे ठेवायला आवडेल? आणि गमावलेल्या कामानं तो काही तरी शिकला का? माझ्या निवडीचं क्षेत्र आकुंचित होत चाललं होतं. डॅशची एकल पालक म्हणून मी त्याच्याबाबतचे निर्णय तो अठरा वर्षांचा होईपर्यंत घेऊ शकत होते. त्याला काहीतरी शिकायला भाग पाडण्याची माझ्याकडे अवघी दोनच वर्षं होती. नंतर त्याचा तो मुखत्यार होता.

पीटरला अजूनही वाटत होतं की, थोडीफार शिकवणी डॅशसाठी पुरेशी होईल. रिक ब्रेननं मान्य केलं की, पीटर आपल्या मुलाला मदत करेल, अशी काही चिन्हं दिसत नव्हती. डॅशला त्याच्या बापापासून, बापाच्या दबावापासून, बापाच्या घरापासून, या शहरापासून दूर जाण्याची, उपचारात्मक वातावरणाची गरज होती. ऑलिव्हर आणि रिकच्या मते, तो दूर गेला तरच ठीक होईल, त्याच्यावर काम करता येईल. तो जबाबदारीने वागेल, असा त्यांचा विश्वास होता. रिक डॅशच्या सुधारणेबाबत म्हणाला, ''झाली नाही. आणि त्याच्या घरातल्या सद्य:स्थितीत ती होणारही नाही.''

निर्णयाची वेळ आली आणि डॅशसाठी लायक अशी शाळा उत्तर कॅलिफोर्नियात असल्याचं समजलं. डॅशसारख्या मुलांसाठी असलेली ती निवासी शाळा होती. दोन वर्षांची मुदत होती. वार्षिक फी ८०,००० डॉलर होती. तो कॅस्केड अभ्यासक्रम 'डॅशसाठी अगदी योग्य आणि एकमेव असा होता,' असं रिकनं सांगितलं. कॅलिफोर्नियातील रेडिंग इथे असलेल्या त्या शाळेला मी भेट दिली. शाळा मला आवडली. छोट्या अमेरिकन कॉलेजसाठी ती शाळा होती. लॅसन व्होल्कॅनिक नॅशनल पार्कजवळ २५० एकर परिसरात ती शाळा होती. शाळेत संख्या १६० होती. शिक्षक-विद्यार्थ्यांचं प्रमाण एकास सहा होतं. मुलांचं दररोज गटात आणि वैयक्तिक समुपदेशन व्हायचं. मी तिथले शिक्षक, प्रिन्सिपल यांना भेटले. दोन वर्षांच्या अभ्यासक्रमासाठी आलेल्या मुलांपैकी काहींबरोबर लंच घेतलं. त्यातला एक व्हँकूव्हरमधला होता. प्रत्येक जण साध्या पोशाखात होता. मोकळेपणाने बोलत होता. काही जण तर खूपच कठीण परिस्थितीतून आले होते. मला वाटलं, डॅशला समदु:खी भेटल्यानं त्याचे तिथे जुळेल. मला बहुतेकांच्या बिछान्यात लहानपणची मऊ खेळणी दिसली. आणि सोळा वर्षांची ती मुलं आपलं हरवलेलं, मोडलेलं बाल्य अशा तऱ्हेनं शोधताना, जपताना पाहून माझे डोळे भरून आले. त्या विस्तीर्ण जागेत कला, शारीरिक कसरतीविषयक उपक्रम होतेच; तसंच ठोस पण लवचीक असा शैक्षणिक अभ्यासक्रमही होता. कर्मचारिवर्गदेखील विद्यार्थ्यांसारखाच साध्या पोशाखात असला, तरी अनुभवी, निष्णात होता. एक पूर्ण वेळची नर्स आणि मानसोपचार तज्ज्ञ तिथे होते. मुख्य इमारतीमध्ये विद्यार्थी आणि शिक्षक रोज संध्याकाळी शेकोटी भोवती एकत्र जमायचे.

डॅशला ही तडजोड कदाचित कठीण झाली असती, पण तो सुरक्षित राहिला असता. शेवटी त्यानं जे भोगलं, त्यातून मार्ग तर काढावा लागणारच होता. आणि हे सकारात्मक, उत्तेजन देणारं वातावरण, समदु:खी सोबती यांच्यामुळे त्याला एक संधी मिळाली असती; असं मला वाटलं. ताठर, आडमुठ्या, उर्मट मुलांच्या या शाळेत कॅस्केडनं डॅशसारख्या मुलांसाठी दोन वर्षांचा 'संयम आणि सहन' हा पाठ्यक्रम तयार केला होता. डॅश काही फार मोठं ध्येय साधणार होता, असं नाही.

त्याला त्याच्या मर्यादा होत्याच. पण निदान तो ढासळणार तर नव्हता. कॅलिफोर्नियातून परतताना मी आणि डेव्ह आमच्या मुलांना देत असणारं शिक्षण मला आठवलं. खाजगी शाळा, प्रोत्साहन देणारे अभ्यासेतर उपक्रम, सगळ्यात उत्तम! डॅशच्या बाबतीत या साऱ्या गोष्टी स्वप्नवत झाल्या होत्या. डॅश काही 'स्कॉलर' होणार नव्हता, तो तर रस्त्यावरच्या मुलांसारखा वाया जाऊ घातला होता. पण कॅस्केडनं त्याला आपल्या छातीशी उचलून धरलं. सुरक्षित ठेवलं. या बरोबर त्याला मिळणारं उत्तम शिक्षण हा बोनसच समजला पाहिजे होता.

रिकनं पीटरला बोलावून सांगितलं की, डॅशसाठी योग्य ती शाळा सापडली होती, पण आमचं नाव प्रतीक्षायादीत होतं. डॅशबद्दल समजताच त्या शाळेच्या संचालकानं आम्हाला कबूल केलं की, आम्ही त्याला जेव्हा आणू, तेव्हा त्याला प्रवेश मिळेल. पण त्याच वेळी कॅस्केडनं मला सांगितलं की, डॅश जसा होता तसाच्या तसा त्याला स्वीकारणार नव्हते. ग्लेन एडन शाळेत त्याला मानसिक स्थैर्य मिळालं नव्हतं. तो आडमुठा, ताठर होता. सगळ्यात महत्त्वाचं म्हणजे त्याची मानसिक, शैक्षणिक चाचणी झाली नव्हती. हे आम्ही पीटरला सांगितलं नाही. त्या सगळ्या विशेष शाळांमध्ये ही चाचणी महत्त्वाची ठरते. त्यावरून त्या विद्यार्थ्याशी कसं वागावं, कोणत्या मुद्द्यावर भर द्यावा, हे ठरत असतं. कॅस्केडही याला अपवाद नव्हती.

"मग त्याला तिथे नेण्यासाठी काय करावं लागेल?" मी म्हणाले, "मी काहीही करायला तयार आहे."

"त्याला इडाहो राज्यातल्या ॲसेंट येथे घेऊन जा. तिथे सहा आठवड्यांचा मुक्त रानोपचार वर्ग आहे. तिथे तो स्थिरावेल, त्याची चाचणी होईल. म्हणजे आमचं काम होईल."

मी शोध सुरू केला. वेबसाइट पाहिली. तिथल्या लोकांशी विचारविनिमय केला. रिकशी बातचीत केली. ॲसेंटची शिफारस खूप जणांनी केली होती. अमेरिकेत वर्षभरात सुमारे दहा-बारा हजार मुलं अशा रानोपचार वर्गाला जातात. (ॲसेंट इथे तसाच एक उपचारवर्ग आहे.) अर्थात तिथेही काही कुप्रवृत्ती आणि अनैतिक आचार चालत असले, तरीदेखील वैयक्तिक मार्गदर्शनाचे चांगले परिणाम दिसून येतात. माझ्यासारख्या पालकांना त्यांची मुलं परत मिळाली होती. सहा आठवड्यांच्या या वर्गाची फी २,००० डॉलर होती. पण त्यातली प्रत्येक पेनी वसूल होत होती, इतकी या वर्गाची योग्यता होती. सहा आठवड्यांनंतर कॅस्केडसारख्या दुसऱ्या शाळेत जायचं होतं. त्यांच्या माहितीपत्रकात एक वाक्य होतं. 'बऱ्याच केसेसमध्ये आम्ही पार तळाशी बुडालेल्या बळीला हात धरून बाहेर काढलं आहे.' डॅशसाठी ॲसेंट ही नक्कीच 'जीवनरक्षक' होती. व्हँकूव्हरमधली त्याचा कणाकणानं नाश करणारी अकार्यक्षमता आणि कॅस्केड यांमधील ती जीवनरेषा होती. डॅशला

एका प्रेमळ, आश्वासक घराची गरज होती आणि मी ते कॅस्केडच्या रूपानं त्याला देत होते.

पण रिकनं मला सावध केलं. डॅशनं हा अॅसेंटचा वर्ग पूर्ण केलाच पाहिजे, आणि तो लगेचच कॅस्केडमध्ये दाखल झाला पाहिजे. "तो जर अॅसेंटमधून बाहेर पडला आणि –" रिक सांगत होता, "कॅस्केडमध्ये गेला नाही, तर त्याची स्थिती अधिकच वाईट होईल. इतकी की, तो न गेलेला बरा, असं म्हणण्याची वेळ येईल. ह्या उपचारवर्गाचा पाठपुरावा प्रदीर्घ निवासी कार्यक्रमाने होणं गरजेचं आहे. अन्यथा ते विनाशी ठरेल."

मी एकल पालक होते. पीटरविना मी डॅशचं नाव नोंदवलं. पण ते तेवढंच. आम्हाला फार काळजीपूर्वक पावलं उचलावी लागणार होती. पीटर आणि त्याचा डॅशवरचा प्रभाव यांची आम्हाला गरज होती. जर डॅशला सांगितलं की, त्यानं कॅस्केड शाळेत जावं असं पीटरला वाटत होतं, तर आम्हाला खात्री होती की, डॅश नक्की तेथे जाईल. डॅशच्या बाबतीत पीएएस मुलांमधल्या निष्ठेचा असा उपयोग होणार होता.

पीटर त्याच्या जुन्या-गोड सौजन्यशील स्वभावाच्या अवतारात होता. कॅस्केडच्या प्रवेशप्रमुखाशी – सनी वेअरशी त्याचं सुमारे दोन तास बोलणं झालं. पण सनी जरा काळजीतच पडली. कारण पीटरनं कसलीच खात्री दिली नाही. तो प्रवेशाला 'नाही' म्हणाला नाही आणि 'हो' ही म्हणाला नाही. त्याऐवजी डॅशचं मत घ्यावं, असं त्याला वाटत होतं. डॅशला जावंसं वाटलं, तर तो त्याला नक्कीच साहाय्य करील. पीटरनं डॅशला पळवाट दाखवली. लहानपणापासून डॅशला बापाला खूश करणाऱ्या पळवाटा ठाऊक होत्या. दोघांची अशी टोलवाटोलवी फारच धोकादायक होती. त्यामुळे आम्हाला जपून वावरावं लागत होतं. रिकनं मला सांगितलं, "आपल्याला हे करावं लागेल. कारण पीटर डॅशला कधीही घातपात करू शकतो." गेली बारा वर्षं मी हे पाहतच होते की. दोन वर्षांच्या निवासी शाळेची सूचना, डॅश 'गेली खड्ड्यात,' असं म्हणत नक्कीच उडवून लावील. ज्या मुलाला, त्याच्या वयाच्या पाचव्या वर्षांपासून बाप हेच त्याचं सर्वस्व, तेच त्याचं घर, असं पढवलं गेलं; तो मुलगा त्याहून वेगळं काय उत्तर देणार? मी डेव्ह, रिक, बॉब यांच्याशी चर्चा केली. ॲलिसन बरनेटशीही बोलले. मी सिएटलला जाईपर्यंत पीटरला याबद्दल काहीही थांगपत्ता लागू देणार नव्हते, हे कळल्यानंतर ती जरा काळजीतच पडली.

"ॲलिसन, माझ्यापुढे दुसरा पर्याय नाही. पीटरनं सहकार्य करावं, असं मला खूप वाटलं. पण इतक्या वर्षांचा आपला अनुभव असा आहे की, पीटर आपल्या मुलाच्या भल्याच्या दृष्टीने काही निर्णय येऊ शकत नाही. आपल्या मुलात काही

कमी आहे, हे तो मानायलाच तयार नाही. कदाचित डॅश बरा व्हावा, असं त्याला वाटत नसेल, कारण मग डॅश त्याच्यावर ठपका ठेवेल. काय कारण आहे, ते मला ठाऊक नाही. पण माझ्या एकल पालकत्वाच्या अधिकारात मला जे गरजेचं वाटतंय, तेच मी करतेय. आणि याला डेव्ह, रिक आणि बॉब यांचा पाठिंबा आहे. डॅशला असेंटची गरज नाही, असं पीटरला वाटलं आणि त्यानं परवानगी नाकारली तर? मला हा धोका पत्करायचा नव्हता. आधीच खूप उशीर झाला होता. कदाचित डॅशची ही अखेरची संधी असेल. आणि ती त्याला मिळावी, म्हणून मी आकाशपाताळ एक करायला तयार आहे.''

''ठीक आहे, पॅम. तू म्हणतेस की, ही शेवटची संधी, त्यावर मी विश्वास ठेवते. जेमीशी बोल आणि त्याच्यामार्फत होऊ दे.''

''थँक्स, ॲलिसन! मला शुभेच्छा दे!''

मी जेमीचा नंबर फिरवला. आणि लगेच बंदही केला. 'मी जेमीशी बोलणार नाही. आणि त्यामुळे दुसऱ्या कोणाला सावधही होऊ देणार नाही.' जेमीच्या न्यायप्रिय सदसद्विवेकबुद्धीला मी पीटरला अंधारात ठेवते, हे पटलं नसतं. जेमीशी बोलले असते, म्हणजे मग तेच परत नियम-कायदे, जे मी आयुष्यभर करतच आले. मला आता थांबायचं नव्हतं. जेमीशी मी नंतर – डॅश असेंटमध्ये सुखरूप पोहोचला की मग – बोलणार होते.

ह्या साऱ्या काळजीनं माझी झोप उडाली. मला जसं दुखणं आलं. डॅशशी मी आजतागायत कधीही खोटं बोलले नव्हते. आता मी त्याचा विश्वासघात करणार होते. माझ्या या साऱ्या दुःखावर, गोंधळावर मात केली, ती माझ्या भीतीनं – जर आम्ही हे केलं नाही, तर काहीतरी भयानक घडेल, या भीतीनं. मी डॅशचा मित्र नव्हते. त्याची आई होते. त्याला त्याचं आयुष्य परत मिळवण्याची संधी देणं, हे माझं पालक म्हणून कर्तव्यच होतं. आणि ती संधी मी त्याला देत होते. पीटरनं ती दिली नव्हती. न्यायव्यवस्थेनं, कोर्टानंही ती दिली नव्हती. त्यामुळे त्यांच्या डोक्यावर बसून मी ती संधी दिली. मी मला 'डॅशची आई' म्हणून जास्तच सक्षम केलं होतं.

योगायोगानं डॅशनं मला सांगितलं की, त्याला खरेदीला सिएटलला जाण्याची इच्छा होती. माझं हृदय आनंदानं नाचू लागलं. ''तिथे चांगली दुकानं आहेत.'' तो म्हणाला. डॅशनं मला यापूर्वीही एक-दोन वेळा तिथे नेण्याविषयी सांगितलं होतं. पहिल्या वेळी त्यानंच ते रद्द केलं. दुसऱ्या खेपेला मला माझ्या मुलांबरोबर काही कार्यक्रम होता. आणि आयत्या वेळी मी तो रद्द करणार नव्हते. डॅशची ही विनंती म्हणजे माझ्या दृष्टीनं सुवर्णसंधीच होती. आम्ही खरेदीसाठी निघालो. त्या दिवशी मी जरा घाबरलेच होते. पण डॅशच्या घराकडे जाता-जाता मी मनाशी चित्र रंगवलं. दोन वर्षं उलटली आहेत. डॅश हसत होता. त्याचे तपकिरी डोळे चमकत होते.

अठरा वर्षांच्या डॅशनं मला आपल्या मजबूत कवेत घेतलं होतं. कॅस्केडमधला दोन वर्षांचा अभ्यासक्रम संपवून तो परतला होता. तिथे त्याला भाव-भावना, प्रेम यांची शिकवण मिळाली होती. तो एक आनंदी, निरोगी, भावनांना आवर घालणारा असा बनला होता. उन्हाळी सुटीसाठी घरी आला होता. नंतर तो युनिव्हर्सिटीत जाणार होता. नोकरीसाठी एखाद्या जहाजावर किंवा सैन्यात जाणार होता किंवा कुठेही. कॅस्केडनं त्याला जीवदान दिलं होतं. आणि ते चित्र माझ्या मनाशी मी दिवसभर कोरून ठेवलं होतं.

संपूर्ण सफरीत डॅश अस्वस्थच होता. सीटबेल्टची काढघाल करत होता. सीट मागे-पुढे सरकवत होता. पुढच्या सीटवरून मागच्या सीटवर अशी जा-ये करत होता. खिडकीबाहेर डोकावत होता. त्याची ही अवस्था मी आधीही पाहिली होती. या वेळी निदान आमच्यात संभाषण तरी होत होतं. काही विनोदांवर हसत होतो. काही काळ आम्ही बाहेरचा रस्ता बघत शांतच होतो. नंतर डॅश म्हणाला, "माझं डॅडशी भांडण झालं." त्यांच्यातल्या भांडणाची मला कल्पना होती. पण डॅशनं आपणहून ही माहिती दिली, याचाच मला धक्का बसला.

"कसलं भांडण? डॅश?"

"मारामारीचं! हे बघ." असं म्हणत त्यानं त्याच्या कोपरावरचा ओरखडा दाखवला. "हे लागलंय, शिवाय त्याच्या डाव्या ठोशानं माझा जबडाही दुखावलाय."

"अरे देवा! डॅश!"

"माझ्या मानेवर काळंनिळं झालंय का?"

मी पाहिलं.

"हो झालंय, खरं!"

"मी डॅडच्या मानेवर स्वयंपाकाची सुरी ठेवली."

"अरे देवा!" मी चीत झाले – भुईसपाट झाले. ऐकतच राहिले. *हा काय संदेश होता? कोणता निरोप होता? हे सगळं खोटं होतं का? की हे त्याचं जीवन होतं?* डॅश थोडा वेळ गप्प राहिला. "मी तुला हे सांगायला नको होतं." तो म्हणाला.

"तू तर सांगितलंस!"

"हो."

"डॅश, ही वादावादी शाळेबद्दल होती का?"

"हो."

आणि तो बोलायचा थांबला. खिडकीबाहेर पाहू लागला. तो पुन्हा बोलण्यापूर्वी आम्ही सरहद्द ओलांडली होती. रात्री तो मला सांगेल की, ती मारामारी म्हणजे मजा होती. आठवड्याभरानं ती गोष्ट नव्याने सांगेल. म्हणजे की, ते ग्रीको – रोमन कुस्ती खेळत होते. डॅश सांगायचा की, तो लहान असल्यापासून तो दोघं लुटुपुटीची कुस्ती

खेळायचा. पण माझा त्या लुटुपुटीवर विश्वास नव्हता. ती कुस्ती म्हणजे धाकात ठेवण्याची पीटरची एक पद्धत होती. दुरावा निर्माण करणाऱ्या पालकांमध्ये ही पद्धत नेहमी दिसून येते. मुलांना ताब्यात ठेवण्यासाठी शारीरिक ताकदीचा वापर करणं, हेही एक तंत्रच होतं. मी काही डॅशच्या अंगावर वळ पाहिले नव्हते. त्यामुळे काय माहीत? डॅशनं नंतरच्या ॲफिडेव्हिटमध्ये लिहिलं की, त्यानं ती कहाणी रचली होती. आणि पुढे मोठ्या समाधानानं लिहिलं की, त्याचा हेतू सफल झाला होता.

सिएटलमध्ये आम्ही भरपूर खरेदी केली. खूप भटकलो. सुशी डिनर घेतलं. आणि हॉटेलमधल्या आमच्या खोलीत आलो. दात घासून रात्रीचे कपडे घालून झोपायची तयारी केली. टीव्हीवर सिडने ऑलिंपिक दाखवत होते. माझं लक्ष डॅशच्या पायाच्या नखांकडे गेलं. नखं वाढली होती. आत वळली होती. त्यामुळे त्याला चालताना त्रास व्हायचा. डॅशला त्याच्या दिसण्याबोलण्याबद्दल कसलीच फिकीर नव्हती. अशा डॅशकडे पाहून माझ्या अंत:करणाला घरं पडली. हा सर्वसाधारण सामान्य मुलगा – *पण त्याला विसामान्य, विकृत बनवला.* मी हलकेच उठले. त्याच्या गालाला स्पर्श केला. कात्री आणली आणि न बोलता त्याची लांब, वाढलेली नखं कापून टाकली.

तास उलटला. मी टीव्ही पाहण्यात मग्न होते. डॅशनं मला हाकारलं – "पॅम, पॅम माझ्याकडे बघ!" तो पलंगावर पडला होता. अरे देवा! "पॅम, मला आठवतंय, मी बाळ असताना तू मला तुझ्या छातीशी धरून मला पाजलं होतंस." त्यानं आपल्या ओठांची विचित्र अश्लील हालचाल केली. आपली छाती कुरवाळली.

"डॅश, थांब, तुझी किळस येतेय." मी हादरले. हे असलं मी कधी पाहिलं नव्हतं. *ह्या मुलाची किती हानी झाली होती? तो काय-काय सोसत असेल?* डॅश हसला. थांबला. टीव्ही पाहू लागला.

अर्ध्या तासानं डॅश पलंगावर पालथा पडला. आणि कण्हू लागला. आपलं इंद्रिय पलंगावर दाबू लागला. "छान वाटतंय." तो म्हणाला. "छान वाटतंय ना?"

"डॅश, थांबव ते. घृणा, लाज आणलीस. किळसवाणा वागतो आहेस. मी आई आहे तुझी. आणि माझ्यासमोर तू असलं वागावंस, असं मला मुळीच वाटत नाही."

तो मला टोमणे मारू लागला. 'पॅमेला... पॅमेला' असा जप करू लागला. डॅश त्याची व्यथा प्रकट करण्यासाठी नेहमीच धक्कादायक मार्ग शोधायचा. आणि त्या क्षणी शांत राहण्याचा मी आटोकाट प्रयत्न करत असतानाच; पीटरनं आमच्या मुलाची जी अपरिमित हानी केली, त्याबद्दल त्याला कधीही क्षमा न करण्याची मी मनोमन शपथ घेतली. गेली बारा वर्षं त्याचा बाप मला 'गचाळ, व्यभिचारी, रांड, छिनाल, कुलटा, वेश्या, बाजारबसवी' असं म्हणत होता. डॅश हेच ऐकत होता. हळूहळू त्याच्या मनात माझ्याबद्दल हे असलेच अपशब्द भिनत होते. आणि आता

ही असली, तार्किक अटळ परिणती होती. किती विचित्र होतं – तीन आठवड्यानंतर पीटरनं त्याच्या ॲफिडेव्हिटमध्ये लिहिलं होतं – "डॅश हा निरोगी मुलगा आहे... भावनिक, मानसिक, शारीरिक दृष्ट्या तो अगदी निरोगी, सुदृढ मुलगा आहे." शेवटी डॅश कंटाळला, थांबला. सर्वत्र शांत होतं. मध्यरात्री शिणून जाऊन मी डॅशला झोपायला सांगितलं. मी माझ्या बिछान्यावर पडले, दिवा घालवला आणि झोपले.

सकाळी सात वाजता दारावर टकटक झाली. तीन वेळा दार वाजलं. माझं हृदय जणू थांबलंच. मी अर्ध्या तासापूर्वीच उठले होते. तयार होऊन त्यांची वाट पाहत खुर्चीत बसले होते. रिक ब्रेनन अणि ॲसेंटच्या कर्मचाऱ्यांनी शिफारस केल्याप्रमाणे मी सारी व्यवस्था केली होती. मी दोघा जवानांना आमच्या सिएटलमधल्या हॉटेलपासून इडाहोच्या कँपपर्यंत डॅशला नेण्यासाठी तैनात केलं होतं. मी दरवाजा उघडला. तिशीतले दोन धट्टेकट्टे सभ्य गृहस्थ हॉलमध्ये उभे होते. मी बाहेर आले. पाठीमागे दार बंद केलं. आणि दिवसभराचा कार्यक्रम ठरवू लागले. डॅश झोपलेलाच होता. त्या दोघा संरक्षक जवानांची काळजी घेण्याची व्यावसायिक पद्धत पाहून मलाही धीर आला. त्यांनादेखील आपल्याला कशा प्रकारच्या मुलाबरोबर वावरायचं होतं, याची माहिती हवी होती. मी सगळं सांगितलं. *आहे हे असं आहे. आपल्याला आताच हालचाल करायला हवी.* मी आत गेले. डॅशला हलकेच उठवलं.

"डॅश, उठ बरं. मला माहीत आहे की, खूप लवकर मी उठवतेय. तुझी झोपही झालेली नाही. पण हे अत्यंत महत्त्वाचं आहे. तू घाबरू नकोस. टेरी आणि ब्रायन तुला इडाहो इथल्या मुक्त रानोपचार केंद्रात नेण्यासाठी आले आहेत. तो सहा आठवड्यांचा वर्ग आहे. आणि ते तुझ्या फायद्याचं आहे."

डॅशचा चेहरा रागानं तांबडा-लाल झाला. "असं काही होणार नाही, पॅम." त्याचा आवाज बर्फासारखा होता.

"राजा, कपडे चढव बरं," मी ठामपणे म्हणाले. हे गंभीर होतं, हे त्याला समजायलाच हवं.

तो पलंगावर लोळला. "चालती हो."

ब्रायन बोलू लागला. तो मृदू पण नेमकं बोलणारा होता. हा असला तमाशा त्यानं कैक वेळा पाहिला असणार.

"डॅशिल, तुझे कपडे तू घालावेस, हे बरं. त्यातून तुला हवं असेल, तर आम्हीही तुला कपडे घालू शकतो."

डॅश थबकला. मग गुरगुरत म्हणाला. "मला येतं." त्यानं जीन्स चढवल्या. शर्ट घातला. मला सामोरं येत म्हणाला. "मला डॅडशी बोलायचं आहे." हे त्याचं नेहमीचं – माघारीचं पालुपद होतं.

"तुझ्या डॅडला या कार्यक्रमाची माहिती आहे." मी म्हणाले. "त्यालाही असं वाटतंय की, हे तुझ्या भल्याकरताच आहे."

सगळं अवसान सरल्यागत डॅश मटकन खाली बसला. "पॅम, ही तुझी शेवटची संधी."

"डॅश, हा खूप छान कार्यक्रम आहे. तो खेड्यात आहे. तुझ्याकडे लक्षही दिलं जाईल. तुला छान वाटू लागेल. डॅश, तुला अशा ठोस कार्यक्रमाची गरज आहे. फक्त सहा आठवड्यांचा तर प्रश्न आहे.

"नंतर मी ग्लेन एडनमध्ये जाणार नाही." तो थुंकल्यासारखा म्हणाला. मला बरं वाटलं. निदान हा सहा आठवड्यांचा कार्यक्रम तर करू म्हणत होता. नंतर ग्लेन एडन नसेल, हा विचार करत होता.

"मला समजतंय." मी म्हणाले. ग्लेन एडनचा कर्मचारिवर्ग, तिथला अभ्यासक्रम जरी डॅशच्या गरजेचा असला; तरी त्यामुळे त्याला अधिकच बेघर वाटू लागलं होतं. वाळीत टाकल्यासारखं, बाजूला सारल्यासारखं वाटत होतं. ग्लेन एडन फारसं फलदायी ठरलं नव्हतं, त्याला कॅस्केडची गरज होती. आणि ती गरज भागवण्यासाठी मी आमच्यातलं नातं संपवलं होतं. "एकदम कबूल. ग्लेन एडन बाद. डॅश, आता ब्रायन आणि टेरी तुला इडाहोत सुखरूप नेणार आहेत. तेव्हा घाबरू नकोस."

डॅश शांत होता. "मी घाबरलो नाही. पॅम माझं डोकं फिरलंय."

माझ्या घशाला कोरड पडली होती. कोणीच बोलत नव्हतो. मी डॅशला डोळे भरून पाहत होते. त्याचेही डोळे ओलावले होते. मला ठाऊक होतं की, तो काही जरी म्हणाला, तरी थोडा घाबरला होता. प्लीज डॅश. मला माफ कर. ह्यापेक्षा अवघड काही मी उभ्या आयुष्यात केलं नसेल. तो थोडा थांबला. पलंगाजवळचा पाण्याचा ग्लास उचलून पाणी प्यायला. तसा शांतच होता तो.

"डॅश, कसं जायचं ते सांगतो." ब्रायन म्हणाला. "तू आमच्याबरोबर चलायचं. तुला बेड्या न घालताही तू चालू शकतोस. पण त्या वेळी मी तुझी पँट मागून घट्ट धरली असेन. किंवा तुला बेडी चढवून."

डॅश ऐकत होता. पलंगपोस निरखत होता. नंतर तो आपल्या ॲफिडेव्हिटमध्ये लिहिणार होता, 'त्या माणसांनी मला पकडलं. भिंतीशी दाबून धरलं. मनगटावर बेड्या चढवल्या. मी खूप विरोध केला. पण ते बलवान होते. मी रडत होतो. प्रतिकार करत होतो. पण तिकडे दुर्लक्षच केलं गेलं.'

"तुला आता बेड्या घातल्या की, त्या असेंटमध्ये गेल्यावरच काढल्या जातील."

डॅश शांत होता. "मला बेड्या घाला." उसन्या अवसानानं ते हृदयविदारक दृश्य मी पाहत होते.

मी ब्रायनकडे झुकले. हलकेच म्हणाले, "ब्रायन, मला नाही वाटत की त्याला

बेड्या घालायला हव्यात.'' आणि त्या क्षणी जणू डॅशच्या अंगात प्राण संचारला. त्यानं फाटकन माझ्या मुस्काटात मारली, ''छिनाल!'' मी वळले. हादरले. भानावर येईपर्यंत ती तिघं नाहीशी झाली होती. मी बेड्यांचा क्लिक आवाज ऐकला, दार बंद झालेलं बघितलं. पण तिघं जाताना काही मी पाहिलं नाही. माझा मुलगा गेला होता.

मी पलंगावर बसले. आणि बारा वर्षांचं ओझं जसं माझ्यावर चालून आलं. डोळ्यांतून त्याचा निचरा होऊ लागला. इतक्या वर्षांत प्रथमच मला वाटलं की, डॅश आता सुखरूप होता. मी चेहरा पुसला. भरपूर कामं होती. आदल्या दिवशी, सरहद्द ओलांडत असताना रिक ब्रेनन पीटरला सगळं सांगणार होता. पीटरनं रात्री फोन केला नव्हता की, डेव्ह आणि रिक यांनीही मला कुठल्या अडचणी सांगणारा फोन केला नव्हता. देवाची कृपा! साडेसात वाजले होते. मी रिकला फोन लावला. ''हाय रिक! मी पॅमेला. तू सगळं पीटरला सांगितलंस, तेव्हा तो काय म्हणाला?''

''पॅमेला, तो खूप सकारात्मक बोलला. तो म्हणाला की, ॲसेंटची कल्पना खूप छान आहे. डॅशनं असं काहीतरी करायला हवं होतं, असंही तो बोलला.''

डॅश आणि ते संरक्षक जवान विमानाने इडाहोकडे गेले. तासाभरात, लंचच्या वेळी ते तिथे पोहोचले. पोहोचल्यावर लगेच ब्रायनचा फोन आला की, डॅशला त्यांनी व्यवस्थापकांकडे सुपूर्द केलं होतं. डॅशनं कसलाच प्रतिकार केला नाही की त्रासही दिला नाही. विमानातही तो शांतच होता. आडमुठा पण शांत. माझ्या लक्षात आलं की, ॲसेंटचा कार्यक्रम डॅश पार पाडणारच.

■

घातपात!

विनाशाकडे नेणारं काहीतरी येत होतं. हवेत जाणवत होतं. मी घरी सिएटलच्या हॉटेलचा नंबर दिला होता. यदाकदाचित पीटरनं चौकशी केली, त्यानं त्या नंबरवर किंवा माझ्या मोबाईलवर बोलावं, अशा सूचनाही दिल्या होत्या. पण पीटरनं सिएटलच्या मुक्कामात किंवा मी व्हँकूव्हरला परतत असताना फोन केला नव्हता. शेवटी मी कोल्बी आणि क्विन्टेनला शाळेतून आणत असताना पीटरचा फोन आला.

"डॅश कुठे आहे?"

"पीटर, तू काय म्हणालास?" मी विचारलं. मला वाटलं तो विनोद करत होता. माझी छाती धडधडू लागली.

"तो कुठे आहे?"

पटकन विचार कर. "शांत राहा. सिएटलमध्ये डॅश माझ्यासोबत असताना डॉ. ब्रेनन कालच तुझ्याशी या विषयावर बोलले. डॅश आता इडाहोत ॲसेंटमध्ये मुक्त रानोपचार केंद्रात आहे."

"ब्रेनन म्हणाला की, असा काही विचार आहे. तो लगेच प्रत्यक्षात येईल, असं काही तो म्हणाला नव्हता." तो धमकावणीच्या सुरात म्हणाला.

"रिकनं सांगितलं नसेल, पण डॅश आता तेथे आहे."

"तो आपणहून गेला?"

"नाही. त्याला ॲसेंटनी शिफारस केलेले दोन संरक्षक जवान घेऊन गेले. ते सकाळीच आले होते." शांतता. "पीटर, तो तिथे आहे. ग्लेन एडनचा उपयोग होत नव्हता. तुलाही ठाऊक होतं. त्याला त्याची गरज आहे."

"त्या जागेचं नाव काय?"

"ॲसेंट – इडाहोत आहे ते. तो सहा आठवड्यांचा कार्यक्रम आहे. पीटर, तुला हे सगळं ठाऊक आहे."

"पॅमेला, मला याबद्दल काहीही माहिती नाही."

एक थंडगार भावना मला स्पर्शून गेली. *पीटर आता काहीतरी करणार.*

"हे बघ, मी आता मुलांना घ्यायला शाळेत आले आहे. मी नंतर तुला फोन करीन आणि सविस्तर सांगीन. ठीक आहे?" मी म्हणाले.

घरी गेल्या-गेल्या मी डॉ. ब्रेनरशी बोलले. त्यानं पीटरला त्या सगळ्याची पूर्ण कल्पना दिल्याचं मला खात्रीशीर सांगितलं. त्यानं पीटरला फॅक्स करून ॲसेंटचा सगळा कार्यक्रम तपशीलवार कळवला होता. पीटरला या साऱ्याचा पाठपुरावा करावासा वाटला; तर सोबत नकाशे, इतर माहितीही दिली होती. पीटरच्या या पवित्र्याबद्दल काय करावं, हे त्यालाही कळेना. मी त्या रात्री पीटरला निरोप ठेवला. पण त्यानं नंतर फोन केला नाही. केव्हाच नाही.

दुसऱ्या दिवशी सकाळी रिक, पीटर आणि मी एकत्र बसून ॲसेंटच्या कार्यक्रमाबद्दल बोलणार होतो. पीटरला पटवून देण्याचं नाजूक काम करणार होतो. डॅशनं कॅस्केडमध्ये राहणं हे डॅशच्या हिताचं होतं, हे पटवून द्यायचं होतं. रिक आणि मी पीटरची वाट पाहत होतो. तो आलाच नाही.

या दरम्यान डॅश तेथे स्थिरस्थावर होऊ लागला. 'ओळखी'चा, ओळखदेख करून घेण्याचा आठवडा सरला होता. तो त्याच्या समुपदेशकांना, सोबत्यांना ओळखू लागला होता. सुरुवातीला समुपदेशकांनी नोंद केली की, डॅश त्रास द्यायचा, फारच थोडे प्रयत्न करायचा. कसंतरी करून टाकण्याची प्रकृती. ('तरीदेखील त्यानं १०० टक्के केलं, असं तुम्हाला तो भासवेल.') कर्मचारिवर्गाच्या सहनशीलतेची हद्द गाठणारा, आपल्या अनुचित वर्तनाची जाणीव नसणारा. पण जेव्हा त्याला समजलं की, समुपदेशक खंबीर होते, त्याच्यासाठी कुठलीच पळवाट नाही किंवा त्याच्या आव्हानाला घाबरत नव्हते, तेव्हा तोही तळमळीने काम करू लागला, रोजची कामं निपटू लागला. लेखन काम करू लागला, वक्तृत्वसत्रात भाग घेऊ लागला.

मुलांनी आणि पालकांनी भावनिक दृष्ट्या बरोबर असावं, हे ॲसेंटच्या कामकाजाच्या दृष्टीनं महत्त्वाचं होतं. पालकांनी आपला मुलाची तिथे असण्याची निकड मान्य करायला हवी. आणि मग ॲसेंटला त्यांच्या पद्धतीनं काम करू द्यायला हवं. कॅस्केडचं कामकाजही असंच होतं. पालकांनी मुलाप्रमाणेच वचनबद्ध असायला हवं. कारण सगळ्यांनी मिळून मुलाच्या निकोप वाढीसाठी प्रयत्न करायचे होते. मला

आणि पीटरलादेखील एक पुस्तिका दिली गेली. त्यात दररोजचा तपशील, डॅशच्या संदर्भातल्या घडामोडी, तो काय शिकत होता, त्याच्याबद्दलच्या अपेक्षा या नोंदी होत्या. वेळोवेळी ॲसेंटमध्ये डॅशला काय वाटलं, याची माहिती कळवली जात होती. समुपदेशकाबरोबर होणारा वारंवार संपर्क याला बळकटी देत होता. मी रोज सकाळी ती मार्गदर्शक पुस्तिका चाळायचे. आणि त्या दिवशी एक पालक म्हणून, डॅशला पाठिंबा म्हणून मी काय करावयास हवं, ते पाहायचे. पालकांना समुपदेशकाबरोबर थेट बोलण्याची परवानगी होती. परंतु मूळ पालक यांचा संपर्क केवळ पत्राद्वारेच होत होता. समोरासमोर किंवा फोनवरच्या संवादापेक्षा हे संवाद अधिक सुरक्षित होते. पत्रलेखनाची ठरलेली वेळ ही या कार्यक्रमात अत्यंत मोलाची असायची.

ॲसेंटमध्ये येणाऱ्या मुलांना तिथे येईपर्यंत ते तिथे जाणार असणार, याची कल्पना नसायची. (कित्येक तर डॅशसारखे जवानांसोबत आलेले असायचे.) त्यामुळे डॅशचा 'ओळख' आठवडा हा सिएटलमधल्या झालेल्या त्याच्या फसवणुकीची चर्चा करण्यातच गेला. डॅशची ॲसेंटची समुपदेशक लाना गालब्रेथनं मला कळवलं की, मी डॅशला पत्र लिहावं आणि मी असं का केलं, मला त्याची का काळजी वाटते, ॲसेंट त्याच्यासाठी का चांगलं आहे, ह्या सगळ्याचं स्पष्टीकरण त्या पत्रात करावं. मलाही असं आढळलं होतं की, अशा कार्यक्रमात येणाऱ्या मुलांना थोडं घाबरल्यासारखं वाटतं. ती रागावलेलीही असतात. आणि अशा मध्यस्थीला ती मुलं शिक्षा समजत असतात. हे सगळं लक्षात ठेवून मी डॅशला पत्र फॅक्स केलं.

प्रिय डॅश,

सिएटलमध्ये तुझी फसवणूक केल्याबद्दल मला फार वाईट वाटतंय. मला माहीत आहे की, तू माझ्यावर आताशा कुठे विश्वास ठेवू लागला होतास. आणि मी – ज्या मुलावर मी खूप प्रेम करते – त्या मुलाच्या विश्वासाच्या ठिकऱ्या उडवल्या. डॅश, मला ही संधी घ्यायची होती. तुला दुसरीकडे पाठवणं कितीही जरुरीचं असलं, तरी ते माझ्यासाठी अवघडच होतं. माझ्या असल्या वागण्यानं मी तुला मुकणार आहे, हे मला समजतंय, पण मी ते चालवून घेईन. तू तुलाच मुकलेलं मला चालणार नाही. तुला तुझ्या सर्व क्षमतेनिशी पूर्ण, परिपक्व झालेला, आयुष्यात आनंद घेणारा, आपले चांगले निर्णय आपण घेणारा, नातेसंबंध जपणारा असा तू झालेला मला पाहायचा आहे आणि यासाठी मी आपलं नातं पणाला लावलं. ॲसेंट ही तर या साऱ्याची पहिली पायरी आहे, असा माझा विश्वास आहे.

ह्या वर्षी, सुरुवातीला तू ग्लेन एडन शाळेत दाखल झालास. कारण

सार्वजनिक शाळांचा तुला फारसा उपयोग होत नव्हता. पण ग्लेन एडनही फारसं फायदेशीर ठरलं नाही. तू खचला होतास. मला त्याचीच काळजी वाटत होती. तुला मित्र आहेत. पण ते शाळेत असतात. तुझे शिक्षक किंवा तुझा डॅडही तुला सकाळी लवकर उठवू शकत नव्हते. तू दहावी इयत्ताही पूर्ण करू शकला नाहीस. तू हुशार आहेस, अभ्यासही करू शकतोस. पण तरीही दहावी इयत्ता पार पडली नाहीस. आपण एकत्र बऱ्याच गोष्टी केल्या. गोल्फ खेळलो, स्कीईंग केलं, खरेदी केली. आता यातलं तू काहीच करू शकणार नाहीस, याचीच मला काळजी वाटते, डॅश. तुला नीट झोप येत नाही, हीदेखील विवंचना आहेच. सिएटलमध्ये त्या हॉटेलच्या लॉबीत भल्या पहाटे अडीच वाजता तुला काहीतरी 'थंड' हवं होतं. आठवतं?

डॅश, अॅसेंटमधला कार्यक्रम पूर्ण होईपर्यंत तू तिथे राहशील. तुला माझा पूर्ण पाठिंबा आहे. आणि माझं तुझ्यावर निरपेक्ष प्रेम आहे, हे मला तुला सांगायचंय.

ह्या वेळी काही विधायक बदल होतील.

खूप-खूप प्रेम करणारी,
मॉम

समुपदेशकांनी डॅशलाही पत्र लिहायला प्रवृत्त केलं. ते पहिलं पत्र अत्यंत महत्त्वाचं होतं. डॅशला आपलं भय, नैराश्य, अॅसेंटमध्ये आल्याची चीड व्यक्त करण्याची ती अनोखी संधीच होती. पालकांना कशालाही सामोरं जाण्यास, तयार राहण्यास सांगितलं होतं. कारण त्या वेळी मुलं प्रचंड हादरलेली असतात. त्यांची पत्र तपासलीही जात नाहीत. (पण जर समुपदेशकांना तो मजकूर खोटा किंवा अश्लील वाटला, तर ते मुलांना पुन्हा लिहायला सांगतात.) लानानं मला सांगितलं की, डॅशनं एक झणझणीत पत्र लिहीलं. तिच्याकडे गेला आणि ते पत्र फॅक्स करायला सांगितलं. लानानं पत्र वाचलं. म्हणाली, "ठीक आहे, मी आता फॅक्स करते. नक्की करू ना?" असं विचारल्यावर डॅशचं अवसान गळालं. तो चाचरला. पत्र मागे घेतलं. थोड्या वेळानं डॅश दुसरं पत्र घेऊन आला. तेही तसलंच, पण थोडं कमी झणझणीत! लानानं विचारलं – "नक्की पाठवू ना?" डॅश पुन्हा डगमगला. "नको," तो म्हणाला. पण नंतर त्यानं मला पत्र लिहीलं नाही.

दुसऱ्या आठवड्यात गटचर्चेचं सत्र सुरू झालं. या वेळी या गटातला प्रत्येक जण आपलं म्हणणं इतर सर्वांना ऐकवतो. त्यावर विचारविनिमय केला जातो. लानानं मला सांगितलं की, पुढच्या वाटचालीसाठी ही सत्रं डॅशकरता अतिशय महत्त्वाची आणि नाजूकही होती. त्याचे टीकाकार आणि सल्लागार हे त्याचेच

सोबती असणार होते. ती सत्रं सुरळीत चालावी म्हणून, दोघं समुपदेशक मार्गदर्शकाचं काम करणार होते. यांपैकी एका सत्रात महत्त्वाची घटना घडली : डॅश व्यासपीठावर चढला आणि आपल्या आयुष्याबद्दल बोलू लागला. याआधी असं झालंच नव्हतं. त्याच्या सगळ्या अडचणींसाठी, समस्यांसाठी तो मला दोषी धरत होता. तो म्हणाला, "आतासुद्धा मला तिचा संताप येतोय." तो सांगत होता की, मी त्याला 'बेड्या घालून' ॲसेंटमध्ये पाठवलं. तो असंही म्हणाला की, मीच कोर्टात झगडा सुरू केला. त्याचा डॅड हा एक छान माणूस होता. त्यांच्यातलं नातं हे सर्वोत्कृष्ट नात्यापैकी एक होतं. त्याचं घरेलू आयुष्यही परिपूर्ण होतं. पण इतर मुलांना त्याचं सांगणं पटलं नाही. त्यांनी त्याला आव्हान दिलं. एकानं विचारलं, "तुझं आयुष्य जर परिपूर्ण होतं, तर तू शाळेत का गेला नाहीस?" इतरांनीही या म्हणण्याला दुजोरा दिला. डॅश त्यांच्याकडे शून्य नजरेनं बघत राहिला. आणि एकाएकी मोडून पडला. लाना आणि गटातल्या इतर सोबत्यांसह तो रडू लागला. त्याचा बारा वर्षांचा बांध फुटला होता. तो रडत होता, बोलत होता. त्याच्या लहानपणापासूनच्या कस्टडीच्या लढ्यापासून ते आतापर्यंत, तो सगळं बोलत सुटला.

"तुझा विश्वास बसणार नाही," असं म्हणत लाना नंतर माझ्याशी बोलली, "त्या भावना अविश्वसनीय होत्या," ती म्हणाली, त्याचा सगळा इतिहास तिला ज्ञात असल्याने ती गप्प बसून त्याचं म्हणणं ऐकत होती. हाच तो मुलगा, ज्याच्याबद्दल त्याची सातव्या इयत्तेची शिक्षिका डोना ॲण्ड्र्युज म्हणाली होती, "मला त्याच्या कौटुंबिक जीवनाबद्दल काहीच माहिती नाही. तो त्याच्या आई-बापांबद्दल कधीच बोलत नाही." डॅशला ओळखणारे इतर पालकही मला तेच सांगायचे. पण ॲसेंटमधलं वातावरण वेगळं होतं. तिथे आधार होता. काळजी घेणारी माणसं होती. बापापासून आणि माझ्यापासूनहीश खूप अंतर होतं. सुरक्षितता होती. त्यामुळेच तो एवढं बोलला, रडला, आठवणी सांगू शलागला. ज्या मुलाला कोर्टात काहीही आठवत नव्हतं, नसायचं; त्याला त्या दिवशी सगळं आठवलं. सुमारे दोन तास तो बोलत होता. त्याच्या शब्दांत राग, दोषारोप, आईनं केलेला विश्वासघात शिगोशीग भरला होता. पण निदान त्या साऱ्याचा निचरा तरी झाला होता. लानाला सगळं ठाऊक असल्याने ह्या कथनानं ती मूर्ख बनली नाही. पीटरबरोबर झालेल्या संभाषणाचं प्रतिबिंब डॅशच्या कथनात होतं : तेच नाकारणं, दोष देणं, दुसऱ्याबद्दल अविश्वास आणि विश्वासघात (विशेषत्वानं मी केलेला.) त्या दोघांमधला गाढ, खूप खोल रुजलेला संबंध तिच्या लक्षात आला. ह्याला बरं होण्यासाठी खूप काळ लागेल, हेही तिला जाणवलं. पण या परक्या व्यक्तींसमोर त्यानं मन मोकळं केलं होतं, हीच केवढीतरी मोठी सुरुवात होती.

लाना माझ्याशी बोलली, तेव्हा मी मुलांना शाळेतून आणण्यासाठी निघाले

होते. थँक्स गिव्हिंगचा वीकएंड सुरू व्हायचा होता. त्यासाठी आम्ही व्हिसलरला जाणार होतो. मी फोन कानाशी धरूनच गाडी चालवत होते.

''पॅम, आपलं काम होईल. त्याचं दुःख, वेदना आहेत. आपण त्या सहजी दूर करू. त्याला याची गरज होती. तो अगदी योग्य ठिकाणी आलाय.''

तिचे शब्द ऐकून मला रडूच फुटलं. दोन आठवड्यांपूर्वी त्याला सिएटलमधल्या त्या हॉटेलमधनं नेलं होतं. त्या वेळी मी त्याचा थोडाफार संपादन केलेला विश्वास नाहीसा केला होता. आयुष्यातलं सर्वांत कठीण काम होतं ते. पण आता लानाचे शब्द ऐकताच माझा सुटकेचा निःश्वास, दुःख आणि अश्रू वाहू लागले.

डॅशनं तिथे गेल्या दिवशीच शेरा मारला होता, सहा आठवडे मला या वातावरणात राहावं लागलं, तर मी मरूनच जाईन. (त्या क्षणापासून डॅशवर नजर ठेवण्यात आली होती. दुसऱ्या दिवशी सकाळी तो म्हणाला की, त्याला तसलं काही म्हणायचं नव्हतं. त्यानंतर तो असलं काहीही बोलला नाही. ॲसेंटमधून पळून जाण्याची धमकीही दिली नाही.) डॅशच्या या शेऱ्याची लानानं मला आठवण करून दिली. तिच्या हळूहळू लक्षात येऊ लागलं की, डॅश आणि त्याचा बाप एकमेकांत गुंतले होते. त्यांची व्यक्तित्वं खूप सारखी होती. हे तिला धोकादायक वाटलं होतं. ''पॅम, याला लगेचच ठोस उत्तर नाही.'' तिनं स्पष्ट सांगितलं. ''याला बरीच वर्षं लागतील. आपल्याला हे काळजीपूर्वक हाताळावं लागेल. त्याच्या भावनिक प्रश्नाचं मूळ खोल अंतर्मनात आहे. तो भावनिक दृष्ट्या नाजूक झाला आहे.'' त्याची अवस्था रोपासारखी होती. त्या रोपट्याचं जास्त सुपीक जमिनीत पुनर्रोपण करणं, त्या रोपट्याला घातक ठरलं असतं. डॅशच्या मनातली पीटरची प्रतिमा नष्ट करणं म्हणजे डॅशलाच नष्ट करण्यासारखं होतं – लानानं सांगितलं. कारण त्या दोघांच्या एकत्रित राहण्यानं पीटरचं वागणं-बोलणं, डॅशच्या नसानसांत भिनलं होतं. त्यामुळे त्यांना डॅशला हळूहळू उलगडा करावा लागणार होता. त्यांनी जर डॅशला त्याचं काय माकड झालं होतं, हे लगेचच सांगून टाकलं, तर त्याचे डॅशवर विपरीत परिणाम होण्याची भीती होती. कारण अशा परिस्थितीशी सामना करण्याची ताकद, परिपक्वता त्याच्याकडे नव्हती.

समुपदेशकांना परिस्थितीतले धोके जाणवले होते. अविचाराने, बेफिकिरीने, घाईघाईने केलेली मध्यस्थी काम बिघडवणारी होती. डॅशला ॲसेंटची गरज होती, कॅस्केडच्या दोन वर्षांच्या निवासी शाळेची गरज होती, हे लानानं स्पष्ट सांगितलं. ते ऐकून मला पोकळ विजय वाटू लागला. माझा मुलगा कसा आणि किती आजारी होता, ह्याची मला कल्पना होती. पण त्या माहितीवर तज्ज्ञांचं शिक्कामोर्तब झाल्यावर मला जास्त भय वाटलं. मला माहीत होतं की, तो भावनिक पातळीवर स्वतंत्रपणे राहिला असता, तर कुठल्याही परिस्थितीला तोंड देण्याइतका समर्थ

नक्कीच झाला असता. क्षणभर मला वाटलं की, तो तसा होणार नाही. पण मी मलाच समजावलं की, ही माझी भीती बोलत होती. मला माहीत होतं की, अॅसेंटमध्ये त्याची जोपासना होणार होती, त्याला मदत मिळत होती. त्यानं हे सहा आठवडे आणि पुढची कॅस्केडची दोन वर्षं पार केली की, तो समर्थ होईलच. मी स्वत:ला दुसरा कसला विचार न करण्याचं बजावलं.

लानाने फोन ठेवला. मुलांसाठी मी स्वत:ला आवरू लागले. फोन घट्ट पकडल्यानं माझी नखं पांढरी झाली होती. ऑक्टोबरच्या झिमझिम पावसात मी रडत शाळेकडे चालेले होते. जरा डोकं ताळ्यावर ठेवत मी विचार करू लागले. मी प्रचंड घाबरले होते. माझ्या मुलाचं कल्पनेच्या बाहेर नुकसान झालं होतं आणि बरं होण्यासाठी पुष्कळ काळ जावा लागणार होता. कदाचित तो पूर्ण बरा होणारही नव्हता. पण एक गोष्ट घडत होती. मी सक्षम होत होते. माझं मलाच खंबीर कणखर झाल्यासारखं वाटत होतं. मला माहीत होतं की, डॅश योग्य ठिकाणी होता. तो चांगला होणार होता. बारा वर्षांनी का होईना, मी योग्य निर्णय घेतला होता. त्यासाठी मोठी किंमत मोजली होती. त्याची भरपाई कधीच झाली नसती. तो माझ्याशी पुन्हा कधी बोलणार नव्हता. मी त्याला आता गमावलं होतं. पण तो स्वत:ला गमावणार नव्हता. तो त्याचं आयुष्य चांगल्या प्रकारे व्यतीत करणार होता. मी शाळेत गेले. मुलं धावत माझ्या कुशीत आली. दिवसभराच्या घडामोडी सांगू लागली. व्हिसलरच्या सहलीबद्दल बोलू लागली. मी त्यांना घट्ट कवटाळलं. त्यांच्या चिवचिवाटाने त्यांच्या जगात गेले. आता माझं कुटुंब पूर्ण झालं होतं. मला डेव्ह होता, मुलं होती. डॅश सुखरूप होता. मी आनंदात होते.

डॅश अडथळे ओलांडत होता. पण म्हणून काही तो चमत्कार घडवणार नव्हता. त्याचे आयुष्यभराचे धडे असे सहजी पुसले जाणार नव्हते. डॅशनं मला नाही, पण आपल्या बापाला काही धूर्त फॅक्स धाडले. पहिल्या आठवड्याला एक. दुसऱ्या आठवड्याला एक.

पहिला आठवडा –

प्रिय डॅड,

मी इथे कसाबसा राहतोय. शुद्ध नरक आहे. माझ्या इथे येण्याबद्दल मॉम तुझ्याशी काही बोलली होती का? तसं जर असेल, तर तू हे कसं होऊ दिलंस? मी घरी यावं, यासाठी तू काय करू शकतोस? यानंतर मी निवासी शाळेत जाणार आहे का? तसं असेल, तर मॉमला सांग ती खूप मोठी चूक

करतेय. इथे नियम आहेत. मी इथे गाऊ वा चित्र काढू शकत नाही. मला फक्त आठवड्यातून एकदा बुधवारी तुझं पत्र मिळू शकतं. लवकरच तुला भेटेन, अशी आशा आहे.

तुझा लाडका मुलगा,
डॅश

दुसरा आठवडा –

प्रिय डॅड,
मी लगेच तुला लिहीलं नाही, म्हणून क्षमस्व! पण खूप मर्यादित वेळ असतो. मी सत्य सांगू शकत नाही. कारण ते म्हणतात की, मी बनाव करतो आहे. किंवा मी तिला ब्लॅक-मेल करतो आहे, धमकी देत आहे. माझ्या प्रश्नाचं उत्तर देशील? मॉमला माझी कस्टडी मिळाली आहे? म्हणजे दुसऱ्या शब्दांत माझं आयुष्य तिच्या ताब्यात आहे!!!
दिवसभर मी काय करतो? उठतो. पाच मिनिटांत प्रत्येक जण उठतो. नाहीतर पुन्हा प्रत्येकाला बिछान्यात पडावं लागलं. (गटात पंधरा ते एकोणीस जण आहेत.) हे रोज खूपदा घडतं. खाणं, बाथरूम, लाकूडतोड, बाथरूम, खाणं, बाथरूम, लाकूडतोड, बाथरूम, खाणं, बाथरूम, रोजनिशी लेखन (आता) नंतर झोप. तेच ते करकरून गेले दोन आठवडे पटकन संपल्यासारखे वाटले. चार आठवडे लांबचलांब वाटत आहेत.

चिरकालीन प्रेम डॅश!
तुझा प्रेमळ मुलगा.

काही करायचं नसेल, तर त्यासाठी सबबी पुढे करण्याची सवय डॅशला होती. आणि त्याची पत्रं म्हणजे त्याच्या बापाला त्याला तिथनं नेण्याची कारणंच होती. लानाला हे जाणवलं होतं. ती काळजीत होती. एके दुपारी तिनं घाबरून मला फोन केला.

"पीटर डॅशशी बोलण्याचा प्रयत्न करतोय. आम्ही तशी परवानगी देत नाही. पण तो खूपच मागे लागला आहे. मला वाटतं की, हे तुला माहीत असावं."

असा थेट संपर्क नियमात बसत नाही आणि या गोष्टीचा मुलाच्या प्रगतीवर विपरीत परिणाम होईल, असं लानानं पीटरला वारंवार सांगितलं. ॲसेंटमधल्या प्रत्येक मुलासाठी सदासर्वकाळ ह्याच नियमाचं पालन होतं. पीटरला डॅशशी बोलता येत नव्हतं. तो सतत फोन करत होता. डॅशशी बोलण्याचा आग्रह धरत होता.

लानाशी कधीही बोलत होता. आपण स्वतःच एक समस्या होतो, असंच जणू तो दर्शवत होता आणि कामात गढलेल्या कर्मचारिवर्गाला जेरीस आणत होता. आपल्याला हवं ते करण्यात पटाईत होता, त्यामुळे ताण वाढत होता.

डॅशच्या ॲसेंटमधल्या दुसऱ्या आठवड्याच्या शेवटी लानाचा पुन्हा मला फोन आला. अर्ध्या तासापूर्वीच तिनं फोन करून डॅश त्या गटचर्चासत्रात काय नी कसं बोलला, ते मला सांगितलं होतं. आणि लगेच तिचा हा दुसरा फोन होता. मी आणि मुलं सहलीला निघालो होतो.

''पीटर डॅशला नेण्यासाठी आला आहे.'' ती म्हणाली. *आता नाही. एवढं झाल्यावर तर नाहीच.* मला किंचाळावंसं वाटलं. पण ते शक्य नव्हतं. मुलं मागेच बसली होती. ॲसेंटचा संचालक ब्रायन मॅकीन्स आणि पीटर एका बंद खोलीत दोन तास बसले होते. बाहेर 'त्रास देऊ नका' अशी सूचना होती. ''एवढंच मला समजलं.'' ती म्हणाली. ''पण मला काही कळलं की, तुला लगेच कळवते.''

गाडी उबदार असूनही फोन बॅगेत ठेवताना मला हुडहुडी भरली. मुलं मागे चिवचिवत होती. काहीबाही विचारत होती. इडाहोत काय होत होतं, यावरचं माझं लक्ष दुसरीकडे वेधत होती. जणू माझ्यावर दयाच दाखवत होती. ''आपण भोपळ्याचा पाइ करायचा का? कोण येणार आहे? डेव्ह मामा? वॉरेन आणि जॉर्जिया?'' लानाचं बोलणं मी कानाआड करू शकत नव्हते. आणि त्याबाबत काही करूही शकत नव्हते. डॅशला तिथे ठेवण्याबद्दल ब्रायन पीटरचं मन वळवेल, असा आपला मी विश्वास ठेवला. तो म्हणेल की, डॅश तिथे चांगला रमलाय, तिथे राहणं त्याच्या हिताचं आहे. तेव्हा डॅशला इथे राहू द्या, असं पटवून देईल, असा मी भरवसा ठेवला.

दोन तासानंतर लानाचा फोन आला. ब्रायन पीटरबरोबर होता. त्यानं पीटर आणि डॅश भेट होऊ दिली नाही. पीटरला घेऊन तो एका शिबिराच्या मोकळ्या रिकाम्या जागी गेला. तिथे त्याला सगळ्या गोष्टी दाखवल्या. सगळ्या सोयी दाखवल्या. शेवटी पीटर ब्रायनला म्हणाला की, डॅश ॲसेंटमध्ये होता, ही खूप चांगली गोष्ट होती. तो फक्त त्याच्या मुलाला भेटण्यासाठी, पाहण्यासाठी आला होता. ह्या कार्यक्रमाचा डॅशला फायदाच होईल. गावाकडच्या मोकळ्या हवेतल्या शिबिराचा अनुभव त्याला आवडेल, असंही तो म्हणाला. त्यानं डॅशला एक चिठ्ठी लिहीली. ब्रायनकडे दिली आणि आठ तास गाडी चालवून तो व्हॅंकूव्हरला परतला. सगळ्या कर्मचाऱ्यांनी सुटकेचा निःश्वास सोडला.

केवढं हायसं वाटलं होतं! डॅशचं पुन्हा व्हॅंकूव्हरला परतणं, पुन्हा त्याच्या बापाच्या घरी जाणं, पुन्हा ती ग्रीको-रोमन कुस्ती आणि पुन्हा त्याच चितारलेल्या खोलीतला बिछाना. ही कल्पना असह्य होती. तो धोका टळल्यावर, पीटर त्याच्या

घराकडे परतल्यावर मला इतकं हायसं वाटलं की, मला शीणच आला. गुडूप झोपावंसं वाटलं. शेकोटीच्या धगीकडे पाहत मी आरामखुर्चीत बसून राहिले. धगीमुळे डोळ्यांची आग होत होती. वरच्या डॅशच्या खोलीतून मुलांचं हसणं-खिदळणं कानावर पडत होतं. ती व्हिडीओ गेम खेळत होती. कोल्बी-क्विन्टेनची राहणी आणि डॅशची राहणी यांतली तफावत मला नेहमीसारखी जाणवली.

पीटर इडाहोतून गेल्यावर त्याच्या पत्राचा सूर, लानाला बदलल्यासारखा वाटू लागला. वरवर प्रोत्साहन, पण त्यातून काही छुपा संदेश होता. लाना याला 'संमिश्र संदेश' म्हणत होती. तिनं मला काळजीनं फोन केला. पीटरची पत्रं डॅशला देऊ नयेत, असं लानाला वाटत होतं. पण ते नियमात बसत नव्हतं. जरी समुपदेशकाच्या मते असल्या पत्रांनी मुलाच्या प्रगतीला खीळ बसते, असं वाटत असलं, तरी तिनं ती पत्रं डॅशला दिली. ती पत्रं दाखवण्याची मला बंदी होती, तरी धास्तावून तिनं मला सांगितलं. तिनं त्या पत्राचं वर्णन 'अपशकुनी' असं केलं होतं. त्या पत्रातून डॅशला पळवाट दिसली होती. तिला वाटलं, तो संदेश असा असेल : *डॅश तिथेच थांब. मी येऊन तुला घेऊन जाईन. तेव्हा तुला जे नकोसं असेल, ते करू नकोस. तिथेच थांब.*

कुठल्या शब्दांत, कशा प्रकारे कोण जाणे, पण तो निरोप डॅशला मिळाला. आयुष्यभर त्याला असा निरोप या ना त्या मार्गानं मिळतच होता. ॲसेंटमधली त्याची प्रगती डळमळीत होऊ लागली. त्याची सुटका होणार होती. पीटरनं डॅशला पढवलं होतं की, त्याच्या बापाच्या फायद्याचं असेल, तर त्याचा बाप डॅशला कशाही परिस्थितीतून सोडवेलच. आणि बापानं तसं करावं, यासाठी डॅश नव-नव्या मार्गांचा अवलंब करत होता.

डॅशनं नेमकं नस दाबली आणि ॲसेंटमधला कार्यक्रम डॅशनं पूर्ण करावा, असं आत्मविश्वासानं सांगणाऱ्या पीटरचा भडका उडाला. डॅश अडथळे पार करत होता. काही मिळवत होता. रोजनिशी लिहिणं त्याच्या मानसिक हिताचं होतं, तर लाकूड तोडणं त्याच्या शरीराला फायद्याचं होतं. तो त्याच्या पालकांच्या झगड्यापासून दूर होता. दोन-अडीच आठवड्यात त्यानं धूम्रपान केलं नव्हतं. आणि कित्येक काळानंतर प्रथमच रात्रीचा झोपतही होता. तो निरोगी, बळकट दिसू लागला होता. पण डॅशला 'तिथे थांब' याचा अर्थ माहीत होता. त्यामुळे 'च्या मायला' म्हणत त्यानं काम करणं थांबवलं. गट चर्चासत्रापासून स्वत:ला अलिप्त ठेवलं. पुन्हा तो तसा मोकळा कधीच झाला नाही. कारण तो तिथे थांबणार नव्हता, हे त्याला समजलं होतं. डॅशनं तो संपूर्ण आठवडा वाया घालवला. त्याच्या शरीराला उपयोगी पडणारं शरीरकष्टाचं कामही त्यानं केली नाही. *बाळा काळजी नको करू. तुझी आई काहीही करू दे, मी तुला सोडवेनच.* पीटरनं हे पुन:पुन्हा – पुन:पुन्हा केलं होतं. डॅशला त्याच्या बापाचं

घर, त्यातल्या कुस्त्या आवडत नसतील; पण त्याला विसरून जाता येईल, अशी तेवढीच जागा होती. तो पुन्हा बधीरणार होता. त्याच्या बापानं दार उघडलं की, तो त्या दारातून आत शिरणार होता. काहीच करणार नव्हता. पुढच्या आठवड्यात डॅश त्याच्या समुपदेशक आणि सोबत्यांबरोबर त्या रानात आत्मपरीक्षणासाठी, सिंहावलोकनासाठी, रोजनिशी लिहिण्यासाठी आणि समुपदेशनासाठी जाणार होता. हे आठ दिवस अत्यंत मोलाचे होते. डॅशच्या निरोगी वाढीसाठी एक पाऊल पुढे जाणारे होते. त्या वीकएंडला तो निघणार होता. पण पीटरच्या पुढच्या हालचाली जलद आणि फसव्या होत्या.

तो शुक्रवार होता. (तेरा तारीख होती. विश्वासच ठेवायचा असेल तर.) मी कोल्बी, क्विन्टेनला घेऊन पुस्तकांच्या दुकानातून बाहेर पडले होते. आणि शुक्रवार रात्रीच्या सिनेमाला जाण्यासाठी म्हणून चालले होते. एवढ्यात मिमीनं फोन केला. "पॅम." ती म्हणाली. "एक कुरिअर आलंय. आणि तुझ्याशिवाय दुसऱ्या कोणालाच ते देणार नाही, असं तो म्हणतोय. मी त्याला त्याच्या गाडीत बसायला सांगितलंय. आणि तुला फोन करतेय." कायदेशीर कागदपत्रं! हजारदा असं घडलंय. मी मुलांना गाडीत कोंबलं आणि घराकडे निघाले. माझं रक्त उसळत होतं. आता पीटर काय नवं करतोय? गाडी कशीबशी गॅरेजमध्ये घातली आणि तो गाडीतून उतरला. माझ्या हातात मोठं पाकीट दिलं.

"कुठे सही करायची?" मी आपसूक विचारलं.

"गरज नाही." असं म्हणत तो अर्धवट पळत गाडीकडे गेला – माझ्या डोक्यात काहीतरी वळवळलं. नवल आहे! पण मी ते बाजूला सारलं.

मला वाटलं होतं की, खटल्यासंबंधी काहीतरी नोटीस असेल. पण आता शुक्रवारचे साडेचार वाजले होते. माझी छाती धडधडू लागली. *हे फारच वाईट.* मी पाकीट फोडलं आणि माझा श्वास थांबला. *हे खरं नाही!*

पीटर आणि केन वेस्टलेक दीड दिवसांपूर्वी कोर्टात गेले होते. ह्याबद्दल त्यांनी मला, माझ्या वकिलाला किंवा ॲलिसन बरनेटला कळवलं नाही. कोर्टातून एक्स पार्टी (एकतर्फी म्हणजे एका बाजूच्या लोकांसाठी) हुकूम घेतला. डॅशला त्या मुक्त रानोपचार केंद्रातून घेऊन येण्याबद्दलचा तो हुकूमनामा होता. पीटरनं सांगितलं, 'तिनं मुलाला पळवलंय.' पीटरला त्याच्या कस्टोडियल पालकत्वाच्या हक्काची अंमलबजावणी व्हायला हवी होती. त्याच्या 'झटक्यात संपलेला' ॲक्सेस त्याला पुन्हा मिळायला हवा होता. डॅशला त्याच्या इच्छेविरुद्ध अमेरिकेतल्या 'संपर्कहीन' अशा कोठल्यातरी शिबिरात ठेवण्यात आलं होतं. एका प्रेमळ पालकापासून तो खूप दूर होता, असं

काही खोटंनाटं सांगत पीटरनं डॅशला व्हँकूव्हरमध्ये आणण्याचा हुकूम मिळवला. पीटर फार सावधगिरीने खेळला. त्यानं ही सुनावणी ब्रेनरसमोर होऊ दिली नाही. कारण ब्रेनर आमचा न्यायाधीश होता. त्याला ही केस इत्थंभूत माहिती होती. ॲलिसन डॅशची वकील होती, हेही ठाऊक होतं. पीटर आणि केनला ठाऊक होतं की, ब्रेनरला सगळा इतिहास माहीत असल्याने तो मला कोर्टात बोलावल्याशिवाय असला हुकूम देणार नाही. त्यामुळे त्या दोघांनी त्याला डावललं. रांगेत उभे राहिले आणि एका अनोळखी न्यायाधीशाकडे गेले.

न्यायमूर्ती जोन सिगर्डसनसमोर केस उभी राहिली. तेव्हा केसचं स्वरूप एक वारंवार वेगवेगळ्या रूपात चाललेली कस्टडीकेस पुन्हा उभी राहिली आणि आता एकतर्फी ऑर्डरसाठी आली आहे, असं होतं. पुराव्यासाठी केन वेस्टलेक, पीटर यांची ॲफिडेव्हिट होती. डॅशची लबाड पत्रं होती, ज्यात पावणेआठ वाजता उठावं लागल्यानं किती नरकयातना होतात, असं वर्णन होतं. पीटर म्हणाला, "तुम्हाला या पत्रावरून कळून येईल की, पावणेआठ वाजता सगळीच्या सगळी उठली नाहीत, तर त्यांना पुन्हा झोपावं लागतं. आणि त्यांनी भांडी विसळली नाहीत, तर ते जेवत नाहीत." हे खोटं होतं.

केननं आगीत तेल ओतलं. या साऱ्याचं वर्णन 'अरेरावी' असं केलं. सिगर्डसनचं हृदय गलबललं. त्या दोघांनी माझी पूर्वीसारखीच यथेच्छ नालस्ती केली. "तिच्याकडे रगड पैसा आहे. तिला खटल्याची खुमखुमी आहे." केन म्हणाला. "पूर्वीही डॅश तिच्याकडे होता, तेव्हा त्याच्या निरोपावरून मी तिच्याशी बोलण्याचा प्रयत्न केला होता. पण मला तिच्याशी बोलू दिलं नाही. आता तिनं त्याला आमच्यापासून लांब संवाद साधता येणार नाही. अशा ठिकाणी ठेवलंय." केननं अगदी दुःखी होत सांगितलं.

पीटरनं न्यायाधीशाला घाबरवणारं चित्र रंगवलं. डॅशला त्याच्या मनाविरुद्ध बेड्या घालून असेंटमध्ये नेण्यात आलं, ती जागासुद्धा 'पॅमेलाच्या कुणा परिचिताकडून' त्याला कळली, असं तो मुद्दाम मोघम शब्दांत म्हणाला. "मी खूप खटपट केली, नकाशे पाहिले. मग मला ती जागा सापडली. मग मी फोन केला." असं तो म्हणाला. तरी पीटरला तो कुणीतरी परिचित म्हणजे, डॅशच्या शिक्षणाची भल्याची काळजी घेणारा रिक ब्रेनन होता, हे माहीत होतं. ब्रेननंनं त्याला या रानोपचार केंद्राची सगळी माहिती फॅक्स केली होती. दोन जवान डॅशला घेऊन ॲसेंटला येतील, हेही सांगितलं होतं.

केन म्हणाला, "त्याला दोघं जण इडाहोतल्या कुठल्याशा शाळावजा शिबिरात घेऊन गेले. ती खरं तर शाळा नाहीच मुळी."

पीटरनं सारांश काढत सांगितलं, "त्यांनी त्याला पकडलं, गाडीत घातलं आणि इडाहोला घेऊन गेले."

सिगर्डसनचा या साऱ्यावर विश्वास बसला असावा. कारण नंतर त्यानं ॲसेंटचं 'समस्याग्रस्त मुलांच्या सुधारणेसाठी असलेला उपचारवर्ग' हे स्वरूप लक्षात न घेता 'प्राथमिक तयारी करणारा कॅम्प' असं त्याचं वर्णन केलं होतं. सिगर्डसननं मी मुलाला का पळवलं, याची चौकशी केली नाही. मुद्दलात डॅश त्या ठिकाणी का गेला, हे विचारलं नाही. पीटर आणि केननं 'जुलूमाने नेला', 'पळवला' या शब्दांचा मारा करत बाजू मांडली. पीटर म्हणाला, "त्याला फसवून सरहद्दीबाहेर नेलं. आणि जबरदस्तीनं बाहेर नेल्यावर संपर्क साधू दिला नाही." पीटरनं न्यायाधीशाला डॅश आणि तो एकमेकांना पत्र लिहीत होते, हे सांगितलं नाही. थेट संपर्काची परवानगी नव्हती, कुटुंबाची ढवळाढवळ नको होती, डॅशच्या समुपदेशकांशी त्याला रोज बोलता येत होतं, तो इडाहोला जाऊन आला होता, तिथल्या व्यवस्था पाहून अंगठे उभारून परवानगी देऊन आला होता, ह्यातलं काहीही सांगितलं नाही. आमच्याकडे त्याच्या कथनाची लेखी प्रत आहे. न्यायाधीशानं फक्त 'पळवला' आणि 'संपर्कहीन' हे शब्द मिनिटांत डझनभर वेळा तरी ऐकले.

पीटरनं सिगर्डसनला असं पटवलं की, डॅशला फक्त कोर्टाच्या अधिकारक्षेत्रात आणण्याचा हुकूम हवा होता. म्हणजे मग डॅशच, त्याला व्हँकूव्हरमध्ये राहायचं होतं की ॲसेंटमध्ये, हे कोर्टाला सांगू शकला असता. सिगर्डसनला कोर्टाचा युक्तिवाद पटला. त्यानं डॅशला माघारी आणण्याचा हुकूम काढला. काळजी घेण्यासाठी खबरदारीचे काही मुद्दे त्यानं मांडले, पण ते असून नसल्यासारखेच!

"न्यायाधीशांना ही एक्स पार्टी आज्ञा देताना फार काळजी घ्यावी लागते." तो म्हणाला, "मला तुमचा अनादर करायचा नाही. पण मि. हर्ट, काही अनपेक्षित वळणं, अनपेक्षित मुद्दे समोर येऊ शकतात."

पीटरला फक्त हुकूमनामा हवा होता. तो जर नियमानं वागता, तर ॲलिसन कोर्टात आली असती आणि त्यांना तो हुकूम मिळाला नसता. तिनं दोन वर्षांपूर्वीच ब्रेनरला सांगितलं होतं की, डॅशची समस्या म्हणजे त्याचा बाप होता. आणि डॅशला तिथनं हलवलं पाहिजे. डॅशची कायदेशीर पालक, संयुक्त कस्टडी असलेली पालक आणि आई या नात्यानं, गेल्या बारा वर्षांत काय घडलं, ते मी न्यायाधीशाला सांगितलं असतं. डॉ. ब्रेनन या तज्ज्ञाने त्या निष्क्रिय घरातल्या चितारलेल्या खोलीपेक्षा मुक्त रानोपचार केंद्राचा उपक्रम डॅशच्या हिताचा होता, हे सांगितलं असतं. ॲसेंटचा फायदा होत होता, हेही सांगितलं असतं.

"पण –" सिगर्डसन म्हणाला, "तुमची माजी पत्नी इथे येऊन नाही असं म्हणू शकते. हरकत घेऊ शकते. तिची जर हरकत नसेल, तर मी तसा हुकूम देतो."

त्यानं पीटर योग्य ते वागेल, असा भरवसा का धरला? पीटर वकील होता म्हणून? त्याला कोर्टातील 'खाचाखोचा' माहीत होत्या म्हणून? सिगर्डसननं

सुनावणी थांबवून मला कोर्टात हजर राहण्यास सांगायला हवं होतं. मी व्हँकूव्हरमध्ये होते, हे पीटरनं सांगितलं होतं. मी दहा मिनिटांच्या अंतरावर होते. पण मला बोलावण्याची तसदीही घेतली नाही. सुनावणी दरम्यान तीन वेळा सिगर्डसननं त्या हुकमाबद्दल मला सांगण्याविषयी पीटरला सांगितलं. म्हणजे त्यांनी मुलाला आणण्यापूर्वी मी माझी केस कोर्टात सादर केली असती. पण पीटर आणि केनला ते नकोच होतं. त्यांना आधी डॅशला व्हँकूव्हरला आणायचं होतं, त्यानं अॅसेंटला जाण्याबद्दल कडाडून विरोध केला असता. कारण अॅसेंटमध्ये नियम होते, अपेक्षा होत्या आणि त्याच्या खोट्या कहाणीवर कोणाचा विश्वास नव्हता. पीटरला एवढ्या वर्षांच्या अनुभवानं ठाऊक होतं की, कोर्ट डॅशला काही करण्यास भाग पाडू शकत नव्हतं.

पीटरला एकट्यालाच अॅसेंटला, डॅशला घेण्यासाठी जायचं होतं. पण सिगर्डसननं त्याला नकार दिला. मीच डॅशला माघारी आणावं, असाच हुकूम तो काढणार, असं त्यानं ठामपणं सांगितलं. पीटरनं त्याचं हुकमी शस्त्र बाहेर काढलं. "डॅशला तिला बघायचंसुद्धा नाही. तो तिच्यावर भयंकर चिडला आहे. त्याची पत्रं जर तुम्ही वाचलीत, तर त्यानं लिहिलंय – 'तू तिला हे कसं करू दिलंस?' अॅसेंटच्या लोकांनी डॅशला गाडीत घातला, तेव्हा तो तिच्याशी भांडला. असं असताना तिनं त्याला आणायला जाणं, हे त्याच्यासाठी किती छळवणुकीचं होईल? आणि तो तिच्या घरी झोपूही शकणार नाही."

"तेव्हा मीच त्याला आणायला जावं हे उत्तम!" पीटरनं निष्पापपणे सुचवलं. "का? त्याला कारण विचार. त्याचे माझ्याशीच संबंध आहेत."

"मग," सिगर्डसन म्हणाला. "तिला आणायला जाऊ दे. आणि ते झालं नाही, तर तू जाऊन आणावं, असा हुकूम का काढू नये?"

"कारण तिला तिथे जायला कारणच मिळेल."

सिगर्डसननी त्यांच्या 'पण-परंतु'ला फारशी भीक घातली नाही. त्यानं ठरवलं. मला कोर्टाच्या हुकमाबद्दल कळवायचंच. कोर्टापुढे येण्याची, डॅशला त्या केंद्रातून काढण्याचा हुकूम बदलवण्याची संधी द्यायची. आणि तरीही डॅशला काढायचंच असेल, तर मी डॅशला व्हँकूव्हरला आणायचं; पीटरनं नाही. पण पीटरनं हवं त्याप्रमाणे वेळकाढूपणा केला. त्यामुळे सिगर्डसनचा तो हुकूम पीटरच्या मनाप्रमाणे मला आयत्या वेळी मिळेल, अशा प्रकारे काढला गेला. मला तो दीड दिवसांचा अवधी मिळाला नाही. आणि हुकूम हातात पडला, तोपर्यंत ती निळी सेडन भर वेगात निघून गेली होती. माझी पुरी हार झाली होती. डॅशला बारा वर्षांनी मिळालेल्या संरक्षणाच्या चिंधड्या उडवणारा हुकूम माझ्या हातात होता. आणि कोर्टाला वीकएंडच्या सुट्ट्या सुरू झाल्या होत्या. गेल्या वर्षभरातली सारी मेहनत – डॅशला लॉर्ड बिंग

शाळेतून काढणं, ग्लेन एडनमध्ये घालणं, कॅस्केडचा शोध, सरहद्द पार करणं, डॅशशी खोटं बोलणे, त्याला अॅसेंटला धाडणं हे अवघ्या वीस मिनिटांत वाया गेलं होतं. तेवढा वेळ तर कॉफी करून प्यायला लागतो. सिगर्डसनी पीटर आणि केनला थोडं थांबायला सांगून, मला कोर्टात बोलवायला हवं होतं. यात एका मुलाचं आयुष्य गुंतलं होतं. त्यानं इतिहास बघायचा, कोर्टातली हर्टविरुद्ध हर्ट केस पाहायची, पीटर आणि केननं दिलेला वरवरचा थर खरवडून त्याखाली काय, ते बघायचं. ब्रेनरशी विचारविनिमय करायचा. न्यायाधीश काहीही करू शकतात. सिगर्डसननं काही केलं नाही.

मला नाही वाटत की, पीटरसारख्याला मिळालेला हुकूम दुसऱ्या कुणाला दिला गेला असता. पीटरला त्याच्या प्रदीर्घ अनुभवानं माहीत होतं की, तो त्याच्या खोटेपणातून सुटू शकेल. मला तो हुकूम उशीरा दिला, त्यातूनही सुटू शकेल. कारण अशा लबाड्यांबद्दल त्याला कधीच शिक्षा भोगावी लागली नव्हती. गेल्या वर्षी कोर्टाला त्याच्या चुका, खोटेपणा, अवज्ञा समजल्या. त्या वेळी त्याला जुजबी कानपिचक्या मिळाल्या आणि सारवासारवी केली गेली. पण या साऱ्या काळात शिक्षा भोगावी लागली, ती डॅशला आणि मला. त्याला सावधगिरीनं पावलं कशी टाकावीत, हेही ठाऊक होतं. त्यामुळे त्यानं मला तो हुकूम शुक्रवारी चार-साडेचारला मिळेल अशा बेतानं पाठवला. मला सोमवार सकाळची वाट पाहण्याखेरीज गत्यंतर नव्हतं.

मी तो हुकूम उघडून पाहिला. त्यावरची तारीख, शिक्का आधीचा होता. मला ती ऑर्डर शुक्रवारी कोर्ट संपल्यावर मिळाली होती. कुरिअरवाल्याला माझ्या सहीची गरज नव्हती; कारण ती ऑर्डर मला केव्हा मिळाली, याचा कुठलाच पुरावा – सिगर्डसननं सांगितलं होतं, तरी मला लगेच ती सूचना मिळाली नाही. ते कुरिअर घेण्यासाठी मी घरीच येत असल्याने मिमी मी येण्यापूर्वीच वीकएंडसाठी निघून गेली होती. त्यामुळे तीसुद्धा साक्ष देऊ शकत नव्हती.

साडेचारच्या सुमारास पीटरला कुरिअरवाल्याकडून काम झाल्याचं कळलं. त्यानं तातडीनं हालचाली सुरू केल्या. त्यानं ब्रायन मॅकीन्सला तो हुकूम फॅक्स केला. मी ब्रायनला फोन करेपर्यंत तो हुकूम ब्रायनला पोहोचला होता. कायदेशीर हुकूम असल्याने त्याचे हात बांधले गेले होते. तीच गत अॅसेंटच्या वकिलाची. जॉन वोहलगमथ हा अॅसेंटचा वकील कॅलिफोर्नियातून काम करायचा. पीटरनं त्यालाही तो हुकूम फॅक्स केला. ''कॅलिफोर्नियातल्या कुणाही जजनं असा हुकूम दिला नसता. खासकरून ते गैरहजर अशील जर त्या मुलाची कायदेशीर एकमेव पालक असेल, तर नक्कीच नाही.'' तो म्हणाला, ''इथल्या जजसमोर त्या मुलाच्या शोषणाचा खात्रीशीर पुरावा द्यावा लागला असता.'' जॉननं मला सावधही केलं. ''हा कायदेशीर

हुकूम आहे. तो भयप्रद आहे, पण तो खरा आहे. पॅम, तुला तो बदलवून आणावा लागेल. पण तत्पूर्वीच जर पीटर इडाहोत पोहोचला, तर आपल्याला डॅश त्याच्याकडे सोपवावा लागेल.''

एवढ्या वर्षांच्या माझ्या कोर्टकज्जांनंतर मला हे वेगळं सांगण्याची गरज नव्हती. कोर्टात जाऊनच न्यायाधीशाच्या चुकीबद्दल मला दाद मागता येणार होती, हे मला ठाऊक होतं. पण सोमवारची वाट पाहण्याखेरीज मी काहीच करू शकत नव्हते. मी खुर्चीत शिणून धक्का बसल्यासारखी बसून राहिले. स्वयंपाकघरात मुलं मिमीनं करून ठेवलेला नाश्ता खात होती. वेस्टी, बॉबी कुत्रीशी हसत-खेळत होती. मला थोडा विसावा हवा होता. म्हणजे काही अघटित न घडल्यासारखं नाटक करत मी स्वयंपाकघरात शिरले असते. तीन वेळा विमान बदलत केलेला प्रवास आणि प्रदीर्घ काळ गाडी चालवून मी नुकतीच आले होते. तीन आठवड्यांनंतर डॅश कॅस्केडला जाईल, हा माझा कयास होता. त्यामुळे मी कॅस्केडला – उत्तर कॅलिफोर्निया – दोन दिवसांची भेट दिली होती. ती भेट आटोपून मी नुकतीच परतले होते. मी माझ्या ट्रॅव्हल एजंटला सांगून पीटरचंही तिकीट काढण्याची सोय केली होती. त्याला कॅस्केड इथे जाऊन खातरजमा करण्यासाठी मी ते केलं होतं. खूप कामं होती. मी दमले होते.

मी पीटरला फॅक्स केला. जर डॅशला त्या केंद्रातून परत आणलं, तर मी पैसे पुरवणार नाही. सोमवारी सकाळी मी आणि जेमी ॲलिसन बरनेट आणि रिक ब्रेननच्या मदतीनं काय घडलं, त्याबद्दल ॲफिडेव्हिट लिहिणार होतो. कोर्टात जाण्याची तयारी करणार होतो. त्यानुसार डावपेच करणार होतो. मी मात्र इतकी दमले होते की, मला रडूही येत नव्हतं. आणि हा वीकएंड संपण्याची वाट पाहण्याखेरीज माझ्याकडे दुसरा पर्याय नव्हता. मला कुणीतरी मारझोड केल्यासारखं झालं होतं. मनात दोषी असल्यासारखं वाटत होतं. मी अपयशी ठरले होते. डॅशलाही अपयश दिलं होतं. मी डेव्हला फोन करायलाही धजत नव्हते. काय घडलं, ते सांगत नव्हते. मी नुसती बसून होते.

दुसऱ्या दिवशी शनिवारी, भल्या सकाळी उठून पीटर ऑक्टोबरच्या थंडीत आठ तास गाडी चालवून इडाहोला पोहोचला. तिथे त्याचं त्याच्या पळवलेल्या मुलाबरोबर अश्रूंच्या साक्षीनं पुनर्मीलन झालं. त्या दोघांनी येता-येता माझी यथेच्छ निंदानालस्ती केली असेल. पण आता व्हँकूव्हरला परतल्यावर डॅशनं कोणतं विधायक काम करावं, याबद्दल चकार शब्द बोलले नसतील. डॅशची पडझड थांबवण्यासाठी काही भरीव काम करण्याबद्दल दोघं काहीही बोलले नसतील. ॲसेंटची डॅशला मदत होत होती आणि तीच मदत काढून घेतली होती. पीटर काय

उपचार करणार होता? बापाला मिठी घातली, कळवळून रडला, डॅशनं त्याच्या बापाला पाहिलं असेल, तेव्हा हेच झालं असणार; याऐवजी डॅशला ॲसेंटला आवडलं असतं. लानाला असं सारखं वाटत होतं की, डॅशला हा वर्ग अर्धवट सोडायचा नव्हता. पण त्याच्या बापाची इच्छा होती, म्हणून तो सोडणार होता. त्याची तिथे काळजी घेतली जात होती. त्याला हवं नको ते पाहिलं जात होतं. आणि हे त्याच्या थोडंफार लक्षात आलं असणार. त्या चार वर्षांच्या अवधीत ज्याला पालक घेऊन गेले, असा डॅश हा दुसरा मुलगा होता. शनिवारी पीटर तेथे पोहोचला, तेव्हा अखेर प्रयत्न म्हणून ब्रायन आणि लानानं त्याला सांगितलं, ''तो बरा होण्याची चिन्हं दिसत आहेत.'' ते म्हणाले. ''तो आताशी मोकळेपणे वावरू लागलाय. त्याला असं अर्ध्यातून घेऊन जाणं त्याच्या दृष्टीनं अत्यंत हानिकारक आहे.'' पीटरनं तिकडे दुर्लक्ष केलं.

व्हँकूव्हरमध्ये परतल्यावर डॅशचं काय होईल, याचीच मला चिंता होती. आमचं नातं संपलं होत. मला ते ठाऊक होतं. कॅस्केडखेरीज आमचं एकत्र येणं अशक्य होतं. आणि डॅशला कुठे जायला जागा नव्हती. कुटुंब नाही, ध्येय नाही, स्वत:बद्दलची कदर नाही, विधायक काम नाही, शाळा नाही. थोडेच मित्र. आणि तेच त्याला गाळात घालणारं घरेलू वातावरण, ज्यातून त्याला बाहेर काढण्यासाठी ॲसेंट प्रयत्नशील होतं. त्या वातावरणात तो ओल्या जखमा घेऊन राहणार होता आणि त्याचा आदर्श बापच त्या साऱ्याला जबाबदार होता.

■

अखेरचे विधान

डॅशच्या हातातल्या बेड्या मी सिएटलच्या हॉटेलमधनं खोलीतून तो गेला तेव्हाही पाहिल्या नाहीत आणि आता साडेपाच आठवड्यांनंतरही मला दिसल्या नाहीत. पोलिसांनी त्याला माझ्या घरी आणलं होतं. गाडीतच त्याच्या बेड्या काढण्यात आल्या. तो दोन आठवड्यांपूर्वीच ॲसेंटमधून परतला होता आणि त्याचा बाप घरी नसल्याने त्याला माझ्याकडे आणलं होतं. डॅशच्या अटकेची कहाणी थोडक्यात अशी – डॅशच्या घराजवळ एका घराचं बांधकाम चालू होतं. तो आणि स्टीफन फ्रॉश ही दोघं धूम्रपानासाठी त्या घराच्या छपरावर चढली. शेजाऱ्यानं ते पाहिलं. घरमालकाला फोन केला. घरमालक तिथे आला. त्यानं त्यांना खाली उतरण्यास सांगितलं. दोघं खाली उतरले. स्टीफन आणि घरमालक यांच्यात मारामारी सुरू झाली. डॅशनं तिथला बागकामाचा पालापाचोळा गोळा करण्याचा मोठा दातेरी काटा उचलला. जोरजोरात फिरवत त्या मालकावर ओरडू लागला. पोलीस आले. मुलं पळाली, पण लगेच सापडली.

स्टीफन रडू लागला. डॅश उद्धटासारखा बोलू लागला. अधिकाऱ्यांची त्याला पर्वा नव्हती. ‘‘माझ्या कुटुंबाशी तुम्हाला काही देणं-घेणं नाही.’’ पोलिसांना डॅशची माहिती होती. आधीही तो असा सापडला होता. पण त्यांनी त्याच्यावर आरोप ठेवला नाही. कारण ह्या सुधारगृहातली एक रात्रसुद्धा मुलांचं नुकसान करते, असं पोलिसांचं मत होतं. त्यामुळे शक्यतो ते ती गोष्ट टाळायचे. स्टीफनला घरी नेण्यात आलं. आणि मेलडी – त्याच्या आईच्या सूचनेवरून डॅशला माझ्याकडे आणलं गेलं. डॅशला मी पाहिलं. त्या सोळा वर्षांच्या कणखर चेहऱ्याच्या मुखवट्याखालचा तो नम्र, शांत मुलगा मला दिसला. तो संथपणे माझ्या घराकडे येत होता. टी शर्ट, बॅगी पँट, जॅकेट आणि बुटाचे बंद सुटलेले.

गाडीतच पोलीस त्याच्याशी बराच वेळ बोलत होते. त्यामुळे त्याला फक्त माझ्या हवाली करणं एवढंच बाकी होतं. "आम्ही तुझ्यावर कसलाच आरोप ठेवत नाही." ते माझ्यासमोर त्याला म्हणाले, "आम्ही तुला पालकाकडे सोपवतो आहोत." डॅशनं मान डोलावली. नजर जमिनीकडेच होती. "मिसेस रिचर्डसन, तुम्ही त्याला आज तुमच्या ताब्यात घेणार का?"

"तो जर राहणार असेल तर!" मी उत्तरले. त्याच्याकडे वळत म्हणाले, "डॅश, राहतोस का?"

मला तो पीटरकडे जायला नको होता. पीटर वैफल्यग्रस्त होता. डॅशला काबूत ठेवू शकत नव्हता. आणि डॅशनं तर सर्वांसमक्ष मारामारी केलेली. थोडा वेळ तरी त्या दोघांनी परस्परांपासून लांब राहावं, असं मला वाटत होतं.

"मी तुझ्याकडे राहणार नाही." तो म्हणाला. "मला घरी जायचं आहे." तो शांत होता. त्याला राग नव्हता, कशातच रस नव्हता.

पोलिसांनी माझ्या फोनवरून पीटरला फोन लावला. डॅश मिनिटभर बोलला. पोलीस गेले. डॅश माझ्याकडे पाठ करून वाटेत उभा राहिला. पोलिसांनी ते माझ्या घरी येत असल्याचा फोन केला, तेव्हा मी लगेच माझी वकील – टेरेसा, हिला बोलावून घेतलं. सँडीप्रमाणे तीदेखील माझ्याबरोबर कोर्टात यायची. याही वेळी फोन मिळताच ती लगेच आली. डॅशनं आल्यापासून माझ्या नजरेला नजर दिली नव्हती. आताही तो रस्त्याकडेच पाहत होता. त्याचा बाप येण्याच्या मार्गावर होता.

अखेरचं त्याला पाहिलं, त्या वेळी त्यानं मला 'छिनाल' म्हणत माझ्या तोंडात मारली होती. तो आता मोठा झाला होता. ती चपराक हलकीच असली, तरी त्या शब्दांनी मला घायाळ केलं होतं. मला आता त्याची, त्याच्या रागाची भीती वाटू लागली होती. एक चपराक दिली, तिथे आणखीही! नुकताच त्यानं बागकामाचा मोठा काटा एकावर उगारला होता. त्याच्या बापाशीही तो दोन हात करत होता. मला आता त्याचं भय वाटू लागलं होतं. एखाद्या प्रियकराचं क्रौर्य त्याच्या प्रेमाच्या तोलाचं व्हावं, असा तो प्रेमिक झाला होता, ज्याला मी कायम माफच करत आले होते. आता डॅश माझ्याबद्दल काय विचार करत असेल, याची मी कल्पनाच करू शकत नव्हते. ॲसेंटच्या प्रकरणानंतर त्याच्या मनात विश्वास उरला नसेल. तिथल्या काळजी घेणाऱ्यांबद्दल त्याच्या मनात घृणा निर्माण झाली असेल. *या बिचाऱ्या मुलाला पोलिसांनी जिच्यावर त्याचा मुळीच विश्वास नाही, अशा त्याच्या आईकडे आणलं होतं.* तो आता त्याच्या निष्क्रिय, कीव करण्याजोग्या बापाकडे जात होता. ॲसेंट त्याच्या नव्या जीवनाची सुरुवात होती, हे मी त्याला कसं पटवून देऊ? तो आता माझ्यावर विश्वास ठेवणार नाही. किती काळ मी त्याला सांगू की, माझ्यावर विश्वास ठेव आणि नंतर मीच त्याचा विश्वासघात करू? त्याला हव्याशा मदतीसाठी

हात आखडता घेऊ? की त्याच्या बापाच्या आगमनामुळे त्याला निष्क्रियतेकडे ढकलू? दारापाशी बसून मीच स्वत:शी चडफडत होते. डॅश पाठमोरा होता. पीटरनं त्याला माघारी आणलं होतं. पण कुठे जाणार होता तो? आणखी कोर्ट, आणखी निद्राहीन रात्री, आणखी ध्येयशून्य दिवस, नशा, एकाकीपणा यांसाठी? तिथे तो सुरक्षित होता. सुधारायला सुरुवात होत होती अशा वेळी? पीटरनं त्याला सहा आठवडे तिथे एकटं राहू दिलं असतं – डॅशच्या सुधारणेच्या सुरुवातीसाठी तेवढीच आवश्यकता होती.

आणि डॅशला इथे माझ्याकडे आणायला नको होतं. गेल्या दोन वर्षांत मी जे भावबंध मोठ्या मुश्किलीने आकारात आणले होते, त्यांचा चक्काचूर झाला होता. त्याच्या वेदना निवारण्यासाठी मी काही करू शकत नव्हते. सिएटल हा त्याचा शेवट होता. जर तो ॲसेंटमधला कार्यक्रम पूर्ण करून बाहेर आला असता, तर गोष्ट वेगळी होती. पण आता आम्हा दोघांत केवढं तरी अंतर पडलं होतं. काही हालचाल करायलाही मी घाबरत होते. मला आता कुठलाच हल्ला सोसणार नव्हता. आज नाही, कदाचित यापुढेही नाही. पण आता त्यानं माझ्यापासून दूर पळणं, रांडेचे म्हणणं, त्याग करणं सोसणारं नव्हतं.

आता मी त्याच्याऐवजी माझा विचार करत होते. माझं रक्षण करत होते. जसं तो स्वत:चं रक्षण करत होता तसं. मी त्याच्या जवळ गेले नाही. प्रेमाचा उच्चार केला नाही. एक शब्दही बोलले नाही. झालेली हानी ही भरपाई होण्याच्या पलीकडे पोहोचली होती. मी हतबल झाले होते. *अरे देवा! मी काहीही करू शकत नव्हते.* डॅशला संभाषणात गुंतवू शकत नव्हते. त्याला फटकन राग आला तर? किंवा तो निघून केला तर? वातावरणाला हा चिरडून टाकू पाहणारा ताण कमी करण्यासाठी टेरेसा हलकंफुलकं बोलत होती. 'हवा किती उबदार आहे. मुली छान पोहू लागल्या, हॅलोविनला कशी मजा आली.' इ. इ. मी काहीही ऐकत नव्हते. माझं मन दुसऱ्या दिवशीच्या कोर्टाचा विचार करत होतं. मला वाटत होतं की, जजला ही झाली घटना कळवावी, त्यातलं गांभीर्य लक्षात घ्यावं आणि त्यांनी डॅशला ॲसेंटला पाठवण्याची ऑर्डर आम्हाला द्यावी. डॅश इथून गेला की, मी जेमीला फोन करणार होते. सगळी घटना सांगणार होते. म्हणजे त्यानं सिगर्डसनला आमची ॲसेंटची निकड सांगितली असती. डॅश आता पीटरच्याही नियंत्रणात नव्हता. तो त्याचा मुखत्यार होता. इथून पुढची वाटचाल अधिक बिकट होती.

डॅशनं खांदे उडवलेले मी पाहिलं. तो आमच्याकडे वळूनही न पाहता दारापाशी गेला. रस्त्यावर दारासमोरच्या टेपाडावर पीटरची गाडी उभी होती आणि उतारवरून खाली येत होती. मी उठले. डॅशबरोबर दाराशी आले. टेरेसा कुजबुजली, "पेट्रोल संपलेलं दिसतंय."

"गुडबाय!" डॅशनं दार उघडताच मी सहज म्हणाले.

तो काहीच बोलला नाही. तो बापाला गाडी ढकलण्यात मदत करू लागला. मी मदतही केली नाही. 'पेट्रोलपंपाला फोन करून मदत मागवू का? पेट्रोल आणू का?' असं काहीही विचारलं नाही. मला डॅशला आणखी अपमानित करायचं नव्हतं.

ते घरी कसे पोहोचले, मला माहीत नाही. टेरेसाकडे वळत मी म्हणाले, "सिगर्डसननं त्याला ॲसेंटला पाठवायचा हुकूम द्यावा, टेरेसा. मी इथे राहून त्याच्यासाठी काहीही करू शकत नाही. त्याला ॲसेंटची गरज आहे. त्याला आवर घालून त्याच्यावर उपचार केले पाहिजेत." तिनं मान डोलावली. मला जवळ घेतलं. माझ्या डोळ्यांतून आसवं वाहत होती. रस्त्याकडे बोट दाखवत म्हणाले. "त्याला नक्कीच याची गरज नाहीये."

जेमी आणि मी चार दिवस कोर्टात पीटरची एक्सपार्टी ऑर्डर फिरवण्यासाठी आणि डॅशला ॲसेंटला परत पाठवण्यासाठी फिरत होतो. ब्रेनरनं आमच्या केसमधून माघार घेतली. आम्हाला पहिला तडाखा मिळाला. गेली चार वर्षं तोच आमचा जज होता आणि केसचा बारकाईनं विचार केला जाईल, असा शब्दही त्यानं दिला होता. पण कसलंही स्पष्टीकरण न देता त्यानं या केसमधून माघार घेतली. स्पष्टीकरण देण्याची त्याला गरजही भासली नाही. पण त्याचे होणारे परिणाम मात्र माझ्यासारख्याला भोगावे लागले. जेमी हताश झाला. आमची गाडी परत, जैसे थे!

ब्रेनर चीफ जस्टीस झाला होता. त्याच्या जागेवर सिडर्नसननं काम बघावं, असं जेमीनं सुचवलं. त्यानंच पीटरला एक्स पार्टी ऑर्डर दिली होती. ॲलिसन बरनेटही आमच्याबरोबर होती. तिचीसुद्धा पहिली घाईतली सुनावणी हुकली होती. आम्हाला वाटलं की, जजला नेमकी परिस्थिती कळून येईल. त्यानं डॅशला ॲसेंट आणि तिथनं कॅस्केड किंवा थेट कॅस्केडला पाठवण्याची सोय करावी, पीटरचा ॲक्सेसच्या हक्काबद्दलचा दावा फेटाळावा, डॅशच्या स्वच्छ इच्छांकडे दुर्लक्ष करावं, असं मला वाटत होतं. डॅश स्वतःचं भलंबुरं समजून निर्णय घेण्यास असमर्थ होता. त्याला पोलिसांच्या गाडीतून माझ्याकडे आणलं, त्याआधीच मला कळून चुकलं होतं की, सुधारकेंद्र आता एका पावलाच्या अंतरावर होतं. तरीही मला त्याला तिथे जाण्यापासून परावृत्त करू शकणारा आणि त्याचं पालनपोषण करणारा न्यायाधीश हवा होता. दोघा पालकांच्या अक्षमतेमुळे कोर्टानं ही जबाबदारी घ्यावी, अशी आमची गरज होती. सिडर्नसनच्या एक्स पार्टी हुकमामुळे मला माझा मुलगा रस्त्यावर फिरायला नको होता.

डॅशच्या मानसिक, शैक्षणिक चाचणीसाठी डॅशनं ॲसेंटचा कार्यक्रम पूर्ण करणं गरजेचं होतं. कॅस्केड ही त्याच्या दृष्टीनं आदर्शवत शाळा होती, हे माहीत असल्यामुळे

पीटरनं खो घालायला सुरुवात केली. त्यानं सांगितलं की, त्यानं डॅशच्या चाचणीसाठी एडबर्ड थॉमस लर्निंग सेंटरमध्ये व्यवस्था केली होती. हे सेंटरही उत्तम होतं. पण ते व्हँकूव्हरमध्ये, माझ्या मते असुरक्षित वातावरणात होतं. उपचारात्मक कार्यक्रमांतून ग्लेन टर्नर शाळेच्या संचालकाचा – कॅस्केडच्या, ॲसेंटच्या संचालकाचा, ॲसेंटमधल्या डॅशच्या समुपदेशकाचा आणि डॅशच्या खुद्द आईचा कायदेशीर पालकाचा विरोध पत्करून पीटरनं डॅशला आणलं होतं. आणि त्याला परत व्हँकूव्हरमधल्या सार्वजनिक शाळेत घालण्याचा पीटरचा बेत होता. त्याच्या मते डॅशला फक्त शैक्षणिक समस्या होती. ती म्हणजे लेखनकामातली. पीटर त्याला त्या शाळेत शालेय अभ्यासासाठी पाठवणार होता. आश्चर्यानं दिङ्मूढ झालेल्या ॲलिसन बर्नेटनं सिडर्नसनला सांगितलं, "डॅश बारा वर्षांचा असल्यापासून ह्या पालकानं त्याच्या शिक्षणाकडे काडीचंही लक्ष दिलं नाही."

डॅशच्या केसमुळे त्याच्याशी संपर्कात येणाऱ्या प्रत्येकाच्या मते डॅशच्या अभ्यासातल्या अडचणी, समस्या ह्या त्याच्या इतक्या वर्षांच्या भावनिक दुर्दशेमुळे उद्भवल्या होत्या. त्या समस्येचा उतारा म्हणून, पुन्हा त्याला आणखी एका शाळेत नापास होण्यासाठी आणि त्याच बापाच्या घरी रोज रात्री शाळेतून परतण्यासाठी घालणं, हा नक्कीच नव्हता. त्या शाळेमुळे पुन्हा तेच संपूर्ण अपयश पदरात पडलं असतं. पीटरच्या या असल्या अविचारी वागण्यामुळे डॅश माझ्या डोळ्यांसमोर हातातून जात होता, हे मला दिसत होतं. डॅशला आपल्यापासून लांब पाठवायचं नाही, हे पीटरनं ठरवलं होतं. त्यामुळे तो आता डॅशमध्ये अधिक रस घेत होता. आणि त्याचा एकूण नकारात्मक दृष्टिकोन पाहता; तो डॅशला अधोगतीकडे, चुकीच्या रस्त्याकडे नेत होता. पीटरला डॅशची ॲसेंटसारख्या सुरक्षित वातावरणात मानसिक चाचणी व्हावी, असं वाटत नव्हतं. ॲसेंटमध्ये डॅशला घड्याळाच्या काट्यावर वागावं लागणार होतं. तिथे त्याला भावनिक, मानसिक, निरोगी आधार मिळणार होता. पण पीटरला डॅशनं कुठंही जाऊ नये, असंच वाटत होतं. आणि डॅशलाही. "त्यांनी डॅशला खूप दुष्टपणे वागवलं." डॅशचा ॲसेंटबद्दलचा अनुभव सांगताना पीटर म्हणाला, "त्याला बेड्या घातल्या, अपराध्यासारखी वागणूक दिली." डॅशनं व्हँकूव्हर सार्वजनिक शाळेत जाण्याची इच्छा प्रदर्शित केली होती. "त्यामुळे तो घरी राहू शकला असता," पीटर म्हणाला, "इथे त्याला अडचणी आहेत, म्हणून इथून खेचून काढून त्याला दुसरीकडे ठेवणं, त्याच्या त्याला जपणाऱ्या, ओळखीच्या एकमेव पालकापासून दूर खेचणं..." पीटरनं नाट्यपूर्णरीत्या वाक्य अर्धवट सोडून दिलं.

आम्हाला डॅशची भावनिक चाचणी हवी होती, तर पीटरला त्याची 'लेखी कामाची, अभ्यासाची आणि अभ्यासपद्धतीची कुणा जाणकार शिक्षणतज्ज्ञाकरवी चाचणी' हवी होती. ॲलिसन बरनेट, बॉब लेविस, ॲसेंटचे रिक ब्रेनन आणि लाना

गालब्रेथ या साऱ्यांनी सांगूनही पीटरला डॅशची समस्या ही शालेय अभ्यासक्रमाचीच समस्या वाटत होती. जजनं हे इतरांच्या मताशी विसंगत वाटत होतं, असं म्हटल्यावर पीटरनं युक्तिवाद केला की, रिक ब्रेनन डॅशला 'अवघा दीडतासच भेटला होता.' "आणि तुम्ही तुमच्या तज्ज्ञाकडून काहीही मत घेऊ शकता." ॲलिसन डॅशला ओळखत नव्हती. जो मुलगा एखाद्या परक्याशी बागकामाच्या दातेरी कात्र्यानं भांडू शकतो, सकाळी शाळेत जाण्यासाठी लवकर उठत नाही, आईसमोर अश्लील चाळे करतो; तो डॅश 'आनंदी' मुलगा होता. 'खरोखर आनंदी. तो अंघोळीवेळी गाणं म्हणतो... दिवसभर गुणगुणत असतो. तो एक अत्यंत आनंदी मुलगा आहे. तो मानसिक, भावनिक, शारीरिक दृष्ट्या अतिशय निरोगी आहे.'

ॲलिसन खवळली होती. तिनं जजला सांगितलं, "हा मुलगा स्वत:च समस्या आहे. शाळा न आवडण्याइतकी काही ही समस्या क्षुल्लक नाही. ती एक गहन गंभीर समस्या आहे." डॅशच्या लेखनातल्या चुका, सावकाश वाचणं, विचार प्रकटीकरणातली असमर्थता ह्या डॅशच्या मुख्य समस्या नव्हत्याच मुळी. त्याच्या पालकाचं त्याच्याकडे झालेलं दुर्लक्ष, उपेक्षा, त्याचं शोषण, त्याला नकारात्मक वागवणं, ही मुख्य समस्या होती. मीही लिहिताना चुका करत होते. क्विन्टेनलाही लेखन जमत नव्हतं. त्याच्या प्रगतीपुस्तकावर 'घरच्यांनी लेखनाकडे लक्ष द्यावं' असा शेरा असायचा. मी त्याच्याबरोबर बसून त्याच्याकडून लेखन करवलं – त्याचं लेखनकाम सुधरवलं. डॅशलाही असाच शेरा मिळायचा. पण घरची मदत त्याला मिळाली नाही. ॲलिसन म्हणाली, "ज्या बापाचा तो आदर करत होता, ज्याच्यावर त्याची निष्ठा होती, अशा बापाला खूश ठेवणं, हेच डॅशच्या डोक्यावर वर्षांनुवर्षं ओझं होतं." डॅशला घरातून पाठवलं नव्हतं आणि त्याची डॅशला जाणीव होती. त्यामुळं इतर पीएएस मुलांप्रमाणेच तो सामान्य वातावरणात काम करू शकत नव्हता. एकाकी, एकटाच वाटत होता.

यात त्याच्या आईशी असलेल्या दुराव्यानं अधिकच भर पडली. "ह्या मुलाला अकाली प्रौढत्व आलं," ॲलिसन म्हणाली. "आम्हाला असं सांगण्यात आलं की, या मुलावर काही करण्यासाठी जबरदस्ती करता येणार नाही. कारण तो आठ वर्षांचा आहे... कारण तो बारा वर्षांचा आहे. आणि... आणि... आता कारण तो सोळा वर्षांचा आहे... आता डॅश प्राणघातक शस्त्र बनू पाहतोय. त्याची वर्तणूक अत्यंत राक्षसी, निर्लज्जपणाची आहे. आणि ते वर्तन इतरांच्या, विशेषत: स्त्रियांच्या संदर्भात धोकादायक होऊ द्यायचं नसेल; तर त्या वर्तनाला आळा घालणं, ते सुधारणं गरजेचं आहे. त्याचं त्याच्या आईबरोबरचं भयंकर वर्तन पाहिलं की, या संदर्भात आताच काही केलं नाही, तर हा स्त्रियांबरोबरच्या नात्यात हलकल्लोळ करेल, या विचारानं दचकायला होतं."

''मि. हर्ट हा कायम नकारात्मक भूमिकेत वावरत आलाय.'' ती म्हणाली. ''तो खाजगी आयुष्यही नकारात्मकच घालवतो. हीच बाब त्यानं मुलाच्या बाबतीत केली आणि हे त्याला कोणीतरी सांगून भानावर आणायला हवं.'' पीटर माझ्याशी झगडण्यात एवढा मग्न होता की, त्यानं डॅशकडे लक्षच दिलं नाही आणि आता तो ते करू शकत नव्हता. डॅशच मोठा झाला होता. ''जर मि. हर्टनं स्वतःच्या वर्तनाचं, दृष्टिकोनाचं परीक्षण केलं असतं तर, डॅशच्या वर्तनात सुधारणा करण्याच्या उपक्रमाला साथ दिली असती, तर या मुलाला काहीतरी यश मिळालं असतं.'' ॲलिसन म्हणाली. ''मि. हर्टचं आपल्या मुलावर खरंच प्रेम आहे का, अशी मला शंका येते. जो पालक आपल्या मुलावर खरंच प्रेम करतो, तो आईशी चालवलेल्या लढ्याप्रमाणे मुलाकडे जास्त लक्ष देतो. आंधळी तटस्थता सोडून देतो. मुलाच्या समस्या सोडवण्याकरता काहीतरी भरीव कृत्य करतो.'' कोणीतरी डॅशला आणि या माणसाला मदत करायला हवी. या लढ्यात गुंतलेल्या प्रत्येकाची अशी इच्छा होती की, डॅश चांगला होण्यासाठी ह्या माणसानं डॅशपासून दूर व्हावं.

सिगर्डसननी वीकएंडनंतर निवाडा सुनावला जाईल, असं सांगितलं. दरम्यान पोलिसांनी डॅशला पकडलं होतं. दोन दिवसांनंतर आम्ही कोर्टात घडलेली घटना सांगितली. पण त्याच घटनेच्या आधारे निर्णय बदलण्यास त्यानं नकार दिला. पीटर आणि केन त्याच्याकडे 'एक्सपार्टी'साठी आले, त्या वेळी त्याला सगळ्या परिस्थितीची सर्वंकष जाणीव नव्हती, हे त्यानं कबूल केलं. ''मिसेस रिचर्डसनच्या सल्लागार व फॅमिली ॲडव्होकेटनं दिलेल्या कागदपत्राचा मी उपयोग करायला हवा होता. मिसेस रिचर्डसनला जर या हुकमाला विरोध करायचा असेल, तर त्याबद्दल मी जरूर ऐकेन.''

त्यानं मला बोलायला परवानगी दिली. पण ॲसेंट किंवा कॅस्केड दिलं नाही. त्याच्यासमोर पीटर आणि माझ्यातल्या या मुलाबद्दलच्या लढ्याच्या कागदांचे ढीग होते. डॅशची गंभीर समस्या होती, यावर त्याचा विश्वास होता. त्याला कॅस्केडची कल्पना आवडली, पण त्यावर मी आणि पीटरनं मिळून मार्ग काढावा, डॅशची टेस्ट कुठे करावी, त्याला कुठल्या शाळेत घालावं, हे ठरवावं, असं त्याचं म्हणणं होतं. माझ्या डोळ्यांसमोर आमचे गेल्या दोन वर्षांतले; बॉब, रिक, ऑलिव्हर, ॲलिसन, ॲसेंट, कॅस्केडमधील अधिकारी या साऱ्यांचे, पीटरला आमच्यात सामावून घेण्याचे प्रयत्न झर्रकन आले आणि हेही पुरेसं नव्हतं. पीटरनं त्याच्या मुलाच्या नावाजलेल्या उपचारकेंद्रातल्या होत असलेल्या प्रगतीला खीळ घातली, याकडे सिगर्डसननं दुर्लक्ष केलं. 'डॅशच्या लेखनकौशल्यात सुधारणा करणं, हे या समस्येचं उत्तर नाही. कारण मला हे स्वच्छ दिसतंय की, तो जर आपल्या बापाबरोबर असेल, तर सार्वजनिक पब्लिक स्कूलमध्ये घातलं काय किंवा एकास एक अशी त्याला खासगी शिकवणी लावली काय; तो योग्य प्रकारे शिक्षण प्राप्त करू शकणार नाही,' हे उच्चारलेलं

स्वमत, पीटरचा नकार आणि त्यानं केलेला घातपात सिडर्नसननं बाजूला सारल्या. ह्या गोष्टी पुरेशा नव्हत्या म्हणून की काय, तो म्हणाला, "मि. हर्टला मुलावरच्या आपल्या प्रभावाची जाणीव असल्याने, तो कुठलाही हक्क वा कोर्टाचा हुकूम यांसाठी नकाराधिकार वापरू शकतो."

तो पीटरला स्वत:ला सुधारण्याची जणू एक संधीच देत होता. 'मला वाटतं की, मि. हर्टनी मुलाच्या हितासाठी आपलं वैमनस्य आणि गाऱ्हाणं बाजूस ठेवावं.' सिगर्डसन म्हणाला. त्यानं बारा वर्षांचा इतिहास लपवून वरवरच्या भागाला तकाकी देत, पीटरला आपल्या मुलाला बरबाद करायला आणखी एक संधी दिली. पीटरची उरलीसुरली ताकद काढून घेऊन, त्याला डॅशच्या हितासाठी काम करायला लावण्याऐवजी सिगर्डसनना म्हणाला, "पालकांनी पुढाकार घ्यावा." जणू आम्ही भांडणारी मुलं होतो, जणू पीटर आमच्याबरोबरच येत होता. सिगर्डसनला वाटत होतं की, आम्ही एकत्र काम करावं. पण ती गोष्ट अशक्य होती, हे त्याला दिसलंच नाही. जणू काही आम्ही काफ्काच्या 'द ट्रायल'मधील (विख्यात लेखक काफ्काचं 'द ट्रायल' हे एक गाजलेलं पुस्तक.) पात्रं होतो. बारा वर्षं आम्ही कोर्टकज्जा करत होतो. डॅशची वकील काही कोर्टात सहलीसाठी येत नव्हती; तर पीटरला पूर्णपणे बाजूस सारून मला पुन्हा ताकद मिळावी, ॲसेंटमधून डॅशला हलवल्यानंतर झालेल्या अनर्थामुळे माझ्या मुलाची काळजी घ्यावी, यासाठी येत होती. डॅशबाबत पीटरचा हस्तक्षेप थांबवता येईल, अशी कायदेशीर ताकद मला हवी होती. ही माझी प्रलंबित मागणी होती. ॲलिसन त्यासाठीच येत होती. आमची गरज ती मागणी पूर्ण व्हावी ही होती.

पीटरनं आमच्या सुनावणीपूर्वीच धूर्तपणे बोलता-बोलता सूचित केलं की, माझं एकल पालकत्व रद्द व्हावं. त्याला संयुक्त पालकत्व हवं होतं. त्यानं अंधारात खडा मारला आणि नेम लागला. सिगर्डसननं त्याला ते देऊ केलं. कदाचित त्यानं चांगलं वागावं, म्हणून लालूच असेल ती. माझ्या एकल पालकत्वाच्या जोरावर मी १९९८चा मध्यस्थी कार्यक्रम यशस्वी केला. डॅशला ग्लेन एडनमध्ये दाखल केलं. सीमापार जाऊन रानोपचार केंद्रात धाडलं आणि निमिषार्धात ते सगळं संपलं. भावनांवर नियंत्रण ठेवण्याचं शिक्षण जेमीला होतं. तसा तो पक्का व्यावसायिक होता. तरीदेखील तो क्षण-दोन क्षण – स्तंभित झाला. मी तर हादरलेच. डोळे मिटले, नंतर मांडीवरच्या माझ्या हातांकडे पाहिलं. आता माझ्याकडे त्याला वाचवता येईल, असं काहीही नव्हतं. हातातून वाळू निसटावी, तसं डॅशचं भविष्य माझ्या हातून निसटलं हातं. पीटर आता एकतर्फी निर्णय घ्यायला, वागायला, मोकळा होता. आता तो कशावर सही करणार नव्हता, कशाला आधार देणार नव्हता, काही सकारात्मक होण्याची आशा नव्हती. फक्त तो स्वत:च्या – पाऱ्यासारख्या चंचल आणि आकस्मिक कल्पना आजमावणार होता. आम्हाला सर्वसामान्य घटस्फोटातील

व्यवस्थेप्रमाणे संयुक्त कस्टडी आणि पालकत्व देऊन सिगर्डसननं आमच्या मुलाचं संपूर्ण आयुष्य पीटरच्या हवाली केलं होतं.

शेवटाला सुरुवात झाली. मला न विचारता, न कळवता सिगर्डसननं सांगिल्याप्रमाणे चाचणी करवून घेण्यासाठी डॅशला घेऊन एडवर्डस थॉमस लर्निंग सेंटरमध्ये पीटर गेला. पण १९९३मध्ये ज्याप्रमाणे त्यानं डॉ. लेस्ली जॉयच्या चाचण्या एका मर्यादेपर्यंत ठेवल्या, तो प्रकार इथंही केला. त्यानं फक्त डॅशच्या शैक्षणिक चाचण्यांचाच आग्रह धरला. सिगर्डसननं मानसिक-शैक्षणिक चाचण्या सांगितल्या होत्या. पीटरनं केवळ शैक्षणिक चाचण्यांचाच आग्रह धरला. त्याला भावनिक समस्या, मानसिक धक्के बघायचेच नव्हते.

त्या केंद्रप्रमुखाला – स्टीफन थॉमस याला मी नोव्हेंबरमध्ये भेटले. तोपर्यंत डॅशनं बऱ्याचशा चाचण्या पूर्ण केल्या होत्या. डॅश आणि पीटर स्टीफनला बऱ्याचदा भेटले होते. स्टीफन त्याचे निष्कर्ष मांडण्यास सुरुवात करणार होता. डॅश आणि पीटर पहिल्यांदा त्याला भेटून निघाले होते. तेवढ्यात समोरच गाडीला अपघात झाला. अपघात झालेला पाहता पीटर तिथे धावला. त्यानं आपलं कार्ड त्या लोकांना दिलं. स्टीफनला ते खटकलं. ज्याची वकिली चांगली चाललेली आहे, असा एक फौजदारी वकील, रस्त्यावर अशिलासाठी धावावा, हे त्याला चमत्कारिक वाटलं. पीटर इतका घसरला? स्टीफनला पीटर आल्यावर अल्कोहोलचा वास आला होता. काही दिवसांनंतर त्या दोघांची ओळख झाल्यावर त्याच्या लक्षात आलं की, पीटर व्यसनी होता. तो मला म्हणाला, "या एका गोष्टीमुळे डॅशला घरात अडचण येत असावी."

"स्टीफन, अल्कोहोल हाच एकमेव मुद्दा नाही." मी त्याला डॅश आपल्या वयाच्या पाचव्या वर्षांपासून कशा स्थितीत राहत होता, हे सांगत होते. तो कान देऊन ऐकत होता. स्टीफननं पीटरकडून मिळालेल्या माहितीत ह्या माहितीची भर घातली. डॅशच्या एका भेटीत स्टीफननं पीटरसमक्ष डॅशला सांगितलं, "तुझ्या आईचं तुझ्यावर खूप प्रेम आहे, हे तुला माहीत आहे नं!" पीटर आणि डॅश घरी पोहोचताच पीटरनं स्टीफनला लागलीच फोन केला. "तुझ्या आईचं तुझ्यावर प्रेम आहे, या तुझ्या वाक्याचा डॅशला तिरस्कार वाटला. पुन्हा त्याच्या समोर असलं काही बोलू नकोस." स्टीफन चकित झाला, म्हणाला, "पीटर, मला वाटतं, डॅशला या प्रेमाची कल्पना असणं, ती माझ्याकडे येऊन डॅशला आधार देण्याचं काम करतेय, ही माहिती असणं महत्त्वाचं आहे." स्टीफनला पीटरचा तातडीनं आलेला फोन, डॅशच्याऐवजी स्वत: बोलणं विचित्र वाटलं. स्टीफननी मला सांगितलं, असं बोलण्याचा तिरस्कार, डॅशला वाटला नसून पीटरला वाटला असावा. मी त्याला डॉ. ब्रेनन, ग्लेन एडन, ॲसेंट आणि पीटरचा एक्सपार्टी हुकूम यांबद्दल

सांगितलं. तेव्हा तो म्हणाला. 'हे असं मी खूपदा झालेलं पाहिलं आहे. – कोर्ट अशा निष्क्रिय पालकाकडे मुलाला एकदाच नव्हे, तर पुन्हा-पुन्हा सोपवत राहतात.''

चाचणीतून डॅशच्या शैक्षणिक समस्या लक्षात आल्या. स्टीफन म्हणाला, ''मी त्या दोघांना खूप वेळा भेटलो आहे. डॅशला घरातल्या वातावरणामुळे मानसिक धक्क्याला तोंड द्यावं लागलंय, हे माझ्या लक्षात आलंय. त्याची शैक्षणिक अक्षमताही दिसून आलीय. 'डिस्लेक्सिया'* आणि 'एडीडी'* म्हणजे अक्षरओळखीची आणि अक्षरशिक्षणाची अक्षमता आणि लक्ष एकाग्र न होणं, ही दिसून आली आहेत. शिवाय डॅशला स्वत:ची कदर नाही. तेव्हा या गोष्टीकडे लक्ष दिलं पाहिजे.''

स्टीफनच्या म्हणण्यानुसार डॅशला अभ्यासात यश मिळालं की, त्याच्यात निश्चितच सुधारणा होणार होती. स्वत: स्टीफन 'डिस्लेक्सिक' होता आणि त्याच्यातलं हे वैगुण्य लक्षात आल्यावर त्याचं आयुष्य बदललं. या वैगुण्यावर शैक्षणिक उपचार करण्यासाठी तो स्वत: न्यू यॉर्क स्टेट या अशा शैक्षणिक अक्षम मुलांवर उपचार करणाऱ्या शाळेत दाखल झाला होता. तो या संदर्भात डॅश व पीटरशी बोलला होता. त्याचं उद्दिष्ट नक्कीच चांगलं होतं. पण त्यानं सुचवलेला मार्ग अयोग्य होता. त्याने सुचवलेल्या शाळेत उपचारात्मक वातावरण नव्हतं. ती एक निवासी शाळा होती. तिथे गणवेश होता. आणि पीटर डॅशला अशा शाळेत दाखल करणार होता.

मी घाबरले. कारण हा मार्ग डॅशसाठी उपयोगी नव्हता. कारण डॅशला कैक वर्षांपासून त्याचा बाप सोडला, तर कोणाकडून आज्ञा ऐकायची सवय नव्हती. त्याला वा त्याच्या बापाला विरोध करणाऱ्या व्यक्तीच्या विरोधात तो बंड करायचा. तो शाळेतून पळाला असता किंवा त्याला शाळेतून काढून टाकलं असतं. आणि त्याची अधोगती चालूच राहिली असती. माझी खात्री होती की, डॅशला ताठर, आडमुठ्या मुलांसाठी असलेली कॅस्केडसारखी शाळा उपयुक्त होती किंवा जिथे शैक्षणिक वातावरणाऐवजी उपचारात्मक वातावरण असेल, कसली जबरदस्ती नसेल, डॅशसारख्या मुलांबाबत सहिष्णू वातावरण असेल, अशी शाळा उपयुक्त ठरली असती. कारण रिक म्हणाला होता, ''डॅशला आता कोणीही हाकलू नये. त्याला सामावून घेण्याची गरज आहे.'' डॅशच्या मनाची आणि मेंदूची काळजी घ्यायला हवी होती. त्याची ही गरज होती. त्याला कडक गणवेश घालून शाळेच्या बाकावर बसवण्याची नव्हती. त्या रानोपचार केंद्रात पीटरला कुठलाच ॲक्सेस नव्हता, म्हणून त्यानं डॅशला तेथून बाहेर काढलं. मग पीटर त्याला न्यू यॉर्क स्टेट शाळेत कसं पाठवणार होता? ते त्याला सोसणार होतं? तसं होतं, तर त्यानं

---

* अक्षर लेखनवाचनाची अक्षमता (डिस्लेक्सिया Dyslexia)

* लक्ष केंद्रित न करता येणं, एकाग्रता नसणं – (ADD – Attention dificit disorder)

डॅशला तिथून बाहेर का काढलं? मी त्या केंद्रात २०,००० डॉलर भरले होते. पण मी आता आर्थिक बाबतीत हात आखडता घेतला होता. म्हणजे पीटरला डॅशला ॲसेंटमधून बाहेर काढण्यासाठी पुनर्विचार करावा लागला असता. पीटर पैशाची सोय कशी करणार होता? की मध्येच हे सारं सोडून देणार होता? आपल्याला हे परवडत नाही, असं डॅशला सांगणार होता? डॅश पुन्हा असाहाय्य होणार होता? त्याला कॅस्केडसारख्या आठवड्याचे सातही दिवस शिक्षक आणि समुपदेशकांचे चोवीस तास असलेल्या वातावरणाची नितांत आवश्यकता होती.

"मी शैक्षणिक असमर्थता, अक्षमता कमी लेखत नाही. पण रिक आणि मी – आम्हाला असं वाटतं की, आधी उपचार व्हायला हवेत. डॅशला त्या आडमुठ्या, ताठर मुलांच्या शाळेत जायला हवं, कारण तो तसा आहे. तो आधी बरा व्हायला हवा. त्याच्या शैक्षणिक समस्या या पीएएसशी निगडीत आहेत. जोवर डॅश मनानं खंबीर, स्थिर होत नाही; तोवर त्याच्या या शैक्षणिक अक्षमतांबद्दल बोलणं व्यर्थ आहे. तो इथून जाणं गरजेचं आहे. पण तो एखाद्या निवासी शाळेत गेला की, तिथून हाकलला तरी जाईल किंवा तो पळून जाईल."

"पॅम, मला तुझं म्हणणं पटत नाही. त्याला ही तडजोड कठीण जाईल, हे मान्य. पण त्याचं शैक्षणिक यश त्याला उभारी देईल, कार्यप्रवृत्त करेल."

"स्टीफन, त्या दृष्टीनं तू त्याची मानसिक चाचणी घेशील का? पीटरनं डॅशला आणलं, त्या वेळी ॲसेंट त्याची मानसिक चाचणी घेणार होतं. कारण कॅस्केडसाठी विद्यार्थ्याची समग्र माहिती आवश्यक असते. त्यावरून शैक्षणिक मुद्दा विचारात घेतला जातो. डॅशसंदर्भात माझं त्यांच्याशी बरंच बोलणं झालं आहे. डॅशचा शैक्षणिक इतिहास त्यांना माहीत आहे. आणि त्यांनाही त्याच्या मानसिक धक्क्यांचा त्याच्या शिक्षणावर दुष्परिणाम झाला आहे, असं वाटतंय."

"पीटरनं मानसिक चाचणीचा हुकूम दिला नाही. पॅम, ऐक! डॅश डिस्लेक्सिक आहे. तो एकाग्रचित्त होऊ शकत नाही. त्याला स्वतःची कदर नाही. भावनिक समस्या आहेत. पण भाषिक समस्या सोडवणाऱ्या शाळेत गेल्याने काही सकारात्मक परिणाम दिसून येतील."

मी स्टीफनला पटवून देऊ शकले नाही. डॅशची लेखन अक्षमता त्याच्या वैफल्यामुळे आणि संतापामुळे निर्माण झाली होती. त्यामुळे त्याला स्वतःची कदर वाटत नव्हती. स्टीफनने सुचवलेल्या उपचारांमुळे पीएएस आणि डॅशचं नैराश्य काही काळ दबलं गेलं असतं. पण त्याच्या प्रेमभंगाच्या वेळी किंवा मित्राच्या मृत्यूनं किंवा बापाचं खरं रूप कळल्यावर या सगळ्याचा मोठा स्फोट झाला असता. रिक, बॉब आणि माझ्या मतांपेक्षा स्टीफनचं मत वेगळं होतं. "डॅश आणि पीटरशी मी न्यू यॉर्कबद्दल बोललो आहे आणि पीटरला ही कल्पना आवडली आहे." स्टीफन

म्हणाला, ''डॅशही तिथे जाण्यास तयार आहे. मला हे एक सुचिन्ह वाटतंय.''

''हे चांगलंच आहे. पण स्टीफन मला असं वाटतं की, तू रिक ब्रेननशी बोलून घ्यावं. बोलशील का? त्यानं डॅशबरोबर सुमारे वर्षभर काम केलंय. आणि डॅशसाठी कॅस्केड कसं चांगलं आहे, याचीही तुला कल्पना येईल.''

त्याचं बोलणं झालं. पण स्टीफनला आपला दृष्टिकोन जास्त योग्य वाटत होता. आमच्या दुसऱ्या भेटीत मला स्टीफननं सांगितलं, ''मी कॅस्केडच्या सनी बेअरशी बोलतो. डॅशच्या चाचणीच्या निकालाबाबत आमची चर्चा झाली.'' मी गारठले. ''ती म्हणाली की, माझे निकाल बरोबर असतील, तर कॅस्केड डॅशला स्वीकारणार नाही.'' अर्थातच ते घेणार नाहीत. कॅस्केड ही भावनिक मुद्द्यांचा विचार करणारी शाळा होती. माझ्या भेटीत हा मला अंदाज आला होता. तिथली मुलं मोडलेल्या घरातली, घटस्फोटित पालकांची, नशिल्या द्रव्यानं निष्क्रिय झालेली होती. ती मुलं परिस्थितीचा बळी ठरली होती. डॅशचं या मुलांशी जुळलं असतं. कॅस्केडमध्ये डॅशला सजा झाली नसती. कारण तिथल्या लोकांच्या मते, मुलं दोषी नसून परिस्थिती दोषी होती. डॅशला याचीच गरज होती. त्याच्यासारख्या समदुःखी मुलांत वावरण्याची गरज होती, भावना वाटून घेणाऱ्या, एकत्र काम करणाऱ्या वातावरणाची गरज होती.

स्टीफननं डॅशची मानसशास्त्रीय चाचणी घेतली नव्हती. चाचणीत कदाचित डॅशचं नैराश्य, त्याचे मानसिक धक्के स्पष्ट झाले असते. पण तसं काहीच न झाल्याने कॅस्केडला या गोष्टीची कल्पना आली नाही. पण सर्वांत महत्त्वाचं होतं, पीटरचं मत. मला जाणीव होती की, डॅशला प्रवेश देण्यासाठी सनी थोडीशी नाखूश दिसली. कारण दोघा पालकांनी समविचारानं ते प्रवेशाचं काम केलं पाहिजे, अशी तिची धारणा होती. तर मी डॅशला कॅस्केडमध्ये दाखल केल्यानंतर कोर्टाकडून पीटरसाठी तसा कायदेशीर हुकूम घेणार होते. कारण सनीच्या म्हणण्यानुसार पीटर डॅशला कॅस्केडमध्ये ठेवायला तयार नसल्यानं, तसा कायदेशीर हुकूम असणं जरुरीचं होतं.

मला वेळ हवा होता. सनीच्या बोलण्याचा तपशील मिळाला असता, तरी त्यानं परिस्थितीत बदल झाला नसता. मला फक्त डॅशला तिथल्या सुखरूप वातावरणात न्यायचं होतं. पण स्टीफनच्या एका फोननं सगळं संपलं होतं. ते शोधकार्य, प्रदीर्घ काळ चाललेल्या रिक आणि सनीबरोबरच्या चर्चा, पीटरचा होकार कसा मिळवायचा, याबद्दलचे बेत – हे सगळं संपलं. मानसशास्त्रीय चाचणीचे निकाल नसतील, तर शैक्षणिक अक्षमतेच्या मुद्द्यावर भरीला कौटुंबिक समस्या असतील, तर या आधीच भरलेल्या शाळेत प्रवेश मिळणं अशक्य; या गोष्टीचा मी विचार केला नव्हता.

घरी पोहोचताच मी रिकला फोन लावला. ''स्टीफन कॅस्केडमध्ये सनीशी बोलला. त्यानं डॅशच्या डिस्लेक्सिया आणि लक्ष केंद्रित न करण्याबद्दल सांगितलं.

सनीनी अशा मुलांना कॅस्केडमध्ये जागा नसल्याचं सांगितलं. रिक, त्याच्याशी बोल. आता आपण काय करायचं? स्टीफनला तर शैक्षणिक अक्षमतेवर उपचार करणारी शाळाच डॅशसाठी योग्य वाटतेय.

रिकनं उसासा सोडला. "पॅम, डॅशसारख्या आडमुठ्या ताठर मुलांसाठी सुरक्षित खास वातावरण असलेलीच शाळा हवी. तो आपल्या लवचीक, घरी राहून शिकणाऱ्या शाळेतही फारसं काही करू शकला नाही."

"तशा आणखी काही शाळा असतील. कॅस्केडइतक्या आदर्श नाही, पण शैक्षणिक अक्षमतेबरोबरच समुपदेशन करणाऱ्या शाळा असतीलच."

"तशा काही शाळा असतील, ज्या आपल्या गरजा पूर्ण करतील. स्टीफन आणि पीटरला मान्य होईल, अशी शाळा मी शोधतो." तो नंतर गप्प झाला. परिस्थिती हाताबाहेर चालल्याचं त्याच्याही लक्षात आलं.

"रिक, आता माझं काही नियंत्रण नाही." मी म्हणाले. "पीटर त्याला कॅस्केडला पाठवायला तयार नाही. स्टीफन त्याला चाचण्यांचा आधार देतोय. आपल्याला जर तशी शाळा मिळाली, त्या शाळेत शैक्षणिक अक्षमतांवर इलाज करण्याची ती शाळा निवडली, असं पीटर सांगू शकेल. ते आपल्याला साहाय्यकारक होईल. त्या शाळेत पीएएस आणि मानसिक धक्क्याचा विचार होणं, मला महत्त्वाचं वाटतं. मग ती शाळा कुठेही – अगदी ॲरिझोनात किंवा कुठल्याशा मळ्यात – असली तरी चालेल. वर्षभरासाठी तरी इथून तो दूर राहिला की, त्याला थोडंफार मानसिक स्वास्थ, स्थैर्य लाभेल. तो जर चांगला होणार असेल, तर वर्षांची काय बात? तो बरा झाला, की शाळा आणि बाकी गोष्टी आपोआप येतील.

"मला मान्य आहे. माझे काही सहकारी अमेरिकेत आहेत. मी त्यांच्याशी बोलतो आणि तुला कळवतो."

दरम्यान डॅश न्यू यॉर्कला जाऊन ती शाळा पाहायला राजी झाला. ज्या दिवशी त्यांचं विमान होतं, त्या सकाळी पीटर डॅशला उठवायला गेला, तर डॅश पळून गेला होता. तो फार काळ बाहेर नव्हता. विमानाची वेळ टळल्यावर तो घरी आला. मी स्टीफनशी बोलले. तिकिटं काढली होती की नाही, याबद्दल स्टीफन साशंक दिसला. पीटरच्या नाकर्तेपणाचा मला आनंदच झाला. स्टीफनचं मन वळवायला मला आणखी वेळ मिळाला.

"बघ, स्टीफन, पीटरसुद्धा डॅशला शाळा दाखवण्यासाठी घेऊन जाऊ शकला नाही. हे काही उपयोगाचं नाही. मला वाटतंय की, पीटर डॅशच्या शैक्षणिक अक्षमतेला चिकटून राहतोय. त्यामुळे त्याला बाकी गोष्टींतून सूट मिळतेय किंवा डॅशबरोबर राहणं पीटरला अवघड होत असेल, त्यामुळे तो काहीही करायला तयार

होत असेल किंवा नव्यानं मिळालेल्या पालकत्वाला जागण्यासाठी, ते पालकत्व निभावण्यासाठी तो काही करत असेल. मला काही ठाऊक नाही. त्या माहितीने काही फरक पडणार नाही. पण तिथं काहीतरी गडबड उडाली आहे. आतापर्यंत डॅशचा रानोपचार कार्यक्रम पूर्ण झाला असता आणि तो कॅस्केडमध्ये एव्हाना गेलाही असता. हे सगळं झालं असतं. पैसेही भरले होते.''

न्यू यॉर्क विमान चुकल्यामुळे मला वाटतं, स्टीफनला परिस्थितीची कल्पना आली असावी. त्यानं न्यू यॉर्क शाळेची तरफदारी थांबवली. डॅशला कुठेही जायचं नव्हतं, पीटरही साहाय्य करत नव्हता, हे त्यानं मान्य केलं.

''आपल्याला हवी तशी शाळा सापडली की, मला वाटतं, तू त्यावर विचार करावास. रिक शोधतोय तशी शाळा. मग तू पीटरशीही बोलावंस.''

''काय होतंय ते बघू या. डॅशला शाळेत पाठवणं अत्यंत गरजेचं आहे. तरच काही यश मिळण्याची आशा आहे.'' तो म्हणाला की, तो रिकच्या अमेरिकेतल्या सहकाऱ्याशी बोलेल. त्या सहकाऱ्याला आडमुठ्या त्याचबरोबर शैक्षणिक अक्षमता असलेल्या मुलांसाठी चालवलेल्या खास शाळांची माहिती होती. स्टीफनच्या ऑफिसमधून बाहेर पडताना, एवढ्या दिवसांत पहिल्यांदा आपण योग्य त्या मार्गानं जात आहोत, असं वाटलं होतं. पीटरनं स्टीफनच्या शिफारशीला रुकार दिला असता. दुसऱ्या – डिस्लेक्सिया आणि लक्ष केंद्रित न होणं यांबद्दल विचार करणाऱ्या शाळांचा विचार स्टीफनही करणार होता. मी माझं नैराश्य दूर झटकण्याचा प्रयत्न करू लागले. सिगर्डसनच्या निर्णयापासून ते नैराश्य घेरून आलं होतं. किती काळ लोटला होता. या सगळ्यांचं लक्ष, या केसमध्ये डॅशवरच केंद्रित करण्यासाठीच किती काळ गेला होता. आणि आताही योग्य ती शाळा शोधण्यात, मान्यवरांना माझी बाजू सांगण्यात, समजावण्यात आणखी काळ जाणार होता. मग पीटर आणि डॅशच्या भेटी, मग माझे अर्ज, डॅशला हितकारक होतील असे करारमदार, योग्य ते कार्यक्रम – आधीच त्या कार्यक्रमात विद्यार्थीसंख्या पुरेशी असते. मग अशा शाळांसाठी महत्त्वाची असलेली डॅशची मानसशास्त्रीय चाचणी. ह्या चाचणीत काहीही घडू शकेल. या चाचणीत अडथळे यातील किंवा घातपात होईल किंवा डॅशच चिडून नकार देईल, जे पीटरला हवंच असेल. आता संयुक्त पालकत्व असल्याने चोरून डॅशला नेणंही अवघड होतं. कदाचित खरोखरच डॅशला धाडायचं असलं, तर त्याच्याच पाठिंब्यावर अवलंबून होत्या.

परिणामस्वरूप म्हणून डॅशच्या हातून काही घडण्यापूर्वी आमच्याकडे वेळ होता का? कितीसा? माझ्या माहितीप्रमाणे तो घराबाहेर फिरायचा. दिवसा झोपायचा. रात्री बाहेर असायचा. आपल्या मित्रांना ख्रिसमसच्या सुट्ट्या केव्हा लागतात, याचीच तो वाट पाहत होता. या सगळ्यात वेळ वाया जात होता. मी मात्र डॅशच्या बाबतीत,

तो काही संकटात सापडून सुधारकेंद्रात जाईल का, नशिल्या पदार्थांच्या जास्तीच्या डोसामुळे किंवा त्याच्या नैराश्यामुळे त्याच्यावर अतिप्रसंग ओढवेल का, असले वेडेविद्रे विचार न करण्याबद्दल, स्वत:ला बजावत होते. मी सारं लक्ष शाळांवर केंद्रित केलं होतं. रिक, स्टीफन आणि तो अमेरिकेतला सहकारी यांच्याशी विचारविनिमय करत होते.

आधी आम्हाला शाळा शोधायची होती. पीटर आणि डॅश यांचा क्रम नंतर होता. रिक आणि स्टीफन एकमेकांशी संपर्क साधण्याचा प्रयत्न करत होते. पण त्यांची गाठ पडत नव्हती. सिएटलमध्ये शाळा होती. रिक तिथे रोज जा-ये करत होता. ग्लेन एडनमध्ये काम करत होता. एका पुस्तकाचं काम करत होता. ख्रिसमस जवळ येत होता. प्रत्येक जण सुटीवर जाण्यासाठी आतुर होता, निघाला होता. मी आणि डेव्ह मुलांबरोबर व्हिसलरला जाणार होतो. सुटीहून आल्यावर डॅशच्या संदर्भात पुन्हा आम्हा साऱ्यांची बैठक घ्यायचा माझा विचार होता. पण त्या वेळी मला सुटीमुळे केवळ बसून राहण्याखेरीज गत्यंतर नव्हतं.

पण मी काळजीत होते. जी गोष्ट मी गेली दोन वर्षं टाळली होती, ती गोष्ट घडून गेली होती. स्टीफन आणि पीटरनं डॅशला त्याच्या शैक्षणिक अक्षमता उघड करून सांगितल्या होत्या. आणि त्यासुद्धा डॅशच्या बाबतीत अत्यंत असुरक्षित, निराधार अशा वातावरणात – पीटरच्या घरी आणि डॅशच्या बाजूनं बोलायचं झालं तर, मानसिक असंतुलनाच्या गर्तेत. मला माझ्या एकल पालकत्वाच्या दोन वर्षांच्या काळात ही चाचणी व ते निकाल हे सांगणं सहज शक्य होतं. पण जोवर डॅशभोवती भक्कम आधार तयार होत नव्हता, तो मनानं कणखर बनत नव्हता, विधायक कार्यक्रमांत सहभागी होत नव्हता; तोवर त्याच्याबद्दल आणखी वाईट बातमी सांगून मला त्याला नाऊमेद करायचं नव्हतं. डॅशचं स्वत:बद्दल मत आधीच रसातळाला गेलेलं होतं.

पीटर आणि डॅशमधले नातेसंबंध डॅशचा राग काबूत ठेवण्यास असमर्थ होत होते. पीटर स्वत:ला आणि डॅशला सावरू शकत नव्हता. मी ही चाचणी घेण्याचं थांबवलं होतं. कारण डॅशला ॲसेंटसारखा चोवीस तास उपचारात्मक आधार नव्हता. शिवाय हे सारं ऐकण्याइतका तो मनानं सुदृढही नव्हता. हे पुसून त्यातून उभं राहण्याऐवजी, त्याची प्रतिक्रिया ही स्वीकृतीची झाली असती. ''मला डिस्लेक्सिया आहे म्हणून मी असा आहे. म्हणून मी धडपडतो आहे. म्हणून मी काम करू शकत नाही, मी लक्ष केंद्रित करू शकत नाही.'' डॅशला कुठल्याही टीकेचा, नकारात्मक माहितीचा मुकाबला करता येत नव्हता. त्याला नीट विधायक उत्तर देता येत नव्हतं. आपण 'मुखस्तंभ' होण्याची त्याची भीती खरी ठरू पाहत होती. आणि लक्ष केंद्रित न होण्याचा, एडीडीचा सामना कशानं करायचा? त्याच्याजवळ उत्तर होतं : नशा, रिटॅलिन. खूप वर्षांपूर्वी त्यानं मला सांगितलं होतं – त्याच्या शाळेतला एक मुलगा

रिटॅलिन घ्यायचा. डॅश असाही विचार करेल की, तो नशा करेल आणि त्याला निवासी शाळेत पाठवलं जाईल.

तो मनानं नाजूक, दुर्बल झाला होता, हे कुणाच्याच का लक्षात येत नव्हतं? स्टीफनच्या निदानाकडे तो स्वत:च्या अपात्रतेचा पुरावा म्हणून पाहणार होता – शाळेत जाऊ न शकणारा, नापास, अगदी निराशाजनक मुलगा – मला अंत:स्फूर्तीनं जाणवलं होतं. एखाद्या खिन्न, हताश मुलाला निराशाजनक म्हणणं, म्हणजे त्याला विनाशाच्या खाईत ढकलण्यासारखं होतं. स्टीफन म्हणाला होता की, तो खिन्न मुलासारखी कृती करत नाही. ऑलिव्हरनंही हेच सांगितलं होतं. तो खिन्न वाटत नाही. अद्यापही डॅश विदूषक होता. कधी-कधी मुलांना मजा आणणारा. पण तो डॅश होता. जन्मत: बुद्धिमत्ता घेऊन आला होता. पण आपली व्यथा तो विनोदाखाली लपवत होता, हे बॉबला ठाऊक होतं. मला ठाऊक होतं. त्याची व्यथा माहीत होती. त्याच्या रागातून, त्याच्या अकार्यक्षमतेतून, आळसातून, निरुत्साहातून, निद्रानाशातून मला ते दिसत होतं. त्याच्या सुंदर पण थकलेल्या तपकिरी डोळ्यांतून त्याची निराशा मला दिसत होती.

डॅशला त्याची शैक्षणिक असमर्थता सांगून नंतर त्याच्या बापाकडे पाठवण्यानं माझी भीती मूर्त झाली. डॅश अधिकच कडेलोटाकडे सरकला. बेबंद झाला. पीटर डॅशला त्या रानोपचार कार्यक्रमातून घेऊन आला, तेव्हाच लानानं त्याला सावधगिरीचा इशारा दिला होता. डॅशला वाचवण्यासाठी अखेरची संधी तो दवडत होता. डॅशनं इतक्या वर्षांत बापाला जोखलं होतं. आणि आता तो पीटरकडून आपल्याला हवं ते करवून घेत होता. नको असेल तर न करण्यास भाग पाडत होता. शक्तिप्रदर्शनाचा सामना संपला होता. डॅश जिंकला होता आणि त्याचं हे फळ होतं. डॅशला आता गणवेशातल्या निवासी शाळेत जायचं नव्हतं. तिथे जाण्यापेक्षा त्याला मंगळावर जाणं चाललं असतं. आणि पीटर मुलाचा विरोध मोडू शकत नव्हता. आपल्यावरच्या मुलाच्या निष्ठेपेक्षा, मुलाचं हित कशात होतं, ती हितकारक गोष्ट तो मुलाला सांगू शकत नव्हता. त्याचं पळून जाणं म्हणजे तो बापाशी भांडलाच असावा. सिएटलला जाताना डॅशनं दाखवलेले वळ आठवून, त्या घरात काय होत असेल, या विचारानं मला भयंकर भीती वाटत होती.

ख्रिसमसच्या दोन-तीन दिवस आधी लंचच्या सुमारास बर्फ पडायला सुरुवात झाली. मुलांना घेऊन घरी आले, त्या वेळी हिमवृष्टी होत होती. रस्ते निसरडे, ओले झाले होते. बर्फाने झाकले गेले होते. घरी सोप्या रस्त्यानं जावं, म्हणून डनबार रस्त्याला लागले. गाडीनं एका कोपऱ्यावर वळण घेतलं. एक छोटा मॉल होता. तिथे बाहेरच दारूचं दुकान होतं. तिथे डॅश उभा होता. काही महिन्यांपूर्वी मोठ्या

अभिमानानं घेतलेलं छानसं हिवाळी जॅकेट त्याच्या अंगावर होतं. बरोबर मित्र होता. दोघं हसत गप्पा मारत होते. अजून कुणी येण्याची वाट बघत होते.

"मॉम बघ." क्विन बोट दाखवत ओरडला. "तो बघ डॅश. आपण थांबू या का?"

मीही डॅशला त्या दिवशी बापाच्या ब्रेकडाउन झालेल्या गाडीतून गेल्यापासून भेटले नव्हते. माझी पहिली प्रतिक्रिया झाली, ती गाडीतून उतरून त्याचं मोठ्या आवडीनं ठेवलेलं नाव घेत हाकारावं. पण माझं दुसरं मन 'नाही' म्हणालं. सगळ्या गोष्टी अगदी ताज्या होत्या. पोलिसांनी त्याला माझ्या घरी आणलं, तेव्हा जसं मला वाटलं होतं, तसंच आताही वाटतं होतं. पण त्याला भेटायला उत्सुक असलेल्या क्विन आणि कोल्बीसमोर तो काय म्हणेल? 'माझे पाय चाट' असं? तो माझ्याकडे माझ्या मुलांकडे दुर्लक्ष करेल? तो त्या थंडीत उड्या मारत होता. इकडेतिकडे बघत होता. मी नुकतीच नवी गाडी घेतली होती. त्याला ती माहीत नव्हती. त्यामुळे त्यानं ती ओळखली नाही. मी त्याला दोन क्षण पाहिलं. डोळ्यांनी जणू त्याला पिऊन टाकलं आणि ठरवलं 'नाही.' मी खोटं बोलायचं ठरवलं.

"इथे थांबणं खूप धोकादायक आहे." मी क्विनला सांगितलं. "खूप बर्फ पडलाय. आपल्याला इथं अडकून पडायचं नाही. आपण डॅशला लवकरच भेटू, काळजी नको करूस." मी गाडी चालवत राहिले. आम्ही तिथे होतो, याची डॅशला कल्पना नव्हती.

आम्ही व्हिसलरला जाण्यासाठी निघालो. मी डॅशला ख्रिसमस कार्ड पाठवलं. त्यात माझं त्याच्यावर प्रेम असल्याचं लिहिलं. मी आणि डेव्हनं त्याला चार महिन्यांपूर्वी त्याच्या वाढदिवसाला नवा कॉम्प्युटर घेऊन दिला होता. आतमध्ये सुटीचं मजेशीर भेटकार्ड आणि शुभेच्छा होत्या. मी काही प्रेमाचे शब्दही लिहीले होते. पण तेवढंच! दर वर्षीप्रमाणे या वर्षी मात्र मी त्याला आमच्याकडे ख्रिसमससाठी येण्याची विनंती केली नव्हती. त्याला भरपूर भेटवस्तू आणल्या होत्या. त्या उघडण्यासाठी त्याला येण्याचं आमंत्रण दिलं नव्हतं. माझ्याकडून कसलाच दबाव नव्हता.

डॅशनं ख्रिसमसची संध्याकाळ एका मित्राकडे घालवली. मला कुणीतरी नंतर सांगितलं की, सगळा ख्रिसमसभर त्याचं पीटरबरोबर भांडण सुरू होतं. डॅशनं घर सोडलं. पीटरची एक गाडी चोरली आणि त्या गाडीतच दोन आठवडे राहिला. ती गाडी मित्राच्या घरामागच्या गल्लीत उभी करून ठेवली होती. डॅशच्या एका जुन्या मित्रानं मला सांगितलं की, पीटर आणि डॅशची भांडणं व्हायची, नंतर डॅश पळून जायचा. खूप दिवस घराबाहेर राहायचा. नेहमीचंच झालं होतं ते. दोन वर्षांपूर्वी माझ्या एका मैत्रिणीनं मला सांगितलं होतं की, पीटरनं तिला एकदा अचानक फोन केला आणि डॅश तिथे आला होता का,

याची चौकशी केली होती. तिच्या लक्षात आलं होतं की, पीटरनं डॅशला बऱ्याच दिवसांत पाहिलं नसल्यानं तो घाबरला होता.

आणि मग पीटर आणि डॅश यांच्यात नव्या वर्षाच्या संध्याकाळी मोठं भांडण झालं. डॅशनं घर सोडलं. शेजारघरच्या पार्टीत गेला. तो तिथे फार वेळ थांबला नाही. निमंत्रितांच्या यादीत नाव नसलेल्या बऱ्याच जणांना हाकलण्यासाठी पोलीस बोलावले होते. तेव्हा तो इतर डझनावारी मुलांबरोबर बाहेर पडला. पार्टीत डॅश मांडी घालून खालमानेनं बसला होता. खूप विषण्ण, खिन्न होता. त्यानं निक नावाच्या एका मुलाला सांगितलं, "मला ख्रिसमससाठी काहीच मिळालं नाही. माझ्या बापानं मला हाकलून दिलंय आणि मला जायला कुठे जागा नाही." जे त्याला ओळखत होते, त्यांना त्याची ही मदतीसाठीची हाक वाटली. रानोपचार कार्यक्रम सोडला, तर डॅश त्याच्या बापाबद्दल आणि त्याच्या आयुष्याबद्दल नकारात्मक बोलला नव्हता. दोघांच्या दंतकथेला बाधक, असं तो कधीही चारचौघांत बोलला नव्हता. निक तर त्याचा मित्रही नव्हता. फक्त एक शेजारी होता. पीटर आणि डॅश इतकी वर्षं जगत असलेल्या परिपूर्ण जीवनाचा फुगा फुटला होता. भिंतीवर आपटला होता.

थोड्या वेळानंतर हा तरुण मुलांचा गट विखुरला. जो तो आपापल्या मार्गाने गेला. डॅश घरी गेला. पीटरच्या म्हणण्याप्रमाणे त्यानं पीटरकडे पाचशे डॉलरची मागणी केली. त्या दोघांनी एकमेकांना मध्यरात्री शुभेच्छा दिल्या, असं पीटर म्हणाला. खरं-खोटं तोच जाणे. तो रात्री दोनच्या सुमारास झोपला. आणि सकाळी उठून पाहतो, तो डॅश गेला होता, असं त्यानं सांगितलं. हे खोटं होतं. त्या दोघांत खरीखुरी मारामारी झाली. पीटरच्या डोळ्यांखाली कित्येक दिवस काळेनिळे वळ होते. डॅश एकशे ऐंशी पौंडांचा दणकट मुलगा होता. संतापानं भडकला होता.

डॅशनं पायजमा, टी शर्ट, पँटी, चार शर्ट, स्वेटर जॅकेट आणि एक जांभळी हॅट असं आपलं सामान गोळा केलं. मला नंतर समजलं की, मुलं रस्त्यावर राहण्याचं ठरवतात, तेव्हा असली तयारी करतात. त्या संध्याकाळी डॅशच्या मनात काय विचार होते, हे आम्हाला कळलंच नाही. तो कुठे चालला होता? सगळे मित्र घरी गेले होते. आणि कोणाकडे जावं, तर खूप रात्र झाली होती. मग काय गाडीतच तो एक रात्र काढणार होता? की चालत जाणार होता? की त्या दिवशी फुकट धावणाऱ्या बसमधून फिरणार होता? तो गावाकडे जाणाऱ्या बसमध्ये चढला. बरीचशी पळून गेलेली मुलं तिथेच जायची.

पण वाटेत डॅशचं मन पालटलं. ग्रॅनव्हिल मार्केटवरच्या ग्रॅनव्हिल पुलावरून बस चालली होती. डॅश तिथे उतरला. आपली हॅट काढली. पुलाच्या थंडगार कठड्यावर चढला. २००१च्या नव्या वर्षाच्या पहाटे चार वाजता ह्या शांत, मवाळ आणि अत्यंत शूर मुलानं आपले हात पसरले आणि उडी मारली.

कामाच्या पाळीवर असलेल्या कॉरोनारला फोन आला. एका सायकलस्वाराने एक शरीर पडलेलं पाहिलं. पोलिसाला कळवलं. पोलीस तिथे आले. त्या कॉरोनारनं त्याला पाहिलं आणि पुटपुटली, ''अरे देवा, हा तर विशीतलाही वाटत नाही.'' तिनं ते प्रेत उलटवलं. तिच्या लक्षात आलं की, हा एक कोवळा तरुण मुलगा होता. माझा डॅश! अवघा सोळा वर्षांचा! पोलीस ऑफिसरनं 'स्पष्ट आत्महत्या' असा शेरा दिला. त्यानं असं त्यापूर्वी पाहिलं नव्हतं. दारू नाही. नशा नाही. बाहू पसरलेले. कॉरोनारनं मला नंतर सांगितलं की, पीटरचा रक्ताळलेला डोळा आणि ताजे वळ पाहून तिला वाटलं की, त्या दोघांत मारामारी झाली असावी. डॅशनं त्याच्या बापाला अखेरचं सुनावलं असणार. शवागारात डॅशचं प्रेत तीन दिवस पडून होतं. डॅशकडे कुठलंच ओळखपत्र नव्हतं. ओळखीची खूण नव्हती. वर्तमानपत्रात एक मोघम खुलासा असलेली, कोवळ्या तरुणाच्या आत्महत्येची बातमी आली होती.

पीटरनं शोधाशोध सुरू केली, त्या दिवशी आम्ही व्हिसलरहून परतलो. डेव्ह कामावर गेला, कोल्बी मित्राकडे गेला. मी सहलीतले कपडे धुणं, घर आवरणं ही कामं करत होते. त्याच वेळी डॅशनं ख्रिसमसला काय केलं असेल, हा विचार करत होते. दुसऱ्या दिवशी सकाळी उठून पहिलं काम म्हणजे; स्टीफन, थॉमस आणि रिक ब्रेनरला फोन करणं, असं मनाशी ठरवत काम उरकत होते. आमच्या गैरहजेरीत आलेले मेल कॉम्प्युटरवर पाहत होते. दुपारी दोन वाजता फोन आला. तो केन वेस्टलेक होता.

''पॅमेला, कशी आहेस?'' त्यानं विचारलं. त्याचा आवाज व्यावसायिक, थंड, निर्विकार, सपाट होता.

''तुला ठाऊक आहे, मी कशी आहे ते?'' मी थंडपणे उत्तर दिलं. पण मला काळजी वाटली. ह्या माणसानं मला का फोन करावा?

केन सहज स्वरात, निर्विकारपणे म्हणाला, ''एक वाईट बातमी आहे.'' माझा मुलगा मेला, हे मला कळलं. मी धपकन बसत फोनवर ओरडले. ''तू जिवंत असेपर्यंत माझ्या मुलाच्या मृत्यूला मी तुला जबाबदार धरीन.''

''पण मी काहीच केलं नाही. डॅशनं ग्रॅनव्हील पुलावरून उडी मारली.''

''अरे देवा! ओह् डॅश! तू उडी मारलीस? अरे देवा. बिचारा मुलगा. मला किती वाईट वाटतंय. अरे देवा!'' मी असाहाय्यपणे खुर्चीत मागे रेलले. टनाचं ओझं पडल्याप्रमाणे मला चिरडल्यासारखं वाटत होतं. ''केन, तू त्याला मरायला मदत केलीस. पीटर तर रोगीच होता. पण तू नव्हतास. तुला हे थांबवता आलं असतं. पण तू ते केलं नाहीस. तू तसं काहीच केलं नाहीस.''

केननं फोन बंद केला. मी फोन टाकला. किंचाळले. मिमी धावत आली. ''डॅश... डॅश मेला.'' मी हुंदके देत म्हणाले. ''डेव्हला बोलाव. अरे देवा! डॅश!!

मिमी; मला असं आरडाओरडा करताना क्विनला पाहू देऊ नकोस. त्याच्याजवळ थांब. मला कोल्बीला आणायला हवं. ओह् ! डॅश... डॅश मेलाय!''

मिमी मला धीर देण्याचा प्रयत्न करत होती. पण मीच गोंधळले होते. मला काहीच सुचत, समजत नव्हतं. माझे हात थरथरत होते. मला डेव्हचा नंबर नीट फिरवता येत नव्हता. दुसऱ्या वेळी त्याचा नंबर लागला. आणि मी आक्रोशले. ''डेव्ह... डेव्ह... डॅश मेलाय. तीन दिवसांपूर्वी त्यानं ग्रॅनव्हिल पुलावरून उडी मारली.''

तो म्हणाला, ''मी निघालोय.'' आणि तो तडक ऑफिसमधून बाहेर पडून, भावनावेगानं माझ्यासारखी त्याला बधिरता येण्याआधी गाडीत बसला. मी सँडीला फोन केला. टेरीनं उचलला. त्याला मी काय सांगते, ते आधी उमजेना. कारण माझा आवाज नीट फुटत नव्हता.

''नाही. ओह् – नाही.'' त्याला समजल्यावर तो त्याच्या बायकोला सांगत होता. ती म्हणत होती. ''मी तिकडे येतेय. तिथेच थांबेन. थोडं सामान घेतेय.''

मिमीनं माझी शेजारीण आणि मैत्रिण मॉली हिला बोलावलं. ती मुलांची जुनी बेबीसीटरही होती. ती धावतच घरात आली. जोन आणि लुईस या माझ्या मैत्रिणीही निघाल्या होत्या. डेव्हनं गाडीतूनच माझ्या भावाला फोन केला होता. तो आमच्या घराच्या जवळ साउथ-लॅन्डमध्येच काम करत होता. तोही निघाला. डेव्ह गाडीतून उडी मारतच बाहेर आला. मी फोन हातात धरूनच त्याच्याकडे धावले. त्याच्या मिठीत शिरले.

''पॅम, आपण त्याला गमावलं... आपण त्याला गमावलं.'' मला घट्ट आवळत तो म्हणाला. आमची दुःखं एकजीव झाली.

''त्याला शहरातल्या शवागारात ठेवलंय.'' मी कसंबसं म्हणाले. ''जेमीनं केनला बोलावलंय. डेव्ह, मला त्याला पाहायचंय, त्याला मिठीत घ्यायचंय...'' मी वाक्य पूर्ण करू शकले नाही. डॅश गेला होता. ''मला फोन लावून दे. डेव्ह! मी फोन लावू शकत नाही.''

कॉरोनार फोनवर आल्यावर डेव्हनं फोन माझ्याकडे दिला.

''मला त्याला बघायचंय.'' मी हुंदके देत म्हणाले. ''मला डॅशला बघायचंय.''

''नाही.'' कॉरोनार मृदू स्वरात म्हणाली. ''पॅमेला, तू येऊ नकोस. बघण्यासारखं काही नाही.''

■

उपसंहार

आपल्या मुलांवरच्या प्रेमाचं आपण मोजमाप करू शकतो का? त्याचं वर्णन करू शकतो का? 'प्रेम' या शब्दाखेरीज त्या उत्कृष्ट, दशांगुळं उरणाऱ्या भावनेचं कसं वर्णन करणार? आणि तेही वर्णन पूर्णांशानं करू शकू का? प्रत्येक वेळी मी माझ्या डॅशवरच्या प्रेमाचा विचार करते, त्या वेळी मला घुसमटल्यासारखं होतं. सगळे शब्दकोश निरर्थक वाटू लागतात. डॅश हा पंचेंद्रियांनी बनलेला, हाडामांसाचा, हवापाण्याची गरज असलेला होता. मोठे तपकिरी डोळे, लांबसडक पापण्या, दुधाळ रंग, नाकावरचं वांग, मऊ कुरळे केस, लांबसडक हात आणि प्रमाणशीर नखं. कोपरापर्यंत, धूळमातीने माखलेला असूनही डॅश हा देखणाच मुलगा वाटायचा. तान्हेपणीचा अंघोळीनंतरचा त्याचा स्पर्श इतका शांतवणारा होता की, अजूनही त्याची जादू वाटते. तो उत्साहाने, आनंदाने, सुखाने ओरडायचा. प्रत्येक ओरडा हा वेगवेगळा असायचा. गोष्टीच्या वेळचा त्याचा आवाज नादमधुर असायचा, तर त्याच्या सशाच्या ताटलीत त्याचं आवडीचं जेवण वाढलं की, त्याचा ओरडा वेगळाच असायचा. सुरुवातीला डेव्ह आल्यावर त्याच्या उत्साहाला येणारा ऊत पाहून मला खूप आनंद होई. डेव्ह कामावरून आला की हाक मारायचा. ''लिटिल बडी.''

''बिग डी.'' डॅश ओरडायचा.

डेव्ह कमरेत वाकायचा. सव्वासहा फूट उंचीचा डेव्ह निम्म्या उंचीचा व्हायचा. म्हणायचा, ''मित्रा, कसा गेला दिवस?''

''आम्ही पोहायला गेलो. मग ग्रॅनव्हिल आयलंडवर जाऊन हॅम-चीज-सँडविच खाल्लं.''

''व्वा! सगळा दिवस गेला म्हणायचा. माझ्यासाठी काही मस्ती ठेवलीस की नाही?''

"होऽऽ!" मग दोघांची दंगामस्ती सुरू व्हायची.

मी डॅशची तो तीस सेकंदांचा असल्यापासूनची सारी वाढ पाहिली होती. पहिली पावलं, पहिला शब्द, पहिला प्रश्न ऐकला होता. त्यानं वस्तूला, भावनेला दिलेले प्रतिसाद बघितले होते. त्याला पोहायला, संगीताच्या वर्गाला नेलं होतं. बालवाडीत त्याला खेळताना प्रोत्साहन दिलं होतं. त्याच्यासाठी बिस्किटं भाजली होती. माझ्या कामासाठी उपयुक्त जेवणावळी, फॅशन शो अशा ठिकाणी तो माझ्याबरोबर येत होता. एक वर्ष आम्ही परदेशात होतो. तेव्हा इटालियन ग्रामीण भागातील भटकंतीच्या वेळी माझ्या पाठंगुळी बसला होता. माझा मुलगा मनानं चांगला होता, हे मला माहीत होतं. कोर्टात जेव्हा त्याच्यासाठी काय भलं, हे तो सांगू शकला नाही, तेव्हा मीच त्याच्याऐवजी बोलले होते. कारण मी त्याला ओळखत होते. एखाद्या आईची तिच्या मुलाबद्दलची माहिती, तिचं मूल तिच्यापासून दूर मोठं होतंय, म्हणून नाहीशी होत नसते. इतका काळ लोटला होता, तरी मला तो अल्फा तलावाच्या थंडगार पाण्यात उड्या मारणारा किंवा मॅकेंझी रस्त्यावरून स्केटबोर्डवरून भरारी मारणारा तरुण उत्साही मुलगा माहीत होताच. तोच मुलगा त्याच्या सोळाव्या वर्षी आमच्या वेस्टीबॉबी कुत्रीच्या नव्या पिलांशी अगदी हळुवार, कोमलपणे खेळत होता. त्याच्या मुखवट्यानं माझ्या मुलाला वरपांगी झाकलं होतं. आणि काहीही घडलं असलं, तरी त्याला कसं हसवायचं, माझ्यात कसं विरघळवायचं, हे मला ठाऊक होतं. अस्सल डॅश झाकोळला होता. पण तो होताच ना! आणि माझं सारं लक्ष माझ्या मुलावर होतं. त्याच्या बापानं निर्माण केलेल्या मुलावर नव्हे आणि तो मला तसा प्रतिसादही देत होता. इतक्या वर्षांत ती ज्योत काजळली होती मिणमिणत होती. पण उंच झोक्यावरून व्हीऽऽ ओरडणाऱ्या त्या लहान मुलाची पिवळी ज्योत अजूनही जळत होती.

डॅशच्या मृत्यूनंतरच्या त्या काळोख्या महिन्यात मी माझ्या मनातल्या रागाचा निचरा होण्यासाठी वेगवगळे मार्ग शोधत होते. मला काहीतरी शरीराला कष्ट देणारं काम हवं होतं. त्यामुळे मनातलं विष निपटलं गेलं असतं. डेव्हच्या सोबतीनं मी व्हॅंकूव्हरच्या अर्धमॅरेथॉन शर्यतीत भाग घेतला आणि त्या प्रशिक्षणाला सुरुवात झाली. मला पळण्याचा मनस्वी कंटाळा होता. तेच-तेच करत बसायचं. पण ते शरीराला कष्टप्रद होतं, म्हणूनच मी भाग घेतला. मी मनातला राग शांत करण्यासाठी राग, दुःख व्यक्त करणारी पत्र ब्रेनर आणि सिडर्गसनला लिहिली होती. (ब्रेनरनं तर उत्तरही धाडलं नाही. सिडर्गसननं एका ओळीत बोळवण केली.) आणि रडत राहिले. रडून-रडून माझे डोळे सुजले. माझा राग शमवण्यासाठी मला काम हवं होतं. मला त्या रागात रुतायचं नव्हतं. रागामुळे कटवट, सूड घेणारी व्हायचं नव्हतं. तो राग मला माझ्यातून निघून जायला हवा होता. मला निरोगी राहायचं होतं. माझ्यासाठी,

मुलांसाठी, डेव्हसाठी आणि डॅशशी संबंध असलेल्या साऱ्यांसाठी आणि ते मलाच करायला हवं होतं. एका दुःखसमुपदेशनाच्या बैठकीत कोल्बी म्हणाला होता, "ममी, तू दुःखी तर आम्ही दुःखी. पण तू ठीक असलीस की, आम्हीदेखील ठीक." म्हणून डेव्ह आणि मी पळालो. मी तीन महिने स्वतःशीच रडत पळत राहिले.

माझ्या रागाचं, दुःखाचं काय होईल; हे मला, मी प्रशिक्षण घ्यायला सुरुवात केली, तेव्हा मुळीच ठाऊक नव्हतं. त्या पळण्यानं मला बरं वाटेल, माझ्या दुःखाचा निचरा होईल, या कशाचाही विचार न करता, मी बूट घालून पळण्याची तयारी करायचे. सर्जनात्मक निष्क्रियतेतच याची उपयुक्तता लक्षात आली. पळताना माझं मन मोकाट सुटायचं. ते काम करत नसायचं. गुंतागुंतीत अडकत नसायचं. ते फक्त असायचं. मनातल्या भावना पळताना बाहेर पडत असायच्या. त्या दुःखद असायच्या, कधी उचंबळणाऱ्या असायच्या. कधी पळताना मी शांतपणे आजूबाजूचं सौंदर्य डोळ्यात साठवत असायचे. समुद्राचा वास घ्यायचे. रस्त्याकडेची वेगवेगळी घरं निरखायचे, तर कधी दुःखानं मी हताश व्हायचे. पण मुठी वळवून तशीच पळायचे. मनात कैक काळापासूनचे प्रश्न उसळत असायचे; का? मी खूप केलं का? मला हे आधीच का दिसलं नाही? त्यादिवशी मी व्हँकूव्हरला असते तर तो माझ्याकडे आला असता का? मी त्याला पाचव्या, सहाव्या, आठव्या वर्षी बोलावलं, त्या वेळी त्याच्यावर दडपण आलं होतं का? मी आणखी जास्त वेळा बोलवायला; हवं होतं? कमी वेळा? मी त्याच्यासाठी कायदा मोडायला हवा होता? मला चाइल्ड ॲडव्होकेट आधीच का मिळाला नाही? मी कोर्टातच जायला हवं होतं? तो मला मिळेपर्यंत मी कोर्टात लढायला हवं होतं? मी जे करत होते, त्यावर विश्वास ठेवणारे व्यावसायिक, त्यांची मदत मिळेपर्यंत मी आंधळेपणानं खूप वर्षं काम केलं. एकटीनंच केलं. एकटीनंच सगळे निर्णय घेतले. फोन घ्यायचा की नाही? वकिलाशी बोलायचं की नाही, ॲसेटमध्ये पाठवायचा. त्याच्या खोलीत त्याला पडू द्यायचा – हे असे विचार शिगेला पोहोचले की, मला रडू फुटायचं. डोळ्यासमोर त्याचं, नव्या वर्षाच्या दिवशी, पहाटे चार वाजता रस्त्यावर पडलेलं उबदार प्रेत दिसायचं. आजही मला, त्याच्या शरीराची ऊब जाणवली की, कळवळून येतं. सकाळी मुलांचे कपडे आवरताना, त्या कपड्यांतून मला मुलांच्या शरीराचा गंध, स्पर्श जाणवतो. आणि मनात डॅशचा विचार येतो – प्राण गेलेला, श्वास सोडलेला. पळणं ही दुःख करायची माझी वेळ होती. दुःख करायला तेव्हा मला मुभा होती. उत्तेजन मिळत होतं. दुःखाची पावती मिळत होती. पळणं संपवून मी घरी यायचे. अंघोळ करून कामाला लागायचे. मनातले राक्षस त्या दिवसापुरते हद्दपार व्हायचे.

त्या अर्धमॅरेथॉनच्या दिवशी वॉकमनच्या साहाय्याने हवा तसा वेग राखत, डोळ्यांवर चढलेल्या गॉगल्समुळे अश्रू लपवत, मी अडीच तास धावले आणि

अखंड रडले. माझे ओठ वेडेवाकडे झाले होते. आणि मला ठाऊक होतं की, मी चेहरा जरा जरी सैल केला, तरी माझं अवसान गळून जाईल; मी दु:खात बुडेन. मी नुकतीच बावन्न वर्षांची झाले होते. डॅश मरून साडेचार महिने झाले होते. मी दिवसभर पळत होते. शर्यती अखेरीस, माझ्या आधी अर्धा तास पळणं थांबवलेल्या डेव्हनं माझ्याभोवती चंदेरी ब्लँकेट गुंडाळलं. मला स्वत:लाच मी त्याच्यासाठी पात्र असल्यासारखं वाटलं; यशस्वी झाल्यासारखं आणि स्वच्छ, निर्मळ झाल्यासारखं वाटलं.

ऑगस्ट, २००४मध्ये पीटर हर्ट त्याच्या घरी मृतावस्थेत आढळला. त्या वेळी मी या पुस्तकाचा शेवटचा खर्डा तयार करत होते. पीटर कोर्टात हजर झाला नाही, म्हणून 'लॉ सोसायटी'नं त्याच्याशी संपर्क साधण्याचा खूप प्रयत्न केला. शेवटी त्यांनी कोणाला तरी त्याच्या घरी पाठवलं, तेव्हा पीटर मेलेला आढळला. त्याचा कुत्रा त्याच्याजवळ बसून होता. आठवड्यापूर्वी त्याचा मृत्यू झाला असावा. तो एकसष्ट वर्षांचा होता. त्याच्या मृत्यूची तारीख ११ ऑगस्ट लिहिली. डॅशच्या विसाव्या वाढदिवसानंतरचा एक दिवस.

हर्ट कुटुंबासोबत बराच काळ राहिलेल्या, डॅशचे अंत्यसंस्कार करणारा तो गृहस्थ मला हळूच म्हणाला, "मी पीटरला दोन वर्षांची मुदत दिली होती. तो घसरणीला लागला होता. त्यानं काय केलं, हे त्याला कधीच उमजणार नव्हतं. आणि तो बराही होणार नव्हता. ज्याला आपलं मन खातंय, अशी गुन्हेगार व्यक्ती प्रेत पाहण्याचा आग्रह धरेल – जे पीटरनं केलं. मी त्याला ते पाहण्याची मनाई केली होती. पण तरीही तो गेलाच. तो आणि ग्रेग."

केनच्या फोननंतर मी पीटरला फोन लावला होता. पीटर शवागारात जाऊन डॅशला पाहून आला होता. आणि मी तेथे जाणार होते, हे गृहीत धरून म्हणाला, "तुला सांगतो, तो तितका वाईट दिसत नाही." या वाक्याचा काय अर्थ घ्यायचा? पीटर आणि डॅश यांच्यातला महत्त्वपूर्ण भाग त्यांची शरीरं मरण्यापूर्वीच मेला होता. १९८१मध्ये मी पीटरच्या प्रेमात पडले, कारण तो तेव्हा प्रेम करण्याजोगा वाटला. पण पुढच्या काळात भावनिक समस्या, दारू, नशा यांत त्या प्रेम करण्याजोग्या गोष्टी हरवून गेल्या. डॅशच्या मृत्यूनंतर काही महिन्यांनी माझ्या मानसोपचार तज्ज्ञानं मला सांगितलं, "पॅम, ज्या बाळाला तू या जगात आणलंस, तो मुलगा खूप दिवसांपूर्वीच निघून गेला होता." त्याच्या शब्दांनी मला वास्तव स्वीकारण्याचा धीर दिला, सुखद आधार दिला.

डॅशच्या अंत्यसंस्काराच्या वेळी त्या धर्मोपदेशकानं मला सांगितलं, "तू पीटरला क्षमा केली पाहिजेस, असं मुळीच नाही. आयुष्यात तुम्ही बऱ्याच गोष्टी करू

शकत नाही. ठीक आहे.'' मी पीटरला त्यानं डॅशचं जे काही केलं, त्याबद्दल कधीही क्षमा करणार नव्हते. मी केन वेस्टलेकला क्षमा करणार नव्हते. हात बांधले गेले होते, अशा न्यायाधीशांनाही क्षमा करणार नव्हते. कदाचित हे खूप लवकर म्हणत असेन. कदाचित हे घडणारही नाही. ठीक आहे. आपल्याला वाटचाल तर करावी लागते. डॅश हयात होता, तेव्हा मला नेहमी विचारलं जायचं, 'इतकी वर्षं तुम्ही कशा लढलात? तुम्ही इतक्या खंबीर कशा?' मी नेहमीच खंबीर नव्हते. खंबीर असेन, असंही नाही. पण माणसाचं मोठेपण त्याच्या यशात, जयात नसतं; तर तुम्ही अपयशाला, निराशेला कसे सामोरे जाता, तुम्ही कशाची निवड करता यावर असतं, तुम्ही दुसऱ्याला दोष देता की समजून घेता? तुम्ही कृतिशील बनता की निष्क्रिय? सूडबुद्धी बाळगता की करुणा? कडवटपणा की शांतता? मी शांतता निवडली. शांतता माझ्या घरासाठी, माझ्यासाठी, कुटुंबासाठी आणि या साऱ्यातून जे गेलेत, त्या सर्वांसाठी. डॅशला शांती मिळाली. पीटरलाही शेवटी शांतता मिळाली. मीही त्याच वाटेवर आहे.

मी एका देखण्या पशूबरोबर – रागाबरोबर राहते. तो माणसाळलाय, मी त्याला खतपाणी घातलं नाही, त्याला जिवंत ठेवण्याचाही प्रयत्न केला नाही. पण तो आहे. माझा एक भाग आहे. काही वेळा तो पिंजऱ्यात येरझाऱ्या घालतो. पण बऱ्याचदा कोपऱ्यात पडून असतो. अधूनमधून एक डोळा उघडून सुस्तपणे पाहतो. आणि कुठल्याशा आठवणीने हसतो. डॅशसाठी मी छोटी लढाई जिंकले तेव्हा किंवा मी त्याला ॲसेंटला घेऊन गेले तेव्हा किंवा आता चौदा वर्षांच्या कोल्बीला धीर देताना. कोल्बी फोटोग्राफी शिकतोय. त्याला ग्रॅनव्हिल पुलावर उभं राहून फोटो काढण्याची भीती वाटत होती. ''मला वाटतं की, तू हे आव्हान स्वीकारावंस आणि मनातल्या भीतीचा सामना करावास,'' पाच फूट सात इंच उंचीच्या माझ्या मुलाला कवेत घेत मी म्हणाले आणि हळूच कुजबुजले, ''हे बघ, मी तुला माझी सगळी शक्ती या मिठीद्वारे देत आहे. माझ्यातली शक्ती तुझ्यात आल्याचं तुला जाणवेल आणि त्या शक्तीची तुला सतत आठवण राहील. तू पुलावर असशील, तेव्हा तर ती तुला नक्कीच जाणवेल.'' नंतर कोल्बीनं फोन करून अभिमानाने सांगितलं, ''मॉम, मी केलं.''

आपण पुढे जातच असतो. गेल्या पंधरा वर्षांच्या अनुभवानं मी शिकलेय की, कह्यात ठेवलेल्या निकोप रागामुळे आपल्याला आतूनच एक बळ मिळत असतं. आणि आपण ते बळ सत्कारणी लावत असतो. असं सकारात्मक परिणामाचा विचार करणारं बळ स्त्रियांच्या चळवळीला इंधन पुरवत असतं. साऱ्या जगभर चालणाऱ्या सामाजिक न्यायाच्या लढ्यासाठी ताकद पुरवत असतं. बदलासाठी ताकद लागते. शांततेसाठी ताकद लागते. पण पशूला शांत करता येतं. आणि ते करण्याचा मी

प्रयत्न करते आहे. काही वेळा त्यातही अडचणी येतात. मोडून पडण्याची वेळ येते. पण माझ्या आत्म्याच्या पिंजऱ्यातल्या काठीवर शांतता येऊन बसली आहे. आणि ती जागा वाढते आहे.

आपल्या निकटवर्तीयांच्या, अगदी आपल्या मुलांच्या मृत्यूमुळे आपण आपल्या जगण्याबद्दल विचार करू लागतो. अधिक सजग होतो. डॅशच्या मृत्यूमुळे मी अधिक चैतन्यशील बनले. मला माझ्यातच एक सावधपण, कोणाला न समजणारं एक भान आल्यासारखं वाटलं. आयुष्याच्या क्षणभंगुरतेबद्दल मी जास्त संवेदनशील बनले. क्षणभंगुरतेचा सन्मानही करू लागले. आणि डॅशच्या मृत्यूनं काही गोष्टींत लगेच बदल होतो, हेही शिकवलं. मी कोर्टात घालवलेला वेळ, डॅशच्या घ्यायच्या भेटी किंवा एकांतात रडत बसलेली मी या सगळ्या गोष्टींनी, माझ्या कुटुंबासाठी द्यायचा माझा खूप वेळ खाल्ला; याची मला जाणीव आहे. त्यांना माझ्या गैरहजेरीमुळे, तसंच माझ्या दु:खाला ते काही आवर घालू शकत नाहीत, या त्यांच्या अगतिकतेमुळे त्यांना खूप सोसावं लागलं, याचं मला पूर्ण भान आहे. डेव्हनं ज्या बाईशी लग्न केलं, तिच्या यातना दूर करण्यासाठी त्याला काही करता येत नव्हतं, ह्या वेदना तर सोसल्याच; शिवाय त्याला खूप पैसा कोर्टात ओतावा लागला. मला माझ्यासाठी आणि डॅशसाठी खंबीर, कणखर राहायचं होतं; पण त्यांच्यासाठीही तितकंच खंबीर असायला हवं होतं. या सगळ्या कोर्टबाजीच्या वर्षांनी माझ्या कुटुंबाकडून खूप मोठी किंमत वसूल केली. डेव्ह आणि मी यांबाबत फारसं बोलत नाही. पण आम्ही दांपत्य म्हणून या साऱ्यात टिकून राहिलो, तगलो; ही भावना आम्ही प्रेमानं जतन करत असतो. माझ्या पीटरशी झालेल्या लग्नापासून डॅशच्या मृत्यूपर्यंतच्या अनुभवानं मला कशाची निवड करावी, हे शिकवलं. मी कुटुंबाची निवड केली. मी प्रेमाची निवड केली.

मी वेगवेगळ्या सात शाळांत शिकले. कुठेही मी मोठ्या आत्मविश्वासाने वावरायचे. तिथे गेले की, मी सगळ्यांना आवडावे, अशी माझी धडपड चालायची. पण आता मला कळलंय की, सगळ्यांनाच मी आवडेन, असं नाही. आणि आता ते ठीक आहे. मला जे करता येणं शक्य आहे, तेवढं मी केलं. मी खूप प्रयत्नही केले. डॅश हा दुरावलेला मुलगा होता, हे मला सिद्ध करावं लागलं नाही – फॅमिली ॲडव्होकेटला ते ठाऊक होतं आणि वर्षभर चाललेल्या केसतपासणीनंतर कॉरोनारच्या तपासनिसांनी त्यावर शिक्कामोर्तबही केलं. (जरी खात्यानं तो अहवाल 'पालकाकडे बोट दाखवू नये,' असा बदलला असता तरी!) कॉस्टकोमध्ये एकदा मला डॅशची सातवीची शिक्षिका डोना ॲण्ड्र्यूझ भेटली होती. ती म्हणाली, "डॅशनं आत्महत्या

केली, याबद्दल कुणालाच नवल वाटलं नाही.'' मलाही नवल वाटलंच नव्हतं. मला या गोष्टीचं खूप वर्षं भय वाटत होतं. ते होऊ नये, यासाठी मला अजून वेळ हवा होता, असं मला वाटायचं. माझ्या चुका मला अल्सरसारख्या सलत होत्या. मी काय करायला हवं होतं? त्याला पळवायला हवं होतं का? तसं असेल, तर मी त्याला तो ज्याच्यावर प्रेम करत होता, अशा पालकापासून हिरावून घेतलं असतं. आता मी असं होऊ देणार नाही. पुढच्या वेळी माझ्या मुलांना घेऊन मी पळून जाईन – ऑस्ट्रलिया, फ्रान्स आणि नाहीशी होईन. डॅशच्या बाबतीत अपयशी ठरलेल्या न्यायव्यवस्थेकडे कधीही वळणार नाही. पंधरा वर्षांच्या अनुभवाने माझा निष्पापपणा हिरावून घेतला. इतरांशी चांगलं वागा. तेही तुमच्याशी चांगले वागतील. खरं सांगा – तुमचं म्हणणं ऐकलं जाईल. कोर्टात मदत मागा, तुम्हाला मदत मिळेल. माझा विश्वास होता की, इतर कोणत्याही बाबीपेक्षा मुलांचा विचार प्राधान्याने होईल. माझा विश्वास होता की, न्यायाधीश धीट आणि शहाणे असतील. आणि माणसंही त्यांच्या कोशातून बाहेर येऊन, एखादा मुलगा धोकादायक परिस्थितीत असेल, तर त्याबद्दल मोकळेपणे बोलतील. पण सल्लागार म्हणून काय करतोय. आणि तिने आपल्या दुरावलेल्या मुलांबरोबर कोणीही उघडपणे सांगत नाहीत, ''मी हे पाहिलंय. मी काही केलं नाही.''

आमची निकटवर्ती, पीटरची बहीण सँड्रा स्कार्थ – डॅशच्या अंत्यसंस्काराच्या वेळी माझ्याजवळ आली. ''मला वाईट वाटतं.'' म्हणाली. सँड्रा चिल्ड्रेन सर्व्हिस या ओटेरिओतील मिनिस्ट्री ऑफ कम्युनिटी अँड सोशल सर्व्हिसच्या शाखेची संचालक होती. १९८९मध्ये पीटरला तात्पुरती कस्टडी मिळाली, तेव्हा ती त्या पदावर होती. त्या वेळी तिनं पीटरच्या उत्तम पालकत्वाबद्दल फर्डी ॲफिडेव्हिट लिहिली होती. तिनंच डॉ. एल्टरमनला पीटरपेक्षा मीच जास्त दारू पिते, असं सांगितलं होतं. ही एक मजेशीर माहिती होती. कारण पीटरबरोबरच्या आठ वर्षांच्या माझ्या वैवाहिक काळात आमच्या अगदी क्वचित भेटी होत होत्या. ती नंतर व्हँकूव्हर आयलंडमध्ये राहू लागली. आणि डॅशच्या मरणापूर्वीच्या सहा महिन्यांच्या काळात ती पीटरकडे होती. मी तिला पीटरच्या स्वयंपाकघराच्या खिडकीतून डॅशला त्याच्या घरी सोडताना बऱ्याचदा पाहिलं होतं. तिथं जे काही होत होतं, त्यात तो कसं निभावत असेल, याचंही तिला नवल वाटलं होतं. डॅशच्या अंत्यसंस्काराच्या वेळी मी तिला काकुळतीनं विचारलं, ''तू मला फोन का केला नाहीस? काय चाललं होतं, हे का सांगितलं नाहीस? तुला तर काय घडतंय हे ठाऊक होतं ना?'' ती रडू लागली. म्हणाली, ''तुझं बरोबर आहे... तुझं बरोबर आहे.'' नंतर खालच्या आवाजात मला म्हणाली, ''मी तुझ्याशी नंतर बोलेन.'' पण पीटर ओरडला. ''नाही, तू फोन करायचा नाहीस.'' आणि तिनं फोन केला नाही.

एखाद्या निष्पाप मुलाचा मृत्यू स्थितप्रज्ञ वृत्तीनं सहन करणं अत्यंत कठीण असतं. समाजातला एखादा मुलगा असा गरजू असणं, म्हणजे तो समाज काही अवास्तव होत नाही. कुटुंबकोर्टात जाणं म्हणजे काही जुगार नाही. माझे काही अर्धवट डावपेच आणि काही चुकीचे निर्णय – तसे ते असतीलच – त्यामुळे डॅश मरणपंथाला लागला नव्हता. मी जर डॅशचा सॉकर खेळ पाहणं थांबवलं असतं, जर मला अधिक चांगला वकील मिळाला असता, जर मी नमतं घेणारी ॲक्सेस पालक असते किंवा खंबीर असते, जर मी कोर्टात उंच टाचेचे बूट घालून गेले असते की सपाट; या जर-तरचा कसलाच परिणाम झाला नसता. न्यायाधीशांनी त्यांची खुर्ची बाजूला सारून सर्वश्रेष्ठ पालकाची भूमिका योग्य तऱ्हेनं निभावायला हवी होती. त्यांच्याखेरीज बाकी कुणीच हे करू शकणार नव्हतं.

दरम्यानच्या काळात माझ्या या असह्य आणि वैयक्तिक अनुभवातून इतरांसाठी काही चांगलं, मार्गदर्शक करण्याचा मी प्रयत्न करतेय. कुटुंब, मित्रमंडळ आणि परक्यांनीदेखील माझी कहाणी ऐकली आणि ते बदलासाठी त्यांच्या-त्यांच्या पद्धतीनं – तयार झाले. अनुकूल झाले. मग ते जेवण्याच्या टेबलाबद्दल असेल किंवा माजी जोडीदाराबद्दलच्या नात्यासंबंधी असेल. डॉ. पेगी बॉर्ड पालकांच्या दुराव्याने उन्मळून पडलेल्या मुलांबद्दल काम करतेय. कॅथरिन मेयर या विषयावर गेली दहा वर्षे सल्लागार म्हणून काम करतेय आणि तिने आपल्या दुरावलेल्या मुलांबरोबर आपले संबंध पुनर्स्थापित केले आहेत. आमचा एक गट आहे. आणि आम्ही समाजात राहतो. समाजातच काम करतो.

जर तुम्ही मला विचारलं असतं की, आपल्या मुलाच्या आत्महत्येनंतर व्यक्ती कशी तग धरील, तर माझं पहिलं उत्तर "नाही तग धरणार,' असंच असतं. पण आपल्याला वाटचाल तर करावी लागते, निवड करावी लागते. जसं जगावं की लपावं, दुःख बाजूस सारावं की अभिमानानं मिरवावं, पुढे चालावं की अर्धांगाचा झटका आल्यागत मोडून पडावं – धर्मोपदेशकानं मला डॅशच्या अंत्यसंस्काराच्या वेळी सांगितलं, "पॅम, दिवसाचे चोवीस तास तुम्ही दुःख करू शकत नाही. ते कठीण आहे. म्हणून दुःख जरूर करा. त्यासाठी वेळ द्या. आणि नंतर ते बाजूस सारून दिवसाला सामोरं जा. रोजचं काम सुरू करा." या सांगण्यामुळे सुटल्यासारखं वाटलं. एक मित्र म्हणाला : 'आता डॅश एका चांगल्या जागी असेल, असा आपण विश्वास ठेवू या." आणि मी विश्वास ठेवला. गावातून फिरताना मला डॅश जागोजागी दिसतो. रोजच्या दिनक्रमात मी, आम्ही जिथे जात होतो त्या जागा, त्या बागा, ती दुकानं येथून जा-ये करत असते. कित्येक वर्षं माझी मुलं, डॅश ज्या मैदानावर खेळत होता, तिथेच सॉकर खेळत होती. रोज सकाळ-संध्याकाळ मुलांची

शाळेत ने-आण करताना आम्ही रोज डॅशच्या लालविटांच्या, गोल मनोरा असलेल्या शाळेवरून जात असतो. मला मी त्याची भेट घेण्यासाठी कशी तडफडत असायची, ते आठवत. त्या मुलाच्या भग्न बालपणाचे अवशेष मी कसे कवटाळले, ते माझ्या शरीराला आठवतं. पण या दु:खाबरोबरच त्याच्याबरोबर घालवलेले सुखाचे सोनेरी क्षणही तेवढ्याच लख्खपणे आठवतात. आणि मला त्याचे कुरळे केस, तपकिरी डोळे, मोकळं हसू आणि उबदार आनंदी डॅश आठवत राहतो. त्याचं हसू ऐकू येतं. विनोदावर आम्ही केलेला खळखळाट, सोफ्यावर सगळे मिळून गुरफटून घेऊन पाहिलेला टीव्ही आठवतो. चांदण्या पाहत घालवलेल्या अनेक संध्याकाळ आठवतात. आणि मला तो दिसत राहतो. आपल्या अंगठाबोटांना वळवून तो हृदयाचा आकार करत असतो. तो लहान असताना, 'मी प्रेम करतो' हे सांगणारा आणि निरोप घेतानाचा हृदयाचा आकार तो करत असे. डॅश आता चांगल्या जागी असेल. त्याला शांती मिळाली, अशी मी आशा करते. मी सगळ्यांसाठीच शांततेची आशा करते.

■